‘जगाला अज्ञात असे क्रांतिकारक, देशभक्त आणि तेवढीच आंतरराष्ट्रीय ख्यातीही मिळविणारे दुसरे व्यक्तिमत्त्व शोधून सापडणार नाही!’

– सिद्धार्थ वरदराजन

आपल्या स्नेहीजनांना पुस्तके भेट द्या

मी कधीही माफी मागणार नाही!

पांडुरंग खानखोजे यांचे चरित्र

लेखक

सावित्री साव्हनी

अनुवाद

अवंती महाजन

मेहता पब्लिशिंग हाऊस

Please contact us at **Mehta Publishing House,** Pune 411030.
© +91 020-24476924 / 24460313 / Mob. No. 9545000513
Email : production@mehtapublishinghouse.com
Website : www.mehtapublishinghouse.com

- *या पुस्तकातील लेखकाची मते, घटना, वर्णने ही त्या लेखकाची असून त्याच्याशी प्रकाशक सहमत असतीलच असे नाही.*

I SHALL NEVER ASK FOR PARDON by SAVITRI SAWHNEY

Translated into Marathi Language by Avanti Mahjan

मी कधीही माफी मागणार नाही! / अनुवादित चरित्र

अनुवाद : अवंती महाजन
Email : author@mehtapublishinghouse.com
मराठी अनुवादाचे व प्रकाशनाचे हक्क मेहता पब्लिशिंग हाऊस, पुणे.
प्रकाशक : सुनील अनिल मेहता, मेहता पब्लिशिंग हाऊस,
१९४१, सदाशिव पेठ, माडीवाले कॉलनी, पुणे – ४११०३०.
मुद्रक : ट्रिनिटी ॲकॅडमी फॉर कॉर्पोरेट ट्रेनिंग लिमिटेड
मुखपृष्ठ : सतिश भावसार
प्रथमावृत्ती : मार्च, २०१६
किंमत : ₹ ३५०
P Book ISBN 9788184989915

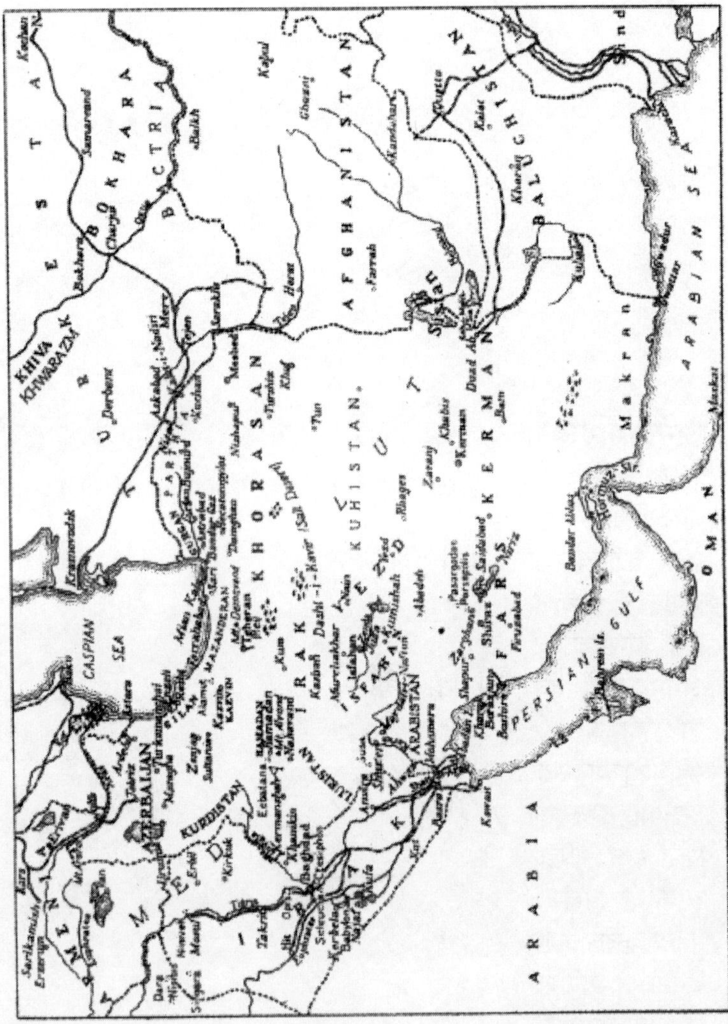

पहिल्या महायुद्धाच्या वेळचा पर्शिया

अनुक्रमणिका

प्रास्ताविक / १
एका क्रांतिकारकाचा जन्म / ७
जपान : १९०६ / ४५
सॅन फ्रॅन्सिस्को / ६१
अमेरिकेमध्ये एक भारतीय विद्यार्थी / ९०
'गदर'चा जन्म / १११
महायुद्धाच्या ज्वाला : १९१४ / १४०
अलेप्पो ते बगदाद / १५९
शिराज ते नेरिझ / १७९
स्वप्नांची अखेर / १९७
महायुद्धाची अखेर / २०४
जर्मनी ते रशिया / २१६
मुक्काम मेक्सिको / २३२
कुटुंब-परिवार / २५६
स्वातंत्र्य / २७८
अखेर मातृभूमीकडे / २९६
उपसंहार / ३०५

प्रास्ताविक

भारताच्या स्वातंत्र्य लढ्याचा इतिहास सर्वांशाने लिहिला गेलेला नाही. ब्रिटिशांच्या पहिल्या अन्यायाशी तो सुरू होतो; १८५७मध्ये योग्य ते वळण आणि आकार घेत, अखेर युगप्रवर्तक अशा अहिंसेच्या तत्त्वज्ञानाशी संपतो. सरत्या काळाबरोबर अनेक क्रांतिकारकांच्या कार्याबद्दल धूसरता येणे, त्यांचा सहभाग दुर्लक्षित होणे अथवा विस्मरणात जाणे स्वाभाविक आहे. 'गदर चळवळ' हा भारतीय स्वातंत्र्य लढ्याचा असाच एक हिस्सा आहे. गदरच्या क्रांतिकारकांच्या महत्त्वाकांक्षा, त्यांचे शौर्य इत्यादींचा स्वातंत्र्य लढ्याच्या इतिहासात अभावानेच उल्लेख आढळतो. भारताचा इतिहास हा माझ्या अभ्यासाचा विषय कधीच नव्हता; तरीही स्वातंत्र्य चळवळीच्या इतिहासाचा झालेला विपर्यास, दुर्लक्षित राहिलेले अनेक पैलू आणि निरनिराळ्या पद्धतीने प्रस्तुत करण्यात आलेल्या इतिहासामागचे राजकीय पूर्वग्रह मनाला त्रास देतातच. माझे वडील पांडुरंग खानखोजे हे गदरचे क्रांतिकारक होते. हे पुस्तक म्हणजे त्यांचे चरित्र आणि त्या अनुषंगाने गदर चळवळीची कथा आहे.

ब्रिटिशांचा रोष ओढवून घेतल्यामुळे, १९०६मध्ये पांडुरंग खानखोजे यांनी भारत सोडला. गदर चळवळीची स्थापना करण्यात त्यांनी पुढाकार घेतला आणि या चळवळीच्या लष्करी विभागाचे नेतृत्व केले. भारताच्या स्वातंत्र्याच्या तळमळीपोटी त्यांनी जपान, अमेरिका, पर्शिया आणि रशिया असा प्रदीर्घ प्रवास करत, त्याकाळातील सातासमुद्रापार प्रवासास प्रतिबंध करणारी हिंदू परंपरा मोडीत काढली. पर्शियामध्ये ते ब्रिटिशांविरुद्ध रणांगणात उतरले, आणि अशा तऱ्हेनी आज जवळजवळ अज्ञात असलेल्या भारतीय इतिहासाचा एक भाग झाले.

१९१४मध्ये मेक्सिकोने त्यांना आश्रय दिला. तिथे ते प्रसिद्ध शेती शास्त्रज्ञ म्हणून नावारूपाला आले. मका आणि गव्हावरील त्यांचे अत्यंत मूलभूत स्वरूपाचे संशोधन म्हणजे भारतातील 'हरित क्रांती'चे बीजस्वरूप कार्य म्हणावे लागेल.

गरीब मेक्सिकन शेतकऱ्यांसाठी त्यांनी अतिशय कष्ट घेतले. ठिकठिकाणी तीसपेक्षा जास्त विनामूल्य शेतकी शाळा त्यांनी सुरू केल्या. १९४९मध्ये स्वातंत्र्यानंतरचे भारताचे शेती धोरण निश्चित करण्यासाठी नेमलेल्या, ॲग्रिकल्चरल पॉलिसी कमिटीचे अध्यक्षपद स्वीकारण्यासाठी त्यांना आमंत्रण देण्यात आले. ही त्यांची भारत भेट म्हणजे समितीच्या कामाबरोबरच, भारत आणि मेक्सिको दरम्यान राजनैतिक संबंध प्रस्थापित करण्याच्या दृष्टीनेही महत्त्वपूर्ण ठरली. ते मेक्सिकोला परत गेले, काही काळ तिथे राहून अखेर १९५५मध्ये कायमचे भारतात परतले. मातृभूमीच्या मातीतच त्यांनी १९६७मध्ये अखेरचा श्वास घेतला. माझा जन्म मेक्सिकोमध्ये झाला. मी अठरा वर्षांची असताना, माझे भवितव्य घडविण्यासाठी म्हणून भारतात आले. माझ्या वडिलांनी, भारताबद्दलच्या प्रेमाची, अभिमानाची मला दिलेली 'दीक्षा' माझ्या मनात खोलवर रुजली होती. तेव्हापासून मी भारतातच आहे.

स्वत:च्या आई किंवा वडिलांच्या आयुष्याकडे पाहताना, त्यांच्या कार्याबद्दल बोलताना, कितीही वस्तुनिष्ठ दृष्टिकोन स्वीकारायचा म्हटला, तरी ती अतिशय अवघड गोष्ट आहे. हे चरित्र लिहिण्यामागे, माझे वडिलांबद्दलचे केवळ प्रेमच आहे असे नाही; तर त्यांची कन्या म्हणून मी ते माझे कर्तव्य समजते. शिवाय, आजवर मी मनात जो विश्वास, ज्या श्रद्धा जोपासल्या, त्याही या निमित्ताने पुन्हा एकदा मला तपासून पाहता आल्या; परंतु या सर्वांपेक्षा अधिक प्रबळ प्रेरणा यामागे आहे, ती म्हणजे माझ्या पूर्वजांच्या देशाबद्दल – या भारत देशाबद्दल माझ्या मनात असलेल्या आत्यंतिक प्रेमाचा पुनरुच्चार करणे. ज्या भावनिक, सांस्कृतिक ओढीने मला भारतात खेचून आणले, इथे रुळणे सोपे केले, त्याच ओढीने, या अनोळखी राहिलेल्या क्रांतिकारकाची कथा लिहिणे, मला भाग पडले.

ही कथा आहे, लोकमान्य टिळकांच्या प्रेरणेने, देशभक्तीच्या भावनेने पेटून उठलेल्या तरुण मुलाची. ही कथा आहे, काळाबरोबर राहून, मोठा होत होत आंतरराष्ट्रीय घडामोडींचा साक्षीदार झालेल्या एका छोट्याशा गावातील मुलाची; पण त्याहूनही अधिक सजग झालेल्या तरुण मनाची! जुन्या, परपंरागत मूल्यांना चिकटून बसलेल्या, संकुचित वृत्तीच्या एका ब्राह्मण मुलाचे आधुनिक समाजवादी निधर्मी विचारसरणीच्या, मानवतेवर श्रद्धा असणाऱ्या व्यक्तीमध्ये रूपांतर झाल्याची ही कथा आहे. सामाजिक बदल घडण्यासाठी शतकांचा काळ जावा लागतो. या वेदनामय वाटचालीत बरेच वेळा हिंसा आणि क्रांती या प्रक्रियेची सोबत करतात. ही कथा आहे, अशाच एका उत्क्रांतीची. ही कथा दोन बड्या राष्ट्रांचीसुद्धा आहे. भारत आणि मेक्सिको या दोन बड्या राष्ट्रांचा, त्यांची वैचारिक बैठक तयार करण्यात, व्यक्तिमत्त्व घडविण्यात महत्त्वाचा वाटा आहे.

गदरचा इतिहास लिहिणे, हा आमच्या कुटुंबात सतत चर्चेचा विषय असायचा.

सगळ्यांच्या तोंडी हे एकच पालुपद असायचे. वयाच्या साठीनंतर लगेच माझ्या वडिलांनी गदरच्या इतिहासावर मराठीतून एक लेखमाला लिहायला सुरुवात केली. 'केसरी' या वृत्तपत्रातून ती प्रसिद्ध होऊ लागली. परंतु ती अपूर्णच राहिली. त्यानंतर बऱ्याच कालावधीने, गदरचा इतिहास पुढच्या पिढ्यांना कधीच कळणार नाही, अशी भीती वाटल्यामुळे त्यांनी पुन्हा हे लिखाण सुरू केले. दोन्ही डोळ्यांना मोतीबिंदू झाल्यामुळे त्यांची दृष्टी क्षीण होत चालली होती; पण त्यांची चिकाटी जबरदस्त होती. तासन्‌तास ते लिहीत असायचे. संदर्भासाठी त्यांनी बरीच पुस्तके जमा केली होती; पण घटना त्यांच्या मनात, जशाच्या तशा ताज्या असायच्या. त्या आठवणींवरच ते अधिक करून अवलंबून असायचे. मातृभाषा मराठीमधूनच लिखाण करणे त्यांना सोयीचे वाटायचे, आवडायचे. इंग्रजीमधून लिहिण्याचा कधी त्यांनी विचारही केला नाही. त्यांचे इंग्रजी हस्ताक्षर लावणे, हे एक अवघड काम असायचे, माझे शालेय शिक्षण मराठी माध्यमातून झालेले नसल्याने मराठीत लिहिलेले समजणे मला अशक्य होते. याबाबतीत मला माझे मराठी भाषिक पेशंट ए. व्ही. क्षीरसागर यांचे आभारच मानायला हवेत. त्यांनी मला वडिलांनी लिहिलेले सर्व लिखाण वाचून दाखविले, उलगडून सांगितले. त्या लिखाणाचा, या पुस्तकात मी जागोजागी भरपूर उपयोग करून घेतला आहे. पुस्तकात इटॅलिक्समध्ये जो मजकूर छापलेला आहे, तो सर्व माझ्या वडिलांच्या लेखांमधून वा पत्रांमधून जसाच्या तसा घेतलेला आहे. त्यांच्यात आणि माझ्यात वेळोवेळी जे संभाषण झाले, त्याचा अनुवाद करण्याचे स्वातंत्र्य मी घेतले आहे आणि त्यातील भाव-भावना जशाच्या तशा वाचकांपर्यंत पोहोचविण्याचा प्रयत्न केला आहे.

इतिहासाला गदर चळवळीचा विसर पडेल, अशी जी भीती त्यांना वाटत होती, ती खरीच ठरली. आज गदरबद्दल सामान्य जनतेला फारच कमी माहिती आहे. या चळवळीचे खरे पुरस्कर्ते – ज्यांनी त्यात प्रत्यक्ष भाग घेतला – त्यांना गुप्ततेचे बंधन होते आणि खऱ्याखुऱ्या, जातिवंत हुतात्म्यांप्रमाणे त्यांनी ते बंधन जिवापाड पाळले. माझी बेल्जियम आई जेनी सिनडिक हिच्या मदतीशिवाय ही कथा लिहिणे शक्यच झाले नसते, जिने अत्यंत जबाबदारीने, माझ्या वडिलांनी अगदी सहज म्हणूनही खरडलेला प्रत्येक कागदाचा तुकडाही जपून ठेवला. त्यांचा प्रत्येक लेख, प्रत्येक पत्र, त्यांची कात्रणे भविष्यकाळातील संदर्भासाठी म्हणून तिने सांभाळून ठेवली. त्यांचा छायाचित्रणांचा भला मोठा संग्रह, शोधनिबंध, अगदी कालबाह्य झालेली पुस्तकेसुद्धा, त्यांनी लिहिलेल्या फारशा महत्त्वाच्या नसलेल्या आठवणींसह अतिशय काळजीपूर्वक, व्यवस्थितरीत्या तिने जतन केल्या. तिची त्यांच्यावरची निष्ठाच मुळात अतुलनीय अशी होती. माझ्या वडिलांच्या मृत्यूनंतर, पाश्चिमात्य जगतात परत जायचे तिने ठामपणे नाकारले. त्या जगात आता आपल्याला

स्थान नाही, अशी तिची भावना होती. माझ्या बहिणीचे – मायाचे आमंत्रण स्वीकारून ती मेक्सिकोला गेली खरी; पण दोन वर्षांच्या आतच भारतात परतली आणि त्यानंतर ती कायमची भारतातच राहिली. १९९१मध्ये तिचे निधन झाले. तिच्या इच्छेनुसार तिच्यावर हिंदू पद्धतीने अंत्यसंस्कार करण्यात आले. मुलींवरचे प्रेम, नातवंडांची माया जपत, तिने या घरून त्या घरी असा वेळ काढला, पण मनातून ती कायम वडिलांच्या आठवणींनी व्याकूळ असायची. म्हातारे होणे तिने नाकारले, पक्षाचे कामही केले; पण मनाच्या अगदी तळातून, तिच्या असामान्य अशा पतीच्या विरहाच्या दु:खाने ती नेहमीच जळत राहिली.

माझ्या आयुष्यावर माझ्या वडिलांचा जबरदस्त प्रभाव होता; पण त्यांच्या अतिशय शांत आणि समजूतदार स्वभावानुसार त्यांनी त्यांच्या इच्छा-आकांक्षा माझ्यावर कधीही लादल्या नाहीत. माझा जन्म झाला त्या वेळी त्यांना पहिली पौराणिक-कथा आठवली ती सत्यवान-सावित्रीची. म्हणून त्यांनी माझे नाव 'सावित्री' ठेवले. माझ्या बहिणीचे नाव 'माया' ठेवण्यात आले, कारण ते भारत आणि मेक्सिको दोन्हीकडे प्रचलित होते. माझ्या आयुष्यभर मी वडिलांजवळ राहिले आणि त्यांच्या दोन मुलींपैकी मोठी मुलगी असल्याने मेक्सिकोमध्ये मला त्यांच्याबरोबर अधिक प्रवास करण्याची संधी मिळाली. कधी कधीच मायाला आमच्याबरोबर यायची परवानगी मिळायची, तीही तिच्या मोठ्या आणि अधिकार गाजविणाऱ्या 'ताईच्या' देखरेखीखाली! नंतरच्या काळात, भारतात परत आल्यावरही मी त्यांच्याबरोबर बराच प्रवास केला. आणि शक्य तेवढ्या सार्वजनिक समारंभांनाही उपस्थित राहिले. रामनवमीला काटोलच्या रामाच्या देवळात जायला मला फार आवडायचे. एकूणच मी या अद्‌भुत अशा देशात खूप लवकर रुळले – साड्या नेसू लागले, मोडकं-तोडकं का होईना, मराठी बोलू लागले – अगदी नात्यातल्या लग्नांमध्ये पंगतीही वाढू लागले.

वैद्यकीय शिक्षण घेण्याची माझी इच्छा माझ्या वडिलांनी मनापासून मान्य केली. वैद्यकीय पदवी घेतल्यानंतर मी दूरवरच्या हाकांना प्रतिसाद देणाऱ्या माझ्या पतीबरोबर उत्तर पूर्वेला, अगदी आतल्या भागात – अंदमान-निकोबारला गेले. त्यानंतर लष्कराने त्यांना जिथे-जिथे पाठविले, तिथेही मी त्यांच्याबरोबर होते. या काळात मला अगदी मूलभूत अशी वैद्यकीय सेवा करता आली. कधी पुण्याजवळच्या खडकीमधील औद्योगिक कामगार, तर कधी निकोबार-शिलाँगमधील आदिवासी अशांची माझ्या पद्धतीने सेवा करताना, 'मी भारतीय जनतेची सेवा करावी.' ही माझ्या वडिलांची इच्छा मी पूर्ण करू शकले, याचे मला समाधान वाटते. अखेर मी दिल्लीमध्ये वैद्यकीय व्यवसायात स्थिरावले.

अत्यंत वैविध्यपूर्ण आणि रंगीबेरंगी अनुभव घेऊनही, माझे वडील मनाने निरागस आणि अलिप्त असेच राहिले. आयुष्याकडे बघण्याचा त्यांचा दृष्टिकोन नेहमी एखाद्या

तरुणाप्रमाणे उत्साहाचा, कळकळीचा असायचा. अनेक विषयांत त्यांना गोडी होती आणि त्यामुळे आमची मने समृद्ध झाली. त्यांच्या अनुभवाच्या कथांनी आमचे बरेच बालपण व्यापलेले होते, या कथा नेहमीच काही केवळ उपदेशच करणाऱ्या असायच्या असेही नाही. आम्ही लहान असताना ते जपानमध्ये राहात असतानाचा एक किस्सा इतका रंगवून वारंवार सांगायचे की, आम्हा दोघी बहिणींची हसता-हसता पुरेवाट व्हायची. ते ज्या जपानी कुटुंबात राहात होते, त्या लोकांना 'त्यांना बाथरूमला जायचे आहे.' ही गोष्ट कशीही सांगितली, तरी काहीकेल्या समजेना. अखेर अभिनय करून आपण त्या लोकांना आपली 'घाई' कशी लक्षात आणून दिली, हा त्यांचा किस्सा म्हणजे लहानपणी आमची अगदी आवडती गोष्ट होती.

सतत नवीन काहीतरी करून पाहायला त्यांना आवडत असे आणि प्रत्येक नवीन अनुभवाचे त्यांना लहान मुलाप्रमाणे आश्चर्य वाटत असे. माझ्याही नकळत, त्यांच्या खास शैलीत त्यांनी भारताबद्दलचे प्रेम माझ्या मनावर असे काही बिंबविले की, त्यामुळे माझ्या भवितव्याला दिशा मिळाली, माझा देश, माझी माणसे मिळाल्याचे अपार समाधान मला मिळाले. त्यामुळेच त्यांचे चरित्र शब्दबद्ध करणे ही माझ्या दृष्टीने एक सतत पाठपुरावा करणारी अनिवार्यता होऊन बसली. त्यासाठी काही वर्षे मी माझा वैद्यकीय व्यवसाय थांबवला, इतर सगळ्या गोष्टी बाजूला ठेवल्या. माहिती गोळा करणे, संशोधन करणे, या गोष्टी अवघडच होत्या. कारण इतिहासात, सुरुवातीच्या क्रांतिकारक दिवसांबद्दल कुठेच उल्लेख सापडला नाही आणि वैयक्तिक पातळीवरही असा प्रयत्न कोणी करत असल्याचे समजले नाही. त्यामुळे केवळ माझ्या वडिलांच्या स्मृतींवरच अवलंबून राहावे लागले. नंतरच्या म्हणजे स्वातंत्र्योत्तर काळात मात्र, डॉ. टी.आर. सरीन, ए.सी. बोस यांच्यासारख्या इतिहासकारांनी, गदर चळवळीचा आणि त्यासाठी परदेशात असणाऱ्या क्रांतिकारकांचा सखोल अभ्यास केलेला आढळतो आणि त्याची नोंदही इतिहासात सापडते. एम.ए. परसिट्स आणि एल.व्ही. मित्रोखिन या रशियन इतिहासकारांनीही गदरचा अभ्यास केलेला आढळतो. विशेषत: डॉ. सरीन यांनी मला अतिशय सहनशीलपणे दीर्घकाळपर्यंत माझ्या लेखनाबद्दल अमूल्य सूचना आणि सल्ला दिला, याबद्दल मला त्यांचे आभार मानलेच पाहिजेत.

सिद्धार्थ वरदराजनचा इथे उल्लेख करणे, मी आवश्यक समजते. एका सायबर कॅफेमध्ये तो मला भेटला. अमेरिकेत असताना त्याने माझ्या वडिलांबद्दल ऐकले होते आणि एका परदेशी विद्यार्थ्याने माझ्या वडिलांऐवजी चुकून वीरेंद्रनाथ चटोपाध्याय यांचे छायाचित्र, त्याच्या वेबसाइटवर वापरलेले पाहून, माझ्या बहिणीने – मायाने ती चूक दुरुस्त केल्याची त्याला माहिती होती. तो माझे लेखन वाचून, सतत मला प्रोत्साहन देत राहिला, त्याहून महत्त्वाचे म्हणजे माझ्या वडिलांचे कायमचे भारतात

परत येणे; योग्य दृष्टिकोनातून मांडण्यासाठी त्याने मला अनमोल अशी मदत केली. त्याबद्दल मी त्याची कायमची ऋणी आहे.

प्रत्येकाचा वैयक्तिकरित्या उल्लेख करणे इथे शक्य नसले, तरी असे अनेक लोक आहेत, ज्यांनी मला अतिशय चिकाटीने वडिलांबद्दल सतत सांगितले. त्या सर्वांचे आभार मानायलाच पाहिजेत. विशेषत: माझा चुलत भाऊ सुधाकर खानखोजे आणि भाचा सुनील खानखोजे हे दोघे खास माझे लेखन वाचून पाहण्याकरिता नागपूरहून थेट दिल्लीला आले होते. माझे पती विजय यांचे तर खास आभार मानले पाहिजेत, ज्यांनी माझे हस्तलिखित वारंवार वाचून संपादनात आस्थेवाईकपणे मदत केली. शेवटी सर्वांत महत्त्वाची माझी बहीण – माया खानखोजे – या पुस्तकामागची माझी प्रेरणा – तिने केलेल्या आर्थिक मदतीशिवाय वडिलांबद्दलच्या संशोधनाचे काम पूर्णत्वाला जाऊ शकले नसते. इंटरनेटवर तासन्‌तास ती नवनवीन संदर्भ शोधत बसायची. अनेक संदर्भ ग्रंथ तिने मला विकतही घेऊन दिले.

हे पुस्तक मी माझ्या नातवंडांना – वीर आणि कबीरला अर्पण करते. त्यांच्या पणजोबांकडून त्यांना ठिणगीच्यारूपाने जो वारसा मिळाला आहे, त्या ठिणगीची ज्योत होऊन, ती त्यांना त्यांच्या महान वारशाशी एकनिष्ठ राहण्याची प्रेरणा देईल, अशी आशा आहे!

मे, २००८ **– सावित्री साव्हनी**

एका क्रांतिकारकाचा जन्म

"वय झालं आता माझं. व्हरांड्यातल्या आरामखुर्चीत बसून उपनिषदांचं पारायण करणं एवढाच काय तो उद्योग राहिला आहे. आयुष्य जगून झालंय आणि मला कल्पना आली आहे की, संध्याछाया आता फार दूर नाहीत. असं असलं तरी त्या मला भिववत वगैरे नाहीत. मी मृत्यूला घाबरत नाही. अर्थात मी त्याचं स्वागतही करणार नाही. मी फक्त त्याचा स्वीकार करीन.

आयुष्यात आणखी काही करण्यासारखं असतं, तर मी नक्कीच ते केलं असतं. पण आता ते सगळं संपलं आहे. आयुष्यात मला जे करायचं होतं, ज्यासाठी माझा जन्म झाला होता ते मी पार पाडलं आहे. मी कृतार्थ आहे आणि आता 'वेळ' येऊन ठेपली आहे.[१]"

आरामखुर्चीत विसावलेले, अंगावर जुनाट पायजमा – नीटनेटकेपणा, टापटीप याबाबत काहीसे बेफिकीर झालेले माझे वडील माझ्याशी गप्पा मारत आहेत, असंच माझ्या वडिलांचे चित्र माझ्या डोळ्यांसमोर येते. त्यांच्या मृत्युपूर्वी सुमारे वर्षभर आधी मी नागपूरला त्यांच्याकडे गेले होते, ते त्यांना पुण्याला माझ्या घरी कायमचे आणण्यासाठी. पण त्यांनी ठाम नकार दिला. इतकेच नाही, तर माणसाचे मरण आणि त्या संदर्भातले कालातीत असे हिंदू तत्त्वज्ञान त्यांनी मला संस्कृत श्लोकांसह सुनावले. अचानक त्यांनी विषय बदलला होता आणि किंचित चढ्या आवाजात ते म्हणाले होते,

"दोनशे वर्षांहून जास्त काळ आपण गुलामगिरीत काढला. पण तुला सांगतो, दुःख या गोष्टीचं आहे की, अजूनही आपली ती मनोवृत्ती बदलत नाही. माझा जन्म झाला, त्या वेळी भारतीयांच्या मनांवर १८५७च्या जखमा ताज्या होत्या. त्या बंडात ब्रिटिशांविरुद्ध लढलेले माझे आजोबा हे माझं त्या

वेळी 'दैवत' होतं. पण... या गोष्टी आता फार-फार जुन्या-पुराण्या झाल्या...''

१८५७च्या उद्रेकामुळेच ब्रिटिशांची दडपशाही जगापुढे आली. त्यांच्या अमानुष सूडभावनेच्या वणव्यात भारत भिरभिरत राहिला होता. अर्थात तरीही 'भारतीय आत्मा' ब्रिटिश जिंकू शकले नव्हते आणि म्हणूनच पुढे १८७९मध्ये भारतीय जनतेला राजकीय भान येऊन आव्हानांना सामोरे जाण्याचे एक नवे युग भारतात अवतरले. स्वातंत्र्याची बीजे पुन्हा नव्याने पेरली गेली.

१८५७ नंतर, भारतातील इतर संस्थानांप्रमाणेच, महाराष्ट्रातील नागपूरचे – भोसल्यांचे संस्थान खालसा झाले. कारण इतर संस्थानिकांप्रमाणेच भोसलेही ब्रिटिशांविरुद्ध उभे ठाकले. त्याच वर्षी 'आर्म्स ॲक्ट' लागू झाला आणि त्या कायद्याने, भारतीय जनतेचा शस्त्र बाळगण्याचा हक्क हिरावून घेतला. जुन्या पोलीस दलाच्या 'निष्ठा' जनतेकडे अधिक होत्या. हे पोलीसदल बरखास्त करण्यात आले. त्या जागी नवीन भरती करण्यात आली. खास करून आसपासच्या खेड्यांमधल्या आणि त्यातही वेगळ्या धर्माच्या तरुणांची जाणीवपूर्वक भरती करण्यात आली. अर्थात ब्रिटिशांची 'फोडा आणि झोडा' हीच नीती त्यामागे होती.

पराकोटीची जुलमी राजवट आणि त्यामुळे ब्रिटिशांवरचा उडालेला विश्वास, अशा वातावरणात भारतीयांच्या मनात देशभक्तीची भावना अधिकाधिक प्रखर होऊ लागली होती, पण त्याच बोरोबर लोक तर्कनिष्ठ विचार करायला लागले होते. सामाजिक आणि धार्मिक सुधारणांचे महत्त्व लोकांना उमजायला लागले होते. बुद्धिवादाचे युग सुरू झाले होते. विष्णू कृष्ण चिपळूणकरांच्या देशभक्तीपर कवितांनी अवघा महाराष्ट्र दुमदुमला. १८५७च्या बंडानंतर पुन्हा एकदा ब्रिटिशांविरुद्ध सशस्त्र उठाव करण्याचा विचार महाराष्ट्रातील आद्य क्रांतिकारक वासुदेव बळवंत फडके यांनी केला. १८७९नंतर त्यांनी ब्रिटिशांवर छोटे-मोठे हल्ले करण्याचा सपाटा लावला. 'भारत – भारतीयांसाठीच!' ही घोषणा त्यांनी दिली. सुभाषचंद्र बोस यांचे एक चरित्रकार म्हणतात, ''ब्रिटिशांविरुद्धच्या स्वातंत्र्य लढ्याचे नेतृत्व महाराष्ट्राने केले. ब्रिटिश सत्तेशी संघर्ष करण्याचे बाळकडू महाराष्ट्रानेच बंगालला दिले.''[२]

बौद्धिक जागृतता आणि संघर्षाची मानसिक तयारी अशा वातावरणात, दि. ७ नोव्हेंबर, १८८६[३] रोजी पांडुरंग सदाशिव खानखोजे यांचा जन्म झाला. पालखवाडी हे त्यांचे जन्मगाव. आत्ताच्या महाराष्ट्रातल्या आणि त्या काळातल्या 'सेंट्रल प्रॉव्हिन्सेस अँड बरार (सी.पी. बरार)'मधल्या वर्ध्याजवळचं पालखवाडी हे खेडेगाव. पांडुरंग हा सदाशिवरावांचा सर्वांत मोठा मुलगा. स्वत: सदाशिव व्यंकटेश खानखोजे जातीने ब्राह्मण, पेशाने अर्जीनवीस (याचिका लिहिणारे) होते.

त्या काळात भारतात रूढ असलेल्या पारंपरिक पितृसत्ताक पद्धतीमधील हे

कुटुंब. कुटुंबावर, मुला-बाळांवर घरातील पुरुषांची सत्ता.

सदाशिव खानखोजे यांचे आयुष्य म्हणजे बुद्धी आणि परिश्रम यांचा मिलाप. त्या जोरावर त्यांनी चांगला पैसा कमावला; त्याचबरोबर सदाशिवराव समाजात मान-सन्मान, प्रतिष्ठा राखून होते. पांडुरंगाने इंग्रजी शाळेत शिक्षण घेऊन, ब्रिटिश वळणाने आधुनिक व्हावे अशी त्यांची इच्छा होती. पण पांडुरंगाच्या कल्पना काही वेगळ्याच होत्या. त्याला क्रांतिकारक व्हायचे होते. 'स्वराज्य' आणि 'स्वदेशी' चळवळीचे जनक आणि ज्वलंत राष्ट्रवादाचे पुरस्कर्ते – लोकमान्य बाळ गंगाधर टिळक यांच्या विचारसरणीचा त्याच्यावर प्रभाव होता. पांडुरंगाला त्यांचे शिष्यत्व हवे होते.

क्रांतीची बीजे तरुण पांडुरंगाच्या मनात रुजवण्याचे श्रेय, त्याचे आजोबा व्यंकटेश भिकाजी खानखोजे उर्फ 'तात्याजी' यांना जाते. अतिशय पराक्रमी, कधीही हार न मानणारे असे त्यांचे व्यक्तिमत्त्व होते. १८५७च्या बंडात त्यांनी सक्रिय भाग घेतला होता. पांडुरंगाला घरात प्रेमानी 'भाऊ' म्हणत असत. अगदी लहानपणापासून ते समज येईपर्यंत भाऊ आपल्या आजोबांची जणू सावली होता. सतत त्यांच्या सान्निध्यात राहिल्यामुळे भाऊवर आजोबांच्या व्यक्तिमत्त्वाची छाप उमटणे स्वाभाविक होते. देशभक्तीचे बाळकडू भाऊला आजोबांकडूनच मिळाले. पुढे अगदी म्हातारपणातही आजोबांच्या भेटीच्या आठवणी पांडुरंगाच्या मनात ताज्या राहिल्या होत्या. "काटोलजवळच्या आमच्या वाडवडिलांच्या गावी आम्ही नेहमी जायचो. भर उन्हाळ्यात बैलगाडीतून केलेला प्रवास, धुळीने माखलेले खडबडीत रस्ते आणि तिथे गेल्यावर तात्याजींनी सांगितलेल्या युद्धाच्या गोष्टी अजूनही माझ्या चांगल्याच लक्षात आहेत. १८५७च्या बंडाच्या आणि त्या वेळी तात्याजींनी गाजवलेल्या पराक्रमाच्या कथा मी तिथे प्रथम ऐकल्या होत्या."

तात्याजींच्या पोतडीत अनेक सुरस कथा असायच्या. पांडुरंगाच्या मनाला स्फुरण मिळेल अशी कथा होती – 'तंट्या भिल्लाची.'

तंट्या भिल्ल म्हणजे एक चालती-बोलती दंतकथा होती. आदिवासी जनतेचे तो नेतृत्व करायचा. याचा मुख्य उद्योग म्हणजे ब्रिटिशांना लुटायचे आणि ते धन आदिवासी जनतेमध्ये वाटायचे. त्याने घातलेले दरोडे-डाके इतके धाडसी असत की, त्यावर पोवाडे रचले जायचे. ब्रिटिशांना असाही उपद्रव देणाऱ्या तंट्या भिल्लाच्या पाठीवर तात्याजींची मदतीची थाप होती. क्रांतीचा विचार पसरविण्यासाठी त्या वेळी स्वत: तात्याजी वेषांतर करून एका फकिराच्या वेषात गावोगाव भटकत होते. त्यानंतर थोड्याच दिवसांत १८५७मध्ये ते सशस्त्र क्रांतिकारक तात्या टोपे यांच्या फौजांमध्ये सामील झाले. इथे तात्याजींनी अनेक लहान-मोठ्या लढाया बघितल्या. लढायांमध्ये प्रत्यक्ष भाग घेतला. दुसऱ्या बाजीराव पेशव्याचे दत्तकपुत्र

नाना फडणवीस आणि त्यांचे सेनापती तात्या टोपे या दोघांबद्दल तात्याजींच्या मनात इतका कमालीचा आदर, दरारा आणि कौतुक होते की, नंतरच्या काळात त्याच नावांनी आपल्या नातवाला ते हाक मारत असत.

वरवर पाहता १८५७चे बंड शमल्यासारखे वाटले; परंतु भारतीयांच्या मनातली प्रखर राष्ट्रीयत्वाची भावना ब्रिटिशांना दडपता आली नाही. सीतांशु दास म्हणतात, "१८५७च्या बंडाने अनेक क्रांतिकारकांना जेरीस आणले हे खरे; परंतु त्यांचे अगदी समूळ उच्चाटन झाले नाहीच. जे कोणी क्रांतिकारक ब्रिटिशांच्या तडाख्यातून सुटले, त्यांनी साधू-बैराग्यांच्या वेषामध्ये गावोगाव हिंडून, क्रांतीतील हुतात्म्यांच्या स्मृती सतत जागत्या ठेवल्या.[४] तात्याजी त्यांपैकी एक होते.

बंड सुरू झाल्यानंतर तात्याजी गुपचूप घरी आले. लांब वाढलेली दाढी, मानेवरचा मोठा केशसंभार अशा वेषांतरामध्ये त्यांना त्यांच्या पत्नीशिवाय कुणीही ओळखले नाही. युद्धामध्ये प्रत्यक्ष पाहिलेले क्रौर्य, संपत्तीची हानी, मानवी हानी याबद्दल ते कधीही बोलले नाहीत किंवा युद्धभूमीवर स्वत:ला ज्या दिव्यातून जावे लागले, जी सत्त्वपरीक्षा द्यावी लागली त्याचाही त्यांनी कधी उच्चार केला नाही. युद्धात सहभागी झाल्यामुळे काटोलमधली संत्री पिकवणारी सुपीक जमीन हातची जायची वेळ येऊन ठेपली होती; परंतु वेळीच त्यांनी त्यांपैकी काही जमीन विकून टाकली आणि घराण्याचे दैवत असलेल्या श्रीरामाचे देऊळ बांधायचे ठरवले. त्या वेळची एक दंतकथा सांगण्यात येते. एक दिवस जवळच्या गावात श्रीरामांच्या मूर्ती नेण्यात येत होत्या. बैलगाडी एका विशिष्ट ठिकाणी येताच, बैल तिथेच खिळून उभे राहिले. पुढे जायचे बैलांनी साफ नाकारले. कितीही प्रयत्न केला, तरी ते पाऊलही पुढे टाकेनात. तात्याजींनी त्यामागचा दैवी संकेत ओळखला आणि त्या मूर्ती विकत घेतल्या. त्याच ठिकाणी देऊळ बांधून देवळात त्या मूर्तींची प्राणप्रतिष्ठा केली. ब्राह्मण संस्कारांमध्ये वाढलेल्या तात्याजींना आता संन्यास घेण्याचे वेध लागले होते. हळूहळू संसार-प्रपंचातील लक्ष काढून घेऊन, धार्मिक पूजा-अर्चा, चिंतन-मननात वृद्धापकाळ व्यतीत करण्याचे त्यांनी ठरविले. सारे कुटुंब त्यांना गुरुस्थानी मानू लागले.

पांडुरंगाची कर्मभूमी नागपूर हे त्या काळी 'सेंट्रल प्रॉव्हिन्सेस आणि बरार' या भागाच्या राजधानीचे शहर होते. कलाकारांची मोठी परंपरा असलेल्या आणि खास करून अजिंठा-वेरूळ येथील बौद्ध लेणी खोदणाऱ्या कलाकारांचे म्हणून प्रसिद्ध असलेल्या प्राचीन विदर्भात नागपूर शहर वसलेले होते. अत्यंत सुपीक जमीन असल्यामुळे शेती व्यवसायाच्या बळावर नागपूर अतिशय समृद्ध होते. विशेषत: संत्र्यांच्या बागा आणि कापसाच्या पिकासाठी प्रसिद्ध होते. काटोल असेच संत्र्यांच्या बागांमध्ये होते. खानखोजे कुटुंब एव्हाना काटोल सोडून वर्ध्याला स्थायिक झाले होते. पांडुरंगाचे वडील सदाशिवराव खानखोजे यांना वर्ध्याच्या न्यायालयात अधिक काम आणि अधिक पैसा मिळण्यास वाव होता.

सदाशिवरावांचा पांडुरंग हा सर्वांत मोठा मुलगा. सुंदरताई ही बहीण, रामचंद्र आणि शंकर हे दोन भाऊ अशी ही चार भावंडं. खानखोजे या नावाची अधिकृत अशी व्युत्पत्ती उपलब्ध नाही. देशस्थ ब्राह्मणांमध्ये अप्रचलित असे हे आडनाव, म्हणजे मध्ययुगीन काळापासून चालत आलेले टोपणनाव असावे. ज्याचा अर्थ होतो, 'खानाला पकडणारा (शोधणारा).' इ.स. १६०५नंतर मुघल साम्राज्य काश्मीर आणि उत्तरेकडून काबूलपासून गोदावरी नदी न ओलांडता बरारपर्यंत पसरले होते. नागपूर भागात त्या वेळी एका गोंड राजाची सत्ता होती. त्याने गोंडवन स्थापन केले होते. असे म्हणतात की, त्या काळात त्या भागात एका खानाचा संचार चालत असे. तो जबरदस्तीने आदिवासी भिल्लांना धर्मांतर करायला भाग पाडून इस्लाम धर्म स्वीकारायला लावत असे. स्थानिक गोंड राजा हा काही मुसलमानांचा मांडलिक नव्हता. त्या स्वतंत्र राजाने या समाजविघातक खानाला पकडण्याचे आदेश दिले. ज्या व्यक्तीने खानाला पकडून दिले त्याला नाव पडले, 'खानखोजे.' सदाशिवराव खानखोज्यांचे कुटुंब हे त्याचे वंशज.

पांडुरंगाच्या आजोळची अशीच कथा. त्यांचे आडनाव 'फतेखानी.' त्याचा अर्थ 'खानाशी लढलेला.' एकूणच, महाराष्ट्र हे भारताचे असे एक राज्य आहे, जिथे वेळोवेळी ब्राह्मणांचे प्रभुत्व राहिले आहे आणि क्षत्रियांचे अंगरखे चढवून त्यांनी क्षत्रियांची कामगिरी बजावली आहे. ब्राह्मण केवळ लढवय्येच होते असे नाहीतर त्यांनी राज्यकर्त्यांची भूमिकाही निभावली आहे.

दडपशाहीविरुद्ध शब्द उच्चारायला महाराष्ट्रीय जनता या काळात शिकत होती. ब्रिटिशांच्या मनमानी राज्यकारभाराबद्दल मनात खदखदणारा संताप उघडपणे व्यक्त करण्याची हिंमत लोकांमध्ये हळूहळू यायला लागली होती. लोकमान्य टिळकांनी त्यांचे समकालीन, प्रखर विचारसरणीचे गोपाळ गणेश आगरकर यांच्या मदतीने, राजकीय सुधारणा आणि वृत्तपत्र स्वातंत्र्यासाठी १८८८मध्ये आंदोलन उभे केले होते. 'केसरी' आणि 'मराठा' या वृत्तपत्रांमधून स्वातंत्र्याचा संदेश घरोघरी पोहोचत होता. वृत्तपत्रांच्या माध्यमातून महाराष्ट्रातील बुद्धिवादी लोकांना आलेली राजकीय जाग ही राज्यात पुढे भडकणाऱ्या असंतोषाची, घमासान राजकीय चर्चांची जणू नांदी ठरली. २८ डिसेंबर, १८९१ रोजी नागपूरमध्ये सातवे 'इंडियन नॅशनल काँग्रेस'चे अधिवेशन भरले. 'आपल्या नातवाच्या मनात, देशाच्या स्वातंत्र्याचा स्फुल्लिंग चेतविण्याची ही संधी आहे.' असे मानून तात्याजी पांडुरंगाला अधिवेशनाला घेऊन गेले. नंतरच्या काळात आपल्या आठवणी लिहिताना पांडुरंग खानखोजे या घटनेबद्दल लिहितात, 'मी त्या वेळी खूपच लहान होतो; तरीही मला आठवतंय की, माझे आजोबा आणि इतर बरेच लोक म्हणत होते की, 'काँग्रेसने स्वातंत्र्याची भीक मागू नये. ब्रिटिशांशी लढून ते मिळवावे.''

राजकीय सभांना लावलेल्या उपस्थितीचा पांडुरंगाच्या मनावर खोल ठसा उमटला. त्याचे वय असे होते की, त्या सभांची ध्येय-धोरणे, अर्थ, परिणाम त्याच्या बालमनाला कळणे अशक्य होते, पण तरीही त्या सभांनी भारून गेलेल्या वातावरणाने पांडुरंगाचे बालमन ढवळून निघाले. आजोबांच्या चरणांशी राहून, पांडुरंगाच्या मनात क्रांतीची बीजे रुजत होती. त्यातच, राज्यकर्ते आणि जनता यांच्या दरम्यान ब्रिटिशांनी हेतूपुरस्सरपणे निर्माण केलेली असमानतेची दरी पांडुरंग पाहत होता. ब्रिटिशांबद्दलच्या पराकोटीच्या द्वेष भावनेने पांडुरंगाच्या मनात ठाण मांडले. त्याचे बालपण अनेक क्रांतिकारक घटनांनी भरलेले होते. त्याला प्रखर निष्ठेची जोड मिळाली आणि त्या बळावर पांडुरंगाच्या आयुष्याचे ध्येय निश्चित झाले. वाट्याला आलेले प्रदीर्घ आणि कार्यमग्न असे आयुष्य पांडुरंगाने ज्या एकाच ध्येयासाठी वेचले – ते म्हणजे 'भारताचे स्वातंत्र्य!' एका क्रांतिकारकाचा जन्म झाला होता.

वर्धा

वर्ध्याच्या 'इंग्लिश मिडल स्कूल'मध्ये पांडुरंगाचे प्राथमिक शिक्षण सुरू झाले. त्या काळचे अग्रणी समाजसुधारक एम.जी. रानडे आणि विष्णू चिपळूणकर, देशभक्ती आणि भारताचा इतिहास या विषयावर भाषणे देत असत. नागपूर, अमरावती, वर्धा या भागात ते वरचेवर भाषणांसाठी येत असत. त्यांची अत्यंत प्रक्षोभक भाषणे पांडुरंगाला आकर्षित करत असत. त्यांच्या आग्रही विचारांनी त्याच्या मनाची पकड घेतली. शाळेत त्याने 'बाल समाज' नावाची एक गुप्त संघटना स्थापन केली. १८९६चा तो काळ होता. पांडुरंग केवळ एक शाळकरी मुलगा होता. तरीही दर रविवारी आपल्या मित्रांना एकत्र करून भारताचा 'खरा' इतिहास जाणून घ्यायचा त्यांचा प्रयत्न चालायचा. १८५७च्या स्वातंत्र्य संग्रामाचे नेते – राणी लक्ष्मीबाई, तात्या टोपे, नानासाहेब इत्यादींच्या कर्तृत्वाबद्दल ही मुले चर्चा करायची. टिळकांच्या लेखांचे वाचन व्हायचे. चिपळूणकरांचे निबंध म्हणजे तर त्यांना गीतेच्या अध्यायाइतके पवित्र वाटायचे.

भारताच्या इतिहासाबरोबरच अब्राहम लिंकनचे चरित्र, त्याचे लेखन, अमेरिकन क्रांती यांचाही अभ्यास या 'बाल समाजा'त चालायचा. मॅझिनी, गॅरिबाल्डी अशा इटालियन विचारवंतांची, त्यांच्या कार्यकर्तृत्वाची माहिती करून घेतली जायची. बाल समाजाचा एक सभासद होता – हनुमंत वेंकट रेड्डी नायडू. हा नेपोलियन बोनापार्टचा अतिशय चाहता. एक साधा कॉर्सिकन शिपाई. आपल्या कर्तृत्वाच्या बळावर फ्रान्सच्या राजपदापर्यंत कसा पोहोचला, त्यानंतरचे नेपोलियन युग इत्यादींबद्दलच्या कथा तो अतिशय रंगवून सांगत असे. सगळा बाल समाज कथा ऐकताना भारावून जात असे.

याच काळात पुण्याहून एक युवक बाल समाजामध्ये भाषण देण्यासाठी

वर्ध्याला आला होता. हा इतका जबरदस्त तेजस्वी, काहीसा गूढ वाटणारा तरुण आहे, तरी कोण याबद्दल आम्हाला काहीच माहिती नव्हती. पण आमचा अंदाज होता की, तो युवक म्हणजे दामोदर हरी चाफेकर असावा. देशभक्ती, राष्ट्राची सेवा या विषयांवर तो आमच्याशी इतक्या उत्कटपणे बोलला की बस्स! देशाला तरुण रक्ताची गरज आहे, आणि प्रत्येक तरुणांनी आपलं आयुष्य देशासाठी खर्च घालावं, असं आवाहन तो करीत होता. लोकमान्य टिळकांनी पुण्यात लढायला तयार असणाऱ्या तरुणांचा गट गुप्तपणे स्थापन केल्याचं त्यानं आम्हाला सांगितलं आणि त्या संघटनेमध्ये सामील होऊन लोकमान्यांची इच्छा पूर्ण करणं, हे आपलं प्रत्येकाचं कर्तव्य असल्याची जाणीव त्यानं आम्हाला करून दिली. त्याच्या त्या जोशपूर्ण, आव्हानात्मक भाषणाने मला इतकं स्फुरण चढलं की, त्या आवेशात मी लगेचच आणखी एक नवी गुप्त संघटना उभी करण्याच्या कामाला लागलो. त्या संघटनेचं नाव आम्ही ठेवलं – 'बांधव समाज.'[५]

१८९७मध्ये पुण्यात प्लेगची साथ आली. साथ आटोक्यात आणणे ब्रिटिश सरकारचे काम होते. पण त्यासाठी जबरदस्तीने लोकांच्या घरामध्ये घुसून रुग्ण शोधणे, रुग्णांना वस्तीबाहेर काढणे, अशा प्रकारचे ब्रिटिश सैन्याने अमलात आणलेले उपाय खरोखरच अमानुष असेच होते. जनतेच्या मनात संताप दाटून आला होता. रुग्णालयात दाखल केलेल्या रुग्णांकडे होणारे दुर्लक्ष, त्यांची आबाळ तर अक्षम्यच होती. 'बाल समाजा'मध्ये या घटनांची प्रतिक्रिया उमटल्याशिवाय राहिली नाही. आगरकरांनी 'सुधारक'मधून ब्रिटिशांचे क्रौर्य आणि जनतेमधील असंतोष अधोरेखित करणारे लेख बाल समाजमध्ये वाचले जायचे, त्यावर गरमागरम चर्चा झडायच्या. प्लेगच्या साथीशी दोन हात करण्यासाठी ब्रिटिश सरकारने अमलात आणलेले हे अजब अमानवी प्रकार पाहून चवताळलेल्या चाफेकर बंधूंनी जून, १८९७मध्ये, पुण्यात डब्ल्यू.सी. रँड आणि लेफ्टनंट चार्लस आयर्स्ट या दोन अधिकाऱ्यांचे खून पाडले. प्लेगसारख्या जीवघेण्या संकटाच्या वेळी ब्रिटिश बेपर्वाईची ही तीव्र प्रतिक्रिया होती.[६]

ही घटना भारतीय स्वातंत्र्यासाठीच्या संघर्षाला एकदम वेगळे वळण देणारी ठरली. अशा प्रकारच्या घटनांनी वातावरण ढवळून निघाले आणि या सगळ्याचा शेवट लोकमान्य टिळकांच्या कारावासामध्ये झाला. रँडच्या खुनाचा निषेध करून, ब्रिटिश सरकारवर घणाघाती टीका करणारे 'केसरी'मधील लोकमान्यांचे अग्रलेख म्हणजे बाल समाजाची संजीवनी होती. केसरीसह अनेक वृत्तपत्रांमधील लेखांमुळे भारावून जाऊन, त्यावर चर्चा करणे, अधिक माहिती गोळा करणे, विचार करणे,

हा बाल समाजाचा अत्यंत आवडता कार्यक्रम होता. व्हिक्टोरिया राणीच्या पुतळ्याला काळे फासण्याची घटना याच वर्षी घडली. पुण्यात आणि नागपूरमध्ये व्हिक्टोरिया राणीच्या पुतळ्याला डांबर फासण्यात आले, जोड्यांचा हार घालण्यात आला. ब्रिटिश विरोधाचा वणवा नागपूर-पुण्यामध्ये वेगाने पसरत होता आणि बाल समाजाचे सभासद त्यात आवेशाने-उत्साहाने सहभागी होत होते.

लोकमान्य टिळकांवर ब्रिटिशांविरुद्ध विद्वेष पसरविण्याचा आणि राजद्रोहाचा आरोप ठेवण्यात येऊन त्यांना अटक झाली. शिवाजी महाराजांनी केलेला अफजलखानाचा वध या घटनेबद्दल टिळकांनी काढलेले त्वेषपूर्ण उद्गार, त्यांच्या अटक आणि शिक्षेसाठी पुरेसे ठरले. हे उद्गार जनतेला शासनकर्त्यांविरुद्ध भडकविणारे, फूस लावणारे आहेत असा त्यांचा अर्थ लावला गेला. अर्थात लोकमान्यांची ही कारावासाची शिक्षा लोकांच्या मनातले टिळकांचे स्थान अधिकच उंचावणारी ठरली, हा भाग वेगळा! लोकमान्य टिळक म्हणजे पांडुरंगाचे स्फूर्तिस्थान होते. सर्वांत बुद्धिमान नेता अशी त्या काळात टिळकांबद्दल अनेकांची धारणा होतीच. खुद्द पांडुरंगाला टिळक म्हणजे भारतीय स्वातंत्र्याचे खरेखुरे शिल्पकार वाटायचे. त्याला वाटायचे की, ज्या दिवशी लोकमान्य टिळकांनी 'स्वराज्य हा माझा जन्मसिद्ध हक्क आहे आणि तो मी मिळवणारच.' अशी घोषणा दिली, त्या दिवशी भारतीय स्वांतत्र्याची मुहूर्तमेढ रोवली गेली.

संपूर्ण देशात वैचारिक क्रांतीचे वातावरण होते. तरुण विद्यार्थी विविध संघटना स्थापन करत होते. त्यांच्यामार्फत गुप्त रीतीने काम करून ब्रिटिश सरकारवरचा आपला राग व्यक्त करत होते. त्यांपैकी महाराष्ट्रात टिळकांनी १८९७मध्ये स्थापन केलेली आणि विनायक दामोदर सावरकर[७] आणि त्यांच्या दोन बंधूंनी स्थापन केलेल्या संघटना उल्लेखनीय होत्या.

टिळकांना झालेली कारावासाची शिक्षा आणि चाफेकर बंधूंची फाशी – या घटनांनंतर बाल समाज अधिक सतर्कतेने काम करू लागला. संघटनेची एक गुप्त शाखा होती – बांधव समाज. ही शाखा ज्या प्रकारचे काम करायची, त्याला बाल समाजाने टोपण नाव दिले होते – 'लष्करी बाब.' बाल समाजाच्या बाबतीत एक शक्यता अशी आहे की, पुण्यातल्या एका निनावी पण अत्यंत जाज्वल्य अशा देशभक्त तरुणाने लोकमान्य टिळकांच्या विविध गुप्त संघटनांपैकी एखाद्या संघटनेशी बाल समाज जोडून दिला असावा. परंतु या सगळ्याच संघटनांचे स्वरूप चोरटे आणि गुप्त असे असल्याने, त्याबद्दलचा कागदोपत्री पुरावा मात्र उपलब्ध नाही. त्या काळात कार्यरत असलेल्या या विविध संघटनांबद्दल सीतांशु दास लिहितात, 'त्या नेत्यांनी गुप्ततेची शपथ घेतली होती आणि म्हणूनच अगदी स्वातंत्र्याच्या नंतरच्या काळातही जे नेते अजूनही जिवंत होते आणि लिहिण्याच्या स्थितीत तंदुरुस्त होते तरीही त्यांनी हे काम केले नाही. आपल्या शपथेची प्रतिष्ठा त्यांनी कायम राखली.

त्यामुळे संघटनेत काम करणाऱ्या व्यक्तीला, आपल्या संघटनेमधील इतर व्यक्तींची, त्यांच्या स्थानाची, अधिकाराची माहिती नसायचात. आपल्या संघटनेचे उगमस्थान कुठे आहे किंवा तिचा प्रसार किती आहे, याचीही कल्पना नसायची.'[८]

मुख्य 'आर्य बांधव समाज'च्या नियमानुसार, बांधव समाजाच्या प्रत्येक सदस्याला आयुष्यभरासाठी गुप्ततेची शपथ घ्यावी लागायची. आयुष्यभर गुप्तपणे, निःस्वार्थीपणे भारताच्या स्वातंत्र्यासाठी काम करेन,' अशा प्रकारची ही शपथ असायची. 'भारताचे स्वातंत्र्य हाच माझा मोक्ष, गीता हाच माझा धर्म,' असा मजकूर लिहिलेले कागदी फलक, पोलीस अधिकाऱ्यांना वारंवार तरुण क्रांतिकारकांजवळ सापडायचे.[९] राजद्रोह हा गंभीर गुन्हा समजला जायचा आणि सरकारी अधिकृत अहवालांमधून आर्यसमाजाबद्दल उल्लेख आढळायचा की, '१९०७पासून ते आजतागायत (१९२५) राजद्रोहाचा आणि इतर राजकीय गुन्ह्यांचा आरोप ज्यांच्यावर आहे, असे अनेकानेक हिंदू लोक हे 'आर्य समाजा'चे सदस्य होते.'[१०]

त्या वेळी आमची वयं ती काय आणि कामं ती कसली! सगळाच बालिशपणा होता. पण आम्हाला मात्र मनातून अगदी खातरीने वाटायचं की, आम्ही देशासाठी साहसी, अद्‌भुत असं काहीतरी करतो आहोत. अर्थात, राष्ट्रीय स्तरावरच्या एका मोठ्या संघटनेमध्ये आम्ही याच काळात सामील झालो होतो. मी शाळेत असतानाची गोष्ट. मला शिक्षकांनी एकदा शिवाजीमहाराजांबद्दल विचारलं. आमच्या पाठ्यपुस्तकामध्ये 'शिवाजी म्हणजे एक लुटारू – दरोडेखोर होता.' असं लिहिलेलं होतं. पण मी उत्तर दिलं की, 'शिवाजी हा जनतेची दास्यातून मुक्तता करणारा नेता होता.' छड्या मारून मला वर्गातून हाकलून देण्यात आलं. तिथल्या तिथे सर्वांच्यासमोर मी प्रतिज्ञा केली की, 'गुलामांसाठी असणारी ही शाळा मी उद्‌ध्वस्त करीन. भारताच्या स्वातंत्र्यासाठी लढेन.' बांधव समाजाचे सुमारे तीस सदस्य होते. आमचे चार-चार जणांचे गट करण्यात आले होते आणि 'कमालीची गुप्तता' पाळण्याची शपथ आम्हाला देण्यात आली होती. देशाच्या स्वातंत्र्यासाठी प्राण पणाला लावण्याची, स्वातंत्र्य हाच केवळ 'मोक्ष' मानण्याची आणि 'पवित्र गीता' हाच धर्म समजण्याची शपथ आम्हाला घ्यावी लागली होती. हिंमत आणि सहनशीलतेच्या अनेक कसोट्या सदस्यत्व मिळवण्यासाठी द्याव्या लागायच्या. ब्रिटिशांना चिथवण्यासाठी मुद्दाम काही गोष्टी करून दाखवाव्या लागायच्या. तसंच आमची शारीरिक, मानसिक शक्ती वाढविण्यासाठी, निर्धार ठाकून-ठोकून पक्का होण्यासाठी अनेक कसोट्या पार कराव्या लागत. मी ठरवलं की, बांधव समाजामधून तंट्या भिल्लाच्या

धर्तीवर गोंड आणि भिल्ल लोकांची फौज उभी करायची. 'महादेव पहारी' या भागात या जमातीची बरीच वस्ती होती. ब्रिटिशांच्या पोलिसस्टेशनावर हल्ले करण्याच्या दृष्टीने या फौजेला प्रशिक्षित करता येईल, असं मला वाटत होतं. या लोकांशी ब्रिटिशांबद्दल काहीतरी भडक भाषेत बोलत असताना एका पोलिसाने मला रंगेहाथ पकडलं. माझ्यावर कडक नजर ठेवण्याची ताकीद माझ्या वडिलांना देण्यात आली. आणि त्या क्षणापासून मी काय करतो, कुठे जातो, कोणाशी बोलतो, या सगळ्या माझ्या ॲक्टिव्हिटीजवर (हालचालींवर) पोलिसांची बारीक नजर राहायला लागली.

बांधव समाजाचे सदस्य वर्ध्यातल्या हनुमान गढीमध्ये भेटत असत. तिथेच रामदास स्वामींचा[११] एक शिष्य श्रीधर परांजपे अतिशय मधुर, रसाळ अशी भक्तिगीते म्हणायचा. बंगाल आणि महाराष्ट्रातील राजकीय विचारांच्या मूळ स्रोताबद्दल बोलताना, सीतांशु दास म्हणतात, "संत रामदासांच्या नेतृत्वाखाली सुरू असलेल्या आध्यात्मिक पुनरुज्जीवनाच्या चळवळीशिवाय, शिवाजी महाराजांना अपेक्षित असलेले स्वराज्य अवतरणे केवळ अशक्य होते."[१२] संघटनेच्या सदस्यांच्या प्रकर्षाने लक्षात आलेली आणखी एक महत्त्वाची गोष्ट म्हणजे हिंदू-मुसलमानांच्या ऐक्याची नितांत आवश्यकता. त्यांच्या ऐक्यामध्येच त्यांची खरी शक्ती सामावलेली आहे, हा १८५७च्या बंडाने मोठाच धडा घालून दिला होता. भगवद्‌गीतेच्या शिकवणीनुसार हे सदस्य चालत असले, तरीही इतर धर्मांचा आदर करत होते. सदस्यांची भरती करताना त्यांनी मुस्लीम सदस्यही संघटनेमध्ये सामील करून घेते होते. हे सदस्य शेवटचा मुघल सम्राट बहादूरशहा जफरच्या कविता म्हणायचे; हिंदू-मुस्लिमांच्या ऐक्यासाठी अकबर बादशहाच्या धोरणांची उदाहरणे द्यायचे. संत कबिरांची वचने आणि त्याचे अर्थगर्भ, दोहेही या सदस्यांमध्ये लोकप्रिय होते. समान शत्रूच्या विरोधात उभे ठाकताना, व्यक्तिगत धर्म-जातपात-भाषा या विचारांना कधीच स्थान दिले गेले नाही.

हे सदस्य वयाने 'मुले' या सदरात मोडत असली, तरी पोलीस कायम त्यांच्यावर लक्ष ठेवून असत. जाता-येता इंग्लिश लोकांची टिंगलटवाळी करणे, त्यांना दगड मारणे, यांसारखी पोरकट कृत्ये हे बालसदस्य वरचेवर मनसोक्तपणे करत असत. पण त्याची कडक शिक्षा होत असे. भारतीय स्वातंत्र्याबद्दल ब्रिटिशांच्या दडपशाहीविरुद्ध उघड उघडपणे लोकांना चिथवणे तर नेहमीचेच. शिक्षा, तुरुंगवास अशा कोणत्याच धाकाला त्यांनी कधी भीक घातली नाही. त्यामुळे हे उपद्रवकारक वर्तन निर्धोकपणे चालूच असायचे. मात्र त्यानंतर होणाऱ्या त्रासाचा, छळाचा परिणाम असा झाला की, पांडुरंग कमालीचा अंतर्मुख झाला. मोकळेपणे काहीही न

बोलणे, हा त्याच्या व्यक्तिमत्त्वाचा एक पैलूच बनला. नंतरच्या क्रांतिकारक दिवसांत, तो स्वत: नक्की काय करतो आहे, याबद्दल त्याला बोलते करणे, अतिशय अवघड होते. ही अंतर्मुखवृत्ती पुढच्या आयुष्यात आलेल्या अनेक अवघड प्रसंगांमधून, संकटांमधून स्वातंत्र्य टिकवून ठेवण्यासाठी, पांडुरंगाला फार उपयोगी पडलीच; एवढेच नाहीतर म्हातारपणीही त्यांची ही वृत्ती बदलली नाही. अर्थात त्यांच्या आयुष्यातील अनेक घटना, प्रसंगांना इतिहास मुकला हे मात्र खरे!

पांडुरंगाच्या वडिलांना घरी 'अन्याजी' म्हणत असत. अन्याजी स्वभावाने अतिशय कडक, प्रामाणिक आणि नाकासमोर चालणारे असे होते. परंतु ब्रिटिश राजसत्तेबद्दल त्यांचे विचार वडील आणि मुलगा यांच्या विरोधी होते. अतिशय रूढीवादी, ब्रिटिश कायद्यांबद्दल मनात आदर आणि एकूण ब्रिटिश सत्तेशी जुळवून घेण्याचा त्यांचा स्वभाव होता. १८५७च्या अंदाधुंदीमध्ये खानखोजे कुटुंबावर मोठेच आर्थिक संकट कोसळले. कुटुंब अन्नाला मोताद तर झालेच; पण कुटुंबाची इभ्रतही राहिली नाही. त्याचकाळात त्यांनी विकलेल्या जमिनींच्या व्यवहारातला तोटा, हे संकट आणखी गंभीर करून गेला. अन्याजींचा ब्रिटिशधार्जिणा स्वभाव या परिस्थितीला कारणीभूत असावा असे वाटते. स्वभाव आधीच शीघ्रकोपी, त्यात पांडुरंगाशी वागणे अत्यंत शुष्क, कडक असे. त्यामुळे पिता-पुत्रामध्ये भावनिक आणि बौद्धिक दरी निर्माण होणे अटळ होते. आपल्या लाडक्या, सगळ्यात मोठ्या मुलाची शिस्तबद्ध, कडक वातावरणात हिंदू शास्त्रपुराणांमध्ये रमण्याची वृत्तीच नाही, ही गोष्ट अन्याजींच्या कधी पचनी पडली नाही.

पांडुरंगाच्या मनात वेगळेच विचार घोळत होते. आता त्याने हिंदुत्वावर भाष्य करणाऱ्या व्यासंगी व्यक्तींची माहिती गोळा करायला सुरुवात केली होती. विशेष करून स्वामी दयानंद आणि त्यांच्या आर्य समाजाने त्याला आकर्षित केले होते. कारण त्यांनी आणि त्यांच्या या संघटनेने सामाजिक सुधारणा आणि बदलाची हाक दिली होती. या वेळेपर्यंत लोकमान्य टिळकांची कारावासातून सुटका झाली होती. वर्ध्याच्या बांधव समाजाने या आधीच पुण्यातील आर्य बांधव समाजाशी संपर्क साधला होता. मूळचा बाल समाजही आपले अस्तित्व टिकवून होता. पण भारतीय संस्कृतीचा प्रचार-प्रसार इतकेच मर्यादित असे त्याच्या कार्याचे स्वरूप होते. लोकांच्यामध्ये ऐक्य निर्माण करण्याचे आणि या बदलत्या वातावरणात सामाजिक सुधारणा घडवून आणण्याचे कार्य बाल समाज करत होता. बांधव समाजाची तरुण पिढी मात्र खदखदणाऱ्या समाजातील बदलत्या वातावरणात बौद्धिक वादविवादात मश्गूल होती.

स्वामी दयानंदांसारख्या थोर विचारवंतावर आम्ही चर्चा करत होतो.

वादही व्हायचे. पण विशिष्ट ब्राह्मणी संस्कारात आम्ही; त्यांचे विचार आम्हाला नक्की कळलेले तरी असायचे की नाही कोण जाणे! पण अखेर आमच्या मनात आर्यसमाज चळवळीबद्दल खूप आदर निर्माण झाला, हे मात्र खरं. कारण ही चळवळ आमच्या विचारांशी मिळतीजुळती अशी होती आणि राष्ट्रीय कार्याला हाक देणारी होती. ब्रिटिश सरकार आमच्यावर जे अन्याय करत होते, त्यावर गरमागरम चर्चा, वाद तर रात्र-रात्र चालायचे. विशेषत: भारतीय कामगार, कलाकारांनी निर्माण केलेल्या वस्तू, ब्रिटिशांच्या फायद्यासाठी वाहून नेणाऱ्या रेल्वेवर तर आम्ही तुटून पडायचो. आर्थिक गुलामगिरी स्आपल्यावर लादली जात आहे, या रागाने बेभान व्हायचो आम्ही!

१८९९मध्ये दुष्काळ पडला. इतका भयानक दुष्काळ तर पांडुरंगनी कधीच पाहिला नव्हता. वर्ध्याचे पन्नास हजार स्वयंसेवक दुष्काळ निवारण कार्यासाठी पुढे आले. दुष्काळी काम म्हणून ब्रिटिश सरकारने ८० मैलांचा रस्ता बांधायला काढला. पण इथेही ब्रिटिशांनी आपल्या छळवणुकीचे, क्रौर्याचेच दर्शन घडवले. लोकांच्या परिस्थितीचा फायदा उठवत, लोकांकडून त्यांच्या शक्तीबाहेरचे शारीरिक श्रम करवून घेतले. पांडुरंगाच्या नेतृत्वाखाली बाल समाजही या दुष्काळी कामात सहभागी झाला होता.

उपाशीपोटी कामासाठी वणवण करणारी ती माणसं अजूनही माझ्या डोळ्यांपुढून हालत नाहीत. माणसं कसली, जिवंत प्रेतंच होती ती! दोन पावलं टाकायचीही ताकद उरलेली नसायची त्यांच्यात. चक्कर येऊन काही जण पडायचे, ते पुन्हा न उठण्यासाठीच! त्यांनाही आम्हाला मदत करावी लागायची. आम्ही काही नियम केले. श्रीमंतांकडून अन्न, कपडे, पैसे गोळा करून ते गरिबांना वाटायचे. आमच्यापैकी प्रत्येकाने आपल्यातलं निम्मं अन्न या दुष्काळग्रस्तांनां द्यायचा नेम केला. आम्हाला वाटत होतं, देशसेवा करण्याची आपली तळमळ, आपला निश्चय तपासून पाहण्याची हीच वेळ आहे. या वाटेवर चालताना, पुढच्या काळात जो स्वार्थत्याग करावा लागेल, शारीरिक कष्टांसह ज्या अनेक संकटांना प्रत्यक्षात सामोरं जावं लागेल, त्या सगळ्याचं प्रात्यक्षिक म्हणून या संधीकडे पाहिलं पाहिजे.

दुष्काळग्रस्त लोकांना स्वराज्याचे महत्त्व पटवून देण्याची संधीही या तरुणांनी या वेळी साधली. कारण सरकारी अधिकाऱ्यांना दुष्काळी कामांकडे लक्ष देणे अधिक महत्त्वाचे होते. या युवकांच्या प्रचाराची दखल घ्यायला त्यांना फारशी सवड होत नसे.

या काळात सदाशिव खानखोजे नागपूर जवळच्या कामटी गावात मिलटरी

कॅन्टोन्मेंटमध्ये नोकरी करत होते. दादाभाई नावाच्या एका पारशी आर्मी कॉन्ट्रॅक्टरच्या हाताखाली ते काम करत असत. सुट्टीमध्ये पांडुरंग वडिलांकडे गेला होता. त्या वेळी लष्करी आस्थापन पांडुरंगाने प्रथमच पाहिले. लष्कर, लष्कराची शिस्त, त्यांची कामे, जबाबदारी – एकूणच लष्कर किंवा 'सैन्य' या विषयाने या वेळी पांडुरंगाच्या मनात पहिला प्रवेश केला. त्याबद्दलची माहिती मिळविणाऱ्या या चौकस मुलाकडे त्या वेळी फारसे कोणाचे लक्ष गेले नाही.

अर्थात प्रत्यक्ष तिथे जाऊन चौकशी करायचा प्रयत्न केल्यावर माझ्या वाट्याला प्रचंड निराशाच आली. साधी रायफलसुद्धा मला जवळून बघता आली नाही. खड्ड्यांमध्ये लपून मी सैनिकांच्या कवायती बघायचो. पण त्यातून माहिती अशी कधीच मिळाली नाही. माझ्या वडिलांकडे येणारे लोक कामानिमित्त तिथे जात असत. पण त्यांना सैनिकी डावपेच वगैरेंबद्दल 'ओ की ठो' माहिती नव्हती. सैनिकांची तीच कथा. त्यांना फक्त वरिष्ठांच्या आज्ञा अमलात आणणं आणि ब्रिटिशांनी लादलेली कडक शिस्त पाळणं एवढंच माहीत होतं.

हे लष्कर प्रकरण वाटते तेवढे सोपे नाही, हे पांडुरंगाच्या लवकरच लक्षात आले. पण तरीही लष्करी प्रशिक्षण आणि बंदुका तयार करण्याची कला आत्मसात करण्याची आवश्यकताही पांडुरंगाला प्रकर्षाने जाणवून गेली. पण तात्पुरता हा विषय बाजूला ठेवून, पांडुरंगाने, नागपूरला त्याच्या मित्रांना भेटायला जायचे ठरवले. पांडुरंग नागपूरला गेला आणि तिथे एक वेगळेच धाडसी कृत्य त्याच्या नशिबी लिहून ठेवलेले होते.

परिणामांचा विचार न करता, घाईघाईने आततायी निर्णय घेणे, हे तरुण रक्ताचे लक्षणच असते. अशाच एका अविचारी क्षणी खानखोजे आणि त्याच्या सहकाऱ्यांनी नागपूरमधला सीतबार्डीचा किल्ला वेढा घालून रात्रीच्या वेळी सर करण्याचा बेत आखला. १८५७च्या बंडात या किल्ल्यावरील घोडदळाने असेच बंड केले होते. परिणामी त्यातल्या सर्वांना ब्रिटिशांनी देहान्त शासन सुनावले होते.[१३] हा किल्ला नागपूरच्या मध्यभागी बांधलेला आहे. त्यावर लष्करातले जवान राहात होते. ब्रिटिश लष्करी अधिकाऱ्यांची घरे किल्ल्याच्या पश्चिमेला होती. सध्या देशभर चालू असलेल्या असल्या धाडसी कृत्यांचे अनुकरण करायचे आणि इतिहास घडवायचा, अशी काहीतरी नाट्यमय कल्पना तरुणांच्या डोक्यात होती. परंतु सांगायची गरजच नाही की, नि:शस्त्रपणे किल्ल्यात प्रवेश करण्याचा हा गुप्त बेत असफल झाला. निराश होऊन हात हालवत त्यांना परतावे लागले. अर्थात पोलिसांनी या घटनेची गंभीर नोंद घेतली. पुन्हा अशा भयंकर प्रकारात सापडाल, तर जबर शिक्षा करण्याची धमकी

त्यांना देण्यात आली. सर्वांचे नशीब बलवत्तर म्हणून सगळ्यांना सोडून देण्यात आले. त्याचे कारण म्हणजे पांडुरंगाच्या वडिलांनी केलेली मध्यस्थी. त्यांचे स्वत:चे समाजातले स्थान लक्षात घेऊन सर्व मुलांना सोडून देण्यात आले; पण पांडुरंगालाही कडक समज देण्यात आली.

नागपूर

१९०१च्या जानेवारी महिन्यात, भारताची सम्राज्ञी राणी व्हिक्टोरिया मरण पावली. त्याचवर्षी पांडुरंगाचे माध्यमिक शिक्षण पूर्ण झाले आणि वर्ध्याच्या शाळेतून त्याचे नाव नागपूरच्या नील सिटी हायस्कूलमध्ये दाखल करण्यात आले.

इतक्या वेळा शिक्षा होऊनही पांडुरंग आपल्या कल्पना सोडून द्यायला तयार नव्हता. आता त्यांनी गुप्तपणे कारवाया करायला सुरुवात केली. लोकमान्य टिळकांनी सुरू केलेला सार्वजनिक गणेशोत्सव ही त्या दृष्टीने एक नामी संधी होती. गणेशोत्सव ही केवळ एक सांस्कृतिक बाब राहिली नव्हती, तर राष्ट्रीयत्वाचे द्योतक असे स्वरूप या उत्सवाला आले होते.

> *इतर देशांमध्ये घडलेल्या क्रांती आम्ही अभ्यासल्या होत्या. त्यावरून एक गोष्ट स्पष्टपणे जाणवली होती की, भारतीय स्वातंत्र्यासाठी जनतेमधले ऐक्य ही अत्यंत महत्त्वाची बाब होती. गणेशोत्सवासारख्या सार्वजनिक उत्सवांची संधी साधून, आम्ही लोकांमध्ये देशभक्तीची भावना जागृत होईल, अशा तऱ्हेनी प्रचार करायचो. त्याचबरोबर इतर धर्मीयांच्या उत्सवांमध्ये सहभागी होण्यासाठी लोकांना प्रोत्साहन द्यायचो. मोहरमची मिरवणूक त्यादृष्टीने महत्त्वाची होती. या मिरवणुकीत भाग घेऊन आम्ही मुस्लीम समाजापुढे भाषणे केली. परिणाम असा झाला की, अनेक बोहरी, मुसलमान आणि पारशी आमच्यात सामील झाले. ब्रिटिशांविरुद्ध सर्व देश एकत्र करून, एकच एक आवाज उठवण्याचा विडा आम्ही उचलला होता.*

या उत्सवाचे स्वरूप धार्मिक असल्यामुळे, लोक नक्की काय करत आहेत याच्या फारशा खोलात पोलीस शिरत नसत. पण ब्रिटिश सरकारने 'धर्मभेदाचे' धोरण अवलंबिले आणि परिस्थिती बदलली. या नवीन धोरणानुसार हिंदू धर्माच्या सण-उत्सवांना किंवा सांस्कृतिक सभांना, इतर धर्मीयांना उपस्थित राहण्यास मनाई करण्यात आली. 'फोडा आणि झोडा' ही ब्रिटिशांची नीती नेहमीच यशस्वी ठरली होती. या धोरणाच्या मदतीने भारतीयांमध्ये ब्रिटिशांनी कधीच एकजूट होऊ दिली नाही. विशेषत: मुसलमानांना हिंदूंच्या सामाजिक गोष्टींमध्ये भाग घेण्यास बंदी करून, या दोन समाजांमध्ये हेतूपुरस्सररीत्या दरी निर्माण करण्यात ब्रिटिश नेहमीच सफल झाले.

या सार्वजनिक उत्सवांच्या माध्यमातूनच बंगाल आणि महाराष्ट्रामध्ये सांस्कृतिक दुवा साधला गेला. पश्चिम भारतातील-महाराष्ट्रातील गणपती उत्सव आणि शिवजयंती, बंगालमधील दुर्गापूजा या उत्सवांनी नेहमी स्वदेशी चळवळीचा संदेश दिला. या उत्सवांमधून होणारी लोकप्रिय नाटके आणि तमाशा[१४] ही लोकांपर्यंत पोहोचण्याची 'प्रभावी माध्यमे' होती. या उत्सवांचे आणखी एक महत्त्वाचे वैशिष्ट्य म्हणजे, धार्मिक प्रवचनांच्या आडून लोकांसमोर देशभक्तीपर भाषणे करता येत असत. ऐतिहासिक वीरांच्या शौर्यकथा सांगता येत असत. तसे पश्चिम भारतातील आणि बंगालमधील क्रांतिकारकांचे एकमेकांशी जवळचे संबंध होतेच. बंगालमधील 'अनुशीलन समिती'सारख्या गुप्त संघटना आणि त्याच धर्तीवरच्या महाराष्ट्रातील संघटना एकमेकींशी संधान बांधून होत्याच. पण अशाप्रकारच्या सार्वजनिक उत्सवांच्या माध्यमातून हे संबंध अधिक दृढ होत होते, हे या उत्सवांचे वैशिष्ट्य.

नागपूरमध्ये विस्तार होण्याच्या दृष्टीने बांधव समाजाच्या मुलांनी त्याची एक शाखा नागपूरमध्ये उघडली. तिचे नामकरण केले, 'श्री समर्थ शिवाजी समाज. ज्या एका बंगल्यात या शाखेचे सदस्य एकत्र जमत असत, त्याच बंगल्यात पुढच्या काळात, केशव बळीराम हेडगेवार यांनी राष्ट्रीय स्वयंसेवक संघाची स्थापना केली. श्री समर्थ शिवाजी समाजाला जे अनेक सदस्य येऊन मिळाले, त्या सदस्यांनी पुढे विविध क्षेत्रात खूप नाव कमावले. उदाहरणार्थ, ब्रिजनंदन पोतदार, जमनालाल बजाज हे पुढे प्रसिद्ध गांधीवादी नेते म्हणून उदयाला आहे. वर्ध्याच्या जवळ असलेल्या 'सेवाग्राम' या गांधीजींच्या आश्रमाशी ते संबंधित होते. रामलाल बाजपेयी हे क्रांतिकारक झाले. प्रसिद्ध नर्तिका इंद्राणी रहमान ही त्यांची कन्या. या शाखेच्या अनेक उपशाखा किंवा गट निर्माण करण्यात आले आणि विविध ठिकाणी हे गट क्रांतीचा संदेश देण्याच्या कामात गुंतून गेले.

१ जानेवारी, १९०३ रोजी दिल्ली दरबार भरला आणि त्यात सातवे किंग एडवर्ड यांना भारताचे राजे घोषित करण्यात आले. त्यानिमित्त संपूर्ण भारतभर ठिकठिकाणी कार्यक्रम आयोजित करण्यात आले होते. नागपूरच्या नील सिटी हायस्कूलमध्येही भव्य प्रमाणात राज्याभिषेकाचा सोहळा साजरा करण्यात येणार होता. विद्यार्थ्यांना खाऊ वाटण्यात येणार होता.

माझ्या दृष्टीने मात्र ही शोक करण्याचीच घटना होती. अत्यंत जुने मळके कपडे घालून मी त्या दिवशी शाळेत गेलो. मिठाई द्यायची माझी पाळी येताच, हेडमास्तरांच्या कडक नजरेकडे लक्ष न देता, मी ती मिठाई त्यांच्याच तोंडावर भिरकावली आणि मोठ्याने ओरडलो, "अरे, समारंभ कसले साजरे करताय, ही तर दुःखानी अश्रू गाळण्याची वेळ आहे!" माझं

वक्तव्य ऐकताच श्रोत्यांची तर भीतीनी गाळणच उडाली. नंतर माझी चौकशी करण्यात आली आणि गंभीर समज देण्यात येऊन मला काही दिवसांसाठी शाळेतून काढून टाकण्यात आलं.

१९०३ ते १९०८ हा काळ 'स्वदेशी' चळवळीचा होता. या काळात या चळवळीला राष्ट्रीय स्तरावर महत्त्व प्राप्त झाले आणि समाजातील सर्व स्तरांमधील लोक या चळवळीत उतरले. या वेळेपर्यंत 'ब्रिटिशांची एक वसाहत'अशी देशाची स्थिती झाली होती. भारतीयांनी आपला आत्मसन्मान पूर्णपणे गमावला होता. परदेशी मालावर बहिष्कार घालून, स्वदेशीचा पुरस्कार करणे, हा आपला आत्मसन्मान परत मिळविण्याचा एक मार्ग होता. म्हणूनच 'स्वदेशी' चळवळीने लोकांच्या मनाची पकड घेतली. ठिकठिकाणी परदेशी वस्तूंचे ढीगच्या ढीग आगीमध्ये जळत होते. आजपर्यंत ब्रिटिशांनी अनन्वित अत्याचार आणि अन्यायांनी भारतीय आत्म्याला अपरिमित क्लेश दिले होते, ते जणू ज्वालांच्या साक्षीने शांत होत होते. आधुनिक राष्ट्रवादी राजकारणातील १८५७नंतरची ही बहुधा पहिलीच देशव्यापी चळवळ![१५]

'राजकीय चळवळीचे साधन' म्हणून लोकमान्य टिळक स्वदेशी चळवळीकडे बघत होते. राष्ट्रीय स्तरावरील अनेक मोठ्या स्वदेशी संघटना या चळवळीत उतरल्या होत्या.[१६] बांधव समाजाच्या सदस्यांनी 'आर्यबांधव वीथिका' नावाच्या दुकानाशी संपर्क साधला. या दुकानात केवळ स्वदेशी वस्तूच विक्रीसाठी असत. सदस्यांनी ही चळवळ अतिशय उत्साहाने आपलीशी केली.

मी स्वत: साबण, कागद, बटणे आणि इतर स्टेशनरीच्या छोट्या वस्तू घरी करायला लागलो. घरच्या अंगणात मी भाजीपालाही लावला. हातांनी काढलेल्या धाग्याचे सुती कपडे वापरायला सुरुवात केली. स्वदेशी चळवळीसाठी हे सगळं मी करत होतो खरा, पण एकीकडे माझं मन 'सशस्त्र क्रांती' या विषयाशीच रेंगाळत होतं. ब्रिटिशांशी लढायचं तर बंदुका हव्या आणि त्या स्वत: तयारही करता यायला हव्या असं मला मनापासून वाटत राहायचं. आमच्या या सगळ्या हालचाली अर्थातच लपून राहणं शक्य नव्हतं. माझ्या वडिलांना त्याबद्दल वारंवार सूचना दिल्या जायच्या. पोलिसांकडून आम्हालाही छोट्या-मोठ्या शिक्षा मिळत राहायच्या. पण आम्ही कशालाच बधलो नाही, देशासाठी प्राण देणं. एवढा एक नि एकच ध्यास आमच्या हृदयात धडधडत असायचा.

या राष्ट्रव्यापी चळवळीने देशातील केवळ सुशिक्षित मध्यम वर्गच नव्हे, तर सर्वसामान्य माणूसही आकर्षित झाला. स्थानिक राजकारण आणि सण-उत्सव यांचा एकत्रित असा परिणाम सर्वसामान्य माणसाच्या मनावर झाला. याच काळात

आणखी एका परिवर्तनाची लाट आलेली दिसते. पाश्चिमात्य बुद्धिप्रामाण्यवाद आणि पौर्वात्त्य तत्त्वज्ञान यांच्या साहचर्याचा परिणाम म्हणून साहित्य-काव्य या क्षेत्रात उत्क्रांतीसारखे वातावरण होते. आजपर्यंतच्या भारतीय विचारवंतांच्या विचारप्रणालीवर त्याचा प्रभाव दिसून येतो.

या काळात तरुण पांडुरंगाच्या मनातली खळबळ, त्याच्या विचारांची आवर्तने, काहीतरी करण्यासाठीची धडपड आणि तडफड समजणे अवघड नक्कीच नाही. त्या काळात देशात निरनिराळे राजकीय विचारप्रवाह विकसित होत होते. इंडियन नॅशनल काँग्रेसच्या स्थापनेपासून ते ज्वलंत राष्ट्रवाद आणि नेमस्तांच्या पुराणमतवादी बंदिस्त विचारशैलीपर्यंत याचे पुरावे दिसू लागले होते. एव्हाना पांडुरंग आणि बांधव समाजाच्या मुलांनी, गुरुकुल कांगडीसारख्या धार्मिक केंद्रांशीही संपर्क प्रस्थापित केला होता. बंगालमधील 'ब्राह्मो समाज'सारख्या गटांचाही त्यात समावेश होता. बाल समाजाचा एक सदस्य लक्ष्मण सुखनंदन शर्मा यांनी आर्य बांधव समाजाच्या माध्यमातून प्रखर बुद्धिवादी नेते लाला लजपत राय आणि दयानंद अँग्लो-वेदिक कॉलेजचे प्राचार्य लाला हंसराज यांच्याशी थेट संपर्क करण्याचे धाडस केले होते. पुढच्या काळात गदर चळवळीला जेव्हा पंजाबी नेत्याची गरज निर्माण झाली, त्या वेळी हे संबंध अतिशय उपयोगाचे ठरले.

पांडुरंगाचा एक मित्र हनुमंत नायडू हा लाहोरला गेला होता. रसायनशास्त्राचा अभ्यास करून बॉम्ब आणि इतर शस्त्रास्त्रे कशी बनवायची, हे शिकण्यासाठी त्याने लाहोर गाठले होते. महाराष्ट्राप्रमाणेच पंजाब प्रांतही अन्याय, असंतोषाच्या भावनेपोटी अस्वस्थ होता. प्रखर राष्ट्रीयत्वाच्या विचाराने जनता प्रक्षुब्ध झालेली होती आणि क्रांतिकारक कारवायांचे लाहोर हे एक महत्त्वाचे ठाणे बनले होते. दूरदृष्टी असणारे, तरीही व्यावहारिक तत्त्वज्ञानाचा पुरस्कार करणारे संत आणि देशाचे नेते स्वामी रामतीर्थ यांचा नायडूवर जबरदस्त प्रभाव पडला होता. त्यांचे जाज्वल्य राष्ट्रीयत्व, आणि राष्ट्रभक्ती तसेच हिंदूधर्म यावर अत्यंत ठळक स्पष्ट भाषेत भाष्य करण्याची शैली नायडूला आकर्षित करत असे. आता बांधव समाजाने उत्तरेमध्ये संधान बांधण्यास सुरुवात केली होती.

बंगालच्या डोक्यावर फाळणीची तलवार लटकत होती. त्या सावटाखाली अत्यंत अस्वस्थ असलेल्या बंगालमध्ये, राज्यभर क्रांतिकारी कारवाया घडविणाऱ्या संघटनांपैकी 'अनुशीलन समिती' ही पहिली गुप्त संघटना होती. स्वातंत्र्यासाठी संपूर्ण आयुष्य पणाला लावणारे अनेक सभासद या समितीमध्ये होते. शस्त्रास्त्रे गोळा करणे, राजकीय हत्या घडवून आणणे, दरोडे घालणे[१७] अशी घातक कृत्ये या समितीने हाती घेतली होती. खानखोजे आणि त्याच्या मित्रांनी यापूर्वीच या समितीशी हातमिळवणी केली होती.

महाराष्ट्रातील 'केसरी', बंगालमधील 'युगंधर' आणि 'वंदे मातरम' आणि उत्तरेकडचे 'काळ' ही वृत्तपत्रे अत्यंत प्रक्षोभक असे राजकीय लेख प्रसिद्ध करत असत. भारतीय जनतेला जागृत करण्याचे, स्वातंत्र्याचा स्फुल्लिंग त्यांच्या मनात चेतविण्याचे काम सर्वांत जास्त प्रमाणात या वृत्तपत्रांनी केले. राष्ट्रीय चळवळीच्या विकासामध्ये वृत्तपत्रे हे कळीचे शस्त्र असल्याकारणाने त्यावर निर्बंध येणे, अपेक्षितच होते. वृत्तपत्रांतून येणाऱ्या टीकेला तोंड देण्यास आणि भारतीयांच्या मागण्या मान्य करण्यास अनुत्सुक असलेल्या[१८] ब्रिटिश सरकारने वृत्तपत्रांतील लिखाणामुळे लोकांच्या मनावर होणाऱ्या परिणामांची तीव्रता कमी करण्यासाठी अनेक कायदे लादले. अर्थात, अशाच दाहक लेखांसाठी लोकमान्य टिळकांना दोन वेळा पकडण्यात आले.

विदर्भात, स्वराज्यासाठी स्वतंत्रपणे काम करणाऱ्या अनेक गोपनीय संघटना होत्या. स्वराज्याचा मंत्र लोकांपर्यंत पोहोचविण्यासाठी त्या जीव तोडून काम करत असत. बांधव समाजाचा प्रसारही संपूर्ण सेंट्रल प्रॉव्हिन्सेस आणि बरार (सी.पी. बरार)मध्ये झाला होता. पांडुरंगाचे एक मित्र गणपतराव माळवी यांनी यवतमाळमध्ये अशी गुप्त संघटना उभारली होती; तर दुसरे मित्र यादवराव सुभेदार यांनी हिंगणीमध्ये शाखा सुरू केली. आप्पासाहेब हळदे मोहाप्पामधून अशी संघटना चालवीत असत. या सर्व शाखा-संघटनांचा नागपूर आणि वर्ध्यामधील मध्यवर्ती शाखेंशी संपर्क असे. ही मुले आता मोठी झाली होती. त्यांनी तारुण्यात प्रवेश केला होता आणि सगळे जण स्वातंत्र्याचे हिरीरीचे प्रचारक बनले होते. लोकांशी सतत बोलणे, त्यांना हवी ती माहिती पुरविणे, चर्चा करणे, प्रसंगी त्यांच्यामधील विचारांना चालना देणे, नवनवीन विचार त्यांच्यापुढे मांडत राहणे, अशाप्रकारचे संपर्क कार्य या प्रचारकांनी हाती घेतले होते. अटक होण्याची भीती असताना आणि कुटुंबाची नाराजी ओढवून घेऊनही, पांडुरंग प्रचारक बनला. पुढे आयुष्यभर ही प्रचारकाची भूमिका पांडुरंगाने श्रद्धेने निभावली.

'शास्त्रशुद्ध लष्करी प्रशिक्षण अत्यंत महत्त्वाचे आहे.' या विचाराने पांडुरंगाच्या मनात ठाण मांडले होते. एकदा मनात घुसलेला हा विचार त्याची पाठ सोडायला तयार नव्हता. या विचाराला भक्कम पाठिंबा मिळविण्यासाठी पांडुरंगाने थेट लोकमान्य टिळकांशीच संपर्क साधला. त्यासाठी त्याने अमरावतीमधून दादासाहेब खापर्डे यांची (जे पुढे १९१५मध्ये काँग्रेसचे अध्यक्ष झाले.) आणि लोकमान्यांचे मदतनीस वासूकाका जोशी यांची मदत घेतली. लोकमान्य टिळकांनी पांडुरंगाला 'थोडा धीर धरण्याचा' निरोप पाठवला. 'थोड्याच दिवसांमध्ये एका शूर, शिस्तीच्या मुलाला लष्करी प्रशिक्षणासाठी बडोद्याला पाठविण्यात येईल,' असेही टिळकांकडून कळविण्यात आले. बडोद्यामधील एक लष्करी अधिकारी सरदार जाधव यांना क्रांतिकारकांबद्दल सहानुभूती होती आणि ते तशी व्यवस्था करणार होते. यथाकाल १९०३मध्ये असा

एक मुलगा लष्करी प्रशिक्षणासाठी पाठविण्यातही आला. पण तो नक्की कोण होता, त्याचे पुढे काय झाले, याबद्दलची माहिती उपलब्ध नाही.

आफ्रिकेमधील 'बोअर वॉर'मुळे ब्रिटिश राज्यकर्ते थोडेसे हादरले होते. ब्रिटिशांची ही डच वसाहत होती. त्यांनी स्वत:च्या हिमतीवर स्वातंत्र्य मिळविल्याबद्दल भारतीय नेते उघड-उघड त्यांची स्तुती करायला लागले होते. ब्रिटिशांनी भारतावर करकचून आवळलेला सत्तेचा फास हळूहळू सैल पडायला लागला होता. बांधव समाजाच्या तरुणांनी 'गुरिल्ला वॉर'चे कौशल्य आत्मसात करायला सुरुवात केली होती. याच डावपेचांच्या जोरावर आफ्रिकेने ब्रिटिशांना जेरीस आणले होते आणि भारतातही हीच पद्धत अमलात आणण्याचा त्यांचा विचार होता.

मध्यंतरीच्या काळात अन्याजी वर्धेला परतले होते आणि 'मराठी अर्जीनवीस' म्हणून काम करायला लागले होते. पांडुरंगाच्या भटक्या, चुकारतट्टूसारख्या वागण्याला ते पुरते कंटाळले होते. त्याच्याशी एकदा नीटपणे बोलून त्याला त्याचा मार्ग बदलायला लावावा, असा अन्याजींचा विचार होता. पांडुरंगाच्या वर्तनाचे, तो करत असलेल्या छोट्या-मोठ्या गुन्ह्यांचे गांभीर्य पोलिसांनी खानखोजे कुटुंबाला समजावून सांगितले होते. आणि खुद्द अन्याजी स्वत: कायदा जाणणारे होते. एकदा का पकडला गेला, तर पांडुरंगाला खूप मोठी कडक शिक्षा होणार हे त्यांना चांगलेच ठाऊक होते. त्यांचा स्वत:चा समाजात असलेला दबदबा आणि आदर, मानसन्मान याकडे पाहूनच आत्तापर्यंत पांडुरंगाची अटक वाचली होती इतकेच! या मूर्ख मुलाला वळणावर आणायची वेळ येऊन ठेपली आहे, याची अन्याजींनी मनोमन खूणगाठ बांधली.

राजकारणापासून मला दूर ठेवण्याची दुसरी युक्ती माझ्या वडिलांनी वापरायची ठरवली. एक दिवस मला स्वत:च्या अगदी जवळ बसवून घेत अतिशय वात्सल्यपूर्ण अशा मऊ आवाजात ते मला म्हणाले, "पांडुरंगा, आता तुझं लग्न करायला हवं रे! अरे बाबा, शास्त्रातच सांगितलं आहे की, घराण्याला वारस मिळवून देणं हे घरच्या पुरुषाचं पवित्र कर्तव्य आहे." त्यांनी माझ्यासाठी मुलगीही पाहून ठेवली होती. तिचे आई-वडील या लग्नाला तयार होते. सगळं काही आधीच ठरलेलं होतं. केवळ कर्तव्यभावनेनी मी होकार दिला. कारण घरातल्या ज्येष्ठ मंडळींशी कसं वागावं, याचा मला अनुभव नव्हता." झालं! लग्न ठरलं. सगळी तयारी झाली. पाहुणे यायला सुरुवात झाली. इकडे मी अस्वस्थ. हे सगळं कसं थांबवावं, या विवंचनेत! अखेर मनाचा हिय्या करून मी वडिलांसमोर जाऊन उभा राहिलो. आणि भडाभडा त्यांना सर्वकाही सांगून टाकलं. 'मी एक निष्ठावान क्रांतिकारक आहे आणि लग्न न करण्याची शपथ घेतली आहे. कारण माझं आयुष्यच

असं आहे की, कधीही कोणत्याही क्षणी मला अटक होईल, शिक्षा होईल मला फाशीही होऊ शकते आणि माझ्या पत्नीच्या कपाळी वैधव्य येऊ शकतं. म्हणूनच लग्नाच्या फंदात न पडायचे मी ठरवलं आहे. '' अगदी निर्धारपूर्वक मी हे बोललो. – आणि अखेर रामदासस्वामींचा मार्ग अनुसरायचं ठरवलं. लग्नाच्या आदल्या रात्री मी लग्नमंडपातून निघून गेलो. मुलीकडच्यांनी माझी खूप वाट पाहिली; पण मी परतण्यासाठी बाहेर पडलोच नव्हतो.

पांडुरंगाने घर सोडले, त्या वेळी तो अठरा वर्षांचा होता. घरातून पळून जाताना त्याचा जवळचा मित्र मनोहर साठे हा त्याच्या बरोबर होता. दोघांनी यवतमाळला जायचे ठरविले. तिथे गणपतराव माळवी, बांधव समाजाची शाखा चालवीत असत. यवतमाळमध्ये एका चाळीत दोघांनी एक खोली घेतली आणि पांडुरंग त्वरेने कामाला लागला. 'स्वदेशी' हा विषय डोक्यात घोळत होता. जवळपासच्या लोकांशी चर्चा करून लवकरच त्यांनी परदेशी मालाची एक मोठी होळी घडवून आणली. पांडुरंग स्वदेशीचा एक हिरीरीचा प्रचारक झाला होता. जिथे कुठे सभा असेल, तिथे स्वदेशीच्या वापराबद्दल तो इतक्या तळमळीने आणि आवेशपूर्ण भाषण करत असे की, ही गोष्ट ब्रिटिश अधिकाऱ्यांच्या नजरेत खुपल्याशिवाय राहिली नाही. त्यांनी पांडुरंगाच्या अटकेची ऑर्डर काढली. पण त्याचे कोवळे वय आणि अतिशय पापभीरू निर्व्याज चेहरा पाहून पोलीस त्याला सोडून देत असत.

त्यानंतर मी हैद्राबादला जायचं ठरवलं. कारण हे राज्य ब्रिटिशांच्या अधिपत्यापासून मुक्त होतं. तिथे निजामाची सत्ता होती. निजामाच्या सैन्यात भरती होण्याची माझी इच्छा होती. माझ्या मित्राचे – साठेचे – लांबचे काका हैद्राबादमध्ये राहत असत. त्यांची कदाचित मदत झाली असती. आम्ही हैद्राबादकडे कूच केलं. अर्थात, पायीपायीच! कित्येक खेडी मागे टाकली, कितीतरी नद्या ओलांडल्या. लपतछपत, वेळप्रसंगी गावातल्या देवळांचा आश्रय घेत, मजल-दरमजल करीत आम्ही रेणुका देवीचे पवित्र ठाणे असलेल्या माहूरला पोहोचलो. तिथल्या गावकऱ्यांशी ब्रिटिशांच्या दडपशाहीबद्दल बोललो. संपूर्ण प्रवासातच गावा-गावातल्या खेडुतांनी आम्हाला आश्रय दिला, खाऊ-पिऊ घातलं. भारतीय शेतकऱ्याच्या मनाचा मोठेपणा, मनाची श्रीमंती आम्ही वारंवार अनुभवली. या गावातून त्या गावात, त्या गावातून आणखी पुढे आम्ही प्रवास करतच होतो. बरेचदा शरीर प्रचंड दमलेलं असायचं; पोटात भुकेचा डोंब उसळलेला असायचा, पण आम्ही लोकांशी संवाद साधणं, बोलणं थांबवलं नाही. कुठे-कुठे आमच्या बोलण्यामुळे

लोकांच्या मनात आशा, विश्वास उत्पन्न झालेला दिसायचा. एव्हाना लोकांनी या दोन्ही गोष्टी गमावल्या होत्या. पण आमचा खराखुरा उत्साह आणि देशाबद्दलचं प्रेम या गोष्टी बहुधा संसर्गजन्य असाव्यात. आमच्या भाषणांमुळे गावातले लोकही उत्साहानी भारलेले दिसायचे. अखेर आम्ही हैद्राबादमध्ये पाऊल टाकलं आणि लष्करी प्रशिक्षणाचं माझं स्वप्न खरं होणार, असा विश्वास मनात दुणावला.

पांडुरंगाने हैद्राबादमध्ये प्रवेश केल्याचा पोलिसांना लवकरच सुगावा लागला. तो पोलिसांना हवा होता; परंतु साठेच्या काकांनीमध्ये पडून पोलिसांचे मन वळविले आणि पांडुरंगाची अटक कशीबशी वाचली. पांडुरंगाच्या लवकरच लक्षात आले की, निजामची फौज कुचकामी असून त्यांना देण्यात येणारे प्रशिक्षण हे पूर्णपणे कालबाह्य स्वरूपाचे आहे. तिथल्या एका संघटनेशी त्याची ओळख झाली आणि पांडुरंग तिथे जाऊ लागला. वर्ध्याहून घर सोडून निघून आल्याला आता तीन महिने होऊन गेले होते. त्याच्या वडिलांनी 'तुला आम्ही माफ केले आहे. असशील तिथून निघून ये,' अशा अर्थाची जाहिरात वृत्तपत्रात दिली होती. हैद्राबादला येऊन फारसे काहीच हातात पडलेले नाही, याची जाणीव झाली होती आणि म्हणून त्याचे मन घराकडे ओढ घेऊ लागले.

पांडुरंग घरी परतला आणि त्याच्या आई-वडिलांनी त्याच्या पळून जाण्याचा किती मोठा धसका घेतला होता, हे बघून घाबरूनच गेला. भावनिकदृष्ट्या अस्वस्थ झाला. पण शेजारपाजाऱ्यांचे घालून-पाडून बोलणे, टोमणे ऐकून कंटाळला. वैतागून अखेर मामाकडे निघून गेला. पांडुरंगाचे मामा, मामाजी बळवंतराव फतेखानी हे जवळच्या गावात पोलिसखात्यात नोकरीला होते. मामाकडे राहून तो रोज त्यांच्याबरोबर पोलीस चौकीत जायचा. तिथे त्याचे सारे लक्ष शस्त्रे हाताळण्याच्या पद्धतीवर लागलेले असायचे. 'सशस्त्र क्रांती' या विचाराने पांडुरंगाची पाठ सोडलेली नव्हती. त्यामुळे त्याला ही मोठीच संधी वाटली. काही दिवस मामाकडे राहून पांडुरंग नागपूरला परतला. त्याचा नेहमीचा अभ्यास सुरू झाला. आता त्याने व्यवस्थित दिनक्रम आखून अभ्यासाबरोबरच मानसिक तयारी आणि शरीर कमवायला सुरुवात केली. आयुष्यात पुढे, या मार्गावर शारीरिक कष्टांना पर्याय नाही, याची त्याने मनोमन खूणगाठ बांधली.

मोहिते वाडा या मोहित्यांच्या जुन्या भव्य वाड्यात त्याला एक खोली मिळाली. साळूबाई नावाची एक वृद्ध विधवा स्त्री, एक पहिलवान आणि एक नोकर यांच्या आधाराने एकटीच तिथे राहात होती. खानखोजे घराण्याशी तिचे जुने संबंध होते. विशेष गोष्ट म्हणजे ही बाई देशभक्त होती. आणि पांडुरंगाच्या कल्पना तिला नेहमी

आवडायच्या. तिने मुलांना एकत्र भेटण्यासाठी म्हणून वाड्यातील एक खोली देऊ केली होती.

मोहिते वाड्याची भव्य, आकर्षक इमारत आणि सभोवतीचा बगीचा मला कायमचा स्मरणात राहिला आहे. आता अर्थात बगीचा अगदी ओसाड होऊन गेला आहे. त्या राजवाड्यासारख्या भव्य वाड्यात प्रवेश करताना आपल्या मनात नेहमी उच्च, उदात्त असे शुद्ध हेतूच असले पाहिजेत, ती आपली जबाबदारी आहे असं मला वाटायचं. माझा संपूर्ण दिवस अगदी बांधलेला असायचा. पहाटे सूर्योदयापूर्वी अंघोळ, मग प्रार्थना आणि ध्यान-धारणा. तंदुरुस्त शरीर आणि ध्यानधारणेचे तेज, यामुळे लवकरच मी प्रसिद्ध झालो – अशासाठी की, लोक मला डोकेदुखी वगैरे सारखा छोट्या तक्रारींवर इलाज, उपचार विचारायला यायला लागले. सकाळचे आन्हिक उरकले की, मी 'आर्य भांडार वीथिका' म्हणजेच स्वदेशीच्या दुकानात जायचो. मग शाळा. शाळा सुटल्यावरही संध्याकाळी माझ्या संघटनेचे काम करायला वेळ मिळायचा. कारण मी अभ्यास रात्री करायचो. आणि अभ्यासाशिवाय इतर कितीतरी गोष्टी करण्यासारख्या होत्या – करायलाच पाहिजे होत्या. नागपूरच्या त्या वर्षीच्या वास्तव्यात मला घरचे लोक खूप कमी भेटायचे. माझा सगळा वेळ सगळे लक्ष देशाच्या स्वातंत्र्याकडे लागलेले होते. बाकी गोष्टींना देण्यासाठी माझ्याकडे वेळच नसायचा. कधी सभा घेण्यासाठी मी वर्ध्याला जायचो, पण घरच्यांनी कधीही तक्रारीचा शब्दही काढला नाही. मी नक्की काय करतो, कुठे जातो-येतो, याची घरच्यांना माहिती झाली होती. तरीही ते चकार शब्द बोलत नसत. कारण मी पुन्हा पळून जाईन अशी त्यांना मनातून भीती वाटायची. या सगळ्याचा माझ्या आईला मनातून खूप त्रास व्हायचा हे खरं, कारण काही झालं तरी मी तिचा सगळ्यात मोठा मुलगा होतो आणि मी दुःखात, चिंतेत आहे हे तिला बघवायचं नाही.

नागपूरच्या वास्तव्यात पांडुरंगाला बरेच नवीन मित्र मिळाले. भवानीशंकर नियोगी, मुंजे बंधू, एम. अभ्यंकर यांसारख्या काही मित्रांनी पुढच्या काळात, राज्यात राजकारण, समाजकारणात अत्यंत मानाचे स्थान मिळविले. मोहिते वाड्याचा राखणदार पहिलवान चांगल्यापैकी कुस्ती खेळणारा होता. त्याने पांडुरंगाला त्याच्या आखाड्यात येऊन व्यायामाचे प्रशिक्षण घेण्यास सुचविले. हा पहिलवान अफगाणिस्तानाहून आलेला होता आणि त्याच्या मनात ब्रिटिशांबद्दल तिरस्कार ठासून भरलेला होताा. पांडुरंगानी इथेच न थांबता, पुढचे प्रशिक्षण अफगाणिस्तानमध्ये प्रत्यक्ष जाऊन घ्यावे अशी मस्तानजीची इच्छा होती. त्या दृष्टीने पहिलवान मस्तानजीने

आपल्या एक फकीर मित्राला सगळी चौकशी करण्यासाठी अफगाणिस्तानला पाठवलेही होते. पण तो फकीर कधीच परत आला नाही, आणि पांडुरंगांचा अफगाणिस्तानला जायचा बेत बारगळला. बांधव समाजाचे सर्व सदस्य सरदार नवलोजीराव यांच्या सुयोग्य मार्गदर्शनाखाली 'मार्शल आर्ट' आणि कुस्तीचे इतर डावपेच शिकू लागले.

नागपूरमधील बरीच प्रतिष्ठित मंडळी या आखाड्याचे सदस्य होते. देशमुख बंधू, बाबूराव परांजपे, खानखोज्यांचे मामा फतेखानी अशांचा आखाड्याला आशीर्वाद होता. त्यामुळे आखाडा हे क्रांतिकारी विचारांच्या प्रचार, प्रसाराचे केंद्र बनले होते.

१९०४मध्ये खानखोजेचा परिचय बंगालच्या प्रसिद्ध क्रांतिकाराकांशी झाला. त्यात प्रमुख होते 'दशेर कथा' पुस्तकाचे लेखक सखाराम गणेश देऊस्कर. नागपूरमधील एक प्राध्यापक मुखर्जी यांच्या ओळखीतून पांडुरंगाचा आणखी एका महत्त्वाच्या बंगाली क्रांतिकारकाशी परिचय झाला. ते म्हणजे अलिपूर बॉम्ब खटल्यातील ब्रह्म बांधव बंदोपाध्याय. या दोन दिग्गज क्रांतिकारकांशी परिचय होणे ही पांडुरंगाच्या आयुष्यातील महत्त्वाची घटना होती. यानंतर हे दोघे क्रांतिकारक आणि बंगालच्या छात्र बांधव सोसायटी या संघटनेच्या इतर क्रांतिकारकांबरोबरच्या बैठकांचे एक सत्रच सुरू झाले. स्वातंत्र्यचळवळीतील हा काळ अतिशय प्रेरणादायक, स्फूर्ती देणारा असाच होता. सुरेंद्रनाथ बॅनर्जी, लोकमान्य टिळक यासारख्या वक्त्यांची भाषणे ठिकठिकाणी होऊ लागली. त्यांच्या प्रभावी वक्तृत्वाने, ब्रिटिश सरकारवर त्यांनी केलेल्या प्राणघाती घणाघाती टीकेने, लोक मंत्रमुग्ध तर झालेच, पण देशाच्या स्वातंत्र्याची आस लोकांच्या मनात जागृत झाली. स्वातंत्र्याच्या विचारांनी सारा देश ढवळून निघाला. एकीकडे खानखोजे आणि बांधव समाजाचे गुप्त लष्करी प्रशिक्षण वर्धा, नागपूर, यवतमाळ अशा ठिकाणी सुरू होतेच.

वार्षिक परीक्षा जळ आली होती. मॅट्रिकचे वर्ष होतं, पांडुरंगांनी मनापासून अभ्यासावर लक्ष केंद्रित केले होते. त्याशिवाय क्रीडा नैपुण्याबद्दल त्याला सुवर्ण पदक मिळाले. अफगाणयुद्धातील ब्रिटिश कमांडर इन चीफ चार्लस नेपीअर याने सुरू केलेल्या जिम्नॅस्टिक्स संस्थेतर्फे जिम्नॅस्टिकक्समधले सुवर्णपदक पांडुरंगाला मिळाले होते. पांडुरंगाने ते स्वीकारले. त्याबद्दल पांडुरंग म्हणाला, *"कारण ते नाकारून विनाकारण ब्रिटिशांचे लक्ष मला माझ्याकडे वेधून घ्यायचे नव्हते. आणि जरी पदक स्वीकारले, तरी माझी सगळी शक्ती, सगळे कौशल्य ब्रिटिशांच्या दडपशाहीविरुद्धच वापरायची मी मनोमन प्रतिज्ञा केली होती.*[२१]

पांडुरंग आता नागपुरात स्थिरावला आहे, अभ्यासाला लागला आहे. वार्षिक परीक्षेच्या दरम्यान तरी पळून वगैरे जाणार नाही असे पाहून पांडुरंगाच्या वडिलांनी पुन्हा एकदा त्याच्या लग्नाचा घाट घातला. मॅट्रिकची वार्षिक परीक्षा संपण्याच्या

आदल्या दिवशी 'मुलीचे वडील' नागपूरला पांडुरंगाकडे आले. आणि त्यांनी विवाहाचा प्रस्ताव मांडला. पांडुरंग म्हणतो, ''त्या गृहस्थांचे बोलणे ऐकून घेऊन मी अत्यंत शांतपणे त्यांना समजावले की, *'देशासाठी लढण्याचे व्रत मी कधीही सोडणार नाही. त्यामुळे विवाह वगैरेसारख्या गोष्टींना माझ्या आयुष्यात स्थान नाही.' त्यांनीही सगळे काही ऐकून घेतले आणि काहीही न बोलता शांतपणे ते निघून गेले.''*[२२]

पांडुरंगाचा नकार ऐकून त्याचे वडील नागपूरला आले. सगळे कुटुंब त्याची समजूत घालायला एकत्र जमले. पुत्रधर्म, मुलाची कर्तव्ये इत्यादींबद्दलच्या रामायण-महाभारतातल्या कथा त्याला ऐकवण्यात आल्या. घरातल्या मोठ्या मंडळींची जबाबदारी कशी त्याच्याच खांद्यावर आहे, त्यांच्या म्हणण्याचा मान पांडुरंगाने राखलाच पाहिजे वगैरे... वगैरे, सर्व बाजूंनी त्याची समजूत घालण्याचा आटोकाट प्रयत्न सगळ्यांनी चालवला होता. पण एवढे दडपण येऊनही पांडुरंग आपल्या निश्चयाशी ठाम होता. आपल्या कोणत्याच म्हणण्याला पांडुरंग दाद देत नाही, हे पाहून अखेर वडिलांनी ठेवणीतले शस्त्र उपसले. 'तू लग्नाला नकार दिलास, तर मी आत्महत्या करीन.' त्यांच्या या शब्दांनी सगळे वातावरणच एकदम गंभीर झाले. पांडुरंगही नाही म्हटले, तरी थोडा बावचळला आणि त्या भारलेल्या वातावरणात एकाएकी होकार देऊन बसला.

> *मी रुकार दिला, त्या वेळी जवळजवळ मध्यरात्र उलटून गेली होती. माझे काका, काकासाहेब आणि वडील झोपायला निघून गेले, पण इकडे माझ्या मनाचा नुसता क्षोभ झाला होता. माझ्या संपूर्ण आयुष्याचा, भविष्याचा प्रश्न माझ्यापुढे उभा होता. मी पळून जायचं ठरवलं. मारुतीच्या देवळात जाऊन मी पुन्हा एकदा भारताला स्वातंत्र्य मिळेपर्यंत विवाहाच्या बेडीत न अडकण्याची शपथ घेतली. माझ्या ध्येयावर माझी इतकी जबरदस्त निष्ठा होती की, माझ्या प्रतिज्ञेचा पुनरुच्चार करताच, मला अगदी हलकं-हलकं वाटलं. पुत्रधर्म-कर्तव्य-जबाबदारी ही सगळी ओझी माझ्या खांद्यावरून उतरत असल्यासारखं वाटलं, कारण कोणतीही ऐहिक इच्छा मला उरलेली नव्हती. माझ्या मनात अतिशय ठळक आणि स्वच्छ असा एकच एक विचार होता की, भारताच्या स्वातंत्र्यासाठी मला आयुष्य वेचायचं आहे. रात्रीच्या घनदाट अंधारात शांत मनाने मी देवळातून बाहेर पडलो.*

पांडुरंगाने फार दूरचा आणि दुष्कर असा मार्ग निवडला होता. ज्या अतिशय सुरक्षित वातावरणात तो जन्मला होता, ते वातावरण, ती संरक्षित चौकट ओलांडून, त्याने प्रतिज्ञेला बांधलेल्या क्रांतिकारकाचा अत्यंत धोकादायक मार्ग जाणीवपूर्वक स्वीकारला होता. अशा कठीण प्रसंगी, कुटुंबातून बाहेर पडलेल्या पांडुरंगाने त्याच्या मित्रांचा आणि सहकाऱ्यांचा आश्रय घेतला. पांडुरंग घर सोडून आल्यानंतरची त्यांची

बैठक प्रदीर्घ काळ चालली होती. बरीच गरमागरम, उलट-सुलट चर्चा झडली होती आणि अखेर सर्व जण एकाच मुद्द्यापाशी येऊन ठेपले होते की, शास्त्रशुद्ध लष्करी प्रशिक्षणाशिवाय काहीही करता येणे अशक्य आहे.

थोड्याशा वैतागलेल्या मन:स्थितीत सगळ्यांच्या मनात एक चमत्कारिक आणि हास्यास्पद वाटेल, अशी कल्पना चमकून गेली. आपण 'सर्कस' काढू या. सर्कसमध्ये खेळ दाखविताना रिंग्ज किंवा शस्त्रांसारख्या वापरल्या जाणाऱ्या वस्तूंच्या आड राहून पोलिसांच्या नजरेपासून बचाव करता येईल, असे त्यांना वाटले. इतर कोणता एखादा ठोस मार्ग सापडेपर्यंत, सर्कसच्या माध्यमातून घोडेस्वारी, नेमबाजीचा – मग ती खोट्या गोळ्यांची का असेना – उघडपणे सराव करता येईल. युद्धासाठी प्रशिक्षण होईल, धैर्याचीही कसोटी लागेल. सर्कसचे नाव 'नॅशनल सर्कस' ठेवण्यात आले. सर्कस काढायचे निश्चित झाले.

रामलाल बाजपेयी नावाच्या मित्राच्या गळी ही सर्कसची कल्पना उतरविण्यात आली. रामलालचे व्यक्तिमत्त्व अतिशय आकर्षक आणि रूबाबदार असे होते. आणि मुख्य म्हणजे १९०० सालापासून तो सरकारी नोकरीत होता. सरकारी नोकर बरोबर असला की, सगळ्या उद्योगांना अभय मिळते, असा अनुभव होता. अखेर रामलाल आणि आप्पा हळदे नावाचे आणखी एक मित्र स्वदेशी चळवळ आणि या सर्कशीमध्ये सामील झाले.

सर्कशीची सुरुवात तर बऱ्यापैकी झाली. काही घोडे आणि इतर प्राणी गणपतराव माळवींनी आणले होते. पांडुरंग स्वत: जिम्नॅस्टिक्सच्या कसरती करून दाखवी. काही मित्र विदूषकांचे सोंग घेऊन ब्रिटिशांची टिंगलटवाळी करत असत. सर्कशीचे प्रयोग खेड्यापाड्यांपासून व्हायला लागले. खेडुतांना सर्कशीतल्या खेळादरम्यान या लोकांनी केलेली देशभक्तीपर भाषणे आवडत असत. शिवाय ब्रिटिशांची विदुषकांनी उडवलेली टर त्यांचे भरपूर मनोरंजन करत असे. पण इथे दुर्दैव आड आले. सर्कशीच्या सामानसुमानाची व्यवस्था ठेवणाऱ्याला फारसा अनुभव नव्हता. त्यामुळे सगळ्या सामानाला एक दिवस आग लागली. शिवाय सर्कशीतल्या खेळांनी आणि भाषण-मनोरंजनांनी ब्रिटिश पोलिसांचे लक्ष वेधून घेतले होतेच. परिणामी सर्कशीचे प्रयोग तर थांबलेच, पण रामलाल बाजपेयीला त्याच्या सरकारी नोकरीवर पाणी सोडावे लागले. माळवींनी सुचवल्याप्रमाणे सगळ्यांची देणी देऊन टाकताच मुलांचे हात रिकामेच राहिले आणि रिकाम्या हातांनी पण नव्या उत्साहाने बांधव समाजाचे तरुण नवीन उद्योगाच्या शोधाला लागले.

सर्कसच्या प्रयोगांच्या अपयशाने पांडुरंगाला नैराश्य आले. जे काही करायला जावे त्यात अपयश, यामुळे त्याचे अवसान गळल्यासारखे झाले. आत्मविश्वास डळमळीत झाला. त्याच भरात तो नागपूरला काकांकडे परतला. पण इथेही एक

संकट त्याचीच वाट पाहत होते. त्याच्या शाळेत – नील सिटी हायस्कूलमध्ये – त्याने राजकीय भाषण दिले. तसेच बांधव समाजाच्या मुलांनी मिलटरी ग्राउंडवर जाहीर सभेचे आयोजन केले. त्यात अर्थात बांधव समाजाच्या सदस्यांबरोबरच पांडुरंगानेही बंड, सशस्त्र क्रांती अशा विषयांवर जोरदार भाषण केले. परिणाम व्हायचा तो झालाच. इतर सदस्यांबरोबरच पांडुरंगालाही अटक झाली. सुदैवाने त्याच्या काकांनी मध्यस्थी करून त्याला सोडवला हे खरे; पण पांडुरंगाची ही नागपूरमधील शेवटची सभा ठरली. घाईघाईने त्याला नागपूर सोडावे लागले. कारण सगळ्याच गोष्टी आता फार टोकाला गेल्या होत्या आणि त्यामुळे पोलिसांनी त्याच्या कारवायांची अतिशय गांभीर्याने दखल घेतली होती.

घरी माझ्या काकांनी माझं स्वागत केलं, ते संमिश्र भावनांनी! राग आणि दुःख या दोन्ही गोष्टी त्यांना आता असह्य झाल्या होत्या. 'ब्रिटिशांविरुद्ध यापुढे मी काहीही उद्योग, उचापती करणार नाही,' असं मी कबूल करावं. नाहीतर माझ्यासाठी काहीही करायला, अगदी मला ठेवून घ्यायलाही ते तयार नव्हते. मी अखेर वर्ध्याला घरी परतण्याचा निर्णय घेतला. अर्थात माझ्या घरी तरी माझं स्वागत थोडंच होणार होतं! स्वातंत्र्याच्या वेडापायी मी लग्न करायला दिलेला नकार घरातल्या कोणालाच पचवता आला नव्हता. त्यांनी जणूकाही माझ्यावर बहिष्कार टाकला होता. मला वाटलं होतं, तसंच झालं! माझ्या वागण्यामुळे माझे आई-वडील इतके रडकुंडीला आले होते की, त्यांनी मला घरात घेतलं नाही. त्यांचंही दुःख इतकं मोठं होतं की, त्यांच्याशी वाद घालायची हिंमत माझ्यात नव्हती. एकच पर्याय माझ्यापुढे दिसत होता – हनुमान गढी देवळातल्या स्वामींकडे जाणं. धर्म आणि ध्यान यातील संघर्षानी माझ्या मनात खळबळ माजवली होती. राजकीय क्षेत्रातल्या अपयशामुळे आता 'अध्यात्म' हा एकच मार्ग माझ्यापुढे उभा होता. मनातलं काहूर शमविण्यासाठी मी एका झाडाखाली टेकलो. अचानक एक साप डोकं वर काढून माझ्या पुढ्यात उभा ठाकला. मला तर हा शुभशकुन वाटला. माझा मार्ग मला स्पष्ट दिसायला लागला. हे अध्यात्म वगैरे आपल्यासाठी नाहीतर ब्रिटिशांच्या गुलामगिरीतून मातृभूमीला मुक्त करणं हाच आपला मार्ग आहे – हेच आपलं कर्तव्य आहे – माझे विचार स्पष्ट होत गेले – आपला हा लढा असा मधेच सोडून देता कामा नये.

दरम्यानच्या काळात भारताच्या राजकीय पटलावर लोकमान्य टिळक आणि तीक्ष्ण बुद्धीचे अर्थतज्ज्ञ गोपाळ कृष्ण गोखले यांच्यामध्ये मतभेद झाले. गोपाळ कृष्ण गोखले, कायद्याच्या चौकटीत राहून, सनदशीर मार्गांनी चळवळ करण्याच्या बाजूचे होते; तर लोकमान्यांची या मार्गाला हरकत नव्हती. पण जर इतर मार्गांनी काहीच साध्य झाले नाहीतर सशस्त्र क्रांतीचा ते पुरस्कार करत होते.[२३] गोखले मात्र

सशस्त्र क्रांतीच्या पूर्णपणे विरोधात होते.

व्यक्तिगत आयुष्यात, संघर्षाच्या अशा वळणावर उभ्या असलेल्या पांडुरंगाने, त्याचे गुरू लोकमान्य टिळक यांची भेट घेण्याचे ठरविले. डॉ. रामदास परांजपे हे खानखोजे कुटुंबाचे एक स्नेही लोकमान्य टिळकांना ओळखत असत. त्यांनी पांडुरंगाला टिळकांना देण्यासाठी ओळखपत्र दिले. पण पांडुरंगाकडे पुण्यापर्यंत जायला दमडीही नव्हती. घरून मदत मिळण्याचे रस्ते बंद झाले होते. अशा आर्थिक कोंडीत सापडलेल्या पांडुरंगाने आप्पासाहेब हळद्यांची मदत घेतली. त्यांनी पांडुरंगाला पुण्याला जाण्यासाठी पैसे दिले. १९०५चा तो काळ होता. पुणे म्हणजे महाराष्ट्राची केवळ बौद्धिक राजधानीच नव्हती; तर धार्मिक, सांस्कृतिक क्षेत्रातही पुण्याला अनन्यसाधारण महत्त्व होते.

मी पुण्यात पाय ठेवताच, तडक 'केसरी' ऑफिस गाठलं, आणि माझ्याकडचं पत्र लोकमान्यांच्या हातात ठेवलं. डॉ. परांजपे यांच्या पत्राचा योग्य तो उपयोग झाला आणि लोकमान्यांनी त्यांच्या घरात माझी ओळख करून देऊन, त्यांच्या घरी राहायला सांगितलं. मी बरेचदा लोकमान्यांबरोबरच जेवायला बसत असे आणि त्या वेळी ते वर्धा, नागपूर, बरार याबद्दल बोलत असत. त्या भागात सुरू असलेल्या चळवळींबद्दल आणि एकूणच तिकडच्या राजकीय वातावरणाबद्दल जाणून घेण्यात त्यांना रस असायचा. टिळकांना इतर कामं खूप असायची. दिवसभर ते कामात व्यग्र असायचे. पण तरीही माझ्यासाठी वेळात वेळ काढून त्यांनी पुण्यातल्या बऱ्याच राजकीय नेत्यांशी माझी ओळख करून दिली. तरीही माझं काम करावं, याबद्दल त्यांचा नक्की विचार होत नव्हता. मला कोणती कामगिरी सोपवावी, कशामध्ये गुंतवावं यावर त्यांना विचार करावा लागणार होता.

काहीतरी कामगिरी मिळावी म्हणून पांडुरंग अगदी उतावीळ झालेला होता. तरीही धीर धरून, जमेल तितके दिवस लोकमान्यांबरोबर राहून त्यांच्या समृद्ध अनुभवाचा, सखोल ज्ञानाचा फायदा करून घ्यायचे पांडुरंगाने मनोमन ठरविले होते. तब्बल एकोणीस वर्षे पांडुरंगाने संयम ठेवला होता, धीर धरला होता. आणि आता मात्र काहीतरी करायलाच पाहिजे, या विचाराने उतावीळ झाला होता. एकदा असेच मोकळेपणे बोलत असताना, नेपाळ या हिंदूराष्ट्रामध्ये[२४] जाऊन लष्करी प्रशिक्षण घेणे किंवा बडोद्याच्या लष्करात भरती होणे, यावर चर्चा झाली. परंतु बडोद्याने आधीच एक उमेदवार स्वीकारला होता.

आणि बाकीचे पर्याय सोडूनच द्यावे लागले. कारण नेपाळमध्ये जाण्यासाठी ब्रिटिश सरकारची परवानगी आवश्यक होती. मुळात या देशाचीच मान्यता, स्वतंत्रता

डळमळीत असल्याने हा धोका पत्करणे शहाणपणाचे नव्हते. फ्रेंचांचे लष्कर भरती होण्यासारखे असले, तरी ते एकतर प्रचंड महागडे काम होते आणि मुळात इतर युरोपियन लष्करांशी ब्रिटिशांच्या परवानगीशिवाय साधा संपर्क करणेही अशक्यप्राय होते.

बऱ्याच मोठ्या सांगोपांग चर्चेनंतर असे ठरले की, लष्करी शिक्षणाच्या दृष्टीने जपान योग्य आहे. १९०४मध्ये रशिया-जपान युद्धात जपानच्या नौदलाने, रशियावर जबरदस्त विजय मिळवून रशियाच्या नौदलाची धूळधाण उडवली होती. एका आशियाई राष्ट्राने, आधुनिक काळात युरोपियन राष्ट्राच्या सार्वभौमत्वाला आव्हान देण्याची ही पहिलीच घटना! एक प्रचंड मोठी लष्करी ताकद म्हणून जपान उदयाला येत होता. लोकमान्यांच्या मते, 'हा विजय म्हणजे गोऱ्या लोकांच्या श्रेष्ठत्वाला दिलेले प्रभावी आव्हान होय.' आशियाई राष्ट्रांबद्दल ऐक्याची भावना प्रकट करणारे, लोकमान्य टिळक हे पहिले नेते होते.[२५]

लोकमान्य टिळक नेहमी म्हणत असत की, देशाची प्रगती व्हायची असेल, तर देश स्वतंत्र पाहिजे, स्वायत्त पाहिजे. भारतात औद्योगिक क्रांती होण्याची आवश्यकता त्यांना नेहमी जाणवत असे. आपल्या हवं ते उत्पादन आपल्याला करता यायला हवं. स्वराज्य ही भारतीयांची पहिली, प्राथमिक गरज आहे आणि भारतीयांनी स्वराज्याची दिलेली हाक ही त्यांच्या अंत:करणातून अत्यंत तळमळीनी उमटलेली हाक आहे, असं ते नेहमी म्हणत असत. मला तर लोकमान्य म्हणजे महाभारतातला 'श्रीकृष्ण' वाटायचे. सतत सल्ला, उपदेश देणारे, मार्ग दाखवणारे, लढायला उद्युक्त करणारे, विचार करायला लावणारे. स्वातंत्र्य ही 'मिळणारी' गोष्ट नाही, ते 'मिळवायला' हवं, क्रांती 'घडवून' आणायला हवी, या ना त्या – जमेल त्या मार्गांनी! ज्यांच्या अंगात शूराचं रक्त सळसळतं आहे, तेच वीर पुढे येऊन आपली आर्मी उभी करतील आणि गुलामगिरी, अन्यायाशी निधड्या छातीनी दोन हात करतील.

पुण्यात येऊन तीन महिने होऊन गेले होते. आता गुरूंची आज्ञा घेऊन इथून बाहेर पडायची वेळ येऊन ठेपली होती. लोकमान्यांशी मला फक्त चित्रशाळेत, वासुकाका जोशींच्या खोलीतच बोलता येत असे. दररोज कित्येक लोक लोकमान्यांना भेटायला येत असत. त्यांपैकी कोण कोणत्या हेतूने येतो, कोण एखादा ब्रिटिशांचा गुप्तहेर असू शकतो, यासाठी सावधगिरी बाळगणं अतिशय गरजेचं होतं. त्यांच्याबरोबर राहत असूनही मला, माझ्या लष्करी प्रशिक्षणाविषयी त्यांच्याशी उघडपणे बोलता येत नसे. त्यासाठी मग मी नरसोपंत भाईंशी बोलायचो. नरसोपंतांचं माझ्यावर खूप प्रेम होतं.

लोकमान्यांच्या क्रांतिकारी कार्याचं सगळं आयोजन, अंमलबजावणी हेच नरसोपंत करत असावेत, अशी माझी खातरी होती.

अखेर माझ्या मनातला विषय लोकमान्यांसमोर काढण्याची संधी मला मिळाली. त्यांनी मला लष्करी प्रशिक्षणासाठी परदेशी जाण्याचा आणि सांकेतिक भाषेत, तिकडून त्यांच्याशी संपर्क ठेवण्याचा सल्ला दिला. ती सांकेतिक भाषा जेव्हा मला सांगण्यात आली, त्या वेळी माझ्या पासपोर्टइतकीच ती सांकेतिक भाषा मला महत्त्वाची वाटली होती. परंतु माझ्या दृष्टीने अत्यंत दुर्दैवाची बाब म्हणजे माझ्या संपूर्ण परदेश प्रवासात, केवळ दोनच वेळा मी लोकमान्यांना त्या सांकेतिक भाषेत संदेश पाठवू शकलो होतो; आणि कित्येक वर्षानंतर लोकमान्यांकडून एक पत्र मला आलं होतं – तेच पहिलं आणि शेवटचं! 'लष्करी प्रशिक्षण' हा आता माझा गुरुमंत्र बनला होता. निघताना मी लोकमान्य टिळकांना नमस्कार केला, तेव्हा मला आशीर्वाद देत, 'सदैव सावध राहा' असं ते म्हणाले होते. जपानला जाण्यापूर्वी माझी आणि लोकमान्यांची ती अखेरची भेट!

महाराष्ट्रात आणि पांडुरंगाच्या वैयक्तिक आयुष्यात या घडामोडी सुरू असतानाच, १६ ऑक्टोबर, १९०५ रोजी 'बंगालची फाळणी' झाली. ब्रिटिश होम सेक्रेटरीला असे प्रकर्षाने वाटत होते की, ही जी क्रांतीची लाट येऊ पाहत आहे, ब्रिटिश सत्ता उखडण्यासाठीचे जे प्रयत्न सुरू झाले आहेत, त्याची सर्व ताकद बंगालमध्ये एकवटलेली आहे, हा राष्ट्रवादी विचार लोकांच्या डोक्यातून काढून टाकला पाहिजे. लोकांच्या मनावरच्या बंगालचा देशभक्तीचा प्रभाव नाहीसा झाला पाहिजे. तरच ब्रिटिश सत्ता अबाधित राहील. बिपीनचंद्र याबाबत म्हणतात, 'खरे तर ब्रिटिशांना आणखी एका प्रकारची फाळणी करायची होती. या वेळचा फाळणीचा आधार होता 'धर्म!'[२६] फाळणीने देशभरात संतापाची तीव्र प्रतिक्रिया उमटली. देशभक्तांच्या देशभक्तीच्या भावनेला आणखी धार चढली.

ब्रिटिशांनी जनतेत उठलेला असंतोष दाबून, दडपून टाकायचा आटोकाट प्रयत्न केला. पण काही उपयोग झाला नाही. उलट सार्वजनिक सभा, भाषणे, छोटे-छोटे उठाव या गोष्टी रोजच्या होऊन बसल्या. लोकांच्या भावनांना हात घालणारे, मातृभूमीला आर्त हाक देणारे 'वंदे मातरम्' हे गीत देशभरात ऐकू येऊ लागले. ब्रिटिशांचा जाहीर निषेध करणाऱ्या सर्वांचेच जणू ते 'स्तोत्र' झाले. देशप्रेमाच्या भावनेने ओथंबलेले हे गीत पांडुरंगालाही मनापासून आवडले आणि पुढच्या काळात 'गदर क्रांतीचे गीत' म्हणून स्वीकारले गेले. ब्रिटिशांनी अर्थातच 'वंदे मातरम्'वर बंदी घातली.

लोकमान्यांचा निरोप घेऊन पांडुरंग यवतमाळला जायला निघाला. आगगाडीच्या

तिसऱ्या वर्गाच्या डब्यात बसलेला पांडुरंग मनाने एव्हाना परदेशाच्या वाटेला लागलाही होता. यवतमाळला पोहोचताच, बांधव समाजाच्या आपल्या मित्रांना भेटायला गेला. तेव्हा त्याला बातमी समजली की, त्याचा मित्र हनुमंत नायडू – जो रसायन शास्त्राचे उच्च शिक्षण घेण्यासाठी लाहोरला गेला होता – तो परतला आहे. त्याला भेटायला पांडुरंग धावत वर्ध्याला गेला. *'वर्ध्याला मी माझ्या घरी गेलो. घरात पाऊल ठेवताच, आई-वडिलांच्या पाया पडलो. पण वडील माझ्याशी एका शब्दांनीही बोलले नाहीत, पण आईने मात्र प्रेमाने मला जवळ घेतले. तिला अश्रू आवरत नव्हते.'*[२७]

दुसऱ्या दिवशी पांडुरंग हनुमंताला भेटायला गेला. बऱ्याच काळानंतरच्या या भेटीत दोघांच्या मनमोकळ्या गप्पा झाल्या. लाहोरचे अनुभव ऐकण्यासारखे होते. विशेषत: तिथे हनुमंताची स्वामी रामतीर्थांशी झालेली अविस्मरणीय भेट. रामतीर्थांशी हनुमंताची बरीच चर्चा-वाद झडला होता. लाहोरमध्ये हनुमंतला सूफी अंबा प्रसाद आणि अजित सिंग यांचीही भेट घेता आली होती. हे दोघे 'क्रांतिकारी' प्रकाशनाच्या[२८] माध्यमातून स्वातंत्र्याची हाक लोकांपर्यंत पोहोचवत होते.

उत्तरेकडे स्वातंत्र्याचा संदेश लोकांच्या कानापर्यंत पोहोचविण्याचे कार्य करणारी ही काही प्रमुख राष्ट्रवादी मंडळी होती. गुरुकुल कांगडीमध्ये ब्रह्मचारी राहून क्रांतिकार्याला वाहून घेणाऱ्यांची संख्या दिवसेंदिवस वाढत चालली होती. लाला हंसराज आणि मुन्शीराम या दोन प्रमुख क्रांतिकारकांबद्दलही हनुमंताने ऐकले होते. स्वातंत्र्य चळवळीतील आणखी एक प्रभावी व्यक्ती म्हणजे भाई परमानंद. ते लाहोरमधील दयानंद कॉलेजमध्ये इतिहासाचे प्राध्यापक होते. इतिहास शिकवितानाच, विद्यार्थ्यांच्या देशभक्तीच्या भावनेला आवाहन करत. त्यांना विचार करायला प्रवृत्त करणे, हे त्यांच्या अध्यापनाचे वैशिष्ट्य होते. हनुमंत, प्रा. भाई परमानंदांबद्दल पांडुरंगाजवळ भरभरून बोलला. उत्तरेत 'लाला लजपत राय' या अत्यंत तेजस्वी, बुद्धिमान विचारवंताचा उदय झाला होता. पोलिसांची त्यांच्यावर कायम नजर होती. राष्ट्रीय चळवळीमध्ये 'आर्य समाजा'चा मोठा हात आहे. ही गोष्ट ब्रिटिश सरकारच्या लक्षात आली होती. हा काळ 'लाल-बाल-पाल'[२९] यांचा काळ म्हणावा लागेल. या जाज्वल्य राष्ट्रभक्तांच्या उत्तुंग व्यक्तिमत्त्वांनी राष्ट्राला, ब्रिटिशांविरुद्धच्या लढाईत सामील होण्याची मोठीच प्रेरणा दिली.

लाहोरमधील बांधव समाजाच्या सदस्यांना वाटत होते की, हनुमंत नायडूने अमेरिकेत जाऊन, ॲमहर्स्ट इन्स्टिटट्यूट ऑफ टेक्नॉलॉजी या संस्थेत अभियांत्रिकीचे शिक्षण पूर्ण करावे. त्यासाठी त्याच्या मित्रांनी स्वामी रामतीर्थांकडून नायडूसाठी ओखळपत्र मिळविले होते आणि अमेरिकेच्या प्रवासासाठी निधीही गोळा केला होता. नायडूने यावर असे सुचविले की, पांडुरंगानेही बनारसला जाऊन, स्वामींची प्रत्यक्ष भेट घ्यावी आणि त्यांच्याकडे मदत मागावी.

बनारसला जायचं खरं, पण माझ्याकडे नेहमीप्रमाणेच तेवढे पैसे नव्हते. आणि नेहमीप्रमाणेच मला अप्पासाहेब हळद्यांची मदत घ्यावी लागली. लवकरच मी पवित्र समजल्या जाणाऱ्या बनारसकडे निघालो. माझ्याजवळ स्वामी रामतीर्थांना देण्यासाठी म्हणून ओळखपत्र होतं. गाडीच्या डबातल्या गर्दीत मी मिसळून गेलो आणि रामाची भक्तिगीतं गाता-गाता बनारसला कधी पोहोचलो कळलंसुद्धा नाही. आपल्या उद्दिष्टाच्या दिशेनं एक पाऊल पुढे टाकल्याच्या आनंदात मी मश्गूल होतो.

बनारसमध्ये पाय ठेवला आणि त्या मोठ्या शहरात पांडुरंग पार हरवून गेला. स्वामींचा पत्ता विचारत-विचारत भरकटत राहिला. अखेर एका साधूला त्याची दया आली आणि त्याने पांडुरंगाला स्वामी रामतीर्थांकडे नेऊन सोडले. एका शिष्याच्या बंगल्यात, त्या वेळी स्वामी रामतीर्थ राहत होते. पांडुरंग तिथे पोहोचला, त्या वेळी त्यांचे प्रवचन सुरू होते.

मी स्वामींच्या पाया पडलो आणि समोर बसून त्यांचं बोलणं ऐकू लागलो. स्वामींनी मला त्यांच्याजवळ बोलावलं, त्या वेळी रात्र झाली होती. त्यांनी माझ्याकडचं ओळखपत्र वाचलं आणि 'इतक्या दूर माझ्या भेटीसाठी कशाला आला आहेस?' असं विचारलं. मी माझे विचार, माझे आदर्श, माझ्या महत्त्वाकांक्षांबद्दल बोललो आणि त्यासाठी अमेरिकेला जायची आवश्यकता आहे, असं सांगितलं. स्वामींनी एकदा पायापासून डोक्यापर्यंत आपादमस्तक माझ्याकडे पाहिलं आणि म्हणाले, "हा असला हडकुळा, पाप्याचं पितर असलेला मुलगा अमेरिकेत टिकू शकणार नाही. तिकडे जगण्यासाठी खूप कष्ट उपसावे लागतात. त्यापेक्षा तू अमेरिकेला जायची कल्पना सोडून दे." मला प्रचंड धक्का बसला. अपेक्षाभंग आणि आलेला मनस्वी राग क्षणात माझ्या डोक्यात गेला. त्या भरात मी त्यांना उलटून बोललो, "अशा तुमच्या बोलण्यामुळे माझ्या मनात तुमच्याबद्दल काडीमात्र आदर राहिलेला नाही. आणि मुळात माझा असा अपमान करण्याचा तुम्हाला काही एक अधिकार नाही." माझा राग अनवार झाला होता. तोंडाला येईल ते मी बोलत सुटलो होतो. मी स्वामींना असंही सुनावलं, "तुमच्यासारख्या दांभिक स्वामी साधूंनीच देशाचा विनाश केला आहे. कारण तुमची देशभक्तीची भावना, निष्ठा तद्दन खोटी आहे. मला असं नाउमेद करण्याचा तुम्हाला अधिकार नाही. मुळात तुमच्यासारख्यांची देशाला गरजच नाही." ताड्ऽऽ ताड्ऽऽ बोलून मी परत जायला वळलो, तोच स्वामींनी मला थांबवलं. ते माझी क्षमा मागत होते आणि त्यांच्या डोळ्यांतून घळाघळा अश्रू त्यांच्या गालांवर सांडत होते. त्यांनी मला शांतपणे समजावलं

की, मी तब्येत कमवावी, परदेशातल्या आयुष्याशी जमवून घेताना, अफाट कष्ट उपसावे लागतात. ते सहन करण्याइतकी शक्ती मी कमवायला हवी, एवढाच त्यांच्या बोलण्याचा अर्थ होता.

दुसऱ्या दिवशी सकाळी स्वामी रामतीर्थांनी पांडुरंगाच्या हातात ओळखपत्र ठेवले. त्यात लिहिले होते, ''खानखोजेंना मदत करणे म्हणजे प्रत्यक्ष रामाला मदत करण्यासारखे आहे.'' दरम्यान देवळातल्या पंडितांशी बोलून, तिथले रेकॉर्ड पाहून पांडुरंगाला एक गोष्ट समजली की, १८५७च्या सुमारास त्याचे आजोबा व्यंकटेश खानखोजे यांनी काशीला भेट दिली होती.

भारत सोडून परदेशी जाणे, या गोष्टीची पांडुरंगाला एव्हाना धुंदी चढल्यासारखे झाले होते. ब्रिटिशांशी शस्त्रांनीच लढले पाहिजे, या गोष्टीची खूणगाठ त्याने मनात बांधली होती. परंतु प्रवासासाठी लागणारा पैसा पांडुरंगाकडे नव्हता. कुटुंबाने त्याला तोडला होता. त्यामुळे तिथून मदत मिळण्याची अजिबात शक्यता नव्हती. आणि मुख्य म्हणजे खरी अडचण ही होती की, पांडुरंगावर ब्रिटिशांची नजर होती. त्याच्या हालचालींवर ब्रिटिश सरकारचे बारीक लक्ष होते. हा ससेमिरा चुकविणे अवघड होते आणि तरीही पांडुरंगाची मनोमन खातरी झाली होती – काहीतरी मार्ग निश्चितच सापडेल आणि परदेशी जाणे शक्य होईल. या मार्गांचा, शक्यतांचा विचार करतच पांडुरंग नागपूरला परतला.

मनातून मी थोडा निराश झालो होतो खरा, पण माझा आत्मविश्वास आणि माझं उद्दिष्ट यांचं पारडं इतकं जड होतं की, त्या बळावर, एक ना एक दिवस आपली मातृभूमी स्वतंत्र होईलच, अशी माझी खातरी होती. माझा ठाम विश्वास मला काहीतरी मार्ग दाखवीलच हे मला माहीत होतं. भूगोलाचं माझं ज्ञान यथातथाच होतं, तरीही एक गोष्ट मला माहीत होती की, या पृथ्वीच्या पाठीवर असेही काही देश आहेत, जिथली माणसं स्वातंत्र्याचा श्वास घेऊ शकतात. कदाचित मी अंतःकरणापासून दिलेली हाक त्यांना ऐकायला जाईल. मी त्यांना आम्ही गुलामगिरीमध्ये कसे पिचत आहेत, ब्रिटिश कसे दुराचारी आहेत, याची कल्पना देईन. माझ्या मित्रा भारत देशा! पृथ्वी गोल आहे. कुठल्या दिशेनी जायचं हे महत्त्वाचं नाहीतर देश सोडून अशा ठिकाणी पोहोचलं पाहिजे, जिथे माझी 'हाक' ऐकली जाईल, हे महत्त्वाचं आहे.

'मोंबासा रेल्वे'ला मजूर हवे होते. करारावर रेल्वे त्यांची भरती करणार होती आणि एजंट लोक यवतमाळमध्ये ही भरती करत होते. पांडुरंगानी अर्ज केला. पण तो लगेचच फेटाळण्यात अला. कारण एक तर तो जातीने ब्राह्मण होता आणि त्यातून शिकलेला होता. त्याऐवजी त्याला 'टाइमकीपर'चे कामच देण्यात आले

आणि काही आठवड्यांनी जहाज सुटायच्या वेळी यायला सांगितले.

आफ्रिकेला जायचे दिवस मी मोजत होतो. काकांच्या पाया पडून, त्यांचा आदरपूर्वक निरोप घेऊन, मी नागपूरहून वर्ध्याला आलो. माझ्या आईला आधीच माझी भयंकर काळजी वाटत असे. त्यात आता मी परदेशी निघालो म्हटल्यावर तर ती आणखीच धास्तावली. तरी मी सावधपणे तिला 'शिकायला' चाललो आहे असं सांगितलं होतं. पण माझ्याकडे पैसे नाहीत म्हटल्यावर ती पुन्हा घाबरली. मला प्रश्नांवर प्रश्न विचारायला लागली. मीही ''जाईन गं, समुद्रापर्यंत चालत-चालत जाईन आणि जहाज दिसलं की, त्यात उडी मारीन,'' असली काहीतरी वेडीवाकडी उत्तरं देत सुटलो. याचा परिणाम उलटाच झाला. माझ्या डोक्यावर परिणाम झालाय, अशी तिला शंका आली. ती मला डॉक्टरांकडेही घेऊन गेली. पण डॉक्टरांनी 'सगळं काही ठीक' असल्याचं सर्टिफिकेट दिल्यावर मोठ्या नाइलाजानं, नाराज मनानं मला कशीबशी परवानगी दिली. वडिलांनी तर माझ्याशी संबंधच तोडले होते. माझ्या परदेश गमनाबद्दलही ते चकार शब्द बोलले नाहीत. आई पैशासाठी आपले सोन्याचे दागिने विकायला निघाली. पण मी तिला तसलं काही करू दिलं नाही. तिनंही फार आग्रह केला नाही. कारण 'मी वडिलांकडून कसलीही मदत घेणार नाही.' याची तिला कल्पना होती. अखेर तहानलाडू-भूकलाडूची छोटीशी पिशवी आईनं माझ्या हाती दिली आणि 'खूपच भूक लागेल तेव्हा यातला खाऊ खा,' असं बजावलं. मला तर ती पिशवी प्रसादाइतकी पवित्र वाटली. आपण आईला दुखावलंय ही खंत मनात घेऊनच मी वर्धा सोडलं.

१९०६च्या फेब्रुवारीच्या सुमारास पांडुरंग रेल्वेनी मुंबईत पोहोचला. मुंबईत त्याचा जुना मित्र साठे राहात होता. हैद्राबाद भेटीनंतर दोघांची भेट झालेली नव्हती. मोंबासा रेल्वेच्या एजंटशी संपर्क साधला, तेव्हा पांडुरंगाला सांगण्यात आले की, 'मोंबासाचे जहाज आता पावसाळ्यानंतर प्रवासाला निघेल.' पांडुरंगाचे आफ्रिकेला जायचे राहिले ते राहिलेच! पांडुरंग मुंबईमधील एका चाळीत खोली भाड्याने घेऊन राहू लागला. साठेवर यापुढे भार घालणे योग्य नव्हते. प्रचंड नैराश्य आलेल्या पांडुरंगाने अमेरिकेच्या मुंबईतील कौन्सिलशी संपर्क केला. भेटीसाठी बरेच दिवस वाट पाहायला लावून अखेर पांडुरंगाला कौन्सिलमध्ये बोलावले गेले. तिथे त्याला 'तो काय करतो?' अर्थात अमेरिकेला जाण्याचा उद्देश विचारण्यात आला.

मग मी अमेरिकेला शिकायला जाण्याची एक स्टोरीच तयार केली. अमेरिका! अब्राहम लिंकनची अमेरिका! स्वातंत्र्याचा देश अमेरिका! आणि

त्याच्या अगदी उलट भारत – गुलामगिरीत खितपत पडलेला देश – इथलं शिक्षणही कसं मागासलेलं – विद्यार्थ्यांच्या प्रगतीला अजिबात चालना न देणारं! अमेरिकेतल्या शिक्षण पद्धतीचे गुण ठळकपणे मांडून अमेरिकेत शिक्षण घेऊन स्वयंपूर्ण, स्वतंत्र होण्याचं माझं स्वप्न मी अमेरिकन कौन्सलरपुढे मांडलं. माझ्या आवेशपूर्ण भाषणानं कौन्सलर खूश झाल्यासारखं मला तरी वाटलं. त्यांनी लगेच, बोटीच्या कप्तानाला देण्यासाठी माझ्याबद्दलचं शिफारसपत्र मला दिलं. बोटीवर सर्वसाधारण खलाशी म्हणून राहावं लागेल, पडेल ते काम करावं लागेल, कष्ट पडतील असंही काउन्सलरीने मला बजावलं.

अमेरिकन अधिकाऱ्याने सांगितल्याप्रमाणे पांडुरंग बोटीच्या कप्तानाला भेटला. त्यांच्याशी झालेल्या मुलाखतीत पांडुरंगाने आपल्या भावनांना वाट करून देत अमेरिकन अधिकाऱ्यापुढे केले होते, अगदी तसेच जोशपूर्ण भाषण केले. परंतु दुर्दैवाने त्याच्या या आवेशाने कप्तान बिथरलाच. एका खलाशाकरवी त्याने पांडुरंगाला अक्षरश: केबिनबाहेर फेकून दिलं. कारण बोटीचा कप्तान ब्रिटिश होता. इतकेच नाहीतर त्याने पोलिसांनाही या मुलाबद्दल कळविले आणि अखेर पांडुरंग खानखोजे पुन्हा एकदा पोलिसांच्या नजरेखाली आला.

कमालीचा निराश तर झालोच होतो, पण मला माझाच राग आला होता. अमेरिकेला जाण्याची एकमेव चालून आलेली संधी, मी माझ्या केवळ मूर्खपणापायी हातची घालवली होती. जवळचे पैसेही संपले होते. स्वत:वरच रागावलेला, एकीकडे खचलेला मी परत जाण्याचा विचार करायला लागलो. दुसरा पर्यायच उरलेला नव्हता माझ्याकडे! मी माळवींना पत्र लिहिलं – "आफ्रिकेचं स्वप्न भंगलं, अमेरिकेचं स्वप्नही संपुष्टात आलं आणि आता मुंबई म्हणजे असह्य झाली आहे." या निराशेच्या मन:स्थितीत मला माझी आई, तिचं प्रेम आठवलं. आणि एकदम आठवलं तिनं दिलेले तहानलाडू-भूकलाडू. मी ती शिदोरी सोडली आणि खायला बसलो. आणि मला आश्चर्याचा मोठा धक्काच बसला. प्रत्येक लाडूच्या आत एक-एक सोन्याचं नाणं घातलेलं होतं. मनोमन आईचे आभार मानले. माझ्या मनात आशेची पालवी पुन्हा उमलून आली.

रोज उठून मुंबईच्या बंदरावर जायचा क्रम आता पांडुरंगाने सुरू केला. काम तर हवेच होते, शिवाय भारताबाहेर जाणाऱ्या एखाद्या जहाजातून कसे जाता येईल, असा शोध पांडुरंगाने सुरू केला. झाल्या प्रसंगाने पांडुरंगाला चांगलाच धडा मिळाला होता. जहाजावर प्रवेश मिळविताना राजकारणाचा विषय कटाक्षाने दूर ठेवण्याची गरज आता त्याच्या लक्षात आली होती. हे एक पथ्य पाळून पडेल, ते काम करण्याची, मिळेल तिथे जाण्याची त्याच्या मनाची तयारी होती.

मेसागेरिस मेरिटाइम कंपनीचे 'यारा' नावाचे फ्रेंच जहाज कोलंबोला जाणार असल्याचे पांडुरंगाला समजले. जहाजाच्या कप्तानाला पांडुरंग भेटला आणि काम देण्याची विनंती केली. परंतु "आम्ही फक्त तिकीट काढून जाणाऱ्या प्रवाशांनाच नेतो." असे उत्तर त्याला मिळाले. आप्पासाहेब हळद्यांची पत्नी या वेळी पांडुरंगाच्या मदतीला धावून आली. तिने आपले सोन्याचे दागिने विकून, पांडुरंगाला तिकीट काढण्यासाठी दोन हजार रुपये उभे केले. पांडुरंग कोलंबोला जाण्याच्या तयारीने सामान घेण्यासाठी चाळीतल्या खोलीत आला असता त्याला समजले की, हनुमंत नायडू त्याची वाट बघत आहे. भारताबाहेर पडताना पांडुरंगाबरोबर जायची त्याची इच्छा आहे. क्षणाचाही विचार न करता पांडुरंगाने हळदे वहिनींनी दिलेले दोन हजार रुपये नायडूच्या हातावर ठेवले.

पुन्हा एकदा मला नैराश्यानं गाठलं. शेवटचा प्रयत्न म्हणून मी जहाजाच्या कप्तानाला भेटलो आणि "जहाजावर मला काही तरी काम द्या, आणि त्या पगारातून तिकिटाचे पैसे वळते करून घ्या; पण कसंही करून मला जहाजावर जागा द्या," म्हणून त्याच्या पाया पडलो. कप्तानाला माझी दया आली. त्यानं मला मदतनीस म्हणून ठेवून घेतलं. आफ्रिकन स्वयंपाक्याच्या हाताखाली, फ्रेंच खलाश्याच्या हाताखाली, शिवाय पडेल ते काम अशी कामं मला सोपवण्यात आली.

भारत सोडून जाणाऱ्यांची तपासणी ब्रिटिश पोलीस करत होते. मी त्या काळ्या खलाशांमध्ये मिसळून गेलो आणि त्यांच्यापैकीच एक असल्याचं सोंग आणलं. पण माझ्याकडे आवश्यक ती कागदपत्रं नव्हती आणि सर्वांत महत्त्वाचं म्हणजे मी पोलिसांना 'वॉन्टेड' होतो. मनात प्रचंड धाकधूक होती, काय होतंय कोण जाणे. जायला मिळणार की नाही! पण कसा कोण जाणे, त्या तीक्ष्ण नजरेच्या संशयी स्वभावाच्या पोलिसांच्या करड्या तपासणीमधून मी सहीसलामत सुटलो.

जहाज कोलंबोच्या दिशेने निघाले. त्या वेळच्या इंडो-चायनामधील सायगावपर्यंत जहाज जाणार होते. अखेर पांडुरंगाने भारताचा किनारा सोडला आणि आपल्या स्वप्नांच्या पूर्ततेसाठी परदेशाकडे प्रयाण केले. हनुमंत नायडू तिकीट काढून जहाजावर चढला होता. एका कोपऱ्यात दोघे भेटले आणि एकमेकांशी अनोळखीपणे वागायचे आणि ब्रिटिश हद्दीच्या बाहेर पडेपर्यंत एकमेकाला भेटायचेही नाही, असे त्यांनी ठरविले.

सिलोन हे त्या वेळी ब्रिटिश अमदानीखाली होते. त्यामुळे तिथून बाहेर पडतानाही पुन्हा पांडुरंगाला त्रास होण्याची – पकडला जाण्याची – शक्यता होती. उलट नायडूकडे रीतसर तिकीट होतेच, शिवाय त्याच्याकडे आवश्यक ती कागदपत्रेही

होती. परदेशी शिक्षणाकरता जात असल्याचे सर्व पुरावे त्याच्याकडे होते. त्या काळातल्या रीतीनुसार व्यवस्थित कपडेलत्ते घातलेला, सभ्य वाटणारा हनुमंत नायडू भारतीय उद्योगपतींबरोबर प्रवास करत होता. पांडुरंग मात्र पोलिसांना पाहिजे असलेला आणि मुंबईच्या चाळीमधील तात्पुरत्या वास्तव्याने एकटा पडलेला, काहीसा कृश झालेला असा होता.

> *कोलंबोमध्ये बंदरावरचे पोलीस जहाजावर आले आणि त्यांनी मी कोण म्हणून विचारलं. मी शांतपणे सांगितलं की, मी फ्रेंच जहाजावरचा हमाल आहे. माझ्या आफ्रिकन खलाश्यांनी माझ्या म्हणण्याला दुजोरा दिला. आणि पोलिसांची समजूत पटली. शेवटी एकदाचं आम्ही कोलंबो सोडलं आणि ब्रिटिश हद्दीच्या बाहेर पडलो.*

खानखोजेंनी १९०६मध्ये भारताचा किनारा सोडला. त्यांच्या जाण्यानंतर, विदर्भ म्हणजे टिळकांच्या कारवायांचे केंद्रस्थान बनले. वॉलपर्ट या संदर्भात लिहितात की, 'महाराष्ट्रीय लोकसंख्या मोठ्या प्रमाणात असलेल्या नागपूर शहरात लोकमान्य टिळकांच्या पक्षाने आपला मोठाच राजकीय प्रभाव निर्माण केला.[३०] भारत सोडताना खानखोजेपुढे केवळ दोनच पर्याय शिल्लक उरले होते. ब्रिटिश सरकारच्या स्वाधीन होऊन, आयुष्यभरासाठी तुरुंगाच्या भिंतींमध्ये सडत राहून, तिथेच एका अनामिकाचे मरण स्वीकारणे किंवा त्यांच्या गुरूंची आज्ञा शिरसावंद्य मानून, सशस्त्र क्रांतीमध्ये आयुष्य झोकून देणे, नशिबात असेल तर तिथेच मरण पत्करणे.

टिळक युगामधील ही मुले आता तरुण झाली होती. पुढची कितीतरी दशके खानखोजे भारतात परतणार नव्हता. मातृभूमीच्या स्वातंत्र्याची लागलेली अनिवार तहान, त्याच्या उभ्या आयुष्याचे मोल मागत होती. या अज्ञाताच्या प्रवासात पांडुरंग निरनिराळे देश पाहणार होता, वेगवेगळे खंड अक्षरशः पायी तुडविणार होता. एका वेगळ्याच दुनियेत पांडुरंग हरवून जायचा होता – कायमचा. त्याच्या मातापित्याचेही पुन्हा त्याला दर्शन होणार नव्हते.

टीप

१. त्यांच्या मृत्यूच्या जेमतेम वर्षभर आधी, त्यांच्या मुलीशी – सावित्रीशी झालेल्या संभाषणातून
२. सीतांशु दास, सुभाष, *अ पोलिटिकल बायोग्राफी*, न्यू दिल्ली, रूपा आणि कंपनी (२००१), पृष्ठ-४०५
३. या वर्षाबद्दल थोडासा संभ्रम आहे. हे वर्ष १८८४ही असू शकते; परंतु अधिकृतरीत्या (१८८६)

४. सीतांशु दास, सुभाष, *अ पोलिटिकल बायोग्राफी,* न्यू दिल्ली, रूपा आणि कंपनी (२००१), पृष्ठ-४०५. बी.आर. सुंठणकर यांचे अवतरण, महाराष्ट्र (१८५८-१९२०) बॉम्बे, पॉप्युलर बुक डेपो (१९९३)
५. पी.एस. खानखोजे यांच्या अप्रकाशित आठवणी, नवी दिल्ली, नेहरू मेमोरिअल लायब्ररी
६. बिपन चंद्र, के. एन. पणिक्कर, मृदुला मुकर्जी, सुचेता महाजन, *इंडियाज स्ट्रगल फॉर इंडिपेन्डन्स,* नवी दिल्ली, पेंग्विन बुक्स इंडिया (१९८८), वेबसाइट : www.maharashtra.gov.in/english/gazetteer/VOL-II/REVOLUTIONARY_1.pdf प्रमाणे – पुण्यामधील स्पेशल प्लेग ऑफिसर मि. रँड आणि लेफ्टनंट आयर्स्ट या दोन युरोपीय अधिकाऱ्यांच्या खुनाच्या बातमीने भारतीय अधिकाऱ्यांना धक्का दिला असेल, तर चार तरुण देशभक्तांच्या देहान्त शासनाच्या बातमीने. देशात असंतोष आणि दहशतीचे वातावरण पसरविले असेल – ते चार तरुण म्हणजे १. दामोदर हरी चापेकर (फाशी : १८ एप्रिल, १८९८) २. बाळकृष्ण हरी चापेकर (फाशी : १२ मे,१८९९)३. वासुदेव हरी चापेकर (फाशी : ८ मे, १८९९) आणि त्यांचा साथीदार ४. महादेव विनायक रानडे (फाशी : १० मे, १८९९). वासुदेव चापेकर, महादेव विनायक रानडे आणि साठे यांना ९ फेब्रुवारी, १८९९रोजी, मुख्य पोलीस अंमलदार रामा पांडू याच्या खुनाच्या प्रयत्नासाठी अटक करण्यात आली. त्याच रात्री आधी या लोकांनी सुपरिंटेंडेंट ऑफ पोलीस मि. ब्रुविन यांना, चापेकर बंधूंबद्दल माहिती दिली, म्हणून गणेश शंकर द्रविड आणि रामचंद्र शंकर द्रविड यांचा खून केला.
७. वि.दा. सावरकर : बुद्धिवादी स्वातंत्र्य सैनिक आणि *'वॉर ऑफ इंडिपेन्डन्स १८५७'* आणि *'हिंदुत्व'* या पुस्तकांचे लेखक. अभिनव भारत (१९०४) आणि हिंदू महासभेचे संस्थापक-सदस्य (१९१५)
८. सीतांशु दास, सुभाष, *अ पोलिटिकल बायोग्राफी,* नवी दिल्ली, रूपा आणि कंपनी (२००१)
९. वरीलप्रमाणे, पृष्ठ-५३
१०. आर.सी. मुजुमदार, *हिस्ट्री ऑफ द फ्रीडम मूव्हमेंट इन इंडिया,* कलकत्ता, फर्मा केएलएम (१९९७), सर मायकेल ओ'ड्वायर यांचे अवतरण
११. स्वामी रामदास : छत्रपती शिवाजी महाराजांचे गुरू
१२. सीतांशु दास, सुभाष, *अ पोलिटिकल बायोग्राफी,* नवी दिल्ली, रूपा आणि कंपनी (२००१)
१३. सौल डेव्हिड, दि इंडियन म्युटिनी (१८५७), यू. के. पेंग्विन बुक्स (२००२)
१४. बिपन चंद्र, के.एन. पणिक्कर, मृदुला मुकर्जी, सुचेता महाजन, *इंडियाज स्ट्रगल ऑफ इंडिपेन्डन्स,* नवी दिल्ली, पेंग्विन बुक्स इंडिया (१९८८)

१५. वरीलप्रमाणे –
१६. स्टॅनले ए वॉलपर्ट, *'टिळक अँड गोखले : रिव्होल्युशन अँड रिफॉर्म इन द मेकिंग ऑफ मॉडर्न इंडिया,'* नवी दिल्ली, ऑक्सफर्ड युनिव्हर्सिटी प्रेस (१९६१)
१७. आर.बी. मुजुमदार *हिस्ट्री ऑफ द फ्रीडम मूव्हमेंट इन इंडिया,* खंड-२ कलकत्ता, फर्मा केएलएम (१९६३)
१८. ए.आर. देसाई *सोशल बॅकग्राउंड ऑफ इंडियन नॅशनॅलिझम,* मुंबई, पॉप्युलर प्रकाशन (१९४८)
१९. पी.एस. खानखोजे यांच्या अप्रकाशित आठवणी, नवी दिल्ली, नेहरू मेमोरिअल लायब्ररी
२०. मुंजे बंधूंपैकी एक – बी. एस. मुंजे – नंतरच्या काळात नागपूरमध्ये भोसले मिलिटरी स्कूलची स्थापना केली.
२१. पी. एस. खानखोजे यांच्या अप्रकाशित आठवणी (मराठी), नवी दिल्ली, नेहरू मेमोरियल लायब्ररी
२२. वरीलप्रमाणे –
२३. जी. पी. प्रधान आणि ए. के. भागवत, *लोकमान्य टिळक,* मुंबई, जयको पब्लिशिंग हाउस (१९५९)
२४. सीतांशु दास यांच्या म्हणण्याप्रमाणे '१९०२ ते १९०४ या काळात लोकमान्य टिळकांनी भारतातील ब्रिटिश राजवटीविरुद्ध उठाव करण्याच्या दृष्टीने क्रांतिकारकांना शस्त्रास्त्रे वापरण्याचे, नेपाळमध्ये प्रशिक्षण देता येईल का, याची पाहणी केली होती. पण त्याला फारसे यश मिळाले नाही.' सीतांशु दास, *सुभाष; अ पोलिटिकल बायोग्राफी,* नवी दिल्ली, रूपा आणि कंपनी (२००१)
२५. शांता साठे, *लोकमान्य टिळक : हिज सोशल अँड पोलिटिकल थॉट,* नवी दिल्ली, अजंठा पब्लिकेशन्स (१९९४)
२६. बिपन चंद्र, के. एन. पणिक्कर, मृदुला मुकर्जी, सुचेता महाजन, *इंडियाज स्ट्रगल फॉर इंडिपेन्डन्स,* नवी दिल्ली, पेंग्विन बुक्स इंडिया (१९८८)
२७. पी. एस. खानखोजे यांच्या अप्रकाशित आठवणी, नवी दिल्ली, नेहरू मेमोरियल लायब्ररी
२८. अजित सिंग, पंजाबचा अतिशय लोकप्रिय क्रांतिकारक नेता, भगतसिंगचे काका आणि काहींच्या मते भगतसिंगचे प्रेरणास्थान
२९. लाला लजपत राय, बाळ गंगाधर टिळक, बिपिनचंद्र पाल
३०. स्टॅनले ए वॉलपर्ट, *'टिळक अँड गोखले : रिव्होल्युशन अँड रिफॉर्म. इन द मेकिंग ऑफ मॉडर्न इंडिया,'* नवी दिल्ली, ऑक्सफर्ड युनिव्हर्सिटी प्रेस (१९६१)

जपान : १९०६

वसाहतवादाचा विस्तार आणि पौर्वात्य देशांची आर्थिक पिळवणूक हे १९व्या शतकाच्या उत्तरार्धाचे वैशिष्ट्य म्हणता येईल. पाश्चिमात्यांनी सारे जग पालथे घालून आर्थिक समृद्धीचे निरनिराळे मार्ग शोधले होते. मसाल्याचे पदार्थ, भारी जड-जवाहीर यांच्या बदल्यात साध्या, हलक्या दर्जाच्या दिखाऊ वस्तू, मिळविण्यासाठी आग्नेय आशियातील लोक वाटेल, ते आर्थिक धाडस करायला तयार होते. फ्रेंच, डच आणि ब्रिटिश लोकांनी आशिया खंडातील या भागात आपल्या वसाहती स्थापन केल्या होत्या. असेच एक जहाज या दोन युवकांना सायगावपर्यंत घेऊन गेले.

भारताची भूमी सोडल्यापासून दोघांना प्रथमच थोडी शांतता लाभली होती. ब्रिटिश पोलीस आता आपल्या मागावर येणार नाहीत, या विचाराने दोघांना शांत झोप लागत होती. भविष्य डळमळीत होते, अंधारात होते हे खरे; पण याक्षणी तरी दोघे सुरक्षित आणि म्हणून शांत होते. खानखोजे आपल्या कामात गर्क झाले. तसे इथले काम आणि हा सगळाच प्रवास एकदम सुरळीत होता. काहीही महत्त्वाचे, वेगळे इथे घडणार नव्हते. अपवाद फक्त नायडूंच्या आजारपणाचा. त्यांना बोट लागली आणि त्यांनी अंथरूण धरले. आजार इतका वाढला की, 'सायगावला पोहोचताच, ही बोटच नष्ट करीन आणि सशस्त्र क्रांतीची सगळी स्वप्नं विसरून जाईन,' अशी घोषणा त्यांनी केली.

डेकवरच्या एका कोपऱ्यात माझी निजण्याची सोय केली गेली होती. अर्थातच सुरुवातीला तिथे झोप लागणं शक्यच नव्हतं. जहाज सारखं हलायचं. त्याची सवय नव्हती. अखेर मी एक दोर घट्ट धरून ठेवून पहाट होण्याची वाट बघत बसायचो.

पहाट व्हायची आणि खलाशी डेक धुवायला यायचे. ते मला हाक मारत सुटत. हे फ्रेंच खलाशी स्वभावाने अगदी उद्धट आणि शिवराळ होते.

सतत शिव्या द्यायचे. मला आत्तापर्यंतच्या आयुष्यात असं कोणी वागवलं नव्हतं. डेकवर रोजचे खाण्यासाठीचे प्राणी मारले जायचे. आणि मग ती जागा मला साफ, स्वच्छ करावी लागे. डेकवरच्या प्रवाशांना रोज ताजं मांस देण्यात येत असे. पण माझ्यासारख्या कट्टर ब्राह्मणाच्या दृष्टीने हे काम अशक्य कोटीतलं होतं. मला त्याची भयंकर शिसारी यायची, पण करावं लागायचंच! दुसरा पर्याय नव्हता.

जहाजावरचे आफ्रिकन कामगार त्याच्या उलट, खूप दयाळू, प्रेमळ स्वभावाचे होते. स्वयंपाकघरात नीटनेटकं काम कसं करायचं, टापटीप कशी ठेवायची हे त्यांनीच मला शिकवलं. पुढे मी त्यांची न्याहरी बनवायला लागलो.

एक दिवस अचानक समुद्रात वादळ आलं आणि काहीही काम करणं अशक्य होऊन बसलं. खलाशी तरीही माझ्यावर चिडले. मला त्यांनी बाहेर हाकलून दिलं. पण आफ्रिकन मित्र मदतीला आले. त्यांनी माझी बाजू घेऊन खलाशांना समजावलं. आणि अखेर उशीरा रात्री मला झोपायला जायची परवानगी मिळाली. मग माझ्या आफ्रिकन मित्रांच्यात झोपलो. रात्री त्यांनी 'कित्येक वर्षात असं इतकं मोठ वादळ आलं नव्हतं' असं सांगितलं.

मजल दरमजल करीत अखेर जहाज सायगावच्या किनाऱ्याला लागले. त्या वेळी म्हणजे १९०६मध्ये इंडो-चायना ही फ्रेंचांची वसाहत होती. परदेशी किनारा प्रथमच दृष्टीला पडत होता. पांडुरंग आणि हनुमंताची नजर ठरेना. त्यांना स्वर्गात आल्यासारखे वाटायला लागले. आयुष्यात प्रथमच इतका मोकळा श्वास घेता येत होता. रिक्षा करून दोघंही हिंदू देवळाकडे निघाले. दोघेही इतके पक्के भारतीय दिसत होते की, रिक्षावाल्याला देवळाकडे जायचंय असे सांगावेच लागले नाही. देवळात त्यांना आश्रय मिळाला. राहायची, जेवणाची फुकट सोय झाली. आता त्यांनी सायगावमधल्या दक्षिण भारतीयांना भेटायला सुरुवात केली. सायगावमध्ये मोठ्या संख्येने दक्षिण भारतीय लोक स्थायिक झालेले होते. पण त्यांच्याशी संपर्क साधायचा म्हणजे सगळे खुणांनी बोलावे लागायचे. त्या लोकांची भाषा म्हणजे अनेक भाषांची खिचडी असलेली अशी विचित्र भाषा होती. ती समजणे दोघांना शक्यच नव्हते. अखेर त्यांना एक पाद्री भेटला. त्याला तेलगू भाषा येत होती आणि हनुमंत नायडू तेलगुतून त्याच्याशी संवाद साधू शकत होता.

ज्या कामासाठी दोघं इथवर आले होते ते काम सुरू झाले – ब्रिटिशांविरुद्ध प्रचार! हे काम एव्हाना त्यांच्या इतके अंगवळणी पडले होते की, ज्या सहजपणे आपण श्वास घेतो, तशाच नकळतपणे ते या कामाला लागत असत. काही दिवस

काम केल्यावर मात्र दोघांच्या लक्षात एक गोष्ट आली. इथले लोक अतिशय दरिद्री होते. रोजच्या भाकरीच्या शोधात ते इथपर्यंत येऊन पोहोचले होते. त्यामुळे त्यांना 'भारताचे स्वातंत्र्य' वगैरे गोष्टींमध्ये अजिबात रस नव्हता. राष्ट्रभक्तीने ओथंबलेल्या त्यांच्या भाषणांना जो एक आवेशयुक्त प्रतिसाद त्यांना अपेक्षित होता, तो मिळेना. इथे कोणतेच खास असे राजकीय वातावरण नव्हते. रोजच्या दोन घासांसाठी अफाट कष्ट करणाऱ्या या लोकांना मायदेशाचे स्वातंत्र्य वगैरे कल्पनांसाठी सवडच नव्हती. त्यांना समजाविणे हे पालथ्या घड्यावर पाणी असल्याचे पांडुरंग आणि हनुमंत दोघांच्याही लवकरच लक्षात आले. दोघेही निराश झाले. तुटल्यासारखी भावना दोघांच्या मनात निर्माण झाली. आता लवकरात लवकर, लष्करी प्रशिक्षणाच्या शोधात जपानला जाणे आवश्यक होते. तिसऱ्या वर्गाची तिकिटे काढता येतील एवढे पैसे त्यांच्याकडे होते. समुद्राची भीती बाजूला ठेवून, दोघेही योकोहामाला जाणाऱ्या जहाजावर चढले.

अभावितपणे दोघेही एका नव्या जगात प्रवेश करत होते. चीन आणि जपान ही दोन्ही जुनी साम्राज्ये उत्क्रांतीच्या काठावर उभी होती. १८९५मध्ये झालेली सीनो-जॅपनीज लढाई जपानचे सर्वच क्षेत्रातील प्रभुत्व अधोरेखित करून गेली होती. जपानने आपल्या शैक्षणिक पद्धतीमध्ये आमूलाग्र सुधारणा घडवून आणल्या होत्या. पूर्व आणि पश्चिमेकडील देशांमध्ये जे जे काही चांगले होते, ते उचलून, त्याच्या एकत्रीकरणातून जपानने उत्क्रांतीच्या नवीन जगात पाऊल टाकले होते. जे काही करायचे ते अगदी शांतपणे, व्यापारी वृत्तीने हे जपानचे मोठे वैशिष्ट्य होते. १९०२मध्ये जपानने ग्रेट ब्रिटनबरोबर करार केला. जपानचे नौदल ब्रिटिश नौदलाच्या आराखड्यावर उभे होते. १९०४मध्ये रशिया-जपान युद्धात या जपानी नौदलाने रशियावर जबरदस्त पराभव लादला होता. जपानच्या या विजयाचे जगभर अनेक पडसाद उमटले. मुळात, युरोपच्या प्रचंड लष्करी ताकदीला शह बसला होता. या भागात जपान हेच शक्तिशाली राष्ट्र असल्याचे कटू सत्य युरोपला मान्य करावेच लागले होते. त्याचबरोबर, इराक, टर्की आणि काही प्रमाणात भारताच्याही या युद्धामुळे एक गोष्ट लक्षात येऊन चुकली होती की, युरोपसारखी प्रगती, विकास जर साधायचा असेल, तर पाश्चिमात्य विज्ञान आणि तंत्रज्ञान आत्मसात करणे अत्यंत गरजेचे आहे.

चीनमधील राजकीय खळबळ अखेर १९००मध्ये झालेल्या बॉक्सर क्रांतीने शमली. या गदारोळात चीनमधील ख्रिश्चन बांधवांची अमानुष कत्तल झाली होती. मादक द्रव्यांचा व्यापार आणि पाश्चिमात्यांचा स्वैराचार अशा बेधुंद वातावरणामुळे चीनचे नैतिक बळ खालावले होते. देशाच्या चालू असलेल्या ठिकठिकाणच्या संघर्षांमध्ये,पाश्चिमात्यांच्या शस्त्रास्त्रांची ताकद प्रकर्षाने जाणवत होती. एके काळी

प्रबळ असलेले मांचू साम्राज्य उतरणीला लागले होते. त्यातच पाश्चात्य लोक व्यापारी आणि राजकीय गुंतागुंत वाढवायला हातभार लावत होते. अंतर्गत सुव्यवस्था पूर्णपणे ढासळलेल्या चीनमध्ये विद्यार्थी संघटना लाचखोरी, काळाबाजार या गोष्टींविरुद्ध संघर्ष करत होत्या. त्यांना देशात लोकशाही हवी होती. ही मागणी लक्षात घेऊन, चीनमध्ये लोकशाहीची स्थापना करण्याचा स्पष्ट उद्देश नजरेसमोर ठेवून डॉ. सन यत् सेन हा आधुनिक नेता चीनच्या राजकीय-सामाजिक क्षितिजावर उदयाला येत होता. त्यांना आयुष्यातला बराच काळ जरी तुरुंगात काढावा लागला होता – तोही जपानमध्येच – तरीही सन यत् सेन यांनी चीनमधील विद्यार्थी जगाला आकृष्ट केले होते.

> *भारत ते सायगाव प्रवासातल्या त्या भयंकर भीषण वादळाला घाबरून, पुन्हा आयुष्यात बोटीवर पाय न ठेवण्याची शपथ विसरून आम्ही दोघं, अखेर सायगावहून जपानमधल्या योकोहामाला जाणाऱ्या एका फ्रेंच जहाजावर चढलो. हा प्रवास फारच शांतेतत पार पडला. समुद्र शांत होता आणि आम्ही दोघंही एकमेकांबरोबर होतो.*
>
> *जहाजावर बरेच चिनी विद्यार्थी होते. ते हाँगकाँगला निघाले होते. चिनी लोकांशी यापूर्वी आमचा कधीच संबंध आलेला नव्हता. प्रथम ते विद्यार्थीही आम्हाला टाळायचे. पण त्यांना जेव्हा समजलं की, आम्ही देशाच्या स्वातंत्र्यासाठी आमचा देश सोडला आहे, तेव्हापासून ते आमच्याशी बोलायला लागले. ते आम्हाला नेहमी एकच प्रश्न विचारायचे, "ब्रिटिशांनी जी आमची लूट चालवली आहे, तिथे भारतीय लष्करातील सैनिक काय मदत करू शकतील?" आमच्याजवळ उत्तर नसायचे. चीनच्या इतिहासाबद्दलचं आमचं अज्ञान, तिथल्या जुलमी राजवटीमुळे, चीनमध्ये चाललेली व्यक्तिगत स्वातंत्र्याची, मूलभूत अधिकारांची पायमल्ली – या कशाबद्दलच आम्हाला काहीही माहीत नव्हतं. आमचं हे प्रगाढ अज्ञान पाहून त्यांना धक्काच बसायचा.*
>
> *आम्ही त्यांच्याशी बोलू शकायचो ते फक्त भारताबद्दल. ब्रिटिश राजवटीनी आमच्यावर लादलेली क्रूर, अन्यायी अमानुष दडपशाही, त्यापायी जनतेचे होणारे हाल याबद्दल आम्ही बोलायचो. १८५७च्या बंडाच्या कथा मनात अजून ताज्या होत्या. त्या कथा सांगून आम्ही आमच्या महत्त्वाकांक्षा, आमचं क्रांतीचं उद्दिष्ट याबद्दल चिनी विद्यार्थ्यांशी भरभरून बोलायचो.*

हाँगकाँग आले. पण आम्हाला बंदरात उतरायला परवानगी नव्हती. कारण त्यासाठी आवश्यक ते कागदपत्रं आमच्याकडे नव्हते. आमचे जहाजही बेटापासून लांब अंतरावर नांगरण्यात आले होते. त्या रात्री डेकवर उभे राहून दूर शहरातले

चमचमणारे दिवे, त्यांची शोभा पाहत आम्ही घालवली. एवढी रोषणाई बघून नकळत मनात 'दिवाळी' आठवली आणि अर्थातच घरची आठवण जागी झाली.

सायगाव ते योकोहामा प्रवासातील हाँगकाँगपर्यंतचा हा पहिला टप्पाच पांडुरंग आणि हनुमंतला खूप काही शिकवून गेला. भारताची भूमी सोडल्यापासून खरोखरीच महत्त्वाचा असा हा पहिलाच अनुभव होता. नकळतपणे, डॉ. सन यत् सेन यांच्या क्रांतिकारक विद्यार्थी अनुयायांशी त्यांनी संबंध जोडला होता. या विद्यार्थ्यांपैकी काहींना इंग्रजी बोलता येत होते. त्यामुळे या दोन भारतीयांशी ते मनमोकळेपणाने संवाद साधू शकले. या चर्चांमधून एक महत्त्वाचा निर्णय झाला, तो म्हणजे भारत आणि चीन या दोन्ही अत्यंत पुरातन अशा संस्कृतींची दडपशाहीच्या मगरमिठीतून सुटका झालीच पाहिजे. आंतरराष्ट्रीय राजकारणामधील खानखोजेंचे हे पहिलेवहिले पाऊल! बरेच काही शिकवून जाणाऱ्या या अनुभवाचे श्रेय जाते, ते लांबवरचा स्वास्थ्यपूर्ण प्रवास आणि प्रवासादरम्यान झडलेल्या उत्साही, प्रेरणादायी चर्चांना! लोकमान्य टिळकांचे नेतृत्व आणि प्रभावी व्यक्तिमत्त्व, तसेच सर्व समस्यांकडे पाहण्याचा त्यांचा बौद्धिक दृष्टिकोन याची तुलना, या चर्चांच्या दरम्यान नेहमी, डॉ. सन यत् सेन यांच्याशी केली जात असे. चिनी विद्यार्थी आणि हे दोघे भारतीय तरुण यांच्यात जी गाढ मैत्री, बंधुत्वाची भावना वाढीस लागली, ती नंतर एकमेकांच्या सहकार्यामध्ये बहरास आली.

या चर्चांच्या दरम्यान, खानखोजेंनी अशी एक कल्पना मांडली की, हाँगकाँगही ब्रिटिश राजवटीखालीच आहे. तेव्हा भारतातील परिस्थिती कशी आहे, ब्रिटिशांच्या दंडेलीपायी भारतीयांचे श्वास कसे घुसमटत आहेत याची खरी, स्पष्ट कल्पना चिनी विद्यार्थ्यांनी हाँगकाँगमध्ये नोकरीस असणाऱ्या भारतीय सैनिकांना द्यावी आणि त्याचवेळी हाँगकाँगमधील भारतीय सैनिकांकडून माहिती आणि मदत मिळविण्याची योजना खानखोजेंनी स्वतः आखावी. अशा तऱ्हेनी चीनबरोबर हातात हात घालून, ब्रिटिश सत्तेला शह देण्याचा प्रयत्न करावा.

हाँगकाँगपर्यंतच्या प्रवासातील ही मैत्री खानखोजे आणि नायडू यांना पुढे केवळ जपानमध्येच नाही, तर अमेरिकेमध्येही उपयोगाला आली. हाँगकाँगला उतरताना, चिनी मित्रांनी जपानमधील आणखी काही चिनी क्रांतिकारकांना देण्यासाठी म्हणून या दोघांना ओळखपत्रे दिली.

प्रवासाचा पुढचा टप्पा होता शांघाय. पण इथेही दोघे उतरू शकले नाहीत. कारण कागदपत्रे नाहीत. चिनी मित्र हाँगकाँगला उतरून गेले. त्यांच्याशी मैत्रीपूर्ण संबंध प्रस्थापित करता आले. परंतु शांघायमध्ये जे चिनी विद्यार्थी जहाजावर चढले त्यांना इंग्रजीचा गंधही नव्हता आणि खानखोजे आणि नायडू दोघांनाही चिनी भाषा येत नव्हती. नव्याने मैत्री होण्यात भाषा हा मोठाच अडसर ठरला. शिवाय या दोघांना

इतरही प्रश्न समोर होतेच. अमेरिकेला जाण्यासाठी म्हणून नायडूला जे पैसे दिले होते, ते एव्हाना संपायला आले होते. समोर जपानचा किनारा दिसू लागला होता. तिथल्या अत्यंत मनमोहक सृष्टिसौंदर्यने दोघांना काही काळ आपल्या प्रश्नांचा विसर पडला.

अचानक आम्हाला फार असुरक्षित वाटायला लागलं. आमच्याजवळ जपानमधल्या चिनी क्रांतिकारकांना देता येतील अशा काही ओळखपत्रांशिवाय काहीच नव्हतं. ओळखीचं, मित्रासारखी मदत करणारं कोणी नाही, खिशात दमडी नाही, असे आम्ही दोघं अनोळखी जगात फेकल्यासारखे झालो होतो. आपल्या भूमीपासून, लोकांपासून तुटल्याची, एकटेपणाची भावना मन घेरून टाकत होती.

समोरचा किनारा, अनोळखी पक्ष्यांचे थवे, छोटी-छोटी खडकाळ बेटं, आणि किनाऱ्यावर उभ्या असलेल्या झोपड्या मिळून एखाद्या सुंदर उद्यानाचा आभास निर्माण करत होत्या. अशी स्वच्छता, नीटनेटकेपणा आणि इतकं निखळ सृष्टिसौंदर्य आम्ही यापूर्वी कधीच पाहिलं नव्हतं.

दुसरा दिवस उजाडला आणि योकोहामा बंदर डोळ्यांपुढे पूर्णपणे उलगडलं. इतर बंदरांपेक्षा हे बंदर खूपच वेगळं वाटलं. लोकांचे पोशाख जरा विचित्रच वाटले, पण लोकं किती नम्र, किती प्रेमळ होती. एकूण सगळं जरा वेगळं, विचित्र होतं. पण तरीही खूप सुंदर होतं.

बंदरावरची लोकं वागायला, बोलायला जरी नीट वाटली, तरीही ती थोडी सावध, शंकेखोर अशी होती. खानखोजेंकडे भारत सोडताना कोणतीही कागदपत्रे नव्हती, आणि हनुमंत नायडूकडे तरी काय, विद्यार्थी म्हणून ओळख देणारी अगदी प्राथमिक स्वरूपाची काही कागदपत्रे होती इतकेच! पासपोर्ट ही कल्पनाच भारताला त्या काळात अनोळखी होती. कस्टम अधिकाऱ्यांसमोर उभे राहायची वेळ आली, त्या वेळी जहाजाच्या कप्तानाने मध्यस्थी केली. विद्यार्थी म्हणून जपानमध्ये शिक्षणासाठी जात आहोत, असाच आभास त्यांनी पहिल्यापासून निर्माण केला होता. त्यामुळे इथे त्यांची सहज सुटका झाली. जपानी रीतीभाती, पद्धतींशी झालेली ही दोघांची पहिलीच ओळख. दोघांनाही अतिशय अगत्याने रेल्वे स्टेशकडे जाण्यासाठी आणि टोकियोची तिकिटे खरेदी करण्यासाठी मदत करण्यात आली.

टोकियोमध्ये येताच त्यांनी 'इंडिया हाउस'ची चौकशी केली. पण इंग्रजी भाषा कोणालाच समजेना, बोलणे तर लांबच! आपले म्हणणे समोरच्याला कळण्यासाठी दोघांना वारंवार पोलिसांची मदत घ्यावी लागत होती. जपानी पोलिसांचे अत्यंत सभ्य आणि मार्दवपूर्ण वागणे दोघांनाही आश्चर्यात टाकत होते. मग त्यांच्या लक्षात आले,

अरे, हे तर एका स्वतंत्र राष्ट्रामधील पोलीस दल आहे आणि त्यामुळे सर्वसामान्य माणसाला मदत करण्याची, त्याचे संरक्षण करण्याची त्यांची वृत्ती आहे. आपली जबाबदारी ओळखून ते सामान्य माणसाशी वागत आहेत.

अखेर दोघे 'इंडिया हाउस'मध्ये पोहोचले. टोकियोमध्ये शिकणारे भारतीय विद्यार्थी त्यांना इथे भेटले. तिथल्या पद्धतीप्रमाणे, या दोघांच्या आगमनाची बातमी तिथल्या वृत्तपत्रात छापून आली होती आणि विद्यार्थी त्यांना भेटायला अतिशय उत्सुक होते. दोघांचे भावपूर्ण स्वागत करण्यात आले. भारतीय पद्धतीच्या जेवणाचा बेत आखण्यात आला होता. परंतु अगदी लवकरच पांडुरंग खानखोजे आणि हनुमंत नायडू या दोघांच्याही एक गोष्ट लक्षात आली. त्यांना वाटली होती, तशी इथली परिस्थिती नव्हती. इंडिया हाउसमध्ये राहणाऱ्या विद्यार्थ्यांमध्ये वर्गभेद आणि अंतर्गत राजकारण इतक्या मोठ्या प्रमाणावर होते की, विद्यार्थ्यांच्या आपापसातील वागण्यावरून ते चटकन नजरेत भरायचे. अधरचंद्र लष्कर नावाच्या एका मुलावर या सगळ्या विद्यार्थ्यांचा डोळा होता. तो एक गरीब विद्यार्थी होता आणि एका जपानी कुटुंबात राहायचा. जातीने बंगाली, वृत्तीने देशभक्त, क्रांतीची सुप्त इच्छा बाळगणारा लष्कर 'अनुशीलन समिती'चा सभासद होता. आणि इथे – इंडिया हाउसमध्ये – मात्र सगळ्यांच्या टिंगलटवाळीचा विषय बनला होता. कारण केवळ त्याची गरीबी! खानखोजे आणि नायडूंना इंडिया हाउसमध्ये राहणे परवडणारे नव्हतेच. शिवाय इथल्या सधन, संपन्न विद्यार्थ्यांशी त्यांचे पटणारही नव्हते. दोघेही बाहेर पडले. त्यांना लष्करचा शोध घ्यायचा होता. भारताबाहेर दोघांना प्रथमच असा श्रीमंतीचा खोटा दिमाख आणि गरीब-श्रीमंतांमधला भेदभाव पाहायला मिळाला. आणखीही एक गोष्ट त्यांच्या लक्षात आली की, इथे आलेले बहुतेक विद्यार्थी आपली स्वत:ची शैक्षणिक पात्रता वाढवून नंतर व्यापार-उद्योग करून केवळ पैसा कमविण्याच्या उद्देशाने इथे आलेले आहेत. त्यांना भारताच्या स्वातंत्र्याशी काहीही देणे-घेणे नाही.

लष्कर त्यांना सापडला. एका घड्याळ बनविणाऱ्या माणसाच्या घरी तो पेईंगगेस्ट म्हणून राहत होता. त्याने खानखोजेंना जागा मिळवून दिली. जवळ पैसे अगदी कमी होते. त्यामुळे खानखोजेंना एक स्वस्तातली स्वस्त जागा भाड्याने घ्यावी लागली. इतक्या छोट्या टीचभर खोलीत राहून खानखोजे बचतीची कला शिकले. अगदी बेताचे पैसे, छोटीशी जागा, प्रत्येक टाकाऊ वस्तूचाही पुन्हा वापर करायला शिकताना, खानखोजे मातीच्या प्रत्येक इंचावर झाड लावण्यास शिकले आणि जपानी लोकांच्या अंतर्गत सजावटीच्या पारंपरिक कलेचा, अगदी छोट्याशा जागेतही कलात्मक सौंदर्याचा आविष्कार घडविण्याच्या कलेचा खानखोजेंच्या मनावर बराच परिणाम झाला. जपानी कला-संस्कृती-रीतिरिवाज-भाषा सगळे काही शिकून घेण्यास त्यांनी सुरुवात केली. निश्चयपूर्वक आणि नि:स्वार्थीपणे केलेले काम, हीच खरी देशसेवा

असा जपानी लोकांचा ठाम विश्वास होता. खानखोजेंच्या लवकरच लक्षात आले, की, संस्कृती, कामावरची निष्ठा आणि प्रखर राष्ट्रभक्ती याच गुणांच्या जोरावर जपानने एवढी मोठी प्रगती साधली होती.

दरम्यान दोघा मित्रांनी इंग्रजीच्या शिकवण्या सुरू केल्या. जपानमधील ज्या अशिक्षित मजुरांना अमेरिकेला स्थलांतर करायचे होते, त्यांना तिकडे काम मिळण्याच्या दृष्टीने इंग्रजी येणे आवश्यक होते. त्या मजुरांना इंग्रजीचे धडे देण्याचे काम दोघांनी सुरू केले आणि या शिकवण्यांच्या बदल्यात खानखोजे आणि नायडूंना बरीच इतरही मदत मिळाली. महाराष्ट्रामधून गोविंदराव पोतदार नावाचे गृहस्थ उत्तर कोरिया, रशिया, चीन, जपानच्या दौऱ्यावर आले होते. त्यांनी स्थापन केलेल्या इंडो-जॅपनीज असोसिएशनचे सदस्यत्व दोघांना मिळाले. या असोसिएशनने काही भारतीय आणि जपानमधील काही नामांकित उच्च पदस्थांना एकत्र आणले होते. विशेष म्हणजे त्यावेळचे जपानचे पंतप्रधान काऊंट ओकुमांचा त्यात समावेश होता – सक्रिय सहभाग होता. काऊंट ओकुमा असोसिएशनचे अध्यक्ष होते. सर्व सदस्य महिन्यातून एकदा ओकुमांच्या घरी भेटत असत. अशाच एका बैठकीनंतर या दोघांना चहासाठी निमंत्रण देण्यात आले. काऊंट ओकुमांना भारताबद्दल अतिशय प्रेम आणि आदर वाटत असे. भगवान बुद्धांच्या काळापासून या दोन देशांमध्ये जे सांस्कृतिक संबंध चालत आलेले होते, त्याचे ओकुमांना फार अप्रूप होते. त्यांनी अनेक शैक्षणिक सुधारणा घडवून आणल्या होत्या, तसेच 'वासेदा' विद्यापीठाची स्थापना केली होती. जपानी आणि भारतीय संस्कृतीमध्ये जे अनेक बाबतीत साधर्म्य होते त्यावर विद्यापीठातील संस्कृतचे प्राध्यापक हिराई यांच्याशी विचारविनिमय, चर्चा करण्यासाठी खानखोजे वरचेवर जात असत. खानखोजे आणि नायडूंनी काऊंट ओकुमांची गुप्तभेट घेऊन त्यांच्याशी आपल्या क्रांतीच्या उद्दिष्टांबद्दल चर्चा करू या असे ठरविले.

शतकानुशतकांच्या गुलामगिरीने आमची संस्कृती, आमच्यातील राष्ट्रीयत्वाची-स्वातंत्र्याची उर्मी जणू गिळंकृत केली होती. त्या उलट आपल्या समृद्ध पुरातन संस्कृतीच्या पायावर आधुनिक, प्रगत अशा तंत्रज्ञानाच्या मदतीनी, स्वतंत्र राजकीय विचारांच्या आधारावर जपाननी स्वत:चं आधुनिक राष्ट्र उभं केलं होतं.

काऊंट ओकुमांचा भारताच्या स्वातंत्र्याच्या बाजूनीच कल होता. पण त्यांचे हात बांधलेले होते. ब्रिटन आणि जपानमध्ये झालेल्या करारानुसार ते आमच्या कार्यात आम्हाला उघडपणे मदत करू शकत नव्हते. लष्करी प्रशिक्षणाचं माझं मूळ उद्दिष्ट होतं आणि त्यासाठी ओकुमांची काहीच मदत होण्यासारखी नव्हती. शिवाय खाजगीरीत्या हे प्रशिक्षण घेणं तर केवळ

अशक्य होतं. त्याचबरोबर काऊंट ओकुमांनी आम्हाला एक सल्ला दिला की, आम्ही डॉ. सन यत् सेन यांच्या चळवळीशी आमच्या क्रांतीच्या विचाराची तुलना करू नये. दोन्हींमध्ये खूप फरक आहे. मुळात डॉ. सन यत् सेन यांच्यामागे भरभक्कम विद्यार्थीसेना उभी आहे आणि त्यांना ब्रिटिशांशी लढायचं नाही.

तरीही दिनांक २ नोव्हेंबर, १९०७ रोजी कोबे येथील 'चेंबर ऑफ कॉमर्स'मध्ये भाषण करताना, काऊंट ओकुमा म्हणाले होते, 'पाश्चात्यांच्या जुलमी राजवटीखाली दडपलेले भारतीय आज मुक्ततेसाठी जपानकडे आशेने बघत आहेत.'[१] 'परदेशी मालावर बहिष्कार टाकण्यासाठी भारतात, सर्वदूर उठाव होत आहेत. अशावेळी जपानने त्यांच्या मदतीला धावून न जाणे म्हणजे भारतीयांना निराश करण्यासारखे आहे.' असेही ते आपल्या भाषणात म्हणाले.

भारत व जपान यांच्या दरम्यान उठणाऱ्या या क्रिया- प्रतिक्रियांमुळे राष्ट्रवादाचा विचार पसरविण्यास खूप मदत झाली. नंतरच्या काळात, विशेषत: दुसऱ्या महायुद्धात भारतीय क्रांतिकारकांना, 'इंडो-जॅपनीज' असोसिएशन, ही जागा मोकळेपणे विचारविनिमय, विचारांचे आदान-प्रदान, चर्चा करण्याच्या दृष्टीने सर्वाधिक विश्वासार्ह जागा ठरली.

खानखोजे आणि नायडूंनी एक छोटेसे क्रांतीकेंद्र उभे केले. त्याला नाव दिले, 'इंडिया-इंडिपेंडन्स लीग.' जवळपासचे समविचारी मित्र त्यात सामील झाले आणि आपले प्रचाराचे काम या लीगने उत्साहाने सुरू केले.[२] सांकेतिक नावांची पद्धत त्यांनी सुरू केली. त्यानुसार खानखोजेंचे नाव ठेवण्यात आले 'बारगीर.' प्राचीन काळी बंगालमध्ये जे मराठा सैनिक छापे घालून लूटमार करीत असत त्यांना 'बारगीर' म्हणत. त्यांच्यावरून हे नाव ठेवण्यात आले. नंतरच्या काळात, म्हणजे १९१५मध्ये गदरचे क्रांतिकारक नेते रासबिहारी बोस (व्हाइसरॉय लॉर्ड हार्डिंजचा खून करणारे), हेरंबलाल गुप्ता आणि भगवान सिंग यांनी या लीगची धुरा सांभाळली.[३] इंडिया इंडिपेंडन्स लीगने भारत-जपान सहकार्याचा पाया घातला. पहिल्या आणि दुसऱ्या महायुद्धातही हे सहकार्याचे संबंध तसेच अबाधित राहिले.

याच काळात, खानखोजेंना असे समजले की, प्रसिद्ध बंगाली क्रांतिकारक खगेनचंद्र दास, सुरेन मोहन बोस आणि तारकनाथ दास हे तिघेही, खानखोजे जपानमध्ये येण्यापूर्वी नुकतेच दाखल झाले आहेत. लगेच त्यांनी खगेन दास आणि बोस यांच्याशी संपर्क साधला. साधारणत: याच काळात, खानखोजेंनी एका बंगाली विद्यार्थ्याच्या मदतीने आपले गुरू लोकमान्य टिळक यांना सांकेतिक भाषेत संदेश पाठविला. दुर्दैवाने आपल्या क्रांतिकारकाच्या कारकीर्दीमध्ये खानखोजे अशा प्रकारचे केवळ दोनच संदेश लोकमान्यांना पाठवू शकले होते. त्यापैकी हा पहिला. भारत

सोडल्यापासूनचा सर्व साद्यंत अनुभव त्यांनी लोकमान्यांना या संदेशातून कळविला. पण समोर प्रश्न उभा होता पोटापाण्याचा.

हताश झालो होतो आम्ही! लष्करी शिक्षणाचं स्वप्न इथेही धुळीला मिळालं होतं. जपानी भाषा आम्हाला अजिबात येत नव्हती. मनाची उभारी ढासळत चाललेले आम्ही, नोकरीच्या शोधाला लागलो. इतर काहीही असलं-नसलं तरी दोन वेळची सोय तरी व्हायला हवी ना! एक नोकरी मिळाली, पण तीही अगदी तांत्रिक स्वरूपाची. खूपशा शारीरिक कष्टाची. पगार तर इतका कमी की, त्यातून आम्हाला फक्त एक वेळचंच जेवण घेता यायचं. उपासमारीची वेळ आली. तरी मला पर्वा नव्हती – वाटेल तसे श्रम पडले, तरी मला पर्वा नव्हती. मला पर्वा होती ती फक्त माझ्या देशाच्या स्वातंत्र्याची. कारखान्यात मी प्रचंड कष्ट करत असे. लवकरच स्फोटकं हाताळण्याचं कौशल्य मी शिकून घेतलं. या सगळ्यात, इंडिया हाउसमध्ये जाऊन तिथल्या मित्रांना भेटायला वेळच मिळायचा नाही. कष्ट, कष्ट आणि केवळ कष्ट! उजाडल्यापासून अंधार पडेपर्यंत कामच करत राहायचो मी.

खानखोजे एका पत्र्याच्या कारखान्यात मजूर म्हणून काम करत होते. धातूच्या पत्र्यावर चित्रे छापून, त्याच्या पेट्या बनविण्याचा तो कारखाना होता. विविध प्रकारची ॲसिड्स, स्फोटके हाताळणे आता त्यांना जमायला लागले होते. एक जपानी मित्र भेटला होता. दोघे एकमेकांना जपानी आणि इंग्रजी भाषा शिकवायचे. कारखान्यात जाता-येताना आणि काही आवश्यक वस्तूंची खरेदी करताना या शिकवणीला वेळ मिळायचा.

या सगळ्या कारणांनी नायडू अतिशय निराश झाले. ज्या प्रकारचे आयुष्य त्या दोघांना जगावे लागत होते, त्याच्याशी जुळवून घेणे त्यांना अशक्य होते. त्यांचे नैतिक-मानसिक बळ पार खच्ची झाले होते. यावर उपाय म्हणून दोघांनी ठरविले की, नायडूंनी अमेरिकेला जावे. इथल्या कष्टप्रद, अर्धपोटी आयुष्यामधून तरी त्यांची सुटका होणे आवश्यक होते. दोघांनी मिळून जे पैसे साठवले होते त्यातून अमेरिकेचे सर्वांत स्वस्त तिकीट काढता आले असते. नायडूंनी अमेरिकेत जावे, तिथे काम करून पैसे साठल्यावर ते खानखोजेंना अमेरिकेत येण्यासाठी पाठवावे असेही ठरले. नायडू अमेरिकेला रवाना झाले. पण पुढे त्यांना खानखोजेंना पैसे पाठविणे जमले नाही. शिकागो युनिव्हर्सिटीतून त्यांनी पदवी घेतली आणि त्याच सुमारास त्यांची तब्येत खालावली, म्हणून ते भारतात परतले. देशाच्या स्वातंत्र्यासाठी लढायचे मनात असूनही, केवळ तब्येतीची साथ न मिळाल्यामुळे नायडूंना भारतात अज्ञातपणे मृत्यू स्वीकारावा लागला. स्वतंत्र भारतामध्ये श्वास घेणे त्यांच्या नशिबी नव्हते.

सायगाव ते हाँगकाँग प्रवासामध्ये मैत्री झालेल्या चिनी विद्यार्थ्यांशी, खानखोजेंनी

संपर्क साधला. त्यांना असे समजले की, डॉ. सन यत् सेन आणि त्यांच्या जपानी मित्रांनी, चिनी विद्यार्थ्यांना लष्करी नेतृत्व शिकविण्यासाठी एक केंद्र स्थापन केले आहे.[४] या केंद्रात चिनी क्रांतिकारक विद्यार्थ्यांना मिलिटरी सायन्सचे धडे देण्यासाठी नेमलेल्या एका जपानी अधिकाऱ्याशी खानखोजेंची ओळख झाली. त्या ओळखीने खानखोजेंनी या केंद्रात आपले नाव दाखल केले आणि लष्करी शिक्षणाचे प्राथमिक धडे गिरवण्यास सुरुवात केली. या काळात त्यांनी, भारतातील सूफी अंबा प्रसाद यांना एका सिंधी व्यापाऱ्याकरवी संदेश पाठवून, या केंद्रात आणखी विद्यार्थी पाठविण्याची विनंती केली. *'मी आणखी काही विद्यार्थी – शक्यतो पंजाबी – पाठविण्यासंबंधी कळविले होते. कारण पंजाबी लोक शारीरिकदृष्ट्या हट्टे-कट्टे असतात. इथले क्रांतिकार्य पुढे नेण्यास त्यांची मदत झाली असती.'*[५] पण या संदेशाचे उत्तर कधीच आले नाही.

दरम्यान, खानखोजेंच्या चिनी मित्रांनी, त्यांना टोकियोमध्ये आलेल्या डॉ. सन यत् सेन यांचे सेक्रेटरी वू शँग[६] यांच्या भेटीसाठी नेले. स्वत:ची महत्त्वाकांक्षा आणि लोकमान्य टिळकांची तत्त्वे याबद्दल खानखोजेंनी वू शँग यांच्याशी चर्चा केली. इतर चिनी क्रांतिकारकांशीही खानखोजेंनी मैत्री संपादन केली. त्यांना इंग्रजी शिकवून त्याच्या बदल्यात शस्त्रास्त्रे वापरण्याची कला, त्यातल्या खाचाखोचा यांची माहिती करून घेतली. त्यानंतर काही दिवसांतच खानखोजेंना डॉ. सन यत् सेन यांची भेट घेण्याची संधी मिळाली. डॉ. सन यत् सेन यांनी खानखोजेंच्या क्रांतीच्या महत्त्वाकांक्षेला पाठिंबा व्यक्त करून त्यांना प्रोत्साहन दिले. शिवाय इंग्रजी शिकविण्याच्या त्यांच्या कार्याबद्दल त्यांचे मन:पूर्वक कौतुक केले. याच भेटीमध्ये डॉ. सन यत् सेन यांनी आणखी एका महत्त्वाच्या विषयाला हात घातला होता – प्रथमच – राष्ट्राच्या विकासामधले शेतीचे स्थान त्यांनी अधोरेखित केले आणि खानखोजेंना याही क्षेत्रात काम करण्याविषयी सुचविले. खानखोजेंच्या समोर कार्याची ही दिशा नव्यानेच उलगडली गेली होती. परंतु सध्यातरी त्यांच्या डोळ्यांपुढे इतर अनेक समस्या होत्या. त्यांचा पाठपुरावा करताना, शेती हा विषय त्यांना त्या वेळी तरी बाजूलाच ठेवणे भाग होते.

नायडूची साथसंगत संपली आणि मला पार एकटेपणा आला. आर्थिक अडचण तर 'आ' वासून उभी होतीच. मी पार कफल्लक झालो होतो. सुरुवातीला निदान भाजी आणणं तरी मला परवडत होतं. पण नंतर-नंतर तेही जमेना. मग नुसता मीठ आणि भातच खायला लागलो. त्याचा तब्येतीवर नाही म्हटलं तरी परिणाम झालाच. दाढी करायला पैसे नाहीत. ती आपली वाढतच राहिली होती. सगळ्या बाजूंनी मला खंगल्यासारखं वाटायला लागलं होतं.

डॉ. सन यत् सेनना माझ्या परिस्थितीची कल्पना आली. त्यांनी लगेच आणखी काही चिनी क्रांतिकारक विद्यार्थी इंग्रजीसाठी माझ्याकडे पाठवले. त्यांना परवडेल, ती फी ते मला द्यायला लागले. मला चिनी भाषेचा तर गंधही नव्हता. पण तरीही त्यांना शिकवण्याची एक पद्धत मी तयार केली. मला खूप नंतर कळलं की, मी तयार केलेली पद्धत ही प्रसिद्ध अशा 'बर्लिट्झ मेथड ऑफ डायरेक्ट टीचिंग'शी मिळती-जुळती होती. चिनी विद्यार्थ्यांशी जसा रोजचा जवळचा संबंध यायला लागला, तसे मला त्यांचे गुण प्रकर्षानी जाणवायला लागले. विशेषत: कोणत्याही बाबतीमधली त्यांची चिकाटी घेण्यासारखी होती. त्यांचा दीर्घोद्योगीपणाही मला खूप आवडला.

चिनी विद्यार्थ्यांशी जसाजसा संबंध वाढत गेला, तसतसा टोकियोमधील चिनी विद्यार्थी आणि टोकियोमध्ये राहणारे भारतीय यांच्यामधील, त्यांच्या परिस्थितीमधील फरक खानखोजेंना स्पष्ट होत गेला. डॉ. सन यत् सेन यांच्यावर जपान सरकारने काही निर्बंध घातले होते. विशेषत: चीनमधील क्रांतीच्या संदर्भात ते उघडपणे काहीही करू शकत नव्हते आणि तिथल्या चिनी विद्यार्थ्यांनाही काही राजकीय बाबतीत बदल घडवून आणण्यात अडचणी येत होत्या. असे असले तरीही, त्यांना त्यांच्या मायदेशाकडून पैसा मिळत असे. देणग्यांच्या रूपात चीनकडून त्यांना पुरेसा पैसा मिळायचा. उलट इथे परदेशात राहणारे भारतीय मात्र दरिद्री अवस्थेत होते. भारताकडून त्यांना त्यांच्या कार्यासाठी कोणत्याही प्रकारे पैसा मिळत नसे. त्यामुळे आपले उद्दिष्ट बाजूला ठेवून रोजच्या दोन वेळच्या जेवणासाठी त्यांना दिवसातले बरेच तास नोकरीधंदा करावा लागत असे. त्यांचा वेळ, शक्ती, बुद्धी अशाप्रकारे वाया जात असे. शिवाय, भारतीय स्वातंत्र्यलढ्याचा प्रभाव कमी करण्याच्या दृष्टीने ब्रिटिश सरकारने सर्व राष्ट्रवादी क्रांतिकारकांना 'दहशतवादी', 'राक्षसी-सैतान' घोषित केले होते. त्यामुळे जपानमधील उच्चशिक्षित, सन्मार्गी भारतीय विद्यार्थ्यांना विश्वासात घेणे क्रांतिकारकांना अवघड जायचे. या चळवळींमधील धोकेही भारतीयांना क्रांतीच्या कार्यात सामील होण्यापासून परावृत्त करण्यासाठी पुरेसे होते.

डॉ. सन यत् सेन यांच्या व्यक्तिमत्त्वाचा, खानखोजेंच्या मनावर चांगलाच ठसा उमटला होता. त्यांच्याशी वेळोवेळी झालेल्या चर्चा, विचारविनिमय, संवाद, यांमधून खानखोजेंना एक गोष्ट स्पष्टपणे जाणवली होती की, भारतातील जातीय व्यवस्था, निरक्षरता आणि एकूण सर्वच बाबतीत उदासीन असलेला समाज या कारणांमुळे भारतात समानता, सामाजिक न्याय प्रस्थापित होणे अशक्य आहे. विचारांच्या देवाण-घेवाणीमुळे खानखोजेंच्या विचारात जी एक प्रगल्भता आली होती, त्यामुळे हाँगकाँग, शांघायमधील भारतीय सैनिकांशी भारतीय स्वातंत्र्याबद्दल बोलताना खानखोजेंना

खूप सुलभता आली, एक आत्मविश्वास आला. या प्रक्रियेचा दुसरा भाग म्हणून चीनमध्ये चिनी क्रांतिकारक भारतीय स्वातंत्र्याचा प्रचार करतील, अशी आशा खानखोजेंना वाटू लागली.[७]

यापुढचा टप्पा म्हणजे क्रांतीच्या विचाराच्या प्रचार, प्रसारासाठी हाँगकाँगला प्रत्यक्षपणे जावे असे त्यांना वाटायला लागले. तिथे जाऊन, तिथे नोकरीत असणाऱ्या भारतीय सैनिकांशी बोलणे खूप परिणामकारक होईल अशी खातरी त्यांना होती. परंतु त्यांच्या चिनी सहकारी बंधूंनी त्यांच्या या कल्पनेला विरोध केला. त्यातील धोका समजावून सांगताना, खुलासा करण्यात आला की, ज्या जहाजाने हाँगकाँगला जायचा विचार खानखोजे करत होते, त्याच जहाजातून काही ब्रिटिश खबरेही प्रवास करणार होते. खानखोजेंना या प्रवासाची कल्पना रद्द करावी लागली. ब्रिटिशांचे दूरवर पसरलेले खबऱ्यांचे जाळे आणि त्यांनी विकसित केलेली गुप्तहेरांची कार्यपद्धत अनेक क्रांतिकारकांना वेळोवेळी अशीच अडचणीची ठरत असे. खानखोजेंना दुसरा काही मार्ग शोधावा लागणार होता.

१९०७मध्ये खानखोजे आणि त्यांच्या जपानमधील मित्रांनी मिळून एक गुप्त संघटना स्थापन केली. तिचे नाव 'क्रांती सेना' ही क्रांती सेना म्हणजे तरुणांचा एक छोटासा गट होता. शस्त्रास्त्रांचा वापर कसा करायचा आणि लष्करी प्रशिक्षणाची मूलतत्त्वे यांचा अभ्यास हा गट करायचा. या केंद्रात लवकरच लष्करी प्रशिक्षण सुरू झाले. लष्कर बंदुकी बनवायच्या कामाला लागला. खानखोजेंना स्फोटकांची माहिती पत्र्याच्या कारखान्यात काम केल्याने झाली होती. खानखोजे इतरांना हे सर्व शिकवायचे. त्यांचे चिनी-जपानी मित्र मात्र कधी कधी या लोकांना हसायचे. केंद्राची प्रगती इतकी धीमी कशी असे त्यांना वाटायचे. भारतीयांमध्ये ऐक्याची भावना नाही, त्यामुळे ते मागे पडतात, त्यांची वेगानी प्रगती होऊ शकत नाही. हे सगळे असे कसे? असे का? हे त्यांना समजायचे नाही.

माझे चिनी-जपानी मित्र विनोदानी म्हणायचे की, जर सर्व भारतीय खरोखरच एकत्र आले, तर एकाच ठोशात ते ब्रिटिशांना उचलून कुठल्या कुठे सहज फेकून देऊ शकतील.

लवकरच आमच्या डोक्यात प्रकाश पडला की, भारतीय जनतेला जागृत करून खऱ्याखुऱ्या क्रांतीसाठी सिद्ध करणं अतिशय गरजेचं आहे. आधुनिक लोकशाहीची समता, बंधुभाव आणि सामाजिक न्याय ही मूलतत्त्वे त्यांना समजावून सांगायला हवीत. राष्ट्रीय स्वाभिमानाची भावना त्यांच्यात जागवली पाहिजे. प्रचार-प्रसाराची मोहीम कशी राबवायची, देशातल्या सर्व स्तरातल्या लोकांना या देशकार्यात सामील कसं करून घ्यायचं, याचा

आम्हालाही अभ्यास करणं, शिकून घेणं जरुरीचं आहे. या दिशेनी खरं तर आमची अजून काहीच तयारी नाही. जपानसारख्या जगाच्या एका कोपऱ्यातल्या देशातून, इतक्या कमी-अपुऱ्या साधनसामुग्रीनिशी आणि केवळ मूठभर स्वयंसेवकांच्या बळावर क्रांती घडवून आणायला निघणं ही केवळ अशक्य गोष्ट आहे, ही अतिशय महत्त्वाची बाब आमच्या लक्षात आली.

जपानमध्ये मी खूप गोष्टी शिकलो. अगदी साबण तयार करायलासुद्धा! पण त्याचा उपयोग काय? तर केवळ 'एक ना धड भाराभर चिंध्या!' अशी माझी अवस्था झाली आहे. छत्तीसगडमध्ये मला भेटलेल्या टोळ्या, माझे क्रांतीचे फुटकळ, अयशस्वी प्रयत्न माझ्या मनश्चक्षूंसमोर तरळून गेले. आतापर्यंतच्या अपयशाच्या विचारानी मन कडवट झालं. पण माझे डोळे खाडकन उघडले. या असल्या किरकोळ कुचकामी प्रयत्नांनी का देशाला स्वातंत्र्य मिळणार आहे? देशाची सेवा खरोखरच करायची असेल, आपलं लक्ष्य गाठायचं असेल, तर दुसरा काहीतरी ठोस मार्ग शोधायला पाहिजे. मी मनाशी पक्का निश्चय केला.

खानखोजेंच्या डोक्यात एक नवीन कल्पना आली. जपानमधील शेतकी कॉलेजमध्ये प्रवेश घ्यावा आणि भातशेती, बागकाम आणि रेशीम उत्पादन शिकून घ्यावे. शेतीवर आधारित असे हे उद्योग म्हणजे जपानचे खास वैशिष्ट्य होते. स्वातंत्र्यानंतर भारतातील शेतीची प्रगती होणे आवश्यक ठरणार आहे. कारण शेती हा भारतीय अर्थव्यवस्थेचा कणा असून त्याकडे दुर्लक्ष करून चालणार नाही. उद्योग वाढणे महत्त्वाचे आहे. हे सर्व खरे, परंतु क्रांतीची हाक ही अधिक प्रबळ होती. आजपर्यंत पाहिलेले ते स्वप्न असे सहजासहजी मनाआड करणे खानखोजेंना केवळ अशक्य होते. 'लष्करी प्रशिक्षण' हा तर त्यांचा 'पवित्र गुरूमंत्र' होता.

भारताने चीन आणि जपानकडून शिकण्यासारखे बरेच काही आहे, असे खानखोजेंना प्रकर्षाने जाणवू लागले होते. झालेल्या चुकांपासून धडा घेऊन, त्वरित त्या सुधारण्याचा त्यांचा गुण विशेष जाणवला. राष्ट्राच्या विकासासाठी त्यांनी आधुनिक तंत्रज्ञानाची कास धरली होती आणि दुसरीकडे जात, धर्म, प्रांतवाद या संकुचित गोष्टींना वळसा घालून, सर्व कार्यात प्राधान्य दिले होते ते राष्ट्राच्या हिताला. याउलट भाषा, पद्धती, चालीरीती, यांमध्ये भारत विखुरला गेला होता, इतकेच नाही, तर ही विभाजितपणाची भावना इथेही इतक्या दूर जपानमध्ये राहणाऱ्या भारतीय विद्यार्थ्यांमध्येही फोफावलेली होती.

खानखोजे वयाने अजूनही खूप लहान होते. जपानमधील वास्तव्यात त्यांच्या व्यक्तिमत्त्वाला एक समतोलपणा प्राप्त झाला. निश्चय अधिकच दृढ झाला. स्वभावात

जो थोडा तऱ्हेवाईकपणा होता, वेडे-अविचारी साहस करण्याची वृत्ती होती, ती बदलून खानखोजे स्थिर, ठाम स्वभावाचे झाले. सत्य परिस्थितीला सरळ सामोरे जाऊन भिडण्याचा बाणेदारपणा अंगी आला. केवळ नुसती राष्ट्रभक्तीची भावना उपयोगाची नाही. स्वातंत्र्याचा मार्ग दीर्घ आणि खडतर असा आहे. त्यासाठी पायाभूत रचना, लोकांची मदत, आधार, पैसा आणि शास्त्रशुद्ध-काटेकोर आखणी या सगळ्याची अत्यंत आवश्यकता आहे, हा महत्त्वाचा विचार खानखोजेंच्या मनात रुजला.

'आपले भविष्य घडवायचे असेल, तर 'अमेरिकेला' जायचे हे सर्वच तरुणांचे स्वप्न असायचे. तेथील सोन्याच्या खाणी तारुण्यातील साहसी वृत्तीला नेहमी साद घालायच्या. कॅलिफोर्निया हे केंद्रस्थान खूप लोकप्रिय होते. खाणमालकांना मजूर, हमाल इत्यादींची गरज असायची आणि जपान आणि चीनमधील बरेच गरीब लोक या कामाच्या आशेनी अमेरिकेला स्थलांतरित झाले होते. इतकेच नाही, तर सोन्याच्या मोहापायी अमेरिकेतील मजूरही शेतीकडून खाणींकडे वळले होते. भारतातील पंजाबी आणि शीख शेतकरी या उद्योगाकडे आकर्षित न झाले तरच नवल होते. त्यांच्यामधील कष्ट करण्याची क्षमता, चिकाटी या गुणांमुळे तर खाणव्यवसायात त्यांचे स्वागतच झाले. अखेर खाणींमधील सोन्याचा साठाही उतरणीला लागला. पण अमेरिकेत मजुरांच्या मागणीमध्ये खंड पडला नाही. आता हे मजूर लाकडांच्या वखारींमधून काम करू लागले. या व्यवसायाला आता भरभराटीचे दिवस आल्यामुळे आशियातील बराच मोठा मजूर वर्ग अमेरिकेच्या पश्चिम किनाऱ्यावर स्थिरावला. १८ एप्रिल, १९०६ रोजी सॅनफ्रान्सिस्को शहर भूकंपाच्या जबरदस्त हादऱ्याने उद्ध्वस्त झाले. जपानमध्ये खानखोजेंना ही बातमी वृत्तपत्रात वाचायला मिळाली. या नैसर्गिक आपत्तीतून बाहेर पडून, शहराचे पुनर्वसन करण्यासाठी कामगारांची मोठ्या प्रमाणात गरज पडणार होती. या संधीचा फायदा खानखोजेंनी उठवणे अगदी स्वाभाविक होते. शिकवण्या करताना त्यांनी थोडेफार पैसे बाजूला टाकले होते. त्यातून अमेरिकेचे स्वस्तातले स्वस्त तिकीट मिळणे शक्य होते. एकूण, खानखोजेंची जपान सोडण्याची वेळ येऊन ठेपली होती.

> *माझ्या लक्षात येऊन चुकलं होतं की, 'शिक्षण' हाच माझ्यासाठी योग्य मार्ग आहे. भारतातला दुष्काळ आणि त्यापायी झालेली परवड, माझ्या डोळ्यांसमोर होती. त्यामुळे आपलं भवितव्य जर सुरक्षित करायचं असेल, तर शिक्षण घेणं आवश्यक आहे. शिवाय आणखी एक विचार होता की, यदाकदाचित, मी अंगिकारलेल्या क्रांतीच्या वाटेवर जर मला अपयश आलं, तरीही मला लोकांना मदत करता यायलाच पाहिजे. समाजासाठी काहीतरी करत राहण्यासाठी शिक्षण आवश्यक आहेच. मग डॉ. सन यत्*

सेन यांनी सुचवल्याप्रमाणे शेतकी शिक्षण का घेऊ नये?

माझा एक चिनी मित्र सॅन फ्रॅन्सिस्कोला निघाला होता. जपानमधून बाहेर पडण्यासाठी मी त्याची मदत मागितली. माझ्याकडे फक्त पैसेच नव्हते असं नाही, तर आवश्यक ती कागदपत्रं, पासपोर्ट कशाचाच पत्ता नव्हता. या बाबतीत माझ्या गुरूंची – लोकमान्य टिळकांची काही मदत होते का, अशी मला आशा होती. पण मी त्यांना पाठवलेल्या संदेशांचं एकही उत्तर त्यांच्याकडून येऊ शकलं नाही. शेवटी मी सर्वांत स्वस्त तिकीट विकत घेऊन सॅन फ्रॅन्सिस्कोला जायची तयारी केली.

'एशियाटिक स्टीअरेज वर्क परमिट लॉज' या कायद्याखाली, त्या काळात जपानी लोक अमेरिकेला जाऊ शकत असत. खानखोजेंच्या मित्राने लपत-छपत, चोरून खानखोजेंना जहाजावर कसाबसा प्रवेश मिळवून दिला आणि अखेर १९०७मध्ये खानखोजेंनी शांत मनाने जपानला अखेरचा रामराम केला. या देशासाठी 'सायोनारा दार निप्पॉन' असे निरोपाचे शब्द खानखोजेंच्या ओठावर सहज उमटले – ज्या जपानने त्यांना आश्रय तर दिलाच, पण खराखुरा राष्ट्रवाद शिकवला, कठोर परिश्रमाचे महत्त्व त्यांच्या मनावर बिंबवले.

टीप

१. टी. आर. सरीन, इंडियन रिव्होल्युशनरी मूव्हमेंट अब्रॉड (१९०५-१९२०), नवी दिल्ली, स्टर्लिंग पब्लिशर्स (१९७९)
२. पी. एस. खानखोजे यांच्या अप्रकाशित आठवणी (मराठी) नवी दिल्ली, नेहरू मेमोरिअल लायब्ररी
३. टी. आर. सरीन, इंडियन रिव्होल्युशनरी मूव्हमेंट अब्रॉड (१९०५-१९२०), नवी दिल्ली, स्टर्लिंग पब्लिशर्स (१९७९)
४. सी.मार्टिन विल्बर, सन यत् सेन : फ्रस्ट्रेटेड पॅट्रियट, न्यू यॉर्क, कोलंबिया युनिव्हर्सिटी प्रेस (१९७६) पृष्ठ-५८
५. पी.एस. खानखोजे यांच्या अप्रकाशित आठवणी नवी दिल्ली, नेहरू मेमोरिअल लायब्ररी
६. वू शँग-यिंग 'सन यत् सेन अँड लँड रिफॉर्म इन चायना' हेन्री जॉर्ज न्यूज, मार्च, १९५५, पुनर्मुद्रित, डॉ. सन यत् सेन यांचे माजी सचिव डॉ. वू शँग यिंग हे चायनीज नॅशनॅलिस्ट सरकारमध्ये कॅबिनेट मंत्री झाले. तसेच त्यांच्या घटनेचेही ते सहलेखक होते.
७. पी.एस. खानखोजे यांच्या अप्रकाशित आठवणी नवी दिल्ली, नेहरू मेमोरिअल लायब्ररी

सॅन फ्रॅन्सिस्को

योकोहामा ते सॅनफ्रान्सिस्को या प्रवासात खानखोजेंनी जहाजावरच्या चिनी प्रवाशांचे जवळून निरीक्षण केले. त्यांच्यामधील ऐक्याची भावना येईल त्या परिस्थितीशी जुळवून घेण्याची त्यांची क्षमता आणि त्यांचे व्यवहार कौशल्य नजरेत भरण्यासारखे होते. अमेरिकेत पाऊल ठेवताक्षणीच या लोकांनी आपापले स्वतंत्र उद्योग-व्यवसाय सुरू केले आणि त्यामार्फत आपल्या देशबांधवांचे हित साधले. त्या उलट भारतीय आपला देश सोडून इथे आले तरीही आपली भाषा, आपला धर्म या गोष्टींना चिकटून राहतात, इथेही त्यांच्यात गट पडतात असा अनुभव खानखोजेंना आला. काही भारतीय विद्यार्थी भेटेपर्यंत, खानखोजे चिनी लोकांबरोबर 'चायना टाउन'मध्ये राहिले. हे भारतीय विद्यार्थी बर्कले विद्यापीठात शिकत होते. जपानमध्ये असतानाच खानखोजेंना या विद्यार्थ्यांविषयी समजले होते. सुरेन बोस, खगेन दास आणि तारकनाथ दास[१] यांची नावे ऐकताच खानखोजेंना खूप आनंद झाला. अमेरिकेमध्ये ते बुद्धिवादी, स्वातंत्र्याची आस असलेले आणि समविचारी अशा मित्रांमध्ये येऊन पोहोचले होते. तारकनाथ दास जपानमार्गे सॅनफ्रान्सिस्कोला आले होते. १९०८मध्ये अमेरिकेच्या इमिग्रेशन ऑफिसमध्ये त्यांना नोकरी लागली आणि त्यांनी 'फ्री हिंदुस्थान' नावाचे वृत्तपत्र छापायला सुरुवात केली. अमेरिकेतील भारतीयांना, भारताच्या स्वातंत्र्यासाठी प्रेरणा देण्याचे एक प्रभावी माध्यम या वृत्तपत्रामुळे त्यांच्या हाती आले. जुलै, १९०८मध्ये त्यांनी आपल्या वृत्तपत्रातून 'भारत-भारतीयांसाठीच, भारतीयांचीच सत्ता असणारा' अशी घोषणा दिली. एकूणच विसाव्या शतकाच्या प्रारंभी बर्कले विद्यापीठ हे भारतीय स्वातंत्र्य लढ्याचे अमेरिकेमधील केंद्र बनले होते.

सॅन फ्रॅन्सिस्को शहर भूकंपामुळे पार होत्याचे नव्हते झाले होते. मुळापासून उद्ध्वस्त झालेल्या या शहराला लागलेली आग पुढे कित्येक दिवस आटोक्यात येत नव्हती. आगीच्या ज्वालांमध्ये उरलेसुरलेही जळून भस्मसात होत होते. परंतु

शहरवासीयांनी हार मानली नाही. सगळे धैर्य एकवटून, शहर पुन्हा उभे करण्यासाठी त्यांनी कंबर कसली. आता इथे बरेच काम होते. आशियातील सर्व प्रकारची कौशल्ये असणाऱ्या मजुरांना काम मिळण्याची संधी होती. एक एक वीट उभी करून शहराची पुनर्बांधणी करायची होती.

माझ्यापुढे राहण्या – खाण्यापिण्याच्या खर्चाचा मोठाच गंभीर प्रश्न उभा होता. बांधकामं चालली होती. तिथे भरपूर काम होतं; पण मी जिथे जिथे काम मागायला गेलो, दरवेळी मला 'नापास' करण्यात आलं. जपानमध्ये माझी जी उपासमार झाली होती, त्याची फळं इथे भोगावी लागत होती. मी इतका कृश, अशक्त झालो होतो की, बांधकामाच्या ठिकाणचे शारीरिक कष्ट मला पेललेच नसते

सुरेन बोस यांनी खानखोजेंना, एक डॉलर फी देऊन रोजगार विनिमय केंद्रात नाव नोंदविण्यास सुचविले. लगेच दुसऱ्या दिवशी त्यांना ऑकलंडमधील एका उपाहारगृहात नोकरीसाठी बोलवणे आले. नोकरी वेटरची होती. खानखोजे कामावर हजर झाले. पण अजून अशा कामांची सवयच नव्हती. 'ग्राहक हा नेहमी राजा असतो' हा अमेरिकन सिद्धान्त खानखोजे अजून शिकले नव्हते. एका ग्राहकाने कॉफी कोमट असल्याची तक्रार करताच, खानखोजेंनी पटकन कॉफीमध्ये बोट बुडवून पाहिले आणि या अविश्वासदर्शक कृतीने त्या ग्राहकाचा आणि मालकाचाही रोष ओढवून घेतला. तिथून त्यांना स्वयंपाकघरात बशा धुण्यासाठी पाठविण्यात आले. तिथे भांडी, बशांचे ढीगच्या ढीग पाहताच काय करावे, हे खानखोजेंना सुचेना! 'कोणतेही साधेसुधे काम – अगदी भांडी धुण्याचे का असेना पण ते करताना, तुमचा त्यामागे एक शास्त्रशुद्ध दृष्टिकोन असायला हवा,' हा अमेरिकन संस्कृतीमधला एक महत्त्वाचा धडा खानखोजेंना अजून शिकायचा होता. त्यांच्या एकूण स्थितीकडे पाहून मग मालकाने दया येऊन त्यांना मदत केली.

मला खरोखर शरमल्यासारखं झालं होतं. एक सुशिक्षित भारतीय तरुण हे इतकं साधं कामही नीट करू शकत नाही. इतकं कमालीचं द्रारिद्र्य नशिबी असूनही अशा छोट्या हलक्या फुलक्या कामांचीही पद्धत मला माहीत नसावी? रात्रभर मी भांड्यांचे ढीग उपसत राहिलो. नंतर एका अंधाऱ्या, कुबट खोलीत थोडी विश्रांती घेतली आणि सकाळी माझी त्या कामावरून हकालपट्टी करण्यात आली. 'ब्याद गेली एकदाची' म्हणून त्या मालकाला नक्कीच आनंद झाला असेल.

रोजगार विनिमय केंद्राने, दुसऱ्या दिवशी 'कोणतेही छोटेसे काम सोपविणे अशक्य, म्हणून काम देण्यास नालायक' असा ठपका खानखोजेंवर ठेवला. पण

एक अखेरची संधी म्हणून रुग्णालयात सफाई कामगार म्हणून काम दिले. पगार अर्थात पहिल्यापेक्षा बराच कमी. पण खानखोजेंना तीही कृपा वाटली. चला, काम तरी मिळाले.

ऑकलंड

खानखोजेंची नवीन नोकरी कॅलिफोर्नियामधील ऑकलंडमध्ये सेंट मेरीज या नावाजलेल्या रुग्णालयामध्ये होती. इथे पगार जरी बेताचा असला, तरी राहायला एक स्वच्छ खोली आणि दोन्ही वेळचे पोटभर जेवण मिळणार होते. ऑपरेशन थिएटर स्वच्छ करण्याचे, धुण्याचे काम प्रथम त्यांना देण्यात आले. हळूहळू शस्त्रक्रियांसाठी लागणारी उपकरणे स्वच्छ करण्याचे काम ते करू लागले. एक अगदी नगण्य, बिनमहत्त्वाचा, नकोसा असलेला कामगार ते एक मेहनती, अतिशय कार्यक्षम मदतनीस अशी प्रगती खानखोजेंनी बघता बघता केली.

खानखोजे एका रूढीवादी कुटुंबातले, आणि इथे त्यांचा एकदम मानवी शरीरातील उत्सर्जित घाण, रक्त, शस्त्रक्रियेच्या संदर्भात, तर विचारही करता येणार नाही अशा अनपेक्षित भयानक गोष्टींशी संबंध येऊ लागला. मनातील सर्व पूर्वग्रहदूषित गोष्टी बाजूला ठेवून, त्यावर मात करून एका नवीन जगात वावरण्यासाठी मनाची सिद्धता करण्यात अखेर खानखोजे यशस्वी झाले. स्वत:शी खूप विचार करताना, मनाला तयार करताना त्यांना 'कठोर परिश्रमाला पर्याय नाही' ही गोष्ट पटली. अमेरिकन माणसाला आपलेसे करायचे तर कठोर परिश्रम आणि यश याच दोन कसोट्यांना उतरावे लागणार होते. आर्थिक स्वातंत्र्य हेच अमेरिकन कार्यनीतीचे अंतिम उद्दिष्ट होते, हे ओळखून ते स्वातंत्र्य मिळविण्यासाठी खानखोजे सिद्ध झाले.

> *शस्त्रक्रियेची उपकरणं धुवायची, उकळायची, निर्जंतुक कशी करायची हे काम मी शिकलो. जखमांचे ड्रेसिंग करायला शिकलो. इतकंच नाही, तर शस्त्रक्रियेच्या वेळी भूल देण्यासाठी मी डॉक्टरांना मदत करू लागलो. बऱ्याच मोठ्या महत्त्वाच्या शस्त्रक्रिया मला जवळून पाहायला मिळायला लागल्या. एकंदरीत हे काम मला आवडलं होतं. आठ तास काम करावं लागायचं. त्यामुळे रिकामा वेळ मात्र फारसा मिळायचा नाही. पण माझ्या सवयीप्रमाणे माझं मन सतत पुढचा विचार करत असायचं. मला वाटायचं, या कामाचा पुढे युद्धभूमीवर नक्कीच उपयोग होईल.*

खानखोजेंनी आता आजूबाजूच्या भागात हिंडायला सुरुवात केली. जवळपासच्या शेतांमधील भारतीय शेतकरी आणि मजुरांना गाठून त्यांना भारताच्या स्वातंत्र्याबद्दल भाषण द्यायला, खानखोजे त्यांच्यामध्ये मिसळू लागले. त्या लोकांना त्यांचे छोटे

छोटे क्रांतिकारकांचे गट तयार करायला सांगताना, त्यांना इथे अमेरिकेत, इंडिया इंडिपेंडन्स लीगची स्थापना करायची कल्पना सुचली. सॅनफ्रान्सिस्कोमधील भारतीय विद्यार्थी आणि चिनी मित्रांची या कामी मदत घेण्याचे त्यांनी ठरविले.

इतिहासकार अरुण बोस या संदर्भात म्हणतात, 'ही अगदी विन-विन सिच्युएशन होती. अशिक्षित भारतीय बांधवांना इथे परदेशी भूमीवर अनेक प्रकारच्या समस्या सतावत होत्या. त्यांना मदतीची, सल्ल्याची खरोखरच फार गरज होती. आणि तरुण भारतीय देशभक्तांना ही पर्वणी होती. अडचणीत असलेल्या आपल्या देशबांधवांना हरप्रकारे मदत करून, त्यांचा विश्वास कमवायचा आणि मग त्या विश्वासाच्या बळावर त्यांना स्वातंत्र्यासाठी एकत्र करण्याची ही मोठीच संधी या तरुणांपुढे होती. 'दोन्ही बाजूंनी फायदाच होणाऱ्या या परिस्थितीमध्ये १९०७च्या सुरुवातीला, तारकनाथ दास, पांडुरंग खानखोजे, रामनाथ पुरी आणि खगेंद्रचंद्र दास[२] यांनी मिळून सॅन फ्रॅन्सिस्कोच्या आजूबाजूला राहणाऱ्या भारतीयांची 'इंडिया इंडिपेंडन्स लीग' स्थापन केली. इथल्या लोकांना योग्य ते राजकीय शिक्षण देणे हा लीगचा उद्देश होता.

भारतातून अमेरिकेत स्थलांतरित झालेला बहुतांश श्रमिकवर्ग, पंजाबमधून येथे उदरनिर्वाहाच्या शोधात आलेला होता. या लोकांसाठी एखादा पंजाबीच नेता मिळाला असता, तर लीगच्या कार्यात आणखी जिवंतपणा आला असता. खानखोजेंनी, सूफी अंबाप्रसाद यांना पत्र लिहून अजित सिंग याला कॅलिफोर्नियला पाठविण्याविषयी सुचविले. उत्कृष्ट वक्तृत्व शैली हे अजित सिंगचे खास वैशिष्ट्य होते. मात्र या प्रकारची आणखी पत्रे खानखोजेंनी लाल हंसराज, मुन्शीराम, भाई परमानंद, पुरणसिंग अशा भारतातील काही प्रसिद्ध क्रांतिकारकांना लिहिली.

ब्रिटिश सरकार सर्व संशयित क्रांतिकारकांची, तसेच परदेशी शिकत असलेल्या विद्यार्थ्यांची पत्रे उघडून तपासत असे. घरच्या लोकांना त्रास होऊ नये म्हणून बर्कलेमधील विद्यार्थी सांकेतिक भाषेतच पत्रे लिहीत असत. आणि तरीही त्यांच्या नातेवाइकांना ब्रिटिशांच्या प्रश्नांच्या फैरींना सामोरे जावेच लागत असे. हा सगळा ससेमिरा चुकविण्यासाठी क्रांतिकारक माणसांच्या हाती पत्रे पाठवायला लागले. अर्थात पत्र पाठविणे आणि ते मिळून पुन्हा त्याचे उत्तर येणे या सगळ्या प्रक्रियेला फार वेळ लागायचा. कित्येक महिन्यानंतर विद्यार्थ्यांना कळले की, भाई परमानंद आफ्रिकेत आहेत, आणि लाला लजपतराय आणि अजित सिंग यांना ब्रिटिश सरकारने हद्दपार केले आहे. या बातमीने बर्कलेमधील हे तरुण कार्यकर्ते अतिशय निराश झाले. खानखोजेंनी भारतातील आणखी काही क्रांतिकारकांना पत्रे लिहायची ठरवली. या वेळी पत्रे पाठवण्याचा मार्ग बदलण्यात आला. पत्रे हाँगकाँगमध्ये असणाऱ्या चिनी मित्रांना पाठविण्यात आली आणि त्यांनी नंतर ती भारतात पाठवायची होती.

अमेरिकन वृत्तपत्रे कधी कधी भारतातील घटनांबद्दल बातम्या छापत असत.

पण बातमीमधील घटनांचा इतका विपर्यास झालेला असे,की नक्की काय घडले आहे, परिस्थिती कशी आहे याचा त्या बातमीवरून अंदाज बांधणे शक्यच नसायचे. परंतु तरीही, २४ जून, १९०८ रोजी लोकमान्य टिळकांना झालेली अटक आणि खुदीराम बॉंब केस या दोन महत्त्वाच्या बातम्या अमेरिकन वृत्तपत्रांपर्यंत व्यवस्थित पोहोचल्या होत्या. खुदीराम बोस या जेमतेम मिसरूड फुटलेल्या तरुणाने एका ब्रिटिश न्यायाधीशावर बॉंब टाकला होता आणि त्याचा जीव घेतला होता.

बर्कले आणि स्टॅनफोर्ड विद्यापीठांमधून जी भारतीय मुले शिक्षण घेत होती, त्यांना मनापासून आपला देश स्वतंत्र व्हावा असे वाटत होते. त्यासाठी काहीतरी करण्याची त्यांची तयारीही होती. परंतु एक चळवळ उभी करण्यासाठी जी भक्कम यंत्रणा लागते, ती निर्माण करण्याची क्षमता त्यांच्यात नव्हती. शिवाय पोट भरण्यासाठी त्यांना इतरत्र नोकऱ्याही कराव्या लागत होत्या, ही गोष्ट नजरेआड करण्यासारखी नाही.

उदाहरणार्थ, पॅसिफिक किनाऱ्यावरचा सर्वांत जुना विद्यार्थी, गिरीन मुकर्जी हा दुभाष्याचे काम करत असे. अमेरिकेत स्थायिक झालेल्या अशिक्षित कामगारांना मदत म्हणून त्याने हे काम स्वीकारले होते. त्यातून त्याला जे पैसे मिळत, त्यावर त्याचे पोट भरत असे. गिरीन हाडाचा समाजवादी होता. भारतात समाजवाद यावा यासाठी तो अमेरिकेत हिरिरीने प्रचार करत असे. गिरीन मुकर्जीने खानखोजेंना मनापासून सल्ला दिला की, काहीतरी व्यावहारिक शिक्षण तुम्ही घ्यायला हवे. अर्थात योगायोगाने जपानमध्ये होते, तेव्हाच खानखोजेंनी हीच गोष्ट मनाशी पक्की केली होती. जर लष्करी प्रशिक्षणाचे स्वप्न प्रत्यक्षात नाहीच येऊ शकले, तर शेतीविषयक शिक्षण घेणे हा एकमेव पर्याय आपल्यापुढे आहे, ही गोष्ट आतापर्यंत खानखोजेंना उमगली होती. सेंट मेरीज हॉस्पिटलमध्ये काही महिने काम केल्यावर बर्कलेमधील शेतीविषयक अभ्यासक्रमाला प्रवेश घेण्याइतपत पैसे त्यांच्याकडे जमले होते.

खानखोजेंनी भारताबद्दल केलेला विचार केवळ स्वातंत्र्याशी थांबणारा नव्हता. उलटपक्षी तिथून तो सुरू होणारा होता. समाधानी, आनंदी शेतकरी, विपुलता, आधुनिकता, संपन्नतेच्या आधारावर भारतात पुन्हा एकदा सुवर्णयुग आणण्याचे स्वप्न खानखोजेंच्या दिव्य दृष्टीने पाहिले होते. खानखोजेंसारखा सळसळत्या रक्ताचा, तरुण, आदर्शवादीच असे स्वप्न बघू शकतो.

बर्कले

अखेर १९०८मध्ये, खानखोजेंनी बर्कलेच्या शेतकी कॉलेजमध्ये नाव दाखल केले. अभ्यासक्रमाची फी, पुस्तके आणि खोलीचे भाडे यामध्ये जवळचे साठवलेले पैसे संपून गेले. आता पुन्हा शिक्षण आणि नोकरीही. या वेळी एका अमेरिकन मित्र त्यांच्या मदतीला पुढे आला. एखाद्या कुटुंबात अर्धवेळ नोकर म्हणून काम करण्याविषयी

त्याने सुचविले, तसे काम मिळवून देण्याचे आश्वासनही दिले. विशेष म्हणजे अभ्यासात आणि एकूणच तिथल्या वातावरणात रुळण्यासाठी या अमेरिकन मित्राने खूप मदत केली. इथली शिक्षण पद्धती भारतापेक्षा संपूर्णपणे वेगळी होती. प्रत्यक्ष शिक्षणावर, प्रयोगशीलतेवर इथल्या शिक्षणपद्धतीचा भर होता. इथले शिक्षकही केर-कचरा, घाण दुर्गंधी वगैरेचा विचार न करता, प्रत्यक्ष चिखला-मातीत हात घालून मुलांबरोबर काम करत असत. श्रमनीतीबद्दल कमालीचा आदर, श्रमनिष्ठा या गुणवैशिष्ट्यांबद्दल अमेरिकन लोक जगभर प्रसिद्ध आहेत. त्याचेच हे व्यावहारिक धडे होते.

रुग्णालयात काम केल्यामुळे खानखोजेंची तब्येत आता सुधारली होती. ऑकलंडच्या त्या रुग्णालयात सकस, भरपूर आणि वेळच्या वेळी खाणे, पुरेशी विश्रांती आणि कुठलाही ताण नसलेले काम अशा स्थिर वातावरणात खानखोजेंची, जपानमध्ये बिघडलेली तब्येत सावरली होती. इथे सुट्टीच्या दिवशी आणि शनिवारी-रविवारी ते रस्ते बांधणीच्या कामाला जात असत. रेल्वे मार्ग बांधला जात होता. तिथे त्यांना मार्गावर खडी पसरायचे काम होते. हे काम करण्यासाठी ते जिथे जात असत, तिथल्या लोकांना ते 'मेक्सिकन' आहेत असे वाटत असे. 'मी मेक्सिकोचा नसून भारतीय आहे,' असे सांगितल्यावरही त्या लोकांचा विश्वास बसत नसे. त्या लोकांना खूप आश्चर्य वाटायचे. यातूनच या 'मेक्सिकन' लोकांना एकदा भेटले पाहिजे हा विचार खानखोजेंच्या मनात चमकून गेला. अमेरिकेच्या दक्षिणेकडे, बऱ्याच मोठ्या प्रमाणात मेक्सिकन लोक कामाच्या शोधात येऊन स्थायिक झाले होते. त्यांच्याबरोबर काम करण्याची संधी खानखोजेंना मिळाली. खरे तर त्यांच्या स्पॅनिश भाषेतला एकही शब्द खानखोजेंना माहीत नव्हता, तरीही या लोकांबरोबर खानखोजे कामात रमून गेले.

> *हे मेक्सिकन लोक अगदी माझ्याचसारखे दिसायचे. काळसर तांबूस वर्ण, काहीसा कृश बांधा आणि उंचीला बेताचे. मी त्यांच्यापैकी नाही, यावर त्यांचाही विश्वास बसायचा नाही. मग मीही जास्त वाद न घालता, गप्प राहून त्यांच्यात मिसळून जायचो. त्या काळात मेक्सिकन विद्यार्थीही मला भेटले. त्या सगळ्यांशी माझे इतके घट्ट ऋणानुबंध जमले की, पुढे आयुष्याभर ते तसेच दृढ राहिले.*

रस्ते बांधणीचे काम लवरकच संपुष्टात आले. पुढे येणाऱ्या मोठ्या सुट्टीमध्ये काम हवे होते. ट्रामगाड्या, रेल्वे स्टेशन इत्यादी ठिकाणी 'पाहिजेत'च्या अनेक जाहिराती झळकत असत. त्यातल्या एका जाहिरातीने खानखोजेंचे लक्ष वेधून घेतले. 'हॉपपिकर्स' पाहिजेत अशी ती जाहिरात होती. हॉप्स नावाच्या एका वेलाला शंकूच्या आकाराची फुले यायची. बीअर बनविण्यासाठी या फुलांचा वापर करण्यात येत असे. यापूर्वी ही फुले युरोपमधून आयात करण्यात यायची, पण आता

कॅलिफोर्नियामध्येही त्यांची लागवड सुरू झाली होती. शेतीमधल्या या प्रयोगाने राज्याला चांगलीच आर्थिक भरभराट दाखवली होती.

कामगारांना दिवसाला दोन डॉलर्स पगार मिळणार होता. हा पगार म्हणजे चैनच होती. हॉप्सच्या शेतांकडे कामगारांना घेऊन जाण्यासाठी खास गाड्या सोडण्यात येत होत्या. खानखोजे अशा एका गाडीत चढले. हॉप्स तोडीसाठी नेणारा हा प्रवास खानखोजेंसाठी एक रोमांचक अनुभव होता. अमेरिकेच्या आगगाड्यांमध्ये सर्व डबे सारख्याच दर्जाचे असत. प्रथम श्रेणी वगैरे प्रकारच नव्हता. भारतीय माणसाच्या दृष्टीने हेच मुळात एक आश्चर्य होते. प्रवासात तरुण मुलांची साथसंगत तर होतीच, शिवाय मध्यमवयीन म्हातारे, विद्यार्थी, कुटुंबेच्या कुटुंबे असे सगळे जण काम आणि मजा असा दुहेरी आनंद लुटायला बाहेर पडले होते. इतके हलके-फुलके आनंदी वातावरण खानखोजेंनी कधीच अनुभवले नव्हते.

कामाच्या जागी पोहोचल्यावर मात्र या सगळ्याचा वचपा निघाला. प्यायला पाणी नाही, डोक्यावर कडक ऊन आणि सावलीचा तुकडाही नाही. सभोवार फक्त हॉप्सची शेतं – लांबवर पसरलेली. दिवसभर काम झाले. आणि संध्याकाळी प्रत्येकाच्या हातात जेमतेम एक डॉलर पडला. आणखी पैसे मिळविण्यासाठी आणखी फुले तोडण्याची जी अट होती, तेवढी फुले दिवसभरात तोडून होणे शक्यच नव्हते. दिवसभरात मिळालेला डॉलर जेवणातच खर्च झाला. रात्री झोपायला पुरेसे तंबू, आडोसा नव्हताच. सगळ्या तरुणांना तर उघड्या आकाशाखालीच रात्र काढावी लागली. सगळे मजूर अक्षरश: कैदेत पडल्यासारखे झाले होते. कारण परतीचाही दुसरा कुठलाच मार्ग उपलब्ध नव्हता. त्यांना घेऊन जायला येणाऱ्या गाडीची वाट पाहण्यावाचून गत्यंतर नव्हते.

लोकांना पद्धतशीरपणे फसवून, जाळ्यात अडकवून, त्यांची पिळवणूक करण्यात येत आहे ही गोष्ट लक्षात येताच खानखोजेंचे पित्त खवळले आणि त्यांनी ती वस्ती सोडली. अमेरिकेच्या वागण्यातही खोट आहे. जनतेच्या हक्काचा वाटा जनेतला देताना, इथेही जनतेची फसवणूक लुबाडणूक केली जाते, ही खूणगाठ मनाशी बांधून, रागाच्या तिरीमिरीत खानखोजे पायी पायी बर्कलेला परत जाण्यासाठी निघाले.[३]

मी सॅक्रामेंटोच्या दिशेनी निघालो. हे तिथलं जवळचं शहर होतं. पण रस्ता माहीत नव्हता. म्हणून मी रेल्वेमार्गाच्या कडेकडेनी चालायला सुरुवात केली. रस्त्यात खायला माझ्याजवळ फक्त थोडी ब्रेड होती. क्षणभर मनात विचार आला, 'माझा हा निर्णय वेड्यासारखा तर नाही?' रेल्वेमार्गाच्या बाजूनी मी नक्की कुठे पोहोचणार होतो, कोण जाणे! पण आयुष्यात प्रथमच मला खूप मोकळं, मुक्त वाटलं, सुरक्षितही वाटलं. या साहसातला आनंदही

मनाला स्पर्शून गेला.

चालता चालता अखेर खूप दमलो. तहानही लागली होती. अजूनही नजरेच्या टप्प्यात एखादं छोटं खेडं किंवा वस्तीही येत नव्हती. अचानक एक पूल लागला. खाली कोरडी रेताड नदी आणि वर तिचे दोन किनारे जोडणारा लांब असा लाकडी पूल. नदीत पाणी मिळेल अशी क्षणभर आशा वाटली. आणि तेवढ्यात आगगाडीची कर्कश्श शिट्टी कानावर आली. मी पुलाच्या मध्यावर उभा– भीतीने पार गोठून गेलेला. पण जीव तर वाचवायलाच हवा. क्षणात मी खाली उडी घेतली. त्या धक्क्यातून सावरून आसपास पाहिलं, तर एका डबक्यात पाणी दिसलं. भरपूर पाणी प्यायलं. बरोबरचा पाव खाल्ला. आता दमल्यामुळे आणि पोट भरल्यामुळे, झोप अनावर झाली. थंडीही वाजायला लागली होती. नदीच्या वाळूत मी गाढ झोपी गेलो. सकाळी जागा झालो, तेव्हा वरच्या पुलावरून एक माणूस चालला होता. मी त्याला हाक दिली.

पुलावरून चाललेला माणूस पारोसा, केस विस्कटलेले, दाढीचे खुंट वाढलेले असा पण बोलका, मनमोकळा होता. एखादा जुना मित्र भेटावा तशी त्याने खानखोजेंच्या हाकेला साद दिली. खानखोजेंनी 'हॉप्स'ची कथा अगदी अथपासून इतिपर्यंत त्याला सुनवली. त्याने ती शांतपणे ऐकून घेतली. 'यालाच म्हणतात अमेरिका' हे त्याचे त्यावरचे भाष्य. हा माणूस शिकलेला होता, पण नोकरी नव्हती. बेकारीमुळे गरिबी होतीच. देशाच्या अर्थकारणाचे काही जे दुर्दैवी बळी असतात, त्यापैकी हा एक. हळूहळू त्याची काम, कष्ट करण्याची सवयच मोडली आणि आता तो एक वेळच्या जेवणासाठी पडेल ते काम करत होता. 'सॅक्रामेंटो' कॅलिफोर्निया राज्याची राजधानी. तिथे काही काम मिळाले तर बघू, असे या दोन मित्रांनी ठरविले.

शेजारच्या खेड्यात दोघे पोहोचले. इथून पुढे आगगाडीनेच जावे, नाहीतर आपल्याला हव्यात त्या ठिकाणी पायी पोहोचायला दोन-तीन दिवस सहज लागतील, असे भटक्याला वाटत होते. 'आपण रेल्वे स्टेशनवर तर जाऊ', असे त्याने सुचविले. स्टेशनमध्ये एक मालगाडी येत होती. स्टेशन असल्याने तिची गती अगदीच कमी झालेली होती. भटक्याने खानखोजेंना सांगितले आणि दोघांनीही चालत्या गाडीत उडी घेतली. एका रिकाम्या डब्यात दोघे बसले. अर्थातच भटक्या ही गोष्ट काही प्रथमच करत नव्हता. अशा गोष्टींना तो चांगलाच सरावलेला होता. प्रवासाची त्याची हीच पद्धत असावी! खानखोजे आपल्या आठवणी लिहिताना म्हणतात, *'पण मला कायदा तोडायचा नव्हता. अशा प्रकारचा प्रवास मला मान्य नव्हता. सॅक्रामेंटो येताच मी खाली उतरलो, त्याला रामराम करून कामाच्या शोधार्थ निघालो.'*

सॅक्रामेंटोमध्ये आसपासचे शेतकरी आपल्या शेतातला माल विकून, जीवनावश्यक वस्तू खरेदी करत असत. कामासाठी विचारता विचारता, त्यांना सुदैवाने एक शेतकरी भेटला आणि त्याच्या शेतावर त्यांना कामही मिळाले. भारतातून आलेल्या सर्वांनाच इथले लोक 'हिंदू' म्हणून ओळखत असत आणि 'शेतातले मदतनीस' म्हणून 'हिंदूंनी' इथल्या लोकांचा विश्वास कमावला होता. त्यामुळे सॅक्रामेंटोच्या आसपास असे बरेच हिंदू शेतातून काम करत असत. खानखोजेंनाही शेतातले काम आवडले. त्यांचा शेतकरी मालक कष्टाचे चीज करणारा होता. त्याने खानखोजेंना चांगला पगार दिला. खाणे-पिणे, राहायचीही चांगली सोय केली. सुट्टी संपेपर्यंत खानखोजेंनी या शेतकऱ्याच्या शेतात अतिशय इमानेइतबारे काम केले.

सुट्टी संपून कॉलेज सुरू झाले. खानखोजे परत आले. तिथल्या मित्रांनी त्यांचे स्वागत केले परंतु त्यांना कळले की, गिरीन मुकर्जी भारतात परत गेले आहेत. आता खगेन दास, अधरचंद्र लष्कर हा जपानमधील जुना मित्र आणि सुरेन बोस यांच्याबरोबर खानखोजे एका खोलीत राहू लागले. पुन्हा एकदा तोच प्रश्न – नव्याने समोर उभा – पुढच्या शैक्षणिक वर्षासाठी काम मिळविणे.

सर्व मुले समवयस्क, तरुण होती. थट्टा, मस्करी, विनोद त्यांच्यामध्ये नेहमीच चालू असायचे. त्याचबरोबर, आपले आयुष्य, आयुष्यातील ध्येये, स्वप्ने याबद्दलही ही तरुण मंडळी गंभीरपणे चर्चा करायची. आपण पाहिलेली स्वप्ने प्रत्यक्षात कशी आणता येतील यावर सल्ला, मसलतही व्हायची. खानखोजेंची लष्करी प्रशिक्षणाची जबरदस्त इच्छा, खरे म्हणजे वेड – आतापर्यंत त्यांच्या मित्रमंडळींना माहीत झाले होते. एक दिवस त्यांच्या एका अमेरिकन मित्राने त्यांना सॅन रॅफेल या गावाविषयी सांगितले. गाव नितांत सुंदर तर होतंच, पण तिथे 'माउंट टॅमलपेस मिल्ट्री ॲकॅडमी' नावाचे लष्करी विद्यालय असल्याची माहिती दिली. या संस्थेत प्रयत्न करून बघायचे खानखोजेंनी त्वरित मनाशी ठरवून टाकले.

खरे तर बर्कलेच्या शेतकी कॉलेजमध्ये पुढच्या सत्रासाठी त्यांनी प्रवेश घेतला होता; पण तरीही तो सोडून द्यायचा त्यांनी ठरविला. एका अमेरिकन विद्यार्थ्याचा, सॅन रॅफेलमध्ये राहणारा एक श्रीमंत मित्र होता. त्याला घरगुती मदतनीस हवा होता. त्याने मित्राला देण्यासाठी खानखोजेंना ओळखपत्र दिले. लष्करी शिक्षणाचे स्वप्न आणि आपल्या गुरूंना दिलेला शब्द प्रत्यक्षात उतरण्याची शक्यता दृष्टिपथात आली होती.

सॅन फ्रॅन्सिस्कोमधून गोल्डन गेट ब्रिज ओलांडून, मी सॅन रॅफेलमध्ये पाय ठेवला. त्या निसर्गरम्य शहरात प्रवेश करताच, मला एक अत्यंत सुंदर घर दाखवण्यात आलं. बाहेर हिरवीगार हिरवळ, गुलाबाची मोठी बाग आणि भोवती उंच कुंपण. त्या गुलाबांचा सुगंध अजून माझ्या नाकात दरवळत

असतो. त्या सुंदर घराचा देखावा अजून माझ्या नजरेसमोर स्पष्ट उभा राहतो. मी दारावरची बेल वाजवली. एका स्त्रीनी दार उघडलं आणि मी कोण म्हणूंन चौकशी केली. 'मी कामासाठी आलोय' असं माझं उत्तर ऐकताच, त्या स्त्रीनी धाड्कन दरवाजा लावून घेतला. काय झालं ते क्षणभर मला कळलंच नाही आणि मग माझ्या मनात निराशा दाटून आली.

माउंट टॅमलपेस मिलटरी ॲकॅडमी

माउंट टॅमलपेस मिलटरी ॲकॅडमीमध्ये केवळ श्रीमंतांच्याच मुलांना प्रवेश मिळत असे. त्यामुळे आपल्याला तिथे प्रवेश मिळणे शक्य नाही असे खानखोजेंना वाटत होते. त्यांच्या मित्राने ॲकॅडमीचे वर्णन करून नीट पत्ताही सांगितला होता. त्यामुळे खानखोजे कसेतरी तिथपर्यंत पोहोचले. ॲकॅडमीची भव्य इमारत, घोड्यावर स्वार असलेले विद्यार्थी, चौकोनी जागेत कवायत करणारी मुले – सगळा देखावा पाहताच, नुकताच बसलेला धक्का खानखोजे साफ विसरून गेले. मन एकदम उचंबळून आले, धीर आला आणि त्यांनी ॲकॅडमीच्या प्रमुखांना भेटायचे ठरविले. ॲकॅडमीचे प्रमुख कमांडंट हे आयर्लंडमधील निवृत्त मेजर होते. त्यांनी खानखोजेंचे सर्व बोलणे शांतपणे ऐकून घेतले.

आयर्लंडनेही आतापर्यंत ब्रिटिशांकडून खूप सोसले होते. आयरिश लोकांना अजिबात मान्य नसतानाही, आयर्लंड जबरदस्तीने युनायटेड किंग्डममध्ये सामील करण्यात आले होते. आणि त्यापूर्वी पाच शतकांचा प्रदीर्घ काळ आयरिश लोकांना ब्रिटिशांचे खुनशी क्रौर्य सहन करावे लागले होते. पुढे याच मुद्यावर या बेटाची विभागणी झाली. त्यामुळे आयरिश लोकांना असंतुष्टता, द्वेष, असमाधान, क्रांती वगैरे गोष्टी परक्या नव्हत्या. खानखोजेंच्या शब्दांनी कमांडंटच्या मनातील अशाच कुठल्यातरी भावनेला हात घातला असावा. म्हणूनच त्यांना खानखोजेंबद्दल सहानुभूती वाटली. त्यांनी खानखोजेंना धीर देऊन ॲकॅडमीच्या व्यवस्थापकांकडे पाठविले. व्यवस्थापक डॉ. क्रॉस्बे यांनी खानखोजेंना विद्यार्थ्यांच्या उपाहारगृहात वाढण्याची नोकरी दिली आणि मुख्य म्हणजे ॲकॅडमीमध्ये शिक्षण घेण्याची 'अनधिकृत' परवानगीही दिली.

बर्कलेमधील कामकाज आटपून परत येतो, असे खानखोजेंनी कबूल केले. आशियामधील एका दरिद्री व्यक्तीला, केवळ श्रीमंतांसाठीच असणाऱ्या ॲकॅडमीमध्ये प्रवेश मिळणे ही एक धक्कादायकच घटना होती. भारत आणि आयर्लंड यांचे एकमेकांशी जुळणारे क्रांतीबद्दलचे विचार आणि या तरुण भारतीयाचा दृढ निश्चय आणि प्रांजळ ध्येयवादच केवळ अशी गोष्ट घडवून आणू शकतो.

माझा उत्साह द्विगुणित झाला होता. आत्मविश्वास परत आला होता. त्या भरात मी परत त्या घरी जाऊन, त्या अमेरिकन स्त्रीला माझी इतकी भीती का वाटली हे शोधायचं ठरवलं. या वेळी तिचे पती घरी होते. त्यांनी माझ्याजवळचं ओळखपत्र वाचलं. घडलेला प्रसंग ऐकून ते हसायलाच लागले. त्यांनी मग खुलासा केला की, त्यांच्या बायकोनी असं ऐकलं होतं की, भारतातले हिंदू हे 'नरमांसभक्षक' असतात. मलाही गंमत वाटली ही गोष्ट ऐकून. पोटभर हसून मग मी हळूच त्यांना सांगितलं, 'अहो मी तर मांसाला स्पर्शसुद्धा करत नाही.' त्यांनी मला काम देऊ केलं. पण मी नम्रपणे नकार देत, माझ्या सुदैवाने घडलेली गोष्ट सांगितली – 'आणि तरीही मला काही मदत लागलीच, तर अवश्य मी तुमच्याकडे येईन.' असं सांगून त्यांचा निरोप घेतला.

अखेर एकदाचं माझं स्वप्न प्रत्यक्षात उतरलं होतं. मिलटरी सायन्सेस शिकायचं माझं स्वप्न पूर्ण होण्याच्या मार्गाला लागलं होतं. आता भरपूर अभ्यास करून तिथल्या अधिकाऱ्यांचा विश्वास मिळवायचं मी निश्चित केलं. माझा प्रवेश तसा अनधिकृतच होता, पण लवकरच माझ्या चांगल्या वागणुकीनी, अभ्यासाकरिता मेहनत घेण्याच्या वृत्तीनी मी सगळ्यांची मनं जिंकली. मला तिथला गणवेश घेण्यासाठी सर्वांनी आर्थिक मदत केली आणि मग मला तिथल्या इतर कॅडेट्सप्रमाणे वागणूक मिळायला लागली.

स्वत:च्या नशिबावर विश्वास ठेवूनच खानखोजेंनी ॲकॅडमीमध्ये प्रवेश केला. आता इथे त्यांना सर्वोत्कृष्ट आणि अधिकृत असे लष्करी प्रशिक्षण मिळू लागले. एक रुखरुख त्यांच्या मनात सलत राहिली की, ही इतकी महत्त्वाची घटना, ते त्यांच्या गुरूंना – लोकमान्य टिळकांना कळवू शकले नाहीत. कारण या मधल्या काळात टिळकांना तुरुंगवासाची शिक्षा झाली होती. पण तरीही भारतातील आणि बर्कले विद्यापीठातील मित्रांना त्यांनी ही बातमी कळवली. दुर्दैवाने तिथे परिस्थिती अशी होती की, क्रांतीसाठी मनाची तयारी असतानाही, बर्कलेमधील भारतीय विद्यार्थी अभ्यासात गढून गेले होते. चळवळीसाठी एकत्र येणे, काही काम करणे या गोष्टी त्यांना शक्य नव्हत्या.

ॲकॅडमीमध्ये शिकत असताना खानखोजेंनी चळवळीच्या दृष्टीने असे काहीही राजरोसपणे केले नाही, पण मोठी सुटी लागली, आणि ते जवळच्या शेतातून काम करणाऱ्या पंजाबी शेतकऱ्यांना आवर्जून भेटायला गेले. सॅक्रामेंटो, लॉस एंजेलिस, स्टॉकटन या गावांना त्यांनी भेटी दिल्या. विशेषत: स्टॉकटनमध्ये त्यांना बरेच पंजाबी शेतकरी एकत्र भेटले. त्यांचा शिकवण्याचा प्रयत्न खानखोजेंनी केला. ब्रिटिश

राज्यकर्त्यांची राक्षसी वृत्ती त्यांच्या नजरेसमोर आणून, त्या लोकांना इथे अमेरिकेत मिळणारे स्वातंत्र्य आणि ब्रिटिश सत्तेखाली भारतात मिळणारी वागणूक यांची तुम्हीच तुलना करून पाहा, असे आवाहन खानखोजेंनी केले.

इंडिया इंडिपेंडन्स लीगमध्ये सामील होण्याचा उपदेश त्या लोकांना करताना, खानखोजेंमधला खराखुरा प्रचारक जागा झाला. जास्तीत जास्त शेतकऱ्यांशी संपर्क करून, ही सुट्टी सत्कारणी लावण्याचा खानखोजेंनी जणू चंगच बांधला होता. परंतु इथले पंजाबी शेतकरी – इथलेच कशाला, जगाच्या पाठीवरचा कोणताही शेतकरी घ्या – त्याचे पहिले इमान असते ते त्याच्या मातीशी. त्याची जमीन हीच त्याची आई – सर्व काही असते. त्यातून इथले शेतकरी – थोडे अशिक्षित आणि भारतीय विद्यार्थ्यांबद्दल काहीसे पूर्वग्रहदूषित मताचे होते. भारतीय विद्यार्थ्यांना इथे 'बाबू' असे संबोधले जायचे. त्यांच्याबद्दल या शेतकऱ्यांच्या मनात अढी होती. भारतात – त्यांच्या जन्मभूमीमध्ये – त्यांना समाजात खूप कमी लेखले जायचे; तर इथे मात्र त्यांना मर्यादित का होईना, आर्थिक स्वातंत्र्य मिळाले होते, आदर मिळाला होता. आपल्या मातृभूमीबद्दल त्यांच्या मनात प्रेमाचा अभाव नव्हता; पण त्यांच्या दृष्टीने भारत हा खूप लांब राहिलेला – रोजच्या सर्वसामान्य आयुष्यात ज्याचा काहीही संबंध नाही अशी गोष्ट होऊन राहिला – होता. भौगोलिकदृष्ट्या हजारो मैलांचे अंतर, इथली आर्थिक सुबत्ता, स्थैर्य या सगळ्याच्या पार्श्वभूमीवर, भारताचे स्वातंत्र्य ही त्यांच्यासाठी एक कविकल्पना होती. त्या मागचा हेतू वगैरे त्यांना समजण्याच्या पलीकडचा होता. त्यामुळेच त्यांना क्रांतिवादी विचारांसाठी चालना देणे कठीण काम होते.

सुट्टी संपली आणि खानखोजे ॲकॅडमीमध्ये परत आले. नव्या उत्साहाने, नव्या दमाने लष्करी प्रशिक्षणामध्ये रमून गेले. पडेल ते काम आस्थेने करण्याच्या वृत्तीमुळे तिथल्या मुलांचे त्यांच्याबद्दल चांगले मत झाले होतेच. आता तीच मुले त्यांच्यावर प्रेम करू लागली. त्यांना 'आपल्यातला' मान लागली. मनापासून केलेले परिश्रम आणि अभ्यासाची तळमळ या गुणांचे आणखी एक मोठे बक्षीस खानखोजेंना मिळाले. डॉ. क्रॉस्बे यांनी खानखोजेंना ॲकॅडमीचा अधिकृत कॅडेट म्हणून प्रवेश दिला.

समानता किंवा सर्वांना समान वागणूक या तत्त्वाला अमेरिकेत किती महत्त्वाचं स्थान आहे या गोष्टीबद्दलचं माझं आश्चर्य संपता संपेना. केवळ कठोर मेहनतीच्या बळावर, कोणीही समान स्थान, मान्यता कशी मिळवू शकतो, त्याच्यासाठी मग सर्व सामाजिक बंधनं कशी सैलावतात, आणि आशियातला एक दरिद्री मुलगा अमेरिकेतल्या श्रीमंत कुटुंबांमधल्या मुलांच्या रांगेत कसा बसू शकतो याचं 'मी' म्हणजे एक उत्तम उदाहरण म्हणता येईल.

बर्कलेमध्ये असताना बुडलेला अभ्यासक्रम भरून काढण्यासाठी खानखोजेंना

विशेष शिकवणीची व्यवस्था करण्यात आली. आणि नंतर मग त्यांचे आयुष्य अ‍ॅकॅडमीच्या दैनंदिन वेळापत्रकाशी बांधले गेले. अभ्यासाचे विषय होते लष्कराचा इतिहास आणि डावपेच, कवायत, घोडेस्वारी. पायदळ, घोडदळ यासंबंधी मिळेल ती माहिती घेऊन तसेच जगातील प्रसिद्ध युद्धे यांचा त्यांनी कसून अभ्यास केला. अ‍ॅकॅडमीमध्ये खानखोजे अगदी मोकळेपणाने, घरच्यासारखे राहात. डॉ. क्रॉस्बे यांच्याकडून हक्काने पुस्तके मागून नेत असत आणि अभ्यासक्रमाबाहेरचाही अभ्यास, वाचन करत असत. त्यांचे शिक्षक त्यांना, 'इतका शक्तीबाहेर जाऊन अभ्यास करू नकोस,' अशी सूचना नेहमी द्यायचे,पण त्याकडे लक्ष द्यायला खानखोजेंकडे वेळच नव्हता! जे काही करायचे स्वप्न इतकी वर्षे उराशी बाळगले, ते आता करायला मिळत होते. त्यांना आता कोणीच थांबवू शकणार नव्हते.

फिजिक्स, केमिस्ट्री, मेकॅनिक्स अशा विषयांचाही अभ्यासक्रमात समावेश होता. या सगळ्याचा युद्धाशी संबंध येतोच. पण एक महत्त्वाची गोष्ट खानखोजे इथे शिकले, ती म्हणजे लष्करी अधिकाऱ्याचे इतिहास, राजकारण अशा विषयांवरही प्रभुत्व असायला हवे. मोहिमेची आखणी करणे, तिच्या यशापयशाची कारणे शोधणे यासाठी हे गुण आवश्यक आहेत. कोणत्याही घटनेबद्दल संपूर्ण गुप्तता पाळण्याची कला विकसित करणे हाही अभ्यासक्रमाचा एक भाग होता. अभ्यासक्रमातील कणन्‌कण आत्मसात करण्याचा आटोकाट प्रयत्न खानखोजे करत राहिले. परिणामी, अ‍ॅकॅडमीमध्ये त्यांना घवघवीत यश मिळू लागले. या यशाने त्यांचा उत्साह, आत्मविश्वास वाढला. त्यांच्या उत्तेजित मनाला, अमेरिकेतील सर्वांत मोठ्या प्रमुख मिलटरी अ‍ॅकॅडमीमध्ये म्हणजे 'वेस्ट पॉइंट'मध्ये प्रवेश घेण्याचे स्वप्न पडू लागले. अमेरिकेच्या नागरिकत्वासाठीदेखील त्यांनी अर्ज केला. अमेरिकेचे नागरिकत्व स्वीकारावे लागेल,पण ते केवळ चांगल्या हेतूसाठी अशी त्यांनी मनाची समजूत घातली. कारण वेस्ट पॉइंटमध्ये केवळ अमेरिकन नागरिकांनाच प्रवेश मिळत असे.

परंतु वेस्ट पॉइंटच्या सॅन फ्रॅन्सिस्कोच्या नोंदणी कार्यालयात खानखोजेंना एक दणका बसायचा होता. 'हिंदूंना अर्ज करता येणार नाही,' म्हणत तिथला कारकून खानखोजेंच्या अंगावर जवळ जवळ धावूनच आला. त्याने खानखोजेंना धक्के मारून बाहेर काढले. एक स्वप्न विरले, पण त्यांच्या स्वाभिमानी स्वभावाला अनुसरून पुन्हा इथे कधीच अर्ज करणार नाही, असा निश्चय खानखोजेंनी त्या क्षणी करून टाकला.

१९०८ ते १९१०या अ‍ॅकॅडमीमधल्या वास्तव्यात अनेक महत्त्वाच्या आणि त्यांच्या कार्याच्या दिशेने उपयुक्त अशा व्यक्ती खानखोजेंना भेटल्या. जगाच्या पाठीवर ज्या ज्या देशांतील जनतेच्या मानेवर परकीय जुलमी राजवटीचे जोखड होते, त्या देशांतील लोक अमेरिकेकडे आकर्षित होण्यामध्ये आश्चर्य वाटण्यासारखे काहीच नव्हते. कारण अमेरिका हे असे राष्ट्र होते की, ज्या राष्ट्राने स्वातंत्र्य, समता

या मूल्यांसाठी प्रखर लढा देऊन, दडपशाहीच्या जोखडापासून देशबांधवांची मुक्तता केली होती. स्वातंत्र्य मिळून अमेरिकेला शंभर वर्षे उलटून गेली होती. आणि त्यापूर्वी देशाला भयंकर यादवी युद्धाला सामोरे जावे लागले होते. आताच्या तरुण आणि सळसळत्या अमेरिकेने जरी जगभरातील स्थलांतरितांना आकर्षित केले होते, तरीही अमेरिका अजून 'महासत्ता' झाली नव्हती. अजूनही नवनव्या कल्पनांचा देश म्हणून जग अमेरिकेकडे केवळ कौतुकाच्या नजरेने पाहात होते. अमेरिकन जनता अजून व्यापार-उद्योगाच्या क्षेत्रात नवीन कल्पना अमलात आणण्याच्या, नवे राजकीय विचार प्रस्थापित करण्याच्या आणि एकूणच राष्ट्रबांधणीच्या कामात हिरिरीने भाग घेण्यात गुंतली होती.

डॉ. सन यत् सेन यांच्या क्रांतिकारक अनुयायांशी खानखोजेंनी यापूर्वीच पुन्हा नव्याने संपर्क साधायला सुरुवात केली होती. योगायोगाने त्यांच्यापैकी एक जण तर प्रत्यक्ष त्याच ॲकॅडमीमध्ये प्रशिक्षण घेत होता. त्यांच्याबरोबर सॅन फ्रॅन्सिस्कोमधील चायना टाउनमध्ये खानखोजे वारंवार जायचे. सॅन फ्रॅन्सिस्कोमधील डॉ. सन यत् सेन यांच्या मुख्य कार्यालयातून, खानखोजेंनी हाँगकाँगमधील जुन्या चिनी मित्रांशी संपर्क साधायचा प्रयत्न केला. पण त्याला प्रतिसाद मिळाला नाही. भारताचे स्वातंत्र्य आणि स्वत:च्या महत्त्वाकांक्षांबद्दल चिनी मित्रांशी त्यांच्या नेहमीच चर्चा झडायच्या. विशेषत: ॲकॅडमीमध्येच शिकणारे चिनी, मेक्सिकन आणि आयरिश विद्यार्थी आपापल्या देशात बंड कसे घडवून आणता येईल याविषयी बोलत असत. चिनी आणि भारतीय जनतेने एकत्र येऊन आपल्या समान उद्दिष्टांसाठी एकमेकाला मदत करावी, यावर त्यांचा भर असे. चिनी मित्रांशी खानखोजेंची घट्ट वैचारिक मैत्री जुळली होती. त्यांच्या निग्रही, करारी स्वभावाचे आणि अंगभूत चिकाटीचे त्यांना खूप अप्रूप वाटायचे. पुढे गदरची अधिकृत स्थापना झाल्यानंतर, या मैत्रीचे अधिक अर्थपूर्ण वैचारिक देवाण-घेवाणीमध्ये रूपांतर झाले.

भारतीयांना स्वातंत्र्याची जी तहान लागली होती, त्याबद्दल आयरिश लोकांना खूप आस्था होती. या विषयावर ते गॅलिक अमेरिकन ऑफ न्यू यॉर्क[४] मधून बरेच लिखाण करत असत. जॉर्ज फ्रीमन हे गॅलिक अमेरिकनचे संपादक होतेच, शिवाय स्वत: एक क्रांतिकारक होते. त्यांचा तरुण वर्गाशी नेहमी संपर्क असे. मदनलाल धिंग्रा या जाज्वल्य देशभक्ताने, सर विल्यम कर्झन वायली या एका उच्चपदस्थ ब्रिटिश अधिकाऱ्याची लंडनमध्ये हत्या केल्याची बातमी, जॉर्ज फ्रीमनकडूनच या लोकांना मिळाली.

भारतीय स्वातंत्र्याबद्दल आयरिश लोकांना इतकी आत्मीयता असण्याचे आणखी एक कारण स्वातंत्र्यवीर वि. दा. सावरकर! त्यांच्या अहर्निश प्रयत्नांनी त्यांनी आयरिश लोकांना पटवून दिले होते की, 'तुमच्याप्रमाणेच स्वातंत्र्य मिळविण्याचा भारतालाही हक्क आहे.' त्यामुळेच त्यांना (सावरकरांना) अनुभवी आयरिश क्रांतिकारकांचा

पाठिंबा मिळाला आणि न्यू यॉर्क शहरातून प्रसिद्ध होणारे 'गॅलिक अमेरिकन' हे वृत्तपत्र भारतीय उद्दिष्टांच्यामागे ठामपणे उभे राहिले.''[५] ब्रिटिश कागदपत्रांचा अभ्यास करून १९०८मध्ये सावरकरांनी, '१८५७ चे बंड' हे पुस्तक लिहिले. सावरकर त्याबद्दल म्हणतात, ''देशबांधवांच्या मनाला स्फूर्ती देऊन मातृभूमीच्या स्वातंत्र्यासाठी पुन्हा एकदा, दुसरे यशस्वी युद्ध करण्याची प्रेरणा त्यांच्या मनात चेतविणे, हा हे पुस्तक लिहिण्यामागचा उद्देश होता.''[६] या नंतरच्या काळात, १८५७चे बंड आणि त्या संदर्भातील भारताचा इतिहास याबद्दल बोलताना, खानखोजे नेहमी याच पुस्तकाचा संदर्भ देत असत.

माउंट टॅमलपेस ॲकॅडमीमध्ये खानखोजेंना एक मेक्सिकन विद्यार्थी असाही भेटला की, ज्याच्या मदतीने मेक्सिकोतील क्रांतिकारकांशी त्यांना संपर्क करता आला. या क्रांतिकारकांनी नंतरच्या काळात खानखोजेंना त्यांच्या कामात खूप मदत केली. १९०६ ते १९०८ या काळात, अमेरिकेच्या दक्षिणेकडच्या भागात जवळच असलेल्या मेक्सिकोच्या बाजा कॅलिफोर्निया प्रांतात, सतत संघर्षाचे वारे वाहात होते. गुलामांसारख्या शेतमजुरांच्या जिवावर गब्बर असलेले मग्रूर जमीनदार आपल्या शेतमजुरांना अत्यंत वाईट वागणूक देत असत. या अन्यायाविरुद्ध, जमीनदारांच्या मनमानी कारभाराविरुद्ध काही नेत्यांच्या नेतृत्वाखाली शेतमजूर एकत्र आले होते आणि त्यांनी आवाज उठविला होता. फ्लॉरेस मॅगन बंधू, रिकार्डो, एन्रिक अशा काही नामवंत नेत्यांनी गरिबांची बाजू घेऊन 'पॉरफिरीओ दिएज सरकार'ला जाब विचारायला सुरुवात केली होती.[७] रिकार्डो, फ्लॉरेन मॅगन आणि खानखोजे यांची एकमेकांशी भेट झाली आणि प्रक्षुब्ध अशा समान पार्श्वभूमीवर त्यांची मैत्री जमली.

अमेरिकेचा शोध लागला, तेव्हापासून मेक्सिकन जनता परकीय हल्ल्यांविरुद्ध लढत होती. स्वातंत्र्य मिळाले, तरीही एखाद्या उदयोन्मुख राष्ट्रामध्ये असते तशीच अत्यंत तणावग्रस्त परिस्थिती देशात होती. जनतेच्या मनात असंतोष खदखदत होता. १९०९मध्ये क्रांतीला पोषक असे राजकीय वातावरण तयार झाले. स्थानिक मेक्सिकन लोक अतिश्रीमंत जमीनदारांच्या जुलमी वागणुकीखाली चिरडले जात होते. अशा परिस्थितीत लोकशाही संस्था आणि काही प्रभावी कायदे अमलात येणे नितांत गरजेचे होते.[८] सगळ्यात प्रथम लोकशाहीची स्थापना आणि परिणामकारक कायदे करणे ही अत्यंत महत्त्वपूर्ण गरज होती; परंतु सध्याच्या अराजकाच्या अंदाधुंद जंगलकायद्याच्या राज्यात ही गोष्ट केवळ अशक्य होती. सामाजिक आणि शेतीसंदर्भातील सुधारणा आवश्यक होत्या. क्रांती आता अनिवार्य होऊन बसली होती.

अखेर २० नोव्हेंबर, १९१० रोजी मेक्सिकोमध्ये क्रांतीला तोंड फुटले. एमिलिॲनो झपाटा याच्या नेतृत्वाखाली मोरलॉस राज्यात, शेतकऱ्यांचा एक प्रचंड मोर्चा नेण्यात आला. त्यांनी दिलेली 'भूमी आणि स्वातंत्र्या'ची हाक साऱ्या मेक्सिकोमध्ये

दुमदुमली. मुक्ततेसाठी आणि राजकीय हक्कांसाठी मेक्सिकन जनता रस्त्यावर उतरली होती. दक्षिण कॅलिफोर्नियामधील याकी भारतीयांनीही याच वर्षी उठाव केला आणि त्यांना जी अमानुष वागणून देण्यात आली, ती पाहून धक्का बसलेले मेक्सिकन क्रांतिकारक त्यांना येऊन मिळाले. याकी बंडाच्या दरम्यान, खानखोजेंची दोन अती महत्त्वाच्या मेक्सिकन राष्ट्रवाद्यांशी भेट झाली. त्यापैकी एक होते – रॅमन पी. डी नेग्री आणि दुसरे जोस मेन्झॉन. पैकी जोस मेन्झॉन पुढे मेक्सिकन सिनेटचे सभासद झाले. भारतीय क्रांतिकारकांना प्रत्यक्ष युद्धभूमीवर लढण्याचे धडे त्यांनी द्यावेत अशी खानखोजेंची अपेक्षा होती. वीस वर्षांनंतर जेव्हा डी नेग्री हे मेक्सिकोचे कृषी मंत्री झाले, तेव्हा त्यांनी खानखोजेंना फार महत्त्वाच्या कामी मदत केली. दोघांची जिवाभावाची मैत्री आयुष्यभर अभंग राहिली.

दोन वर्षे अत्यंत कठोर मेहनत, पराकोटीचे परिश्रम घेऊन, अखेर २२ मे, १९१० रोजी खानखोजेंना टॅमलपेस ॲकॅडमीमधून लष्करी प्रशिक्षणामधील पदवी मिळाली.[९] तिकडे बर्कलेमधील त्यांचे भारतीय मित्र शिक्षण संपवून निघून गेले होते. एकंदरीत सर्वच परिस्थिती आमूलाग्र बदलली होती. नोकऱ्या मिळेनाशा झाल्या होत्या. अमेरिकेत आलेल्या आशियातील मजुरांच्या लोंढ्यामुळे अमेरिकन्स आणि आशियाई लोकांच्यात मतभेद निर्माण झाले होते. अमेरिकनांना या मजुरांचा तिरस्कार वाटायला लागला होता. चिनी मजुरांना 'चिंक्स' आणि भारतीय मजुरांना ते कमी लेखण्याच्या उद्देशाने 'रानटी हिंदू' म्हणत असत. पडेल ते काम मिळेल त्या मजुरीत करणाऱ्या या लाचार मजूर वर्गाची अमेरिकनांना चीड बसली होती. खानखोजे पुन्हा एकदा आयुष्याच्या नव्या वळणावर उभे होते. पुढे काय? हा प्रश्न नेहमीप्रमाणे 'आ' वासून समोर उभा होता.

लोकमान्य टिळकांचा पाठपुरावा करणे खानखोजेंनी कधीही सोडले नाही. त्यांच्या अंतर्मनात ते सतत लोकमान्यांची ध्येये, त्यांनी घालून दिलेले आदर्श, सांगितलेला मार्ग याचाच विचार करत असत. त्यांचे मन भारतातील घटनांचा वेध घेऊ लागले. लोकमान्यांना मंडालेला कारावासात ठेवण्यात आल्याबद्दल खानखोजेंना कमालीचे दुःख झाले. त्याचबरोबर, टिळकांच्या अनुपस्थितीमध्ये स्वदेशीची चळवळ काहीशी कमकुवत झाल्याचे दुःख होतेच. १९०७च्या सुरत काँग्रेसनंतर इंडियन नॅशनल काँग्रेसमध्ये फूट पडली होती. जहाल पक्षाचे नेते लोकमान्य टिळक आणि नेमस्त पक्षाचे नेते गोपाळ कृष्ण गोखले यांच्यामधील वैचारिक संघर्षामुळे काँग्रेस दुभंगली होती आणि स्वदेशीची चळवळ थंडावली होती.[१०] हल्ली लोकसभेमध्येही विरोधक एकमेकांच्या अंगावर धावून जातात, खुर्च्या भिरकावतात हे चित्र बघितल्यावर, त्या वेळच्या लोकसभेतील वातावरणाची आठवण येते. जहाल पक्षाला स्वदेशी वस्तूंचा पुरस्कार आणि परदेशी मालावर बहिष्कार घालण्याची चळवळ देशभर

पसरवायची होती, पण नेमस्तांचा याला कडाडून विरोध होता. १९०९च्या डिसेंबरमध्ये, गोपाळ कृष्ण गोखल्यांनी, लाहोरमध्ये शांततेच्या मार्गाने विरोध आणि त्यामागे असलेले त्यांचे तात्त्विक विचार एका सभेमध्ये व्यक्त केले होते.[११]

खानखोजे सशस्त्र क्रांतीचे कट्टर पाठीराखे! त्यांनी या सगळ्या परिस्थितीवर विचार केला. पण केवळ विचारच! इतक्या दूर अमेरिकेतून ते काय करू शकणार होते? इथे त्यांनाही समस्या होतीच. नोकरीची! एक तर नोकऱ्यांचे प्रमाणच कमी होते आणि होत्या त्या अगदी थोड्या काळापुरत्याच! सेंट हेलेनामध्ये द्राक्ष तोडणीचे काम संपल्यावर ते स्टॉकटनला गेले. तिथे बऱ्याच शीख कुटुंबांनी त्यांचे मनापासून स्वागत केले. पण त्यांच्यावर तरी ओझे किती टाकणार? नोकरी तर नव्हतीच. त्यांनी स्टॉकटन सोडायचे ठरविले.. ओरेगॉन राज्यात पोर्टलँडमध्ये जंगलतोडणीचे काम मिळण्यासारखे होते. पण तिथपर्यंत जाण्यासाठी पैसे नव्हते. जेवढे पैसे जवळ होते, त्यातून त्यांना मेरिविलेपर्यंतचे तिकीट मिळाले. तिथे फळांचा रस काढून त्यावर प्रक्रिया करण्याच्या कारखान्यात त्यांना काम मिळाले. पगार दिवसाला पाच डॉलर्स. काम होते रात्रपाळीमध्ये. दिवसा त्यांचा बराचसा वेळ तिथल्या ग्रंथालयात जायचा. गाव अगदी लहान होते. संपूर्ण गावात एकटेच हिंदू. खानखोजे अगदी एकाकी पडले होते. ना मित्र ना ओळखीपाळखीचे कोणीही!

एक दिवस एक भिकारी माझ्याकडे आला आणि पैसे मागायला लागला. मी त्याला तू काही काम का नाही करत, श्रमांचं महत्त्व, आत्मसन्मान वगैरे बाबींवर उपदेश करायला लागलो. त्यांनी माझ्याकडे जरा वेळ नुसतंच पाहिलं आणि मला म्हणाला, "मला ओळखलं नाहीस? नीट बघ." मी जरा निरखून त्याच्याकडे पाहिलं आणि मला ओळख पटली. तो माझा बर्कलेमधला अमेरिकन मित्र होता. अमेरिकन जीवनशैलीची त्यांनाच मला माहिती करून दिली होती. मदत केली होती. माझ्या डोळ्यात पाणीच आलं. त्याची अवस्था बघवत नव्हती. मी त्याला घेऊन एका उपाहारगृहात गेलो. त्याला पोटभर खायला घातलं. मग विचारलं, "तुझ्यासारख्या इतक्या बुद्धिमान मुलाची ही अवस्था कशी झाली?" त्यावर पुढचा तासभर मला अमेरिकेच्या शिक्षण पद्धतीतल्या त्रुटींवरचं आणि त्यामुळे होणाऱ्या दुष्परिणामांबद्दलचं त्याचं वक्तव्य ऐकायला मिळालं.

आताशे माझं मन वरच्यावर भारताकडे ओढ घ्यायला लागलं होतं. इथे मिळालेल्या अनुभवाचा देशाला कसा फायदा करून घेता येईल, याचा विचार मी करत होतो. आमच्या देशाला, व्यावहारिक दृष्टिकोन असलेल्या, प्रयोगशील अशा वस्तुनिष्ठ शिक्षणप्रणालीची आवश्यकता आहे. विज्ञान

आणि तंत्रज्ञानावर अधिक भर देणारी शिक्षणपद्धती हवी आहे असं मला वाटत होतं.

खानखोजेंच्या बर्कलेमधील मित्रासारखीच अनेक जणांची स्थिती होती. उच्चशिक्षित,पदवीधारकांनाही नोकरीसाठी वणवण करावी लागत होती. कारण अमेरिकेतील शिक्षण पद्धतीच संक्रमणावस्थेतून जात होती. कलाकौशल्याधारित पुस्तकी शिक्षणाकडून तंत्रज्ञान आणि अधिक व्यावहारिक शिक्षणाच्या दिशेनी ही शिक्षणपद्धती प्रवास करत होती. या मधल्या काळात म्हणूनच बेरोजगारीची लाट येणे स्वाभाविक होते.

फळांचा सीझन संपला, तशी फळांच्या कारखान्यातील नोकरीही संपुष्टात आली. खानखोजेंचा अमेरिकन मित्र अस्वस्थ होताच. त्याने गाव सोडायचे ठरवले. खानखोजेंनीही इथे मिळालेल्या पैशांतून पोर्टलँडचे तिकीट काढले. अमेरिकत पाऊल ठेवल्यापासून प्रथमच खानखोजेंच्या खिशात पैसे शिल्लक होते आणि त्याच आनंदात त्यांनी पोर्टलँडचा प्रवास केला.

> *या क्षणाला तरी मला कोणतीही चिंता नाही, असं मला वाटत होतं. या मोकळ्या मनाचा, स्वातंत्र्याचा मला इतका आनंद झाला होता की, पोर्टलँडपर्यंतचा इतका लांबचा प्रवास अगदी चुटकीसरशी संपल्यासारखा वाटला. त्यानंतरच्या काळात माझ्या कामाला एक वेगळीच दिशा मिळणार होती. इथे ओरेगॉनमध्ये माझ्या प्रयत्नांना आकार येणार होता. आजपर्यंत जमेल ती धडपड, सुचेल तसे प्रयत्न मी करत सुटलो होतो. पण आता मात्र माझ्या कामाला एक निश्चित दिशा लाभणार होती.*

पोर्टलँड, ओरेगॉन आणि इंडिया इंडिपेन्डन्स लीग १९१०

ओरेगॉन राज्यातले पोर्टलँड हे एक अतिशय सुंदर, निसर्गरम्य शहर आहे. नदीच्या काठी वसलेले हे शहर, जरी समुद्रपासून ४०० कि.मीटर अंतरावर असले, तरीही या शहराला समुद्रावरील बंदराचे सर्व फायदे नैसर्गिकरीत्या मिळत होते. वाहतुकीची साधने त्या काळात इतकी प्रगत झालेली नव्हती. तरीही शहराजवळची नदी ही शहराला वरदान होती. या नदीमुळे पोर्टलँड शहर महत्त्वाचे औद्योगिक आणि व्यापारी केंद्र म्हणून प्रसिद्धीस आले होते. तसेच पोर्टलँडमधील शिक्षण संस्थाही नावाजलेल्या होत्या. त्यामुळे पोर्टलँडमध्ये आल्यावर काम मिळावयास काहीच अडचण येणार नाही, अशी खानखोजेंची खातरी होती.

परंतु ही खातरी फोल ठरली. पोर्टलँडमध्ये पाऊल ठेवल्यापासून खानखोजेंना बरीच धडपड करावी लागली. बरेच दिवस नोकरी मिळाली नाही. आणि अखेर

मिळाली तीही दारूच्या अड्ड्यावर! तोपर्यंत अमेरिकेमध्ये कायदेशीररीत्या दारुबंदी झालेली नव्हती, पण तरीही दारुबंदीसाठी मोठी चळवळ सुरू होती. गंमत म्हणजे या चळवळीमधील भाषणे ऐकून, खानखोजेंनी या चळवळीचे सभासदत्व घेतले होते. त्यामुळे रात्री अड्ड्यावर दारू देण्याचे काम करायचे आणि दिवसा 'ती पिऊ नका' म्हणून लोकांना उपदेश करायचा, अशी त्यांची नोकरीची कसरत सुरू झाली. मात्र हा विरोधाभास इतका मानसिक ताण आणणारा होता की, फार काळ ही नोकरी सुरू ठेवणे त्यांना शक्य नव्हते.

दारूचा प्रचार-प्रसार इतक्या धूर्तपणे, कावेबाजपणे चालायचा, हे लवकरच माझ्या लक्षात आलं. बारमधून जेवण फुकट दिलं जायचं. इतकंच नाही, तर शाळांमधूनही दारूची दुकानं उघडण्यात आली होती. केवळ दारूचा धंदा वाढावा या एकाच 'व्यसना'पायी अड्ड्यांच्या मालकांना कोणत्याही मार्गाचा विधीनिषेध उरलेला नव्हता. दारूचा खप वाढला पाहिजे, बस्स! धंदा वाढवण्याच्या या असल्या हीन डावपेचांचा मला लवकरच उबग आला, आणि मी अड्ड्यावरची नोकरी सोडली.

एका शीख व्यक्तीने त्यांना एका लाकडाच्या गिरणीचा पत्ता दिला. तिथे बरेच भारतीय काम करत असत. खानखोजेंनी प्रत्यक्ष तिथे जाऊन पाहिले आणि त्यांना आश्चर्याचा धक्काच बसला. खरोखरच तिथे मोठ्या प्रमाणावर भारतीय लोक होते. त्याशिवाय, गिरणीची सगळी व्यवस्था स्वत: पाहणारे गिरणीचे मालक पंडित काशीराम हे जुने जाणते क्रांतिकारक होते. सूफी अंबा प्रसादांचे शिष्य होते. त्यांनीही ब्रिटिश पोलिसांचा ससेमिरा चुकविण्यासाठीच भारत सोडला होता. इथे येऊन त्यांनी लाकडाच्या धंद्यात लक्ष घातले होते. लाकूड कापण्याची कंत्राटे घेऊन त्यांनी चांगला पैसा कमावला होता आणि आता ते स्थिरस्थावर झाले होते. खानखोजे आणि पंडित काशीराम यांच्यामध्ये प्रदीर्घ बोलणी झाली. समान उद्दिष्टामुळे दोघेही अल्पावधीत एकमेकांच्या खूप जवळ आले. खानखोजेंना तर पंडितजींबद्दल पितृतुल्य माया आणि आदर वाटू लागला. काशीरामना समाजात आदराचे, मानाचे स्थान होते. कामागारांबरोबरच आर्थिक अडचणीत असलेल्या विद्यार्थ्यांनाही ते सढळ हाताने मदत करीत असत.

पंडित काशीराम स्वभावाने अतिशय दिलदार आणि तितकेच तत्त्वनिष्ठ आणि न्यायप्रिय होते. आपल्या लाकडाच्या गिरणीत काम करणाऱ्या मजुरांना ते सन्मानाने वागवीत असत. देशप्रेम त्यांच्या रक्तातच होते. क्रांतिकारकांना वेळोवेळी पैशाची मदत त्यांच्याकडून मिळत असे. पंडित काशीराम म्हणजे परदेशात, भारतीय लोकांना आधाराचे स्थान होते. खानखोजे आणि पंडित काशीराम यांच्या गप्पांमध्ये

आर्य बांधव समाजाशी आणि स्वदेशी चळवळीशी दोघांच्या असलेल्या संबंधांविषयी बोलणे झाले. पंडित काशीराम यांनी सूफीं अंबा प्रसाद यांना पत्रे पाठविली होती. त्यांचे काहीच उत्तर त्यांना मिळाले नव्हते. गप्पांमध्ये त्याबद्दल आणि एकूणच भारतातील परिस्थितीबद्दल जाणून घ्यायला पंडित काशीराम अतिशय उत्सुक होते.

पैसा बऱ्याच लोकांकडे असतो, पण अशा कामासाठी तो पैसा आणि आपला वेळ द्यायला फारच थोडे लोक तयार असतात. पंडित काशीराम त्या थोड्यांपैकी एक होते. आम्ही जपान आणि सॅन फ्रॅन्सिस्कोला ज्या प्रकारे इंडिया इंडिपेंडन्स लीगची स्थापना केली होती, त्याच धर्तीवर ही संस्था त्यांनी ओरेगॉनमध्ये स्थापना करावी असं मी त्यांना सुचविलं. परदेशात एकाच ठिकाणी इतक्या मोठ्या संख्येनी भारतीय लोक असलेले पाहून मला स्फूर्ती आली होती. इथे काहीतरी नक्की करता येईल अशी आशा वाटली होती. मला अमेरिकेमध्ये भारतीयांसाठी चळवळ सुरू करण्याचा आणि ती भारतापर्यंत नेण्याचा काहीतरी मार्ग हवाच होता.

परंतु काशीराम यांचे मत वेगळे होते. येथे असणाऱ्या माझ्यासारख्या सुशिक्षित बाबू लोकांबद्दल अशिक्षित मजुरांच्या मनात असलेल्या अढीबद्दल, त्यांचा आक्षेप होता. इथल्या बऱ्याच चलाख विद्यार्थ्यांनी या मजुरांच्या अशिक्षितपणाचा फायदा घेऊन त्यांना फसविले होते. दुसरी अडचण काशीरामना खास करून माझ्या बाबतीत जाणवत होती, ती म्हणजे भाषेची. पंजाबी भाषा बोलणाऱ्या या मजुरांना मी मराठीतून काय भाषणे देणार होतो? त्यांच्याशी साधा संवादही मला शक्य नव्हता. भारतीयांमधील भाषाभेद पुन्हा एकदा खानखोजेंच्या योजनेमध्ये अडसर बनून समोर उभा राहिला.

खानखोजे आणि पंडित काशीराम यांचे एकमेकांशी चांगले जमले होते. विचार सारखे होते. दोघांचेही उद्दिष्ट एकच होते. पण तरीही पंडित काशीराम खानखोजे यांना आपल्या लाकडाच्या गिरणीमध्ये नोकरी द्यायला मात्र नाखूष होते. त्यांच्या मताप्रमाणे खानखोजेंनी लाकडे फोडण्यात वेळ, कष्ट वाया घालवू नये. हे काम त्यांच्या लायकीचे नाही. त्यापेक्षा त्यांनी उच्च शिक्षण घ्यावे. काशीराम त्यांच्या शिक्षणाचा खर्च करायला तयार होते.

अर्थात ही मदत मी स्वीकारायला तयार नव्हतो. माझ्या प्रत्यक्ष वडिलांकडूनही मी कधी मदत घेतली नव्हती, तर पंडित काशीराम यांचा प्रश्नच उद्‌भवत नव्हता. स्वतःच्या पायावर उभं राहून, स्वतःचं पोट भरणं हाच माझा मार्ग होता. मी काशीराम यांच्याकडे त्यासाठी नोकरी मागत होतो. म्हणजे मग मला सन्मानाची भाकरी मिळाली असती. पण मी

नोकरीची मागणी करताच त्यांना धक्काच बसला. त्यांच्या मते, एका ब्राह्मणानी इतकं लाचार होऊन असलं कमी दर्जाचं काम करू नये.

पंडित काशीराम यांनी नोकरीच्या बाबतीत निराशाच केली. पण नोकरीची तर अत्यंत आवश्यकता होती. अशाच प्रकारच्या दुसऱ्या, 'हॅमंड लंबर मिल्स' नावाच्या कारखान्यात त्यांना ती मिळाली. त्यासाठी त्यांना एक वेगळेच नाटक करावे लागले. आपण पूर्णपणे 'निरक्षर' असल्याचे सांगून त्यांनी ही नोकरी मिळविली. त्यासाठी मुद्दाम वेडेवाकडे इंग्रजी बोलण्याची कसरतही करावी लागली. पण अखेर नोकरी तर मिळाली. पडेल ते काम करून खानखोजेंनी तिथल्या मजुरांचा विश्वास मिळविला. सगळे जण बरोबर काम करत, बरोबर राहात, एकत्र स्वयंपाक करीत असत. खर्च वाटून घेत असत.

काम संपले की, खानखोजे पंडित काशीराम यांच्याकडे जात असत. खानखोजेंची कामसू वृत्ती, निश्चय आणि चिकाटी एव्हाना पंडितजींच्या लक्षात आली होती. त्यांनी खानखोजेंना 'इंडिया इंडिपेंडन्स लीग'ची पोर्टलँडमध्ये स्थापना करण्यास मदत करण्याचे आश्वासन दिले. प्रत्येक रविवार एखाद्या पंजाबी माणसाला बरोबर घेऊन जाऊन खानखोजेंनी पंजाबी शेतकऱ्यांना भेटायला सुरुवात केली. सुरुवातीला त्यांची पत्रे लिहून देणे, ती भारतात त्यांच्या घरी पाठविण्याची व्यवस्था करणे, आजारी मजुरांना दवाखान्यात नेणे, औषधे आणून देणे अशी कामे खानखोजे करत असत. लवकरच या लोकांच्या मनात खानखोजेंनी आपले स्थान निर्माण केले. लोकांना त्यांची सवय झाली. आपलेपणा निर्माण झाला. अपवाद फक्त सोहनसिंग बखना यांचा! सोहनसिंग बखना हे शिखांचे 'ग्रंथी' होते. दर रविवारी गुरुद्वारामध्ये ते लोकांसाठी धार्मिक पोथ्यांचे वाचन करत असत. तिथल्या शिखांचे धार्मिक गुरू या नात्याने त्यांना खानखोजे आपल्या अधिकार क्षेत्रावर अतिक्रमण करीत आहेत असे वाटू लागले. आणि त्यामुळे या 'हिंदू' माणसाची वाढती लोकप्रियता त्यांना असह्य होऊ लागली. पण खानखोजेंनी आपला मार्ग सोडला नाही. त्यांचे जनसंपर्काचे काम सुरूच राहिले.

एका रविवारच्या प्रार्थनेनंतर 'इंडिया इंडिपेन्डन्स लीग'ची अधिकृत सभा ओरेगॉनमध्ये झाली. पंडित काशीराम यांनी सभेला उद्देशून भाषण केले. ब्रिटिशांच्या मगरमिठीत सापडलेल्या आपल्या मातृभूमीची परिस्थिती, त्याच कारणाने तुम्हाला आपला देश सोडून कसे स्थलांतरित व्हावे लागले इत्यादी अगदी मूलभूत मुद्द्यांवर पंडित काशीराम यांनी, पंजाबी भाषेत, अत्यंत आवेशपूर्ण भाषण केले. आपल्या मायभूमीवर मनापासून निरतिशय प्रेम करणाऱ्या व्यक्तीचे अतिशय सच्चे, भावनेने ओथंबलेले असे ते भाषण ऐकून सभा हेलावून गेली. भाषण सुरू असतानाच मध्येच सोहनसिंगने

उठून जोरजोरात ओरडून सभेत व्यत्यय आणला. त्याने उघडउघडपणे आरोप केला की, 'हे असले शिकलेले बाबू लोक, गरीब, अशिक्षित मजुरांना, भारताच्या स्वातंत्र्य चळवळीचे खोटे कारण सांगून लुबाडतात. त्यांच्याकडून पैसे उकळतात.'[१२]

सभा थोडी अस्वस्थ झाली; परंतु खानखोजे तशांपैकी नाहीत. त्यांना दिलेली मदत नाकारून त्यांनी लोकांबरोबर प्रत्यक्ष काम करून, त्यांच्या हालअपेष्टा समजावून घ्यायचा प्रयत्न केला आहे. ही गोष्ट लोकांना समजावून सांगण्यासाठी पंडित काशीरामना त्यांची सगळी चतुराई, कौशल्ये पणाला लावावी लागली. खानखोजेंनी मात्र या प्रसंगातून चांगलाच धडा घेतला. जो प्रश्न आता उरलेला नाही, असे त्यांना आता वाटायला लागले होते, तो प्रश्न सुटलेला नव्हता, तसाच राहिला होता. या सच्च्या पण अशिक्षित लोकांना योग्य मार्गदर्शनाची खरोखर खूपच गरज होती.

त्या प्रसंगानंतर लोकांशी बोलताना मी त्यांना भारतासह सगळ्या जगाची परिस्थिती समजावून सांगितली. जगातल्या कितीतरी देशांमध्ये असाच असंतोष, दु:ख खदखदत आहे. चीनमधला झालेला उठाव आणि मेक्सिकोच्या जनतेवर लादले गेलेले भयंकर अत्याचार, तिथे झालेली अमानुष हिंसा यांबद्दल त्यांना सविस्तर माहिती दिली. आणि जगातली ही दडपशाही झुगारून देण्यासाठी एकत्र येण्याचं आवाहन केलं.

सोहनसिंगचं माझ्याबद्दलचं कलुषित मत लक्षात घेऊन, त्याला लीगचा अध्यक्षपद देण्याची सूचना केली. पंडितजींनी खजिनदार व्हावं अशीही सूचना अधिकृतपणे लोकांसमोर मांडली. या माझ्या सूचनांमुळे, लीगमध्ये माझा कोणताही स्वार्थ, आर्थिक हेतू नाही, अशी लोकांची खातरी पटली.

इंडिया इंडिपेन्डन्स लीगचे काम सुरू झाले. लोकांना पत्र पाठविण्याचे काम प्रथम हाती घेण्यात आले. 'स्वतंत्र क्रांती घोषणा पत्र' नावाच्या या पत्रकात लीगची प्रमुख उद्दिष्टे, ध्येय-धोरणे लोकांसमोर ठेवण्यात आली. पंजाब आणि रावळपिंडीमधील क्रांतिकारकांच्या नावांनी ही पत्रे रवाना होऊ लागली. असेच एक पत्रक लाल पिंडी दास यांना पाठविण्यात आले होते. काही काळानंतर हे पत्रक स्वीकारण्याच्या आरोपावरून, त्यांना सात वर्षांची सश्रम कारावासाची शिक्षा ठोठावण्यात आली.[१३] लीगच्या सभासदांच्या उद्देशांची ब्रिटिश सरकारने गंभीर नोंद घेतली होती. या कामात सापडलेल्यांना कडक शिक्षा होत होत्या. पोलिसांची सरकारची नजर चुकविण्यासाठी खानखोजेंनी आपले नाव बदलले आणि आता ते 'पीर खान' या टोपण नावाने वावरू लागले.

इंडिया इंडिपेन्डन्स लीगची एक शाखा सॅक्रामेंटोमध्ये उघडण्यात आली. तिथे त्या शाखेत शंभराच्या वर सभासद जमा झाले. पोर्टलँडच्या शाखेचे दोन भाग

पाडण्यात आले. एकाचे नेतृत्व पंडित काशीराम यांच्याकडे, तर दुसरीचे प्रमुखपद भाई सोहनसिंग बखना यांच्याकडे सोपविण्यात आले. दरम्यानच्या काळात, सोहनसिंग यांचे खानखोजेंबद्दल झालेले पूर्वग्रहदूषित मत पूर्णपणे बदलले होते. इतकेच नाही, अतिशय स्वच्छ मनाने त्यांनी खानखोजेंच्या उच्च शिक्षणाला आर्थिक मदत करण्याची तयारीही दाखवली होती. पण अजूनही बराच पल्ला गाठायचा होता. उत्तर अमेरिकेतील भारतीय स्वातंत्र्याच्या चळवळीच्या दृष्टीने हा काळ पायाभरणीचा, तयारीचा होता. परंतु लक्षणीय असे ठोस कार्य या चळवळीकडून होण्यास अद्याप अवकाश होता. अर्थात तरीही, काही क्रांतिकारक सदस्यांनी लष्करी प्रशिक्षणाची मूलतत्त्वे एव्हाना आत्मसात केलीही होती.[१४]

खानखोजेंचे दिवस अतिशय गडबडीत आणि भरपूर कामामध्ये संपत होते. पण तरीही शेतकी शिक्षणाचा विचार त्यांनी सोडून दिला नव्हता. एकीकडे युद्ध, विनाश, संहार तर दुसरीकडे स्वराज्य, शांतता, शेती, विकास अशा परस्परविरोधी विचारांनी खानखोजेंच्या मनात गर्दी केली होती.

> *आता काहीतरी कृती करण्याची वेळ आली होती. इंडिया इंडिपेन्डन्स लीगचं काम व्यवस्थित सुरू झालं होतं. आता फक्त फावल्या वेळात तिकडे लक्ष देऊन चालणार होतं. लष्करी प्रशिक्षणाचा प्रत्यक्ष उपयोग करण्यासाठी माझं मन आता अधीर व्हायला लागलं होतं. पण तोपर्यंत तरी प्रत्यक्षात काहीच करता येण्यासारखं नव्हतं! मी परत शिक्षणाकडे वळण्याचा निर्णय घेतला.*

ओरेगॉनमधील कॉर्वालिस शेतकी महाविद्यालयात प्रवेश घेण्याचे ठरविले. हे सरकारी महाविद्यालय होते आणि खानखोजेंना इथे सहज प्रवेश मिळाला. माउंट टॅमलपेस अॅकॅडमीमध्ये शिकत असताना इथल्या अभ्यासक्रमापैकी काही भाग शिकून झालेला होता. त्यामुळे बाकीचा अभ्यासक्रम लवकर पूर्ण करण्याची परवानगी त्यांना मिळाली. जवळच्या शिल्लक असलेल्या पैशांतून प्रवेश फी आणि पुस्तकांच्या खरेदीमध्ये बरेचसे पैसे संपले.

महाविद्यालयात चार भारतीय विद्यार्थी होते. कुमाऊमधून आलेले दोन, एक हिमाचल प्रदेशमधला, तर एक पंजाबचा. आणखी एक भारतीय चेहरा पाहून त्यांनाही आनंद झाला. खानखोजेंचे त्यांनी मनापासून स्वागत केले. त्यांच्या ओळखीने राहायला खोलीही मिळाली.

बर्कलेमध्ये भेटलेले भारतीय विद्यार्थी सच्चे क्रांतिकारक होते. रोजच्या जीवनात भलेही त्यांना चळवळीसाठी प्रत्यक्ष काही करता येत नव्हते; पण तरीही ते हाडाचे क्रांतिकारक होते. त्यांच्या निष्ठा चळवळीशीच बांधलेल्या होत्या. इथे कॉर्वालिसमध्ये

खानखोजेंना भारतीय विद्यार्थ्यांचा दुसरा चेहरा पाहायला मिळाला. इथले विद्यार्थी मुळात श्रीमंत भारतीय कुटुंबामधले होते. आणि इथे येऊन अधिक उच्च शिक्षण घेऊन, परत भारतातच चांगल्या लठ्ठ पगाराच्या नोकऱ्या मिळवणे हाच त्यांचा एकमेव उद्देश होता. खानखोजेंनी याही प्रकारच्या मुलांशी संवाद साधला – थोड्या वेगळ्या भाषेत! 'तुम्हाला भारतात परत जायचे आहे, तो भारत जर एक स्वतंत्र देश असेल तर ते अधिक फायद्याचे नाही का?' विद्यार्थ्यांवर या दृष्टिकोनाचा योग्य तो परिणाम झाला. विशेषत: भोलानाथ पांडे नावाचा विद्यार्थी खानखोजेंचा अनुयायी बनला. हिमाचल प्रदेशामधील डोंगरांवर, उतारांवर शेती करण्याचे त्याचे स्वप्न होते. याच स्वप्नात खानखोजेंचे स्वप्न मिसळून गेले – क्रांतीसाठी उत्सुक शेतकऱ्यांना प्रशिक्षण देण्याचे![१५] भोलानाथ पांडे 'सरस्वती' नावाच्या मासिकातून, हिंदीमधून बरेच लेख लिहीत असे. नंतरच्या काळात त्याने इंडिया इंडिपेन्डन्स लीगसाठीही काम केले.

आता सगळ्या कामांमध्ये मी इतका गढून गेलो होतो की, उजाडलेला दिवस कसा संपायचा कळायचंही नाही. दिवसाचे चोवीस तास मला पुरेनासे झाले होते. तीन वेळच्या खाण्यापिण्याच्या बदल्यात मी कपबशा धुण्याचं काम करायचो. शिवाय वायएमसीएनी मला कॉलेजच्या मेकॅनिकल वर्कशॉपमध्ये अर्धवेळ नोकरी मिळवून दिली होती.

अभ्यास आणि नोकरी सांभाळताना महाविद्यालयातलं सत्र संपलं आणि मोठी सुट्टी लागली. चला, पोर्टलँडला जाऊन, लीगच्या कामाकडे लक्ष देण्याची वेळ आली होती. प्रथम मी काशीराम यांच्याकडे गेलो. त्यांच्याकडे राहिलो. ते अजूनही तसेच होते ठाम – मला त्यांच्या कारखान्यात नोकरी द्यायला नाखूष! कोणावरही आपला भार न टाकण्याच्या दृष्टीने, मी पुन्हा बाहेर पडलो.

कारखान्यातील एका मित्राने, ओरेगॉनमधील ॲस्टोरिया इथल्या एका कारखान्याचा पत्ता दिला. इथेही बरेच भारतीय मजूर काम करत होते, अशी माहिती खानखोजेंना मिळाली. ॲस्टोरियामध्ये लीगची शाखा नव्हतीच. ती तिथे उघडता येईल, असा विचार खानखोजेंच्या मनात चमकून गेला. सोहनसिंग यांनी काही ओळखीच्या माणसांचे पत्ते दिले. त्यांच्या मदतीने नोकरीचेही जमले असते. महाविद्यालयातील शिक्षणाचा खर्च खूपच होता. त्यामुळे सुट्टीत एखादी चांगलीशी – चांगल्या पगाराची – नोकरी करून पुरेसे पैसे साठविणे आवश्यक होते. काही अमेरिकन लाकूडतोड्यांबरोबर खानखोजे ॲस्टोरियाला पोहोचले. गावाबाहेर कारखाना होता. खानखोजे तिथल्या वरिष्ठांना भेटले. अमेरिकेला त्या वेळी वंशभेदाची लागण झालेली होती. त्याच तणावाखाली कारखान्याच्या व्यवस्थापकाने या 'काळ्या हिंदू'

व्यक्तीचा अर्ज तिथल्या तिथे फेटाळून लावला आणि त्याला घालवून दिले. निराश, हताश झालेल्या खानखोजेंनी पोर्टलँडला परतण्याचे ठरविले, पण नेहमीप्रमाणे पुरेसे पैसे नव्हते.

योगायोगाने याच सुमाराला खानखोजेंची अमेरिकेत एका सद्‌गृहस्थांशी गाठ पडली. हे गृहस्थ वयस्कर होते आणि 'इंटरनॅशनल वर्कर्स ऑफ द वर्ल्ड' या सोसायटीचे कामगार नेते होते. ही प्रसिद्ध संस्था कामगारांना न्याय आणि समानतेचा हक्क मिळवून देण्यासाठी लढत असे. अखेर त्यांच्याच मध्यस्थीने खानखोजेंना लाकडाच्या कारखान्यात नोकरी मिळाली.

अॅस्टोरियामधला हा लाकडाचा कारखाना गावाबाहेर एका अगदी घनदाट जंगलात होता. जंगलातील झाडं – झाडं कसली – मोठमोठे वृक्ष इतके उंच आणि घनदाट होते की, दिवसाही सूर्याची किरणं त्यातून जमिनीपर्यंत पोहोचू शकत नसतं. रात्री तर इतका अंधार व्हायचा की, आसमंत अगदी भेसूर वाटायचा. आम्हाला राहायला लाकडाच्याच खोल्या होत्या. दिवसभराचं काम संपलं की, रात्री शेकोटी पेटवून त्याभोवती सगळेजण जमायचे. त्या वेळी ते कामगार नेते आम्हाला भाषणे द्यायचे, आमचे प्रश्न समजावून घ्यायचे, समजावून सांगायचे. अमेरिकेतील कामगार चळवळ आणि त्याबद्दल मी इथे प्रथमच ऐकत होतो. तसंच समाजवादी विचारांशी माझी पहिली ओळखही इथेच, या शेकोटीच्या साक्षीनी झाली.

समाजवादी विचारांना लोकप्रियता मिळू लागली होती. आणि कामगारांच्या हक्कांसाठी लढणारे गट निर्माण होत होते. या काळात बरेच बुद्धिवादी नेतेही समाजवादाकडे झुकले होते. आणि सामाजिक सुधारणा, वर्गसंघर्ष इत्यादी घडामोडींमध्ये सामील होत होते. समाजवादी विचारसरणी आणि संघटित कामगार चळवळीशी खानखोजेंची ही पहिलीच ओळख होत होती. नवीन विचारप्रणालीची नीटशी माहिती नाही त्यामुळे त्यावरच्या संदिग्ध प्रतिक्रिया, महाविद्यालयीन शिक्षणाचे बुद्धीवर झालेले संस्कार आणि रूढीवादी कुटुंबात गेलेले बालपण अशी खानखोजेंची पार्श्वभूमी होती. साहजिकच अमेरिकेतील या मजुरांच्या गटात त्यांच्यावर 'पांढरपेशा', 'प्रतिगामी विचारांचा' असा शिक्का बसला. या लोकांशी होणाऱ्या झणझणीत वादविवादांमध्ये खानखोजेंनी आवेशाने भाषणे केली, आपली बाजू मांडली. तरीही मनोमन खानखोजेंना एक गोष्ट उमगली होती की, गरीब आणि श्रीमंतांमधील भारतात पाहायला मिळणारी दरी, इथे अमेरिकेमध्येही अस्तित्वात आहेच.

लाकडाच्या कारखान्यातले काम अतिशय कष्टाचे होते. मोठमोठे वृक्ष भुईसपाट

करून त्यांचे ओंडके बनवून, ते नदीतून आणि नंतर समुद्रामधून पाठविता येतील असे तयार करावे लागत. खानखोजेंना त्या मानाने कमी श्रमाचे काम देण्यात आले होते; तरीही भरपूर मेहनत करून स्वत:ला सिद्ध करायचा त्यांचा निश्चय होता. परंतु प्रत्यक्षात मात्र हे काम त्यांना झेपेना. अखेर शारीरिक क्षमतेच्या पलीकडचे ते काम सोडून देऊन, एका आठवड्यातच खानखोजे तिथून बाहेर पडले. या कामाच्या मिळालेल्या पैशांतून त्यांनी ॲस्टोरियाचे तिकीट काढले.

ॲस्टोरियामधील लाकडाच्या कारखान्यातही शेकडो पंजाबी मजूर काम करत होते. पंडित काशीराम आणि सोहनसिंग यांनी दिलेली बरीच ओळखपत्रे इथे कामी आली. त्यांचे ॲस्टोरियामध्ये चांगले स्वागत झाले. या मजुरांनी त्यांना 'इतके शारीरिक काम करू नका,' असा सल्ला दिला. त्यांचे क्रांतिकार्य इतके महत्त्वाचे आहे की, त्यांनी आपल्या शिक्षणाकडे अधिक लक्ष द्यावे असे त्या पंजाबी लोकांना वाटत होते.

> *पण मी माझा हट्ट काही सोडला नाही. माझं स्वत:चं असं काही ध्येय होतं आणि त्याला माझ्या देशवासीयांची मान्यता आवश्यक होती. आधीच्याच प्रकारचं पण थोडं हलक्या स्वरूपाचं काम मला इथे दिलं गेलं. यांत्रिक पट्ट्यावरून लाकडाचे ओंडके फिरत असत. आणि यांत्रिक करवतींनी कापले जात असत. त्या ओंडक्यांमधून लहान आकाराचे ओंडके बाजूला काढून ठेवण्याचं काम मला देण्यात आलं. त्यामुळे यांत्रिक पट्ट्याच्या गोलाकार गतीमध्ये अडथळा येत नसे. सुमारे तासाभरापेक्षाही जास्त वेळ सतत मी छोटे ओंडके बाजूला काढून ठेवत राहिलो. आणि त्या श्रमानी इतका दमलो की चांगलाच जखमी झालो. त्या यंत्राच्या गतीशी स्पर्धा करणं मला वाटलं तेवढं सोपं नव्हतं. आजूबाजूच्या माझ्या मित्रांनी वेळीच मला बाजूला केलं आणि अक्षरश: माझे प्राण वाचले.*

लोकांनी खानखोजेंना घरी पाठवले आणि दुसरे काम बघण्यास सांगितले. खरे तर वर्गणी काढून त्यांना मदत करण्याची त्या लोकांची इच्छा होती. पण खानखोजे ही गोष्ट तर मान्य करणे शक्यच नव्हते. 'मी उद्या येईन आणि पुन्हा प्रयत्न करून पाहीन,' अशा हट्टाने काही दिवसांमध्ये खानखोजेंना ते काम जमायले लागले. रात्रपाळीमध्ये कारखान्यात काम करायचे, दुपारी दोन वाजेपर्यंत विश्रांती घ्यायची आणि मग लोकांना भेटण्यासाठी बाहेर पडायचे, असा दिनक्रम सुरू झाला. कारखान्यातील मजुरांना इंग्रजी यायचे नाही, तिथे त्यांचा दुभाष्या म्हणूनही ते काम करत असत. अशा तऱ्हेनी इथल्या मजुरांचा विश्वास, आदर खानखोजे मिळवीत होते. आणि जेव्हा त्या लोकांमध्ये खरोखर राजकीय जागृती निर्माण करण्याची वेळ आली, तेव्हा 'खानखोजे म्हणतील ते प्रमाण' या मन:स्थितीपर्यंत इथले कामगार

येऊन ठेपले होते. त्यांच्या मनाच्या एका खोल कप्प्यात अजूनही 'मातृभूमी,' 'भारत' या कल्पना तेवत होत्या. खरे तर, सुशिक्षित, बाबू लोकांबद्दल अजूनही त्यांच्या मनात संशय तसाच होता. ते लोक अजूनही या कामगारांना आपले जवळचे वाटत नसत, आवडत नसत. या पार्श्वभूमीवर खानखोजेंनी या लोकांचा मिळविलेला विश्वास अधिक महत्त्वपूर्ण होता. एकूणच भारताच्या या कामकरी, कष्टकरी वर्गाने भारतीय स्वातंत्र्याची संकल्पना जितक्या सहजपणे स्वीकारली, आत्मसात केली तेवढी तिथल्या विद्यार्थ्यांना ती उमगली नाही. अर्थात त्यांचे उद्दिष्टच वेगळे होते. त्यांना भारतात परत जाऊन फक्त लठ्ठ पगाराच्या सरकारी नोकऱ्या हव्या होत्या!

आझाद-ए-हिंद पार्टी

या वेळेपर्यंत खानखोजेंनी उर्दू आणि पंजाबी भाषा शिकायला सुरुवात केली होती. आता दुभाष्याच्या मदतीशिवाय सभेत बोलण्याइतपत या भाषा त्यांना अवगत झाल्या होत्या. पहिल्याच सभेत शीख लोकांनी 'लीग' या शब्दाला हरकत घेतली. त्यांना आझाद-ए-हिंद पार्टी हे नाव जास्त जवळचे वाटत होते. पंजाबी लोकांच्या रक्तातच जो एक जोश-रसरशीतपणा असतो, त्याच जोशात या लोकांनी कामाला सुरुवात केली. लवकरच ॲस्टोरिया म्हणजे पार्टीच्या कार्याचा केंद्रबिंदू झाले. पार्टी अधिकाधिक सशक्त होण्यासाठी धडाक्याने प्रयत्न सुरू झाले. खानखोजे या संदर्भात, नंतरच्या काळात म्हणाले होते की, *"ॲस्टोरियामधील आझाद-ए-हिंदची शाखा हाच खराखुरा 'गदर'चा पाया होता."*

पंडित काशीराम कामाच्या ओझ्याखाली पार वाकून गेले होते. पोर्टलँडमधील लीगच्या शाखांचे सर्व कामकाज बघण्याची जबाबदारी त्यांच्यावर होती. शिवाय त्यांच्या स्वतःच्या व्यवसायाची जबाबदारी तर होतीच. त्यांची जबाबदारी थोडी कमी करण्याच्या दृष्टीने आणखी कोणी स्थानिक नेता हवा होता. खानखोजे यांची ॲस्टोरियाच्या शाखेचे नेते म्हणून नियुक्ती व्हावी असा ठराव मध्यवर्ती समितीने, त्यांच्या जोरदार विरोधाला न जुमानता संमत केला. खानखोजेंचा या ठरावाला विरोध असण्याचे कारण, त्यांना कोणतेही पद वगैरे नको होते. त्यांना वाटत होते की, पार्टीला जास्तीत जास्त कार्यकर्त्यांची गरज आहे. सर्वस्व पणाला लावून काम करणाऱ्या 'कर्मयोग्यांची'! ते म्हणायचे की, 'प्रचारक' हवेत क्रांतीचा संदेश द्यायला आणि 'प्रहारक' हवेत त्या संदेशाची अंमलबजावणी करायला.' खानखोजेंनी या लोकांना छुपेपणाने लष्करी प्रशिक्षण द्यायलाही यापूर्वीच सुरुवात केली होती. त्या कामातही ते व्यस्त असत. आणि तरीही ॲस्टोरियाच्या शाखेचे नेतृत्व स्वीकारायला त्यांना भाग पाडण्यात आले.

आझाद-ए-हिंद पार्टीच्या सभासदांवर अमेरिकेतील समाजवादाचा प्रभाव होता.

त्यामुळे ते एकमेकांना 'भाई' म्हणून संबोधत असत. जातीयवादाला निपटून टाकून, प्रत्येकाला त्याच्या व्यक्तिगत सन्मानाने वागविण्याचा त्यांचा प्रयत्न असायचा. पार्टीत कोणीही नेता नाही, कोणतीही अधिकारांची उतरंड नाही, सगळे सारखे – समान पातळीवरील कार्यकर्ते असावेत असा त्यांचा उद्देश असायचा.

संस्कृतमधील एका श्लोकात एक कडवं अशा अर्थाचं आहे की, 'जो महालाच्या दारातही आणि चितेवरही तुमच्यासाठी थांबतो, तुमची वाट बघतो, तोच खरा तुमचा भाऊ, जिवलग मित्र!' आमच्या सगळ्यांची इथली मानसिकता तशीच होती. सर्व जण आम्ही एकाच पातळीवरचे – एकमेकाचे जिवलग मित्र – भाऊ – सर्व जण एका पायावर तयार – जेव्हा-केव्हा मृत्यू येईल, त्याला आनंदानी हसत तोंड द्यायला!

एव्हाना सिएटल, सेक्रामेंटो आणि सॅन फ्रॅन्सिस्कोमध्येही पार्टीच्या शाखा स्थापन झाल्या होत्या. पोर्टलँडमध्ये सर्व जबाबदारी पंडीत काशीराम आणि सोहनसिंग सांभाळत होते.[१६] लोकांकडून ऐच्छिक वर्गणी गोळा करण्यात येत असे आणि त्या पैशांतून पत्रकांची छपाई, प्रवासखर्च आणि सभांचा खर्च भागविला जात असे.

अखेर अमेरिकेतील भारतीयांनी त्यांच्या स्वप्नातील संस्था, प्रत्यक्षात आणली. संस्थेला स्वत:चे उद्दिष्ट होते. संस्थेकडे विविध योजना होत्या. निधर्मी वर्गभेद-धर्मभेद कमी करणे महत्त्वाचे होते. त्यासाठी संस्था निधर्मी असेल, कोणत्याही प्रकारे कोणाच्याही धर्माचा उल्लेखही होणार नाही अशी अट घालण्यात आली. एका विशिष्ट हेतूने प्रेरित होऊन हे सदस्य एकत्र आले होते. हे ध्येय कित्येकांच्या जीवाची किंमत मागणार होते. कित्येकांना अनोळखी प्रदेशात, मातृभूमीपासून दूर परकीय मातीमध्ये अज्ञातपणे मृत्यू स्वीकारावा लागणार होता. मायभूमीला परकीयांच्या दास्यातून मुक्त करण्याचा शूरवीर मर्द गड्यांचा हा प्रयत्न होता. त्यापैकी भलेही कित्येकांना धारातीर्थी पडावे लागले; पण त्यांचे हे बलिदान व्यर्थ नक्कीच ठरले नाही. भारतीय स्वातंत्र्य चळवळीचा पुढचा मार्ग या बलिदानांच्या पायावर उभा राहिला.

टीप

१. जी.पी. प्रधान *इंडियाज फ्रीडम स्ट्रगल,* नवी दिल्ली, पॉप्युलर प्रकाशन (१९९०)
२. ए.सी. बोस *इंडियन रिव्होल्युशनरीज अब्रॉड* (१९०५-१९२२), पाटणा, भारती भवन (१९७१), भूपेंद्रनाथ दत्त यांनी पांडुरंग खानखोजेंच्या

पत्रातील उद्‌धृत केलेल्या अवतरणावर आधारित, अपरोकासितो राजनैथ इतिहास (बंगालीमध्ये)

३. शंकूच्या आकाराच्या फुलांची तोडणी करवून घेणाऱ्या टोळीची, नंतर वृत्तपत्रांमधून बरीच बदनामी झाली आणि मग कामगारांना पुरेसा रोजगार मिळू लागला.

४. पी. एस. खानखोजे यांच्या अप्रकाशित आठवणी नवी दिल्ली, नेहरू मेमोरिअल लायब्ररी

५. एमिली सी. ब्राऊन, *हर दयाळ,* टक्सन : युनिव्हर्सिटी ऑफ अरिझोना प्रेस (१९७५), पृष्ठ-६२

६. हरीश के पुरी, *गदर मूव्हमेंट अमृतसर,* गुरू नानकदेव युनिव्हर्सिटी प्रेस (१९८३), पृष्ठ-६२

७. हॅरी वेनबर्जर यांना रिकार्डो फ्लोरेस मॅगन यांनी लिहिलेले पत्र (९ मार्च, १९२१)

८. अल्फोन्सो तेजा झाबरे *ब्रीव्ह हिस्टोरिया डी मेक्सिको,* मेक्सिको सरकारतर्फे प्रकाशित (१९३४)

९. मूळ डिप्लोमाची प्रत नेहरू मेमोरिअल लायब्ररी, नवी दिल्ली, येथे उपलब्ध

१०. बिपन चंद्र, के. एन. पणिक्कर, मृदुला मुकर्जी, सुचेता महाजन, *इंडियाज स्ट्रगल फॉर इंडिपेन्डन्स,* नवी दिल्ली; पेंग्विन बुक्स इंडिया (१९८८)

११. जगदीश शरण शर्मा, *इंडिया सिन्स द अ‍ॅडव्हेंड ऑफ द ब्रिटिश* नवी दिल्ली, एस. चाँद आणि कंपनी (१९७०)

१२. पी. एस. खानखोजे यांच्या अप्रकाशित आठवणी नवी दिल्ली, नेहरू मेमोरिअल लायब्ररी

१३. धर्मवीर *लाला हर दयाळ,* नवी दिल्ली, इंडियन बुक कंपनी (१९७०), पृष्ठ-१८१

१४. ए.सी. बोस इंडियन *रिव्होल्युशनरीज अब्रॉड* (१९०५-१९२२), पाटणा, भारती भवन (१९७१)

१५. भारतीय सीमा प्रश्नावर तोडगा म्हणून, खानखोजेंनी पंडीत नेहरूंना सुचविल्यामुळे ही कल्पना १९५१मध्ये पुन्हा एकदा पुढे आली.

१६. पी.एस. खानखोजे यांनी १९४८मध्ये त्यांची पत्नी जेनी खानखोजे यांना सांगितल्यावरून त्यांनी हाताने लिहून ठेवलेला मजकूर

अमेरिकेमध्ये एक भारतीय विद्यार्थी

मे, १९१०मध्ये कॅनडाने 'एशिॲटिक इमिग्रेशन ॲक्ट' लागू केला. या कायद्यानुसार, 'ज्या भारतीय व्यक्तीला कॅनडामध्ये जायचे असेल, तिने भारतीय बंदरापासून कोठेही बोट न बदलता, थेट कॅनडात यावे. (कुठलीही प्रवासी कंपनी अशी थेट सेवा त्या वेळी पुरवीत नव्हती.) आणि त्या व्यक्तीजवळ किमान २०० डॉलर्स असावेत,[१]' अशी अट घालण्यात आली. अमेरिकेत मजुरी करणाऱ्या बहुसंख्य भारतीयांच्या जीवनावर या कायद्याचा परिणाम होणार होता. कारण या मजुरांचे नातेवाईक कॅनडामध्ये राहात होते. शिवाय दरिद्री अवस्थेत आयुष्य कंठणाऱ्या या मजुरांच्या दृष्टीने २०० डॉलर्स ही रक्कम प्रचंड होती.

नव्याने लादण्यात आलेल्या आणि अत्यंत अपमानकारक अशा या कायद्याच्या पार्श्वभूमीवर उत्तर अमेरिकेतील पंजाबी शेतकरी संघटित झाले. त्यांपैकी काही शेतकऱ्यांनी हाँगकाँगमध्ये ब्रिटिश लष्करात सेवा केली होती. तसे बऱ्याच जणांचे मित्र, हितचिंतक, नातेवाईक अजूनही हाँगकाँगमध्ये नोकरीत होते. त्या भागात असणाऱ्या भारतीय सैनिकांना या मुद्यावर सरळ-सरळ क्रांतीचा संदेश देण्याची आयती संधी खानखोजेंच्या हाती चालून आली. त्याहीपूर्वी त्यांनी अमेरिकेतील निवृत्त सैनिकांचा गट तयार केला होताच. त्यातूनच सैन्याची मोठी फळी उभी करता आली असती. विशेषत: शीख सैनिकांना, त्यांच्या बांधवांना हाक देण्याचे आवाहन करण्यात आले. सध्याच्या परिस्थितीचा आणि या आवाहनाचा योग्य तो परिणाम होऊन, त्यांचे निवृत्त मित्र, नातेवाईक अमेरिकेत यायला निघाले. कॅनडाने माथी मारलेल्या नव्या कायद्याला न जुमानता या लोकांनी मेक्सिकोमार्फत[२] अमेरिकेत यायला सुरुवात केली. इथे पंडित काशीराम होतेच. त्यांनी या सर्व स्थलांतरितांना अमेरिकेत यायला, आल्यावर नोकऱ्या मिळवून द्यायला भरघोस आर्थिक मदत केली. देशाभिमानाने भारलेल्या या लोकांनी ब्रिटिशांची भारतातील मग्रुरी, अमानुषपणा

प्रत्यक्ष पाहिलेला होता आणि पंजाबमध्ये पडलेला भयंकर दुष्काळही अनुभवलेला होता.

बरेचसे 'स्थलांतरित', निवृत्त लष्करी जवान होते. लंडनमध्ये व्हिक्टोरिया राणीच्या राजवटीचा हीरक महोत्सव प्रत्यक्ष पाहून आलेल्या या लोकांच्या भाईबंदांनी जे काही वर्णन केले त्यावरून, या लोकांच्या मनात स्थलांतराची कल्पना प्रथम डोकावली. त्यानंतर आधीच तिकडे स्थायिक झालेले लोक, आपल्या नातेवाइकांना तिकडे नेण्यासाठी परत आले होते. त्यांनी तिकडच्या समृद्ध जीवनाचे जे चित्र उभे केले त्यामुळे या लोकांची स्थलांतराची भावना बळावली. त्यात १९०५ ते १९१० या काळात पावसाने दिलेली ओढ आणि पडलेल्या दुष्काळामुळे इथे मायभूमीतच राहावे असे काही उरले नव्हते.[३]

कॅनडामधील शीख समाजात, इमिग्रेशन कायद्यामुळे असंतोष वाढू लागला, तेव्हा पंडीत काशीराम यांनी खानखोजेंना ब्रिटिश कोलंबियामधील व्हॅंकुअरला पाठविले. या प्रश्नाचा सांगोपांग अभ्यास त्यांना करायचा होता. त्यासाठी खालसा दिवाण सोसायटीच्या सभांना हजर राहून, तिथल्या लोकांना भेटता येणार होते. त्यांच्याशी बोलता येणार होते. खालसा दिवाण सोसायटी ही संस्था परदेशात शीख लोकांना रुळायला सर्व तऱ्हेची मदत करण्याच्या हेतूने स्थापन झालेली संस्था होती. 'शीखांची मंदिरे, इतर समित्या आणि खालसा दिवाण सोसायटीमधील संपर्क यंत्रणा आणि खालसा दिवाण सोसायटीच्या मदतीमुळे, मार्गदर्शनामुळे इथे आलेले शीख कामगार कसे स्थिरस्थावर होऊ शकले,' याबद्दल खुशवंतसिंग यांनी लिहिले आहे. खुशवंतसिंगांच्या लिखाणाचा संदर्भ देऊन, एमिली ब्राऊन म्हणतात, 'इथे येणाऱ्या शीखांपैकी बरेच जण निवृत्त लष्करी जवान अथवा पोलीस होते. त्यांची निष्ठा 'ब्रिटिश राजमुकुटाला' वाहिलेली असणे स्वाभाविक होते; परंतु कॅनडामध्ये आल्यानंतर मात्र त्यांना आमूलाग्र वेगळे, महत्त्वाचे, तात्त्विक असे विचार ऐकायला मिळू लागले. हे विचार पचनी पडण्यासाठी त्यांचा पाठपुरावा होऊ लागला. विशेषत: हर दयाळची[४] भाषणे, त्याचे मार्गदर्शन, सल्ले त्यांना भारावून टाकू लागले.

या प्रवासात खानखोजेंना कोलंबिया विद्यापीठातील एक विद्यार्थी भेटला. त्याचे नाव तेजासिंग. तेजासिंग हे कॅनडातील शीख समाजामधील एक अत्यंत आदरणीय, विद्वान आणि बहुश्रुत असे व्यक्तिमत्त्व होते. १९०८मध्ये कॅनडातील ब्रिटिश कोलंबियातील, शीख लोकांना ब्रिटिश सरकारने सक्तीने ब्रिटिश होंडुरासमध्ये स्थलांतरित होणे भाग पाडले.[५] त्याविरुद्ध तेजासिंग शीखांच्या पाठीशी ठामपणे उभा राहिला होता. खानखोजे आणि तेजासिंग यांची आझाद-ए-हिंद पार्टी आणि एकूण स्वातंत्र्यलढ्याविषयी चर्चा झाली.

चर्चेदरम्यान तेजासिंगच्या स्वभावातील ठाम निर्धार, त्याचे वक्तृत्व कौशल्य आणि शीख समाजातील त्याचे आदराचे, विश्वासाचे स्थान खानखोजेंच्या लक्षात

आले. त्यांनी तेजासिंगला आपल्याबरोबर काम करण्यासाठी आमंत्रण दिले. ब्रिटिश कोलंबियातील शीख बांधव आणि अमेरिकेतील 'आझाद-ए-हिंद' यांच्यातील संबंध जर अधिक दृढ झाले, तर त्यांची एकूणच ताकद वाढेल. यासाठी तेजासिंगने प्रयत्न करावे, असे खानखोजेंनी सुचविले. आझाद-ए-हिंद पार्टीने शीख मजुरांसाठी जे काही कार्य केले होते, त्याबद्दल अतिशय आदर मनात असूनही, तेजासिंगने खानखोजेंचे आमंत्रण मात्र नाकारले. क्रांतीबद्दल आस्था नाही म्हणून नाही, तर त्याला भारतात परत जायचे होते आणि मातृभूमीत गुप्तपणे कार्य करायचे होते.[६] मात्र, शीख समाज आणि नंतर गदर चळवळीचे नेतृत्व स्वीकारण्यास हर दयाळला राजी करण्याचे, मध्यस्थाचे महत्त्वाचे कार्य त्याने नंतर पार पाडले.

दि अलास्का युकॉन पॅसिफिक एक्सपोझिशन

याच सुमाराला सीएटलमध्ये 'दि अलास्का युकॉन पॅसिफिक एक्स्पोझिशन'[७] नावाचे एक शेतकी प्रदर्शन भरविण्यात आले होते. अमेरिकेच्या कानाकोपऱ्यांतील लहान-मोठ्या उद्योजकांनी या प्रदर्शनात भाग घेऊन आपली शेती-बागायतीमधील उत्पादने प्रदर्शनात मांडली होती. प्रदर्शनाला बहुसंख्य भारतीय शेतकरी भेट देणार अशी अपेक्षा होती. आझाद-ए-हिंद पार्टीच्या मध्यवर्ती समितीने या संधीचा फायदा घेऊन, स्वातंत्र्य लढ्याचा संदेश सर्वांपर्यंत पोहोचविण्याचे ठरविले. खानखोजे व्हँकुअरहून तोपर्यंत परतले होते. त्यांची या कामासाठी नियुक्ती झाली. हाडाचे 'प्रचारक' असलेले खानखोजे या शेतकऱ्यांच्या मनापर्यंत थेट पोहोचून भारतीय स्वातंत्र्याची आवश्यकता आणि त्यासाठी कराव्या लागणाऱ्या चळवळीचे महत्त्व त्यांच्या मनावर बिंबवतील अशी खातरी होती.

पॅसिफिक किनाऱ्यावरचे, सीएटल हे सॅन फ्रॅन्सिस्कोनंतर सर्वाधिक महत्त्वाचे बंदर होते, शिवाय कॅनडाला अगदी जवळचे होते. सीएटलमध्ये मोठमोठी व्यापारी आणि शैक्षणिक केंद्रे होती. इथले 'वॉशिंग्टन स्टेट विद्यापीठ' आपल्या प्रशस्त आवारामुळे आणि साधनसमृद्ध प्रयोगशाळांमुळे प्रसिद्ध पावले होते. अलास्का युकॉन प्रदर्शनासाठी भलामोठा पण तात्पुरत्या स्वरूपाचा मांडव उभारण्याचे काम सुरू होते.

त्याच वेळी भारतीय विद्यार्थ्यांची एक तुकडी सीएटलमध्ये दाखल झाली. सीएटलमध्ये येताच, खानखोजेंना कळले की, विद्यापीठात सुट्टीमध्ये चालणारे काही अभ्यासक्रम सुरू होत आहेत. खानखोजेंनी लगेचच 'ॲनलेटिकल केमिस्ट्री'च्या अभ्यासक्रमासाठी नाव नोंदवले. स्टॅनफर्डहून खानखोजेंचे मित्र खगेन दत्त आणि बर्कलेहून सुरेन मोहन बोस दोघेही सीएटलमध्ये दाखल झाले होते. तसेच भोलानाथ पांडे आणि बिशन दास कोचरही त्यांना येऊन मिळाले होते. वातावरणात उत्साह

भरलेला होता. सगळे सीएटल प्रदर्शनमय झाले होते. पाचही मित्रांनी प्रदर्शनाच्या जागेवरच्या बांधकामामध्ये काम करण्याचे ठरवले.

प्रदर्शनांनी अधोरेखित झाली ती अमेरिकेची साहसी वृत्ती. देशाच्या कानाकोपऱ्यांतल्या छोट्या-अविकसित भागांपर्यंत सुधारणा आणि समृद्धी कशी पोहोचेल, यासाठी जारीने प्रयत्न करण्यात येत होते. लोकांना त्यादृष्टीनं प्रोत्साहित केलं जात होतं, मार्गदर्शन दिलं जात होतं. भारतात मात्र असे प्रयत्न सर्वसामान्य लोकांपर्यंत पोहोचत नव्हते. कारण भारतातल्या अविकसित भागांचा विकास व्हावा, त्या भागातील लोकांनी – काही नवीन शिकावं – करून दाखवावं असं ब्रिटिशांना मुळातूनच वाटत नव्हतं. इथे पाहिलेल्या पद्धतीनुसार, भारताचा हिमाचल प्रदेश विकसित करावा, असा विचार माझ्या मनात आला. कारण मी नेहमीच सशक्त, समृद्ध आणि स्वतंत्र भारताचं स्वप्न पाहिलं होतं.

खगेन दास, सुरेन बोस आणि खानखोजेंना प्रदर्शनामधील एका स्टॉलवर काम मिळाले. त्यामुळे प्रदर्शनात प्रवेश मोफत झाला. आपले नशीब चांगले आहे, असे त्यांना वाटले. सुरुवातीला त्यांचा तर त्यांच्या भाग्यावर विश्वासच बसत नव्हता. पण जेव्हा त्यांचा मालक त्यांना जास्तीचे पैसे न देता काम करून घेऊ लागला, तेव्हा त्यांनी विरोध केला. हे विद्यार्थी म्हणजे काही अशिक्षित, अडाणी कामगार नव्हते. त्यांना त्यांच्या हक्कांची पूर्ण जाणीव होती. सगळ्यांनी मिळून मालकाविरुद्ध जोरदार आवाज उठवला, तक्रार केली. त्याचा परिणाम म्हणजे तो स्टॉल बंद पडला. या घटनेबद्दल खानखोजे आपल्या चरित्रात लिहितात, *"ही गोष्ट ब्रिटिशांच्या हुकमतीत भारतात शक्य झाली नसती. अर्थात आमचे ते काम हातचे गेले, दुसरे शोधावे लागले; परंतु स्वतःच्या हक्कांसाठी आम्ही भांडलो, न्याय मागितला आणि तो मिळविलाही!"*

अशा प्रकारच्या अस्वस्थेत, छोट्या-मोठ्या चळवळी उभ्या करण्यात सर्व वर्ष निघून गेले आणि १९११मध्ये खानखोजे परत विद्यापीठाकडे वळले. शेती अभ्यासक्रमाच्या दुसऱ्या वर्षाला प्रवेश घेतला. त्याच वेळी प्रयोगाशाळेमध्ये मदतनीस म्हणून नोकरीही मिळाली. या नोकरीमध्ये भरपूर पगार मिळत होता. तेवढे स्वास्थ्य सोडले, तर बाकी वर्ष खूप धावपळीचे, कामाच्या ताणाचे होते. आझाद-ए-हिंदच्या लष्करी विभागाचे सेक्रेटरी[८] या नात्याने सदस्यांना छुपे लष्करी प्रशिक्षण देणे, हे त्यांचे काम होते. शिवाय आझाद-ए-हिंदच्या अॅस्टोरिया शाखेचे काम असायचेच. नोकरी, आझाद-ए-हिंद पार्टीची दुहेरी जबाबदारी आणि अभ्यास या सगळ्यामध्ये खानखोजे पूर्णपणे गुरफटून गेले.

पहाटे चार वाजल्यापासून ते रात्री अकरा पर्यंत मी अखंड कामातच असायचो. काम आणि अभ्यास या पलीकडे कुठे पाहायलाही मला फुरसत नसायची. आठवडा असाच निघून जायचा. आणि शनिवार-रविवार फक्त मला चळवळीच्या कामासाठी देता यायचा. मिलटरी स्कूलमधून मी उत्तम तऱ्हेनी डिग्री मिळवली होती, त्यामुळे इथला अभ्यसाक्रम विद्यापीठाने ठरविलेल्या मुदतीपेक्षा कमी वेळात पूर्ण करण्याची सवलत मला मिळाली होती. अमेरिकन शिक्षण पद्धतीनी मला एक प्रकारची अंतर्दृष्टी दिली. त्याच बरोबर माझ्या क्षमतेचं भान निर्माण केलं. त्याबद्दलचा माझा आत्मविश्वास बळावला. या पुढे मी कधीच उपाशी मरणार नाही, अशी माझ्या मनाची पक्की खातरी झाली.

विद्यापीठात खानखोजेंनी वाचनाचा जणू काही सपाटा लावला होता. शेती हा तर त्यांच्या अभ्यासाचा विषय होताच; पण त्याशिवाय जगाचा इतिहास त्यांनी वाचून काढला. विशेषत: जगाच्या इतिहासात वेळोवेळी झालेल्या क्रांत्या, उठाव याबद्दलची माहिती, तर त्यांनी अक्षरश: पिंजून काढली. फ्रेंच राज्यक्रांती आणि त्यामुळे उदयाला आलेले विचारवंत यांच्याबद्दल त्यांच्या मनात आदर होता. अमेरिकेचे स्वातंत्र्ययुद्ध हा तर त्यांच्या खास आवडीचा विषय. अमेरिकेबद्दल वाचून, प्रत्यक्ष पाहून, अमेरिकन माणसांच्या आयुष्याकडे बघण्याच्या व्यावहारिक आणि व्यक्तिनिष्ठ दृष्टिकोनाचे ते खंदे पुरस्कर्ते झाले होते. आणखी एका विषयाकडे ते आकृष्ट झाले होते, तो म्हणजे माणसाच्या प्रगतीचा इतिहास. डार्विनच्या उत्क्रांतीच्या सिद्धान्ताचा त्यांच्या विचारांवर खोल ठसा उमटला होता. आणि पुढच्या आयुष्यात त्यांनी हा विषय विशेष अभ्यासासाठी निवडला. जपानमध्ये असताना एका प्राध्यापकांशी झेन तत्त्वज्ञानावरून तासन्‌तास वाद त्यांनी घातले होते. सामुराई योद्धे हे प्राचीन भारतीय सूर्यवंशी लोकांचेच वंशज होते.[१] 'हा त्यांचा सिद्धान्त त्यांनी प्राध्यापकांना पटवून देण्यासाठी प्रदीर्घ चर्चा केली होती. एकूणच, खानखोजे आयुष्यभर, एका अर्थाने, विद्यार्थीच राहिले. नवीन नवीन विषयांवरचे वाचन करणे, ज्ञान मिळवण्याचा त्यांचा उत्साह त्यांच्या उतारवयातही कायम होता. त्यांच्या अभ्यासाच्या शास्त्रीय पुस्तकांव्यतिरिक्त मानसशास्त्र, तत्त्वज्ञान या विषयांवरील पुस्तके, इतकेच नाहीतर पर्शियन काव्यही वाचायला त्यांना आवडत असे. आयुष्याच्या अखेरच्या काही वर्षांत, मूळ संस्कृतमधून उपनिषदे आणि इतर काही धार्मिक पुस्तके वाचण्यात त्यांचा वेळ जायचा.

नवनवीन कल्पनांच्या शोधात मी होतो. स्वतंत्र नवभारताची उभारणी करण्याच्या दृष्टीने त्या कल्पना कशा राबवता येतील, याचा सतत विचार-

मनन-चिंतन करत होतो. ब्रिटिशांनी हळूहळू पण किती विश्वासघातकीपणे आपल्या इतिहासाला विकृत स्वरूप दिलं, याची कल्पना मला येऊ लागली. अत्यंत कावेबाजपणे त्यांनी केलेल्या आपल्या संस्कृतीचं, मूल्यांचं, आदर्शांचं अध:पतनच कशा तऱ्हेने आपल्या नैतिक ऱ्हासाला कारणीभूत झालं, हे सगळं मला माझ्या वाचनातून समजायला लागलं.

जगाच्या पाठीवरची इतर काही राष्ट्रे, याच काळात राष्ट्रबांधणीसाठी संघर्ष करीत होती. तेथील घडामोडींकडेही खानखोजे बारीक लक्ष ठेवून होते. मेक्सिकोमध्ये सुरू असलेल्या क्रांतीबद्दल, तिच्या प्रगतीबद्दल त्यांचे मेक्सिकन मित्र त्यांना नेहमी कळवीत असत. त्या मित्रांशी त्यांचा नियमित संपर्क होता. मेक्सिकोमधील क्रांतीमध्ये प्रत्यक्ष भाग घेऊन, आपल्या लष्करी कौशल्यांना एकदा धार लावावी आणि भारतीय मित्रांना प्रत्यक्ष क्रांतीचे धडे द्यावे, अशी त्यांची प्रबळ इच्छा होती; परंतु या क्षणी अभ्यास महत्त्वाचा होता. मेक्सिकन क्रांतीमध्ये पुढच्या काळातही भाग घेता आला असता. आधी कॉर्वालिसमधील पदवी पदरात पाडून घेणे महत्त्वाचे होते. मनाने दिलेला हा कौल येत्या काळात योग्यच ठरला.

जून, १९११मध्ये 'बॅचलर इन सायन्स' ही शेतकी विषयातील पदवी त्यांना मिळाली.[१०] *'आता दोन शस्त्रांनी सुसज्ज झाल्यासारखे मला वाटत होते. लष्करी प्रशिक्षणाचा डिप्लोमा आणि शेतकी विषयातील पदवी.'* आपल्या आत्मचरित्रात खानखोजे लिहितात – *'आता मुसंडी मारायला मी सज्ज आहे!'*

खानखोजेंना शेतकी पदवी मिळाली, त्याचवर्षी त्याच महिन्यात त्यांचे मेक्सिकन क्रांतिकारक मित्र रिकार्डो फ्लोरेस मॅगन यांना अटक झाली आणि कारावासाची शिक्षा सुनावण्यात आली.[११] स्वातंत्र्याची पहाट त्यांच्या आयुष्यात कधी उगवलीच नाही आणि १९२२मध्ये, अमेरिकेच्या एका तुरुंगात त्यांना मृत्यू आला.

परीक्षा संपताच खानखोजे आझाद-ए-हिंद पार्टी आणि पंडीत काशीराम यांच्याकडे परतले. एक बैठक बोलावून, सर्व सदस्यांबरोबर त्यांनी या पुढच्या कामांची आखणी केली. त्यांच्या मनातला मेक्सिकोच्या क्रांतीमध्ये सहभागी होण्याचा बेत, त्यांनी बैठकीत सांगितला. त्यानुसार मेक्सिकन मित्रांना तिकडे कसे यावे, याबद्दल पत्र लिहिले. पत्राचे उत्तर आले आणि त्याप्रमाणे दक्षिण कॅलिफोर्नियामधून मेक्सिकोमधील कॅलेक्सिकोपर्यंत ते पोहोचले. तिथून पुढे मॅक्सिकेली या सीमेवरील अगदी छोट्या गावात आले. अमेरिकन गुराख्यांची जी कुरणे होती, त्याला लागून असे हे अगदी छोटे, जेमतेम पंचवीस उंबरठ्यांचे गाव होते. गावची जमीन पडीक-नापीक होती, मात्र गावात कोलोरॅडो नदीवर बांधलेले एक धरण होते. धरणाच्या आसपासचा भाग इतका नितांत रमणीय होता की, क्षणभर इथेच कायमचे येऊन राहावे असा मोह

खानखोजेंना झाला. परंतु मेक्सिकोच्या आघाडीवर मात्र प्रत्यक्षात इतकी विचित्र परिस्थिती होती की, त्यांचे मन विचलित झाले. इथल्या क्रांतीमध्ये सहभागी होणे योग्य की अयोग्य, अशा विचारांनी दोलायमान झालेल्या खानखोजेंनी अखेर पोर्टलँडला परत जायचा निर्णय घेतला. नाईलाजाने त्यांना तसा निर्णय घ्यावा लागला.

आझाद-ए-हिंद पार्टीतल्या माझ्या सहकाऱ्यांना मी सांगितलं होतं की, दक्षिण कॅलिफोर्नियामध्ये जो संघर्ष चालला होता, त्या वेळी काही मेक्सिकन क्रांतिकारक माझ्या ओळखीचे झाले आहेत. काही निवृत्त लष्करी जवानांना घेऊन मी तुमच्याबरोबर येतो, म्हणजे त्यांनाही प्रत्यक्ष युद्धाचा नव्याने अनुभव मिळेल. आपली फौज तयार होईल. प्रत्यक्ष युद्धात भाग घ्यायला मी स्वत: अतिशय उत्सुक होतो. तारुण्यातला जोश माझ्या नसानसांतून वाहात होता. माझी कमावलेली कौशल्यं वापरायला मी अगदी अधीर झालो होतो. पण काही सैनिक बरेच अधिक अनुभवी होते. माझ्या सळसळत्या उत्साहाला आवर घालत त्यांनी मला सल्ला दिला की काहीही करण्यापूर्वी, प्रत्यक्ष परिस्थितीचा आधी अंदाज घेणं आवश्यक आहे.

आणि त्याप्रमाणेच झालं. प्रत्यक्ष परिस्थिती पाहून मला धक्काच बसला. मी कल्पना केली होती, त्यापेक्षा ही क्रांती फारच भयानक होती, हिंस्र होती. त्या रक्तरंजित मातीमध्ये निष्पाप भारतीय सैनिकांचे प्राण विनाकारण पणाला लावण्याचा मला काहीच अधिकार नव्हता. असल्या धोकादायक स्थितीत त्यांना प्रशिक्षण वगैरे देणं तर अशक्यच होतं. ही मोहीम रद्द करण्याचं आणखी एक कारण होतं – माझं स्पॅनिश भाषेबद्दलचं अज्ञान. त्या भागात जिवंत राहायचं, तर तिथली भाषा बोलता येणं जरूरी होतं. गावात चोर, दरोडेखोर अगदी उजळ माथ्यानं हिंडत-फिरत असत. आणि माझ्या सैनिकांना माझ्या सुरक्षिततेची खूप काळजी वाटायची. त्यासाठी त्यांना सतत भांडण-तंटे करावे लागायचे. त्यामुळे ते सैनिकही कंटाळले होते. त्यांनी परत जायचा आग्रह धरला आणि मीही त्यांच्या म्हणण्याप्रमाणे पोर्टलँडला परत जायचा निर्णय घेतला. दुसरा पर्यायच नव्हता.

मेक्सिको आघाडीवरून परत आल्यावर खानखोजे फ्रेस्नो आणि सॅक्रामेंटोच्या आझाद-ए-हिंदच्या शाखांचे कामकाज बघायला गेले. हरनामसिंग डब्बा, केदारनाथ आणि हृषीकेश लठ्ठा असे बरेचजण एकत्र येऊन आझादच्या विविध शाखांचे कामकाज सांभाळत होते. आणि समाधानाची बाब म्हणजे ओरेगॉन आणि कॅलिफोर्नियामधील शाखांची पंजाबी क्रांतिकारक सदस्यांची संख्या हजारावर गेली होती. कॅनडामध्येही काही शाखा स्थापन झाल्या होत्या. निवृत्त शीख सैनिकांच्या मदतीने, सदस्यांना

लष्करी प्रशिक्षण देण्यात येत होते. वेळ येताच ब्रिटिशांशी दोन हात करण्याचे कौशल्य आणि धाडस त्यांच्या अंगी बाणविण्यात येत होते. खानखोजेंचे शास्त्रशुद्ध मार्गदर्शन वेळोवेळी सर्व शाखांना मिळत होतेच.

खानखोजेंनी सुरू केलेले कार्य सर्वतोपरी व्यवस्थितपणे सुरळीतपणे चालू होते – वाढत होते. परंतु खानखोजेंच्या अंतर्मनामधील संघर्षाने पुन्हा एकदा उचल खाल्ली. शेती आणि सशस्त्र क्रांती या दोन्ही गोष्टी एकाचवेळी त्यांना आपापल्या बाजूला ओढत होत्या. मातृभूमी स्वतंत्र होणे आणि त्यासाठी सशस्त्र क्रांती करणे ही त्या काळाची अपरिहार्य गरज होती; पण खानखोजेंची दूरदृष्टी सुजलाम्-सुफलाम् अशा समृद्ध भारताचे स्वप्न पाहत होती. मनाची ही रस्सीखेच त्यांना वेळोवेळी अस्वस्थ करून सोडत असे. आता लष्करी प्रशिक्षण केंद्रे स्थिरस्थावर झाली होती, आझाद-ए-हिंद पार्टीची राजकीय बाजू योग्य व्यक्तीच्या हाती सोपवून खानखोजेंनी अंतर्गत संघर्षाशी थोडा समझोता केला आणि ते शिक्षणाकडे वळले. 'वॉशिंग्टन स्टेट कॉलेज' हे कोरडवाहू शेतीतील संशोधनाबद्दल प्रसिद्ध होते. भारतातील लहरी वरुणराजाच्या कृपेवर चालणारी शेती आणि वारंवार पडणारा दुष्काळ यावर इथे उपाय सापडेल असे खानखोजेंना वाटले आणि पदव्युत्तर अभ्यासक्रमासाठी पुलमन नावाच्या शहरातील महाविद्यालयात त्यांनी प्रवेश घेतला. सरासरीपेक्षा कमी पावसाच्या शेतीची तंत्रे शिकण्यासाठी त्यांना इडाहो राज्यात जावे लागले. इथे पाऊस खूप कमी पडत असे. त्यामुळे इथे प्रयोग करणे सोपे होते.

शिक्षकांचे प्रोत्साहन मिळत होते आणि खानखोजेही एक चांगला विद्यार्थी म्हणून नजरेत येत होते. अभ्यासामध्ये उत्तम प्रगती करत होते. त्या वेळी त्यांच्याबरोबर त्यांच्या खोलीत राहणारा त्यांचा सहाध्यायी बिशन दास कोचर म्हणतो, "खानखोजेंची एकूणच कामगिरी इतकी चमकदार होती की त्या बळावर त्याला लगेचच एका संशोधन संस्थेत मदतनीस म्हणून नोकरी मिळाली.[१२] खानखोजेंची ही नोकरी खरोखरच खूप चांगली होती. मातीवर संशोधन करणाऱ्या एका प्रयोगशाळेत प्रकल्पामध्ये, प्रा.सी.सी. थॉमस यांच्या हाताखाली काम करण्याची संधी त्यांना मिळाली होती.[१३] याच काळात, खानखोजेंनी अमेरिकेतील वृत्तपत्रांमधून भारत या विषयावर अनेक लेख लिहिले.[१४] पुलमन शहरातील अनेक प्रतिष्ठित व्यक्तींनी त्यांच्याशी मैत्री केली. कॉंग्रेशनल चर्चचे प्रमुख रेव्हरंड हॅरिसन हे त्यातले एक प्रमुख, प्रतिष्ठित आणि आदरणीय व्यक्तिमत्त्व होते.

रेव्हरंड हॅरिसन म्हणजे 'आपल्याकडे जे ज्ञान आहे, ते सतत लोकांना देत राहावे'' अशा मताचे होते. पश्चिमेकडील लोकांच्या आयुष्याच्या विविध पैलूंबद्दल ते माझ्याशी नेहमी चर्चा करायचे; इतकंच नाही, तर 'तुलनात्मक

धर्म' या विषयावर संडे स्कूलमध्ये व्याख्यान द्यायला त्यांनी मला आमंत्रण दिलं होतं.[१५] हा काळ खरंच खूप आनंदाचा होता. अनेक मित्र मला जोडता आले. त्यांच्याशी भारतीय शेतीमधल्या प्रश्नांविषयी बोलता येत असे. 'अमेरिकन सोसायटी फॉर ॲग्रिकल्चर अँड इंडस्ट्रियल डेव्हलपमेंट ऑफ इंडिया' अशा लांबलचक नावाची एक संस्थाही आम्ही सगळ्यांनी मिळून स्थापन केली होती.

प्रवास, भाषणे आणि अभ्यास यात पूर्णपणे व्यस्त असूनही क्रांतीचा विचार, त्याविषयीची कामे याला खानखोजेंनी कधी अंतर दिले नाही. आपला मूळ उद्देश देशाचे स्वातंत्र्य हाच आहे हे भान कधीही सुटले नाही. त्यासाठी पोर्टलँड, सीएटल आणि व्हँकुअर असा सततचा प्रवास त्यांना करावा लागत होता. पुलमनमधील नोकरी आर्थिकदृष्ट्याही चांगलीच होती. त्यामुळे आता थोडे आर्थिक स्थैर्य आले होते. साठलेल्या पैशांतून त्यांनी एक सिनेमॅटोग्राफी मशीन विकत घेतले. त्यांचा सहाध्यायी बिशन दास कोचर आणि ते जवळपासच्या गावांमधून, शेतकऱ्यांच्या वाड्यांमधून ते मशीन घेऊन जात असत आणि 'भारत आणि भारतीय संस्कृती' या विषयीची चलत्चित्रे लोकांना दाखवीत असत. या कार्यक्रमाची जाहिरात करणारी पत्रकेही आधी वाटली जायची. कार्यक्रमाचे नाव होते 'भारत – कालचा आणि आजचा.' पी. एस. खानखोजे यांची सचित्र भाषणे, तीन रिळांचा चित्रपट आणि शंभर स्लाइड्स – खानखोजे यांचे भारत देशावरचे मौलिक व्याख्यान' अशी जाहिरात करण्यात येत असे.[१६] आपल्या आत्मचरित्रात खानखोजे लिहितात, ''या कार्यक्रमाच्या माध्यमातून त्या भागात जे काही भारतीय राहात होते, त्यांच्यापर्यंत क्रांतीचा संदेश पोहोचविणे सहज शक्य झाले. आझाद-ए-हिंद पार्टीची माहिती लोकांना देता आली. या कार्यक्रमांमुळे थोडे फार पैसेही मिळाले.''

सुट्टीच्या दिवसांमध्ये खानखोजेंची धाडसी वृत्ती उफाळून यायची. दूरदूरच्या खेड्यापाड्यांना जायचे, तिथल्या लोकांशी बोलायचे, पार्टीच्या कामाबद्दल लोकांना सांगायचे, पार्टीसाठी सदस्य गोळा करायचे, तसेच अमेरिकन शेतीची पद्धत समजावून घ्यायची, आणि मिळेल ते काम करायचे हाच त्यांचा कार्यक्रम असे; अशा साहसी दौऱ्यांपैकी वॉशिंग्टन राज्यातील स्पोकेन गावचा दौरा लक्षात राहणारा होता. इथे आल्यावर त्यांच्या लक्षात आले की, इथल्या लोकांना पृथ्वीच्या पाठीवर 'भारत' नावाचा देश अस्तित्वात आहे हेच माहीत नव्हते. भारतीय व्यक्ती यापूर्वी त्यांनी कधी पाहिलेली नव्हती. खानखोजेंना आश्चर्याचा धक्काच बसला. अर्थातच इथल्या लोकांचा त्यांच्यावर विश्वास बसणे आणि त्यांना काम मिळणे शक्यच नव्हते. याही परिस्थितीत निराश न होता, अंगभूत धाडसी, बेफिकीर वृत्तीला अनुसरून

ते 'वल्ला वल्ला'पर्यंत पोहोचले. या वेळेपर्यंत जवळचे सर्व पैसे संपून गेले होते.

वल्ला वल्लामध्ये काही अनोळखी माणसांना त्यांनी मदत मागितली. तेव्हा त्यांना 'सेव्हन्थ डे ॲडव्हेंटिस्ट कॉलेज'चा पत्ता देण्यात आला. खानखोजे कॉलेजच्या प्राचार्यांना भेटले. त्यांनी 'झाडू' बनविण्याचे काम दिले. या विचारसरणीच्या लोकांचा असा विश्वास होता की ''जे लोक स्वावलंबी आणि उद्योगप्रिय असतात, तेच खरे धार्मिक.'' पगार इतका कमी होता की जेमतेम दोन वेळा जेवायला मिळत असे. पण तरीही ख्रिश्चन लोकांच्या दानतीबद्दल खानखोजेंच्या मनात कृतज्ञताच होती. कारण इतक्या अनोळखी गावात त्यांना याच लोकांच्या मदतीमुळे दोन घास इज्जतीने खाता येत होते.

असे असले तरी दुसरे काम शोधणे जरुरीचे होते. खानखोजे काम शोधायला पायी पायी निघाले. फिरता फिरता एका अनोळखी गावाच्या रेल्वे स्टेशनवर येऊन पोहोचले. त्यांना एकाएकी 'त्या' अमेरिकन भटक्याची आणि त्याने शिकवलेल्या युक्तीची आठवण झाली. तीच युक्ती अमलात आणून, स्टेशनमधून सावकाश गतीने जाणाऱ्या मालगाडीच्या डब्यात चोरून उडी मारायची त्यांनी ठरविली. या वेळी मागच्या इतके अपराधी वाटले नाही. मनाला फारशी टोचणी लागली नाही. दरम्यान 'असाच' प्रवास करणारा आणखी एक प्रवासी त्यांना भेटला. त्याने खानखोजेंना खायला थोडी ब्रेडही दिली. आणि मग हसत-खेळत, गप्पागोष्टींमध्ये दोन 'मित्रांचा' प्रवास पार पडला.

पोर्टलँडजवळच्याच ओरेगॉन राज्यातील 'दलास' गावी खानखोजे उतरले. पण इथेही काम मिळाले नाही. रस्त्यातून असेच निरूद्देश भटकत असताना, त्यांना एका दारावर पाटी दिसली, 'हिंदू ज्योतिषी.' त्यांनी हळूच बेल वाजवली. एक अमेरिकन स्त्री दार उघडून बाहेर आली. खानखोजेंना बसायला सांगून लगेच आत निघून गेली आणि काही वेळातच पुन्हा बाहेर आली. या वेळी तिचा पोशाख बदलला होता. धड ना अमेरिकन, धड ना हिंदू असे काहीतरी कपडे तिने घातले होते. बाहेर येताच इतर काहीही चौकशी न करता तिने खानखोजेंचा हात बघायला सुरुवात केली.

मालगाडीच्या प्रवासामुळे मी आधीच खूप घामाघूम झालो होतो. कपडे धुळीने माखले होते. केस विस्कटलेले होते. शिवाय त्या बाईला द्यायला पैसे कुठे होते माझ्याकडे? मी त्या बाईचं बोलणं मध्येच थांबवत तिला सांगितलं, ''मी खरोखरचा शुद्ध हिंदू आहे, आणि तुम्ही कशाला, मीच तुमचं भविष्य सांगतो.'' तिच्या एकंदर अवतारावरून तिचा धंदा नीट चालत नाही, हे कोणालाही कळलं असतं. ''धंदा नीट चालण्यासाठी तुम्ही उत्तरेकडे जा,'' मी ठोकून दिलं. कारण सांगितलं नाही. मला तरी कुठे काय माहीत होतं? पण माझ्या बोलण्या-चालण्यातल्या आत्मविश्वासाचा तिच्यावर परिणाम

झाला. मला खरोखरच भविष्य कळतं अशी तिची खातरी झाली. आणि गंमत म्हणजे तिने मला तिच्या धंद्यात भागीदारी देऊ केली. मी अर्थातच अतिशय नम्रपणं ती नाकारली.

हूड नदीच्या जवळच्या स्ट्रॉबेरीच्या बागांमध्ये काम मिळू शकेल, असे खानखोजेंना कळले. अजूनपर्यंत स्ट्रॉबेरी हे फळ त्यांनी फक्त शेतकीच्या अभ्यासक्रमात अभ्यासले होते – प्रत्यक्ष कधी पाहिलेले नव्हते. हूड नदीचे खोरे अतिशय निसर्गसंपन्न, सुंदर होते. पण त्याहूनही 'आकर्षक' अशी एक गोष्ट तिथे दिसली. एका बागेच्या दरवाज्यावर पाटी अडकविलेली होती, 'मदतनीस पाहिजे.' त्या शेतकऱ्याला जळणाची लाकडे फोडून पाहिजे होती. आणि खानखोजे आतापर्यंत अशा प्रकारच्या कामांमध्ये तरबेज झाले होते. संध्याकाळी काम संपवून ते दलासच्या दिशेने निघाले. शरीर अतिशय दमलेले. एव्हाना थंडीही वाजायला लागली होती – पण कुठे अंग टाकायला जागा दिसेना. अखेर एका मोठ्या दगडाच्या खोबणीत दुसरा एका छोटा दगड उशाशी घेऊन ते गाढ झोपी गेले.

दगडच कशाला, आणखी कशावरही मला तितकीच गाढ झोप लागली असती इतका मी दमले होतो. जळणाचं लाकूड फोडणं हे फारच कष्टाचं काम असतं. शरीराचा कण न् कण दुखायला लागलेला असतो. पहाटे पहाटे मला जाग आली. विश्रांती पूर्ण झाल्यामुळे उल्हसित वाटत होतं. पण क्षणभरच! पुढच्याच क्षणी माझी भीतीने गाळणच उडाली. एक भला थोरला साप आणि एकमेकात वेटोळी घातलेले आणखी छोटे कितीतरी साप माझ्या शेजारीच विसावले होते. म्हणजे रात्रभर मी एका सापाच्या बिळाच्या शेजारी किती निवांतपणे झोपलो होतो. या सगळ्या विचारांनी माझी अगदी त्रेधातिरिपिट उडाली आणि जीव घेऊन मी तिथून पळालो.

हूड नदीच्या खोऱ्यातील दुसऱ्या मळ्यात खानखोजे पोहोचले. इथे मात्र त्यांना स्ट्रॉबेरी तोडणे आणि त्यांचे पॅकिंग करण्याचे काम मिळाले. पोर्टलँडला परत जाण्याइतके पैसे जमा झाले. पोर्टलँडमध्ये पाऊल ठेवताच त्यांनी पंडित काशीराम यांचे घर गाठले. स्वातंत्र्य चळवळीसाठी कोणी योग्य नेता मिळाला की नाही हे जाणून घ्यायला ते अतिशय उत्सुक होते. इथे एक भेट त्यांची वाट बघत होती. विष्णू गणेश पिंगळे नावाचे एक क्रांतिकारक त्यांना भेटले. पिंगळे यांचा जन्म १८८८मध्ये महाराष्ट्रातील पुण्याजवळच्या तळेगाव इथे झाला. ते अभियांत्रिकीचे विद्यार्थी होते. अतिशय प्रभावी व्यक्तिमत्त्व असलेले पिंगळे, तितकेच बुद्धिमान होते. आयुष्याकडे बघण्याचा अत्यंत सकारात्मक दृष्टिकोन हे त्यांचे खास वैशिष्ट्य! प्रसंगी शिक्षण अर्धवट सोडून क्रांतिकार्याला वाहून घ्यायची त्यांची तयारी होती. भारतात

त्यांनी भरपूर प्रवास केलेला होता आणि त्या काळातील बऱ्याच राजकीय नेत्यांशी त्यांचे चांगले संबंध होते. त्यांनी खानखोजेंसाठी एक सांकेतिक भाषेत लिहिलेले पत्र आणले होते. पत्र पुण्याहून आलेले होते आणि त्यात लोकमान्य टिळकांना शिक्षा झाल्यामुळे पुण्यासह महाराष्ट्रात जी खळबळ माजली होती, त्याचा साद्यंत वृत्तान्त होता. राजकीय चळवळीच्या ज्वाला सर्व देशभर झेपावल्या होत्या. नागपूर, कलकत्ता आणि पंजाबमध्ये तर त्या चांगल्याच लवलवत होत्या.

पहिल्या महायुद्धापूर्वीची भारतातील राजकीय परिस्थिती अत्यंत गंभीर झालेली होती. १९०५मध्ये झालेली बंगालची फाळणी, सुशिक्षित तरुणांनी केलेले तीव्र स्वरूपाचे उठाव, हिंदूंची पुन्हा पुन्हा डोके वर काढणारी राष्ट्रीयत्वाची प्रखर भावना या सगळ्यांचा एकत्रित परिणाम म्हणजे ठिकठिकाणी क्रांतिकारक कारवायांना ऊत आला होता. हिंसेची आणि अधूनमधून होणाऱ्या बॉम्बहल्ल्यांची लाट उठली होती. ब्रिटिश सरकारवर या परिस्थितीचा दबाव येणे स्वाभाविक होते. पण अत्यंत अमानुषपणे ब्रिटिशांनी हा खदखदणारा असंतोष गाडून टाकला. १९०७मध्ये राजद्रोहाविरुद्धचा जो कायदा संमत करण्यात आला होता, त्यात १९११मध्ये सुधारणा करण्यात आली. ब्रिटिश सरकारने वेळोवेळी दिलेली आश्वासने आणि वचने ज्या पद्धतीने धुडकावून लावली होती. ज्या क्रूरपणे त्यांनी राजद्रोहाविरुद्धचा कायदा जनतेवर लादला होता त्यांचा गोखल्यांनी अत्यंत कडवट भाषेत निषेध केला. त्याची प्रतिक्रिया म्हणून ब्रिटिशांनी मोठेच अटकसत्र आरंभले. बंगालच्या फाळणीचा कायदा जरी १९११मध्ये रद्द करण्यात आला, तरी तोपर्यंत व्हायचे ते नुकसान होऊन गेलेच होते. आपल्या शासनकर्त्यांवर जनतेचा काडीमात्र विश्वास आता उरला नव्हता. लोकमान्य टिळक आणि वि. दा. सावरकरांना झालेल्या प्रदीर्घ शिक्षा आणि अजित सिंग आणि सूफी अंबाप्रसाद यांच्या हद्दपारीने, चळवळींना थोडी खीळ बसल्यासारखे झाले, तरीही जनतेचा असंतोष वाढतच होता.

१२ डिसेंबर, १९११ रोजी दिल्ली दरबार भरला. किंग जॉर्ज पाचवे आणि क्वीन मेरी यांचा भारताचे राजे आणि महाराणी म्हणून राज्याभिषेक समारंभ साजरा झाला. या वेळी सरकारने भारताची राजधानी कलकत्त्याहून दिल्लीला हलविण्याचा निर्णय घेतला. ब्रिटिशांनी भारतावर पकड मिळविली असून, भारत सोडून जाण्याचा त्यांचा अजिबात इरादा नाही हेच या निर्णयाने मूकपणे दाखवून दिले. व्हॉईसरॉय लॉर्ड हार्डिंग्ज यांची रासबिहारी घोष यांनी केलेली हत्या, हे तर भारतीय जनतेचा थंडा प्रतिसाद, ना कर्तेपणा, स्वातंत्र्य चळवळीची संथ गती यामुळे भारतीय क्रांतिकारकांना आलेल्या कमालीच्या नैराश्याचे द्योतक होते. राजकीय अशांती आणि हिंसा यांना तोंड देत असतानाच, पुन्हा १८५७ सारखा गंभीर उठाव होऊ नये म्हणून ब्रिटिश सरकारने एक पाऊल मागे घ्यायचे ठरवले. १८५७च्या उद्रेकाचा

बसलेला हिसका ब्रिटिश अजून विसरले नव्हते. भारतीय राष्ट्रवाद्यांना थोडे शांत करण्याच्या दृष्टीने, ब्रिटिश सरकारने भारताला संसदीय सरकार स्थापन करण्याची परवानगी दिली.[१७]

परंतु तरुण सळसळत्या रक्ताला आणि निष्ठावान क्रांतिकारकांना हे सगळे भलत्याच धीम्या गतीचे वाटत होते. स्वातंत्र्याच्या कल्पनेने झपाटलेले कितीतरी क्रांतिकारक, परदेशातून काही करण्याच्या इराद्याने परदेशी गेले होते. तिथे त्यांना स्वातंत्र्याचा खरा अर्थ समजला होता. नवनवीन कल्पनांच्या आधारावर, त्यांचा भारताला स्वातंत्र्य मिळवून देण्याचा निर्धार आणखी ठाम झाला.

भारतातील या तणावाच्या परिस्थितीवर खानखोजे आणि पिंगळे यांची चर्चा झाली. त्यावर काय उपाययोजना करता येऊ शकेल, यावरही ते बोलले. पिंगळेंच्या रूपाने खानखोजेंना एक मित्रच नाही, तर समविचारी सहकारी भेटला होता. खानखोजेंच्या मनात मेक्सिकोमधील अनुभव ताजा होता; आणि तरीही सैनिकांची पलटण उभी करून त्यांना बाजा कॅलिफोर्नियामध्ये लष्करी प्रशिक्षण देण्याची कल्पना खानखोजेंनी सोडून दिली नव्हती. फक्त प्रशिक्षणाची जागा, अमेरिकेच्या नजरेपासून दूर अशी असणे महत्त्वाचे होते. या सगळ्याच बाबतीत अत्यंत गुप्तता पाळली जाणे आवश्यक झाले होते. कारण या तरुणांच्या कारवायांकडे अमेरिकन अधिकारी संशयाने पाहू लागले होते. खानखोजे आणि पिंगळे योग्य वेळेच्या प्रतिक्षेत होते, म्हणजे क्रांतीनंतरच्या काळात पंजाबी शेतकरी बाजा कॅलिफोर्नियामध्ये शेतीही करू शकतील. सैन्य उभारणीच्या कल्पनेने भारावून गेलेल्या पिंगळ्यांना मेक्सिकोमध्येही प्रशिक्षण देण्यात काही वावगे वाटत नव्हते. ओरेगॉन आणि कॅलिफोर्नियामधील भारतीयांची सैन्यात भरती करण्याचे त्यांनी ठरवून टाकले. परंतु ही योजना कधीच अमलात येऊ शकली नाही.[१८]

कारण अर्थातच लष्करी उद्दिष्टांसाठी ही वेळ योग्य नव्हती. त्याऐवजी, पिंगळे यांनी पंडीत काशीराम यांना सोपविलेली कामे करावीत आणि ॲस्टोरियातील आझाद-ए-हिंद पार्टीचे प्रमुख म्हणून जबाबदारी सांभाळावी असे ठरविण्यात आले.

हर दयाळ

आझाद-ए-हिंद पार्टीच्या स्थापनेपासून खानखोजेंना एक समस्या सतत जाणवत राहिली होती. पार्टीला अशा एखाद्या प्रभावशाली नेत्याची गरज होती, जो शीख जनतेशी व्यवस्थित संवाद साधू शकेल; त्यांना समजावून घेऊ शकेल, समजावून सांगू शकेल. अशा नेत्याचा शोध सतत सुरू होता. लाला हर दयाळ १९११च्या फेब्रुवारीमध्ये अमेरिकेमध्ये आला आणि खानखोजे आणि त्यांच्या सहकाऱ्यांचा शोध संपला. पंजाबी भाषेवर प्रभुत्व असणाऱ्या, उत्कृष्ट वक्तृत्वकला अवगत असणाऱ्या

हर दयाळला भाई परमानंद यांनी अमेरिकेत बोलावून घेतले होते.

१९०४मध्ये लाहोर गर्व्हमेंट कॉलेजमधून हर दयाळ पदवीधर झाला होता. त्याच वेळी ते तीन प्रमुख राजकीय व्यक्तींच्या संपर्कात आला. लाला लजपतराय, लाला हंसराज आणि भाई परमानंद तिघेही आर्य समाज चळवळीचे खंदे कार्यकर्ते होते. वेदांवर आधारित हिंदुत्वाचा आर्य समाजाने नेहमीच पुरस्कार केला होता आणि त्याचाच एक भाग म्हणजे आर्य समाजाने राष्ट्रभक्तीला नेहमी प्रोत्साहन दिले होते.[२०] या तीनही व्यक्तिमत्त्वांचा हर दयाळवर खूपच प्रभाव पडला होता. तो खरा देशभक्त होता; पण तरीही त्याने आर्य समाज चळवळीमध्ये कधीच भाग घेतला नाही. त्याने लाला लजपतरायना स्पष्टपणे सांगून टाकले होते की "तुम्ही एकतर सुधारक व्हा, नाहीतर क्रांतिकारक. दोन्ही भूमिका एकाचवेळी निभावणे शक्य होत नाही." [२१]

विलक्षण बुद्धिमान, तत्त्वनिष्ठ आणि अतिशय भेदक अशा स्वभावाच्या हर दयाळने ऑक्सफर्डमध्ये शिकण्यासाठी शिष्यवृत्ती मिळविली होती. इथेच त्याची भाई परमानंदांशी ओळख झाली. भाई परमानंदांनी त्याचा, श्यामजी कृष्णवर्मा, गोपाळ कृष्ण गोखले अशा महत्त्वाच्या व्यक्तींशी परिचय करून दिला. हर दयाळने गोखले यांची नेमस्त विचारसरणी धुडकावून लावली आणि एक प्रकारे आपल्याला टिळकांच्या विचारसरणीशी जोडून घेतले.[२२] लंडनमधील तरुण क्रांतिकारकांचे श्यामजी कृष्णवर्मा म्हणजे स्फूर्तिस्थान होते. लोकमान्यांचे सहकारी असलेल्या श्यामजींनी लंडनमध्ये इंडिया हाउसची स्थापना केली होती. तिथेच ते राहायचे आणि त्यांचे ते घर म्हणजे लंडनमधील भारतीय तरुणांचे आश्रयस्थान झाले होते. विचारांची देवाणघेवाण, भारत, भारतीय स्वातंत्र्य या आणि अशा विषयांवर गरमागरम चर्चा झडायच्या त्या इंडिया हाउसमध्येच. आपले स्वातंत्र्याचे लक्ष्य गाठायचे तर बळाचा वापर अनिवार्य आहे, या आपल्या ठाम विचाराचा, श्यामजी उघड-उघडपणे प्रचार करायचे. एके ठिकाणी ते लिहितात,'शांततापूर्ण मार्गाने क्रांती घडणे आता जवळजवळ अशक्य होत चालले आहे, कारण इंग्लंड आता भारतीयांच्या राजकीय स्वातंत्र्याचा एक एक पंख छाटायला निघाला आहे.'[२३]

१९०८मध्ये हर दयाळ भारतात परतला. त्याच सुमारास सुरत काँग्रेसमध्ये दुफळी निर्माण होऊन, नेमस्त आणि जहाल पक्षातील मतभेदांनी सारे राजकीय वातावरण गढूळ झाले होते. हर दयाळ, लोकमान्य टिळक आणि गोखले दोघांनाही भेटला. आणि असे म्हटले जाते की अशा वातावरणाचा परिणाम वैराग्य येण्याच्या स्थितीत होतो.[२४] लोकमान्यांनी त्याला आश्रम काढून तिथे क्रांतिकारकांना शिक्षण देण्याचा सल्ला दिला.[२५] स्वतः हर दयाळ मात्र वैराग्याच्या काठावर उभा होता यात शंका नाही. त्याच्या अंतर्मनात मोठा संघर्ष सुरू होता. मुळातून धार्मिक नसूनही, हर दयाळने बऱ्याच धार्मिक आदर्शांचा विचार करून पाहिला, पण तो कोणत्याही

धर्मापेक्षा अधिक आकृष्ट झाला होता अध्यात्माकडे! धार्मिक असे एकच पुस्तक तो वाचत असे, ते म्हणजे भगवद् गीता.

परंतु हर दयाळचे लेखन मात्र अत्यंत स्फोटक असे असायचे. ब्रिटिशांवर टीका करताना, भारतीय जनतेला जागृत होण्याची प्रेरणा देताना तो इतका प्रक्षोभक स्वरूपाचे लेखन करायचा की, ब्रिटिश गुप्तहेर खात्याने त्याच्या राजकीय कारवायांचा मागोवा घेण्यास यापूर्वीच सुरुवात केली होती.[२६] लाला हर दयाळचे अस्तित्व आणि त्याचा प्रचार, त्याचे विचार हीच ब्रिटिशांची एक मोठी डोकेदुखी होऊन बसली होती. त्याला असे कळविण्यात आले की ब्रिटिश सरकार त्याला पकडण्यासाठी काहीतरी कारण शोधत होते.[२७] पुन्हा एकदा भारत सोडून लंडनला जाण्याची वेळ येऊन ठेपली होती. ब्रिटिशांच्या काकदृष्टीतून सुटून पळून आलेल्या भारतीयांना लंडन हे एक महत्त्वाचे आश्रयस्थान होते. त्याचे कारण म्हणजे, केवळ भारतातूनच नव्हे, तर युरोपमधील इतर देशांमधूनही आलेल्या क्रांतिकारकांचा लंडन म्हणजे अड्डा बनला होता.[२८] याच लंडनमध्ये १९०६मध्ये स्वा. सावरकरांनी 'फ्री इंडिया सोसायटी' स्थापन केली होती. या सोसायटीमार्फत 'अभिनव भारत' या गुप्त संघटनेसाठी सदस्यांची भरती केली जात असे.[२९] या काळात एका पाठोपाठ एक झालेल्या राजकीय हत्यांमुळे, ब्रिटिश गुप्तहेर खाते सावध झाले होते. त्यांनी भारतीय 'खबऱ्यांवर' बारीक लक्ष ठेवायला सुरुवात केली होती. त्यांच्या मागावर राहिल्याने, भारतीय क्रांतिकारकांच्या हालचालींचा सुगावा लागत असे. भारतात आणि परदेशांमध्ये घडलेल्या लागोपाठच्या हत्यांमुळे, भारतातील आणि परदेशातील क्रांतिकारी संघटनांचे एकमेकींशी असलेले संधान ब्रिटिश सरकारच्या लक्षात आले होते.[३०]

ब्रिटिशांची सावधगिरी हर दयाळच्या दृष्टीने धोक्याची होती. त्याला लंडन सोडून, पॅरिसला जाणे भाग पाडण्यात आले. पॅरिसमध्ये त्याच्या बरोबर काम करण्यासाठी समविचारी क्रांतिकारक होतेच, त्यात प्रसिद्ध पारशी स्वातंत्र्यसैनिक मॅडम भिकाईजी रुस्तुमजी कामा यांचाही समावेश होता. पॅरिसमध्येही हर दयाळची लेखणी तितक्याच भेदकपणे चालली होती. तिथे त्याने 'वंदे मातरम्' नावाचे मासिक सुरू केले.

दरम्यान, अमेरिकेमध्ये आझाद-ए-हिंद पार्टीची सदस्य संख्या पाच हजाराच्या वर पोहोचली होती. आणि इतक्या मोठ्या जनसमुदायाला बांधून ठेवणारा प्रभावी नेता लवकरात लवकर मिळाला नसता, तर त्यांच्यातच आपापसात गट-तट पडण्याची भीती निर्माण झाली होती. पंडीत काशीराम, खानखोजे आणि काही सदस्यांनी मिळून भाई परमानंदांना ही नेतृत्वाची जबाबदारी स्वीकारण्याची विनंती केली. पण आर्य समाज चळवळीशी घट्ट बांधले गेलेले भाई परमानंद भारतात परतू इच्छित होते. खानखोजे मराठीमधून 'केसरी'तून आणि 'चित्रमय' आणि 'सरस्वती'मध्ये हिंदीतून लिखाण करतच

होते. आझाद-ए-हिंद पार्टीला नेता मिळण्याची निकड ते आपल्या लिखाणातून वारंवार व्यक्त करतच होते. लाहोरमधून प्रकाशित होणाऱ्या 'पंजाबी' या वृत्तपत्राच्या संपादकांना, ३०मार्च, १९१२ रोजी लिहिलेल्या पत्रात खानखोजेंनी, 'इथल्या भारतीयांना मार्गदर्शन करून एकत्र आणू शकणाऱ्या एखाद्या निष्ठावान भारतीयाने, येथे येऊन त्यांचे नेतृत्व स्वीकारण्याची' गरज व्यक्त केली होती.[३१]

पंजाबी-शीख मजुरांचे समुदाय आणि विविध राज्यांमधून जमा झालेले विद्यार्थ्यांचे गट नियंत्रित करणे दिवसेंदिवस अवघड होत चालले होते. या अशा विस्कळीत समाजाला एकत्र बांधून त्यांचे नेतृत्व करू शकेल अशी हर दयाळ ही एकमेव व्यक्ती आहे हे लक्षात आल्यावर, भाई परमानंदांनी त्याला कॅरिबियन समुद्रामध्ये पूर्वेला असणाऱ्या फ्रेंच भागातील मार्टिनिक इथून शोधून काढले. वरवर पाहता आर्य समाजाच्या जीवनशैलीचा प्रचार करण्यासाठी, पण प्रत्यक्षात मात्र आझाद-ए-हिंद पार्टीचे नेतृत्व करण्यासाठी, अमेरिकेला जायचे आदेश भाई परमानंदांनी हर दयाळला दिले.

हर दयाळ बर्कलेला पोहोचला. त्याचे लेखन सुरूच होते. आता तो अमेरिकन जीवन शैलीच्या सकारात्मक बाजूबद्दल लिखाण करू लागला. लवकरच त्याला स्टॅनफर्ड विद्यापीठात 'भारतीय तत्त्वज्ञान' हा विषय शिकविण्यासाठी आमंत्रण मिळाले. आपल्या कार्यकौशल्याच्या बळावर अल्पावधीतच त्याने, पॅरिस आणि लंडनमध्ये मिळविली होती, तशीच लोकप्रियता स्टॅनफर्डमध्येही मिळविली. पोर्टलँडमधील पंडीत काशीराम यांच्या निवासस्थानी आझाद-ए-हिंद पार्टीच्या होणाऱ्या बैठकीचे निमंत्रण त्याला देण्यात आले. याच बैठकीत भाई परमानंद यांनी त्याला स्टॅनफर्ड विद्यापीठातील प्राध्यापकी सोडून, चळवळीसाठी पूर्ण वेळ काम करावयास सांगितले. अखेर हर दयाळ तयार झाला, परंतु त्याने अट घातली – की पार्टीची सर्व सूत्रे त्याच्याच हातात राहावीत आणि मुख्य म्हणजे पार्टीचे नाव बदलून ते 'गदर पार्टी' असे ठेवावे – ज्याचा सरळ सरळ अर्थ होतो – बंड!

> *१९१३मध्ये आझाद-ए-हिंद पार्टीची 'गदर पार्टी' झाली. मी या नावाला कडाडून तीव्र विरोध केला. कारण आम्ही जे करत होतो, ते 'बंड' नव्हते; तर 'स्वातंत्र्य युद्ध' होते. १८५७ मधल्या आमच्या पहिल्या स्वातंत्र्य युद्धाला 'बंड' हे नाव ब्रिटिशांनी दिलं होतं; पण आमच्या शब्दकोशात 'बंड' शब्दाला जागाच नव्हती. भारत ही आमची मातृभूमी होती आणि 'परकीयांच्या' दास्यत्वातून तिला मुक्त करणं हे आमचे पवित्र कर्तव्य होतं.*
>
> *हर दयाळचा स्वभाव वर्चस्व गाजवणारा आणि आत्मकेंद्री होता, पण आम्हाला हेही माहीत होतं की तो एकदम सच्चा, प्रामाणिक माणूस आहे. आम्ही तो आणि त्याचा उद्धटपणा चालवून घेतला. कारण गरज आम्हाला*

होती. पार्टीत आतापर्यंत दहा हजारांच्यावर सदस्य होते आणि 'गदर'चं नाव अमेरिकेत प्रसिद्धीला यायला लागलं होतं.

नंतर कित्येक वर्षांनीही मला खातरीने वाटत होतं की, गदरच्या स्थापनेचं श्रेय आमच्या सारख्यांच्या बरोबर सोहनसिंग आणि मुख्य म्हणजे पंडीत काशीराम यांच्या आर्थिक मदतीशिवाय आणि प्रोत्साहनाशिवाय गदर चळवळ तग धरूच शकली नसती.

गदरच्या पहिल्याच सभेमध्ये, हर दयाळने आपले विचार अत्यंत नि:संदिग्धपणे आणि रोखठोकपणे लोकांसमोर मांडले. "तुम्हाला तुमच्या घरात–भारतात– स्वातंत्र्य असल्याशिवाय, बाहेर इथे अमेरिकेमध्ये समानतेची वागणूक मिळणे शक्यच नाही. भारतीयांची गरिबी आणि लाचारी याचे मूळ कारण आहे ब्रिटिशांची हुकमत आणि हीच सत्ता आपण उलथवून टाकायला पाहिजे. तीही अर्जविनंत्या करून नव्हे, तर सशस्त्र क्रांती करून.[३२]

हर दयाळने गदरचे नेतृत्व स्वीकारले आणि पार्टीमध्ये व्यक्ती-व्यक्तींमधील संघर्ष उभा ठाकला. तो अपरिहार्यच होता. अर्थात या काळात खानखोजेंना मनातून दुराव्याची, पार्टीपासून तुटलेपणाची भावना नक्कीच जाणवली असणार. कारण त्यांच्या स्वभावानुसार, काही काम करताना संपूर्ण स्वातंत्र्य त्यांना हवे असायचे; परंतु तरीही एखाद्या आज्ञाधारक, शिस्तप्रिय सैनिकाप्रमाणे, त्यांनी सर्व काही गिळून टाकून आपली जुनी 'प्रचारकाची' भूमिका स्वीकारली आणि ते आपल्या अभ्यासाकडे वळले.

गदर पार्टीच्या इतर शाखांच्या कामकाजाची पाहणी करण्यासाठी हर दयाळने पॅसिफिक किनारा आणि कॅनडाचा दौरा केला. या दौऱ्यावर खानखोजे त्याच्या सोबत होते.[३३] त्या वेळी खानखोजे 'हिंदुस्थान असोसिएशन ऑफ दि युनायटेड स्टेटस ऑफ अमेरिका'चे उपाध्यक्ष होते. ही संस्था भारतीय विद्यार्थ्यांना सर्व प्रकारची मदत करत असे; परंतु पुढच्या काळात गदर पार्टीच्या कार्यामुळे ही संस्था लोकांच्या विस्मृतीत गेल्यासारखी झाली.[३४] अशा अनेक संस्था, छोटे छोटे गट अतिशय परिश्रमाने खानखोजे आणि त्यांच्या सहकाऱ्यांनी मिळून अमेरिकेत उभे केले होते आणि त्या सगळ्यांचा हर दयाळशी परिचयही खानखोजेंनीच करून दिला होता.

या सगळ्या धामधुमीमध्येच, वॉशिंग्टन स्टेट कॉलेजमधील पदव्युत्तर अभ्यासक्रमाचा ताणही होताच. 'सॉईल फिजिक्स लॅबोरेटरी'मध्ये संशोधन सहायक म्हणून ते नोकरी करत होते. आणि शेतीमधील नवनवीन पद्धतींचा अभ्यास करणाऱ्या, 'अमेरिकन जेनेटिक्स असोसिएशन' या संस्थेचे आजीव सदस्य झाले नेते. शेतीच्या तंत्रामधील नवीन सुधारणा प्रत्यक्ष पाहिल्यामुळे खानखोजेंच्या दृष्टिकोनात आमूलाग्र बदल झाला. सुधारित तंत्राच्या मदतीने पीक कसे वाढवावे आणि त्याचबरोबर मातीच कस

कसा टिकवून ठेवावा, वाढवावा या दृष्टीने त्यांचा अभ्यास सुरू होता. शेतीतंत्रामधील विविध विषयांवर तज्ज्ञ प्राध्यापकांची भाषणे होत असत. खानखोजे या भाषणांना आवर्जून उपस्थित राहात असत. सध्या खानखोजेंचे एकूणच आयुष्य एकाच वेळी दोन विषयांनी व्यापून गेले होते 'शेती-आणि क्रांती!'

सतत कामात गढलेल्या खानखोजेंसाठी 'कामात बदल' हीच विश्रांती असे. विद्यापीठातील अभ्यासामध्ये शारीरिक कष्टही भरपूर होते. त्यातून बदल म्हणून खानखोजे आपला मित्र बिशन दास कोचरला बरोबर घेऊन, फिल्म्स दाखविण्यासाठी गावोगाव हिंडत असत. या फिल्म शोमधून जे उत्पन्न मिळायचे, ते सर्व गदर पार्टीकडे जायचे. त्याचवेळी खानखोजेंनी गदर पार्टीतील तरुण सदस्यांना छुपे लष्करी प्रशिक्षण देण्यास सुरुवात केली. ही सगळी कसरत अतिशय बांधून ठेवणारी, दमविणारी पण प्रचंड मानसिक समाधान देणारी होती. खानखोजे झपाटल्यासारखे काम करत होते.

> *भाषणं, बैठका आणि पार्टीच्या कामापुढे मला क्षणाची फुरसत मिळत नसे. हे सर्व राजकीय काम मी टोपण नावाने करत असे.*[३५] *मी एक विद्यार्थी होतो. शिवाय माझे दोन वेळचे जेवण मलाच कमवावे लागत होते. अभ्यासामधून हवाहवासा बदल म्हणजे राजकीय काम असं मला वाटायचं. कारण ते काम माझ्या मनातलं, हृदयातलं काम होतं.*
>
> *या काळात एका इंग्लिश विद्यार्थ्याची गोष्ट मला आठवते. वॉशिंग्टन स्टेट कॉलेजमध्येच शेती विषयासाठी त्याने प्रवेश घेतला होता. वर्गातल्या तासांना तो अगदी नियमितपणे हजर असायचो आणि गंमत म्हणजे प्रयोगशाळेतल्या एकाही प्रयोगाला कधी यायचा नाही. अखेर त्याला कॉलेजमधून काढून टाकण्यात आलं. त्यावर त्यांनीच उलट तक्रार दाखल केली. त्याचं म्हणणं होतं की, 'ज्या वर्गाला एक हिंदू शिकवतो, त्या वर्गाला उपस्थित राहणं मला अपमानास्पद वाटतं.' कॉलेजच्या रजिस्ट्रारनी त्याला त्याच्या वागणुकीबद्दल चांगलीच समज दिली आणि त्याला माझी माफी मागायला लावली. हा माझा खूपच मोठा नैतिक विजय होता.*

डिसेंबर, १९१२च्या हिवाळ्याच्या सुट्टीत खानखोजे पोर्टलँडला परतले. आजकाल मनातून कितीही वाटले, तरी पंडीत काशीराम यांची वरचेवर भेट होत नसे. या वेळी पंडीत काशीराम यांच्याकडे रामचंद्र आणि त्यांच्या पत्नीची भेट झाली. दोघेही क्रांतीच्या कार्यात मदत करण्याच्या हेतूने, पेशावरहून आलेले होते. काशीराम आणि खानखोजेंनी, या दोघांना नक्की कसे सामावून घ्यायचे याबद्दल हर दयाळशी बोलायचे ठरविले. कारण आतापर्यंत गदर पार्टीवर हर दयाळने आपली पूर्ण पकड

बसविली होती आणि अनेक बदल घडवून आणले होते.

आता युरोपमध्ये हळूहळू युद्धाची चाहूल लागायला लागली होती. ऑस्ट्रियाने, बोस्निया आणि हर्जेगोविन काबीज केले होते. १९०८मधील त्या घटनेमुळे सर्बिया पार कंगाल झाला होता. दारिद्र्याने लोक देशोधडीला लागले होते. बाल्कन राज्यांमध्ये तणाव वाढत होता आणि अखेर १९१२च्या ऑक्टोबरमध्ये पहिल्या बाल्कन युद्धाची ठिणगी पडली. जर्मनी दिवसेंदिवस अधिक आक्रमक होऊ लागली, आणि त्यामुळे सर्व युरोपभर एक अस्वस्थतेचे सावट पसरले.

परंतु याहून अधिक गंभीर होती ती, युरोप आणि अमेरिकेच्या दरम्यान पडणारी सांस्कृतिक दरी! जुन्या-नव्याच्या संघर्षात एकमेकाकडे काहीशा अलिप्तपणे पाहण्याची वृत्ती बळावत होती. युरोपला वेढणारा असंतोषाचा वणवा – ज्याचा स्फोट लवकरच दोनपैकी पहिल्या महायुद्धात होणार होता – आपल्यापासून अजून तरी दूर आहे अशा त्रयस्थ भावनेने त्याकडे पाहिले जात होते – निदान खानखोजे आणि त्यांच्या सहकाऱ्यांना तरी तसेच वाटत होते. ते आपल्या समोर अमेरिकेत धुमसणाऱ्या वणव्याला शांत कसे करावे याच प्रयत्नांमध्ये मश्गूल होते.

टीप

१. एमिली सी. ब्राऊन, *हर दयाळ,* टक्सन : युनिव्हर्सिटी ऑफ अरिझोना प्रेस (१९७५)
२. पी.एस. खानखोजे यांच्या अप्रकाशित आठवणी नवी दिल्ली, नेहरू मेमोरिअल लायब्ररी
३. ए.सी. बोस *इंडियन रिव्होल्युशनरीज अब्रॉड* (१९०५-१९२२), पाटणा, भारती भवन (१९७१) पृष्ठ-४३, आर. के. दास *हिंदुस्थानी वर्कर्स ऑन द पॅसिफिक कोस्ट बर्लिन,* वॉल्टर डीसी ग्रुयटर आणि कंपनी (१९२३)
४. एमिली सी. ब्राऊन, *हर दयाळ,* टक्सन : युनिव्हर्सिटी ऑफ अरिझोना प्रेस (१९७५), पृष्ठ-१४०
५. हरीश के पुरी. *गदर मूव्हमेंट* अमृतसर, गुरू नानकदेव युनिव्हर्सिटी प्रेस (१९९३), पृष्ठ-३५
६. पी.एस. खानखोजे यांच्या अप्रकाशित आठवणी नवी दिल्ली, नेहरू मेमोरिअल लायब्ररी, पृष्ठ-४६

७. दि अलास्का, दि युकॉन पॅसिफिक एक्सपोजिशिन १९०८-१९१० 'स्मिथ सोनियन इन्स्टिट्यूशन अर्काइव्ह्ज' सिएटल टाइम्समधील १८ फेब्रुवारी, १९९६च्या वृत्तान्तानुसार 'अलास्काचे नैसर्गिक स्रोत, अलौकिक संपत्ती आणि पॅसिफिक स्लोपवरील व्यापार, दळणवळण इत्यादीचा कसा उपयोग करून घेता येईल, यासंबंधी विचार करण्यासाठी हे प्रदर्शन आयोजित केले होते.'
८. सोहन सिंग जोश, हिंदुस्थान गदर पार्टी, खंड:२ नवी दिल्ली, पीपल्स पब्लिशिंग हाउस (१९७८), पृष्ठ-३७
९. पी.एस. खानखोजे यांच्या अप्रकाशित आठवणी नवी दिल्ली, नेहरू मेमोरिअल लायब्ररी
१०. मूळ डिग्रीची प्रत, नेहरू मेमोरिअल लायब्ररी, नवी दिल्ली येथे उपलब्ध
११. द हँडबुक ऑन टेक्सास ऑनलाइन : http://www.tshaonline.org/handbook/online/articles/FF/ffl28.html
१२. बिशन दास कोचर यांच्या अप्रकाशित आठवणी, तुमसर, महाराष्ट्र, पृष्ठ-९, नेहरू मेमोरिअल लायब्ररी, नवी दिल्ली येथे प्रत उपलब्ध
१३. अॅल्युमनी डिरेक्टरी ओरेगॉन अॅग्रिकल्चरल कॉलेज, जून, १९१३, खानखोजे पांडुरंग, पी.एस. असिस्टंट एक्सपिरिमेंट स्टेशन, पुलमन वॉशिंग्टन, पृष्ठ-५१
१४. महाराष्ट्र राज्य, पोलीस फाइल्स, नागपूर, नेहरू मेमोरिअल लायब्ररीमध्ये फोटोप्रत उपलब्ध
१५. माया खानखोजे (कन्या) यांनी सांगितल्याप्रमाणे
१६. अशा एका माहितीपत्रकाची मूळ प्रत सुनील खानखोजे यांनी, नेहरू मेमोरिअल लायब्ररीला भेट दिली आहे.
१७. सर वीरने लॉव्हेट, *अ हिस्ट्री ऑफ दि इंडियन नॅशनॅलिस्ट मूव्हमेंट*, लंडन, फ्रँक कास आणि कंपनी लिमिटेड (१९६८), पृष्ठ-२
१८. एमिली सी. ब्राऊन, *हर दयाळ*, टक्सन : युनिव्हर्सिटी ऑफ अरिझोना प्रेस (१९७५), पृष्ठ-१३७
१९. हरीश के पुरी. *गदर मूव्हमेंट* अमृतसर, गुरू नानकदेव युनिव्हर्सिटी प्रेस (१९८३), पृष्ठ-५९
२०. सर वीरने लॉव्हेट, *अ हिस्ट्री ऑफ दि इंडियन नॅशनॅलिस्ट मूव्हमेंट*, लंडन, फ्रँक कास आणि कंपनी लिमिटेड (१९६८)
२१. धर्मवीर, लाला हर दयाळ, नवी दिल्ली, इंडियन बुक कंपनी (१९७०), पृष्ठ-७४
२२. एमिली सी. ब्राऊन, *हर दयाळ*, टक्सन : युनिव्हर्सिटी ऑफ अरिझोना प्रेस (१९७५), पृष्ठ-२७

२३. टी. आर. सरीन, *इंडियन रिव्होल्युशनरीज अब्रॉड* (१९०५-१९२०), नवी दिल्ली, स्टर्लिंग पब्लिशर्स (१९७९), पृष्ठ-९
२४. एमिली सी. ब्राऊन, *हर दयाळ*, टक्सन : युनिव्हर्सिटी ऑफ अरिझोना प्रेस (१९७५), पृष्ठ-६७
२५. धर्मवीर, *लाला हर दयाळ*, नवी दिल्ली, इंडियन बुक कंपनी (१९७०), पृष्ठ-५४-५५
२६. एमिली सी. ब्राऊन, *हर दयाळ*, टक्सन : युनिव्हर्सिटी ऑफ अरिझोना प्रेस (१९७५), पृष्ठ-१८
२७. धर्मवीर, *लाला हर दयाळ*, नवी दिल्ली, इंडियन बुक कंपनी (१९७०), पृष्ठ-९६
२८. टी.आर. सरीन, *इंडियन रिव्होल्युशनरी मूव्हमेंट अब्रॉड* (१९०५-१९२०), नवी दिल्ली, स्टर्लिंग पब्लिशर्स (१९७९), पृष्ठ-१५
२९. एमिली सी. ब्राऊन, *हर दयाळ*, टक्सन : युनिव्हर्सिटी ऑफ अरिझोना प्रेस, (१९७५)
३०. टी.आर. सरीन, *इंडियन रिव्होल्युशनरीज अब्रॉड*, (१९०५-१९२२), नवी दिल्ली, स्टर्लिंग पब्लिशर्स (१९७९), पृष्ठ-२१
३१. हरीश के. पुरी, *गदर मूव्हमेंट* अमृतसर, गुरू नानकदेव युनिव्हर्सिटी प्रेस (१९८३), पृष्ठ-५८
३२. बिपनचंद्र, के.एन. पणिक्कर, मृदुला मुकर्जी, सुचेता महाजन, *इंडियाज स्ट्रगल फॉर इंडिपेन्डन्स*, नवी दिल्ली; पेंग्विन बुक्स इंडिया (१९८८), पृष्ठ-१४९
३३. टी.आर. सरीन, *इंडियन रिव्होल्युशनरी मूव्हमेंट अब्रॉड* (१९०५-१९२०), नवी दिल्ली, स्टर्लिंग पब्लिशर्स (१९७९), पृष्ठ-७१
३४. द होम पोलिटिकल डिपॉझिट, मार्च, १९२१, नॅशनल अर्काइव्ह्ज
३५. खानखोजेंनी त्यांच्या राजकीय कार्यासाठी 'पीर खान' हे नाव धारण केले, ते केवळ गुप्ततेसाठी नाही; तर मुस्लिमांनाही क्रांतीकडे आकर्षित करण्यासाठी. एमिली ब्राऊन म्हणतात त्याप्रमाणे, 'गदर पार्टी ही हिंदू बुद्धिवादी आणि शीख शेतकरी, गरीब गावकरी आणि लाकडाच्या गिरणीतील कामगारांची एक अस्वस्थ एकी होती. याचा अर्थ गदरमध्ये खालच्या आर्थिक स्तरावरील मुसलमान, हिंदू नव्हतेच असा नाही; परंतु शीखांची बहुसंख्या होती. पार्टीला आणि तिच्या योजनांना बराचसा आर्थिक हातभार त्यांचाच असायचा.' एमिली सी. ब्राऊन. हर दयाळ, टक्सन : युनिव्हर्सिटी ऑफ अरिझोना प्रेस (१९७५), पृष्ठ-४०

'गदर'चा जन्म

अमेरिकेमध्ये अनेक छोट्या-मोठ्या भारतीय संस्थांचे जाळे पसरले होते. विविध नावांखाली, भारतीयांसाठीच या संस्था कार्य करीत होत्या; परंतु त्यांचा एकमेकींमध्ये फारसा ताळमेळ नव्हता. त्यापैकी काही महत्त्वाच्या संस्था म्हणजे – खालसा दिवाण सोसायटी. ही संस्था शीख लोकांना अडीअडचणीच्या प्रसंगी सर्व सहकार्य करीत असे. हिंदुस्थान असोसिएशन ही संस्था खास करून भारतीय विद्यार्थ्यांना मदत करत असे. आझाद-ए-हिंद आणि कॅलिफोर्नियाची इंडिया इंडिपेन्डन्स लीग.[१] गदर पार्टीने या सर्व संस्थांचे एकत्रीकरण केले. आता गदरने ब्रिटिशांविरुद्ध प्रचार नाही – तर 'प्रचार युद्ध' सुरू केले. 'हिंदी असोसिएशनमधील (हिंदुस्थान असोसिएशन) प्रमुख सदस्यांनी कंबर कसली आणि ते धडाक्याने कामाला लागले. त्यांचे काम होते एका कारखान्यातून वा शेतातून दुसऱ्या कारखान्यात वा शेतावर अखंडपणे फिरत राहायचे. तिथे काम करणाऱ्या मजुरांकडून, शेतकऱ्यांकडून निधी जमा करायचा आणि क्रांतीच्या कार्यासाठी भक्कम पाठिंबा मिळवायचा. हरचरण दास यांनी या गटाचे नाव ठेवले होते, प्रवासी चिटणीस[२] किंवा सेक्रेटरी.

भारताच्या स्वातंत्र्यासाठी, भारताच्या बाहेर चळवळ उभी राहण्याची ही पहिलीच घटना. गदर चळवळीची सुरुवातच अत्यंत धडाडीची आणि चैतन्यमय अशी होती. चळवळीविषयी, तिच्या प्रगतीविषयीची माहिती प्रसृत होण्याच्या दृष्टीने, पार्टीला स्वत:चे असे प्रकाशन असणे आवश्यक होते. १९१३च्या मे महिन्यात पोर्टलँडला झालेल्या बैठकीमध्ये, छापखाना आणि संस्थेला स्वत:ची इमारत घेण्यासाठी निधी गोळा करण्याचे ठरले.[३]

या चळवळीचा इतिहास कोणाही एका व्यक्तीला लिहिणं खरोखर अवघड आहे. क्रांतीच्या विचारांनी भारलेला – झपाटलेला असा आमचा एक गट होता. भावाभावासारखं नातं आमच्यात होतं, तसंच एकाच समान

ध्येयासाठी, कार्य करणारे आम्ही सगळेच नेतेही होतो. मला माहीत आहे, मी हे लिहीत असताना, आमच्या ध्येयासाठी जे लढले, त्यांच्यापैकी कोणी हयात असण्याची शक्यता नाही. ही कथा पूर्ण नाही. ती कधी पूर्ण होऊही शकणार नाही. जे आज नाहीत, त्यांच्या साक्षी, पुरावे त्यांची मतं, याची उणीव राहणारच! या चळवळीचे खरे संस्थापक तेच स्वार्थत्यागी लोक आहेत, ज्यांनी मातृभूमीसाठी आपली आयुष्यं दिली.

व्यक्तीच्या धर्मापेक्षा देश मोठा हे आम्हा सर्वांनाच मान्य होतं. ब्रिटिश शिक्षण पद्धतीनी केवळ देशाचा कारभार चालविणारी नोकरशाही जन्माला घातली. पण ही पद्धत व्यवहार्य नक्कीच नव्हती. भारतीयांच्या बुद्धिमत्तेच्या विकासाला या पद्धतीनी जणू पूर्णविरामच दिला होता. देशाचा विकास आणि प्रगती, योग्य सुनियोजित व्यवस्थापन आणि औद्योगिक विकासाशिवाय होऊ शकत नाही. अर्थात ब्रिटिशांना ते नकोच होतं.

गदर पार्टीसाठी गदरच्या सभासदांनी सढळ हातांनी देणग्या दिल्या. सगळे जण कामाला लागले आणि गदर पार्टीची आपली स्वत:ची इमारत उभी राहिली. सॅन फ्रॅन्सिस्कोमधला 'गदर आश्रम' ही गदरची हक्काची जागा बनली. तसं भारतामध्ये श्रीमंत व कार्यक्षम असे पुष्कळ लोक होते – ज्यांनी आर्थिकदृष्ट्या आम्हाला पाठिंबा दिला; पण ब्रिटिशांच्या सूडभावनेला घाबरून ते लांबच राहिले. आम्ही सर्वांनीच मग जमेल तशी, तितकी मदत पार्टीला केली. तसंच हर दयाळची आर्थिक जबाबदारीही आम्ही स्वीकारली. गदरच्या कामाला वाहून घेण्यासाठी हर दयाळला वैयक्तिक आर्थिक विवंचनेतून सुटका मिळणं जरुरीचं होतं.

हर दयाळ बुद्धिमान तर होताच, पण अत्यंत उत्स्फूर्त असा वक्ताही होता. भुरळ पाडणाऱ्या त्याच्या व्यक्तिमत्त्वाचे वैशिष्ट्य होते – त्याची अत्यंत भेदक नजर. त्याच्या भरदार आवाजातून त्याची ठाम विचारशक्ती आणि प्रांजळपणा ऐकणाऱ्यापर्यंत सहज पोहोचत असे.

५ जून, १९१३च्या 'ॲस्टोरिया'च्या अंकात त्याचे भाषण प्रसिद्ध झाले होते. त्यात तो म्हणतो, "भारतीयांच्या दारिद्र्याचे मुख्य कारण म्हणजे स्वार्थी, दूरदृष्टीचा संपूर्ण अभाव असणारे ब्रिटिशांचे धोरण... ब्रिटिश उच्च आणि मध्यम वर्गीयांच्या आर्थिक हितासाठी भारतीयांची पिळवणूक होत आहे आणि म्हणूनच दरवर्षी २०० मिलियन डॉलर्सहून अधिक पैसा भारताबाहेर जात आहे. शिक्षणाला तर इथे अजिबात प्रोत्साहन नाही. ब्रिटिशांच्या शंभर वर्षांच्या हुकमतीनंतरही जेमतेम दहा टक्के भारतीय साक्षर झाले आहेत.[४]

सॅन फ्रॅन्सिस्कोमधील गदर आश्रम

ओरेगॉनमधील अॅस्टोरिया येथे एका बैठकीमध्ये 'गदर पार्टी'चे अधिकृत उद्घाटन झाले. बाबा सोहनसिंग बखना यांची पार्टीच्या अध्यक्षपदी नियुक्ती करण्यात आली. हर दयाळ गदर पार्टीचा सचिव आणि 'गदर' या नियकालिकाचा संपादक म्हणून निवडून आला. १ नोव्हेंबर, १९१३ रोजी हे नियतकालिक सुरू करण्यात आले होते. पंडित काशीराम यांच्याकडे कोषाध्यक्ष पदाची जबाबदारी आली.[५] खानखोजे या बैठकीला उपस्थित होते आणि त्यांनी आपले आधीचेच छुप्या लष्करी प्रशिक्षकाचे पद कायम ठेवण्याचा आग्रह धरला. हर दयाळने गदरचे प्रमुख कार्यालय सॅन फ्रॅन्सिस्कोला न्यायचे ठरविले. त्याच्या या निर्णयाने मात्र मतभेदाचा प्रसंग उभा केला. काही क्रांतिकारक सदस्यांना हा निर्णय मान्य नव्हता. कारण सॅन फ्रॅन्सिस्कोपेक्षा पोर्टलँड आणि ओरेगॉनमध्ये भारतीयांची वस्ती जास्त प्रमाणात होती; परंतु सॅन फ्रॅन्सिस्कोला गदरचे मुख्यालय हलविले, तर जवळच असलेल्या बर्कले आणि स्टॅनफर्ड विद्यापीठातील विद्यार्थी गदरला येऊन मिळतील, असा विचार बहुधा हर दयाळने केला असावा. गदर आश्रम आधी '४३६ हिल स्ट्रीट' येथे नेण्यात आला आणि नंतर सॅन फ्रॅन्सिस्कोच्या 'वूड स्ट्रीट'वर हलविण्यात आला.[६] (सध्या ही वास्तू गदरचे वस्तुसंग्रहालय म्हणून जतन करण्यात आली आहे; परंतु तिची अतिशय दुरवस्था झालेली आहे.)

ज्यांना आपल्या मातृभाषेत चांगले लिखाण करता येत होते, ते गदरच्या संपादक विभागात काम करू लागले. गदरमधून देशभक्तीपर लेख, कविता प्रसिद्ध होऊ लागल्या. अत्यंत प्रेरक शब्दांमध्ये देशभक्तांना उपदेश देऊन जागृत करण्यात येऊ लागले. "आता बस्स झाले, उठा हिंदूंनो आता उठा. डोळ्यांवरची झापडे दूर करा, मनाची कवाडे उघडा – तुमचा पैसा – अडका गदरच्या कार्यालयात जमा करा आणि गदरच्या फौजेमध्ये तुमचे नाव दाखल करा. तुमचे रक्त तापू दे. असे किती दिवस हात-पाय गाळून बसणार आहात? चित्त्यासारखी झेप घ्यायला आता तरी सज्ज व्हा!"

गदरचा पहिला अंक म्हणजे क्रांतिकारकांच्या अतिशय प्रक्षोभक आणि अलंकारिक भाषेतील लिखाणाचा उत्तम नमुना होता. 'तुझे नाव काय?' 'गदर', 'तू काय करतोस?' 'गदर', 'युद्ध कोठे होईल?', 'भारतात', 'कधी?', 'लवकरच.' 'कारण?' 'भारतीय जनता यापुढे ब्रिटिशांची जुलुमी हुकमत सहन करू शकत नाही.'[७] पार्टीचे इतर सदस्य रामचंद्र, गोविंद बिहारी लाल, हरी सिंग आणि इशार सिंगही हर दयाळला अशा प्रकारच्या प्रक्षुब्ध लिखाणात मदत करू लागले.

गदरमधील जहाल लिखाण आणि देशभक्तीने ओथंबलेली भाषणे यांचा योग्य

तो परिणाम झाला. शीख मजुरांच्या मनामधील निद्रिस्त देशभक्तीची भावना खडबडून जागी झाली. गदरच्या कार्याने लोकांना आकर्षित केले. गदर पार्टीची सदस्यसंख्या वेगाने वाढू लागली. गदर पार्टीचे स्वरूप विचारपूर्वक निधर्मी आणि लोकशाही, असे राखण्यावर हर दयाळचा कटाक्ष होता. पुढील गीतामधून हे स्वरूप लक्षात येते :

चला आपण एक नवीन सरकार स्थापू या
जिथे नसेल कोणीही मोठा, कोणीही लहान
सर्व जण जिथे असतील समान
सर्वांनाच असतील जिथे हक्क एकसमान
प्रश्नच नाही उद्भवणार जिथे कोणी उच्च, कोणी नीच
प्रत्येकाच्या हाताला मिळेल काम [८]

हर दयाळ झपाटल्यासारखी भाषणे देत होता. गदर पार्टीच्या वाढत्या सदस्य संख्येला त्याची आवेशपूर्ण, उत्कट भाषणे खिळवून ठेवत असत. पोर्टलँडमधील ब्रिटिश परराष्ट्रातील वकील (कौन्सिल) या संदर्भात म्हणते, 'ॲस्टोरियामधील लाकडाच्या कारखान्यात काम करणाऱ्या २०० हिंदूंना, हर दयाळच्या भाषणांनी बेचैन करून सोडले आहे.''[९] एरवी विश्वासू असणारे शीख लोक एकाएकी ब्रिटिश सत्तेला विरोध करू लागले. ही बाब ब्रिटिश अधिकाऱ्यांना विचारात टाकणारी होती. गुप्तहेर संघटनांचे मत होते की, या असंतोषाचे मूळ कारण राष्ट्रवादी विद्यार्थ्यांनी केलेला प्रचार हेच आहे.[१०]

अमेरिकेमध्ये असलेल्या भारतीय क्रांतिकारकांचा कधी ना कधी, तरी बंगाली क्रांतिकारकांच्या चळवळीशी आणि त्यांच्या छुप्या संघटनांशी संबंध येतच असे. हे संबंध लक्षात घेऊन गदर आश्रमासाठी 'युगांतर' हे नाव निवडण्यात आले. बंगालमधील प्रसिद्ध वृत्तपत्राचे नावही 'युगांतर' होते आणि माणिकतालामध्ये 'युगांतर आश्रम' होता – जिथे क्रांतिकारकांच्या गुप्त बैठकी होत असत. बंगाली चळवळीचा आदर्श ठेवण्यासाठी, मान राखण्यासाठी म्हणून गदर आश्रमाला 'युगांतर आश्रम' असे नाव देण्यात आले. हर दयाळ, सॅन फ्रॅन्सिस्कोमधील युगांतर आश्रमाला, 'ब्रिटिश राजवटीवरील चढाईला प्रारंभ करण्याचा किल्ला' म्हणत असे.' [११]

एकदा फिल्म शो आटोपून सॅन फ्रॅन्सिस्कोहून बोटीने पोर्टलँडला परत येत असताना, खानखोजे आणि बिशन दास कोचरना अपघात झाला. बिशन दास कोचर या अपघाताबद्दल लिहितात, ''त्या दिवशी ढगाळ हवा होती. धुकेही इतके होते की, समोरचे दिसत नव्हते. आम्ही दोघे बोटीच्या वरच्या डेकवर उभे होतो. आरामात गप्पा करत होतो. इतर बोटींचे धुक्याबद्दलचे संदेश देणारे आवाज आम्हाला येत होते; पण समोरच्या बोटी मात्र दिसत नव्हत्या. आमच्या कप्तानाने धोक्याचा दिवा

पेटवला खरा, पण कोणाला काही कळायच्या आतच, एक मोठी थोरली बोट आमच्या बोटीवर येऊन धडकली. आम्ही जमिनीवर पडलो. आमची बोट जवळ जवळ बुडालीच, पण सुदैवाने सर्व प्रवासी सुरक्षित राहिले. आम्हाला मग पुन्हा सॅन फ्रॅन्सिस्कोला जावे लागले.[१२] त्यानंतर बिशन दास कोचर काही काळ सॅन फ्रॅन्सिस्कोमधील युगांतर आश्रमामध्येच काम करीत राहिले. दरम्यान खानखोजेंनी मात्र अमेरिकेच्या पश्चिम भागाचा खूप मोठा दौरा केला. कधी आगगाडीने, तर कधी बोटीने प्रवास करत, खानखोजेंनी हा विस्तृत प्रदेश पालथा घातला. 'गदर डिरेक्टरी हिस्ट्री शीट' या ब्रिटिशांच्या कागदपत्रात नोंद आढळते की, खानखोजे हर दयाळबरोबर हिंडत होते. हर दयाळ त्याच्या भाषणांच्या आणि गदर पार्टी अधिक भक्कम करण्याच्या दृष्टीने दौऱ्यावर होता. आणि कधीकधी खानखोजे हर दयाळचा खर्च स्वत: करत असत.[१३]

युगांतर आश्रम पूर्णत: लोकशाहीच्या मार्गाने चालविण्यात येत असे. आश्रमातील वातावरण शक्यतो भारतीय असावे, अशीही काळजी घेतली जायची. सदस्य स्वत:चा स्वयंपाक स्वत:च करीत असत. शाकाहारी लोकांसाठी वेगळी खास व्यवस्थाही होती.

खूप आनंदाचं आणि आपलेपणाचं वातावरण आश्रमात असायचं. आपण भारतातच आहोत की काय, असा भास व्हायचा. तिथली फक्त एकच गोष्ट मला पटली नव्हती, ती म्हणजे स्वयंपाकघराची रचना. आम्ही अमेरिकेत राहात होतो आणि आमची दखल घेतली जावी, असं आम्हाला वाटायचं. मग आम्ही अमेरिकनांसारखंच राहायला, त्यांच्यापैकीच वाटायला नको का? मग शाकाहारींसाठी वेगळं स्वयंपाकघर कशाला? हे मला जरा विचित्रच वाटायचं. भाई रामचंद्र आणि त्यांच्या पत्नी आश्रमाची व्यवस्था पाहायचे. माझी लष्करी प्रशिक्षणाच्या अभ्यासक्रमाची पुस्तकं, मी आश्रमाच्या ग्रंथालयाला भेट दिली होती. या विषयावरचा कोणताही संदर्भ त्यामुळे चटकन हाताशी राहायचा.

भारतासाठी करत असलेल्या कार्यासाठी हर दयाळने बुद्धी आणि कर्तृत्वाच्या जोरावर अनेक बुद्धिमान अमेरिकनांचा पाठिंबा व प्रोत्साहन मिळवले होते. आणि त्याचबरोबर काही बंडखोर अमेरिकन नेत्यांशीही संधान बांधले होते. त्यांचे राजकीय अव्यवस्थेबद्दलचे तत्त्वज्ञान आणि प्रस्थापितांच्या विरोधातील त्यांचे बोलणे, त्याला आकर्षित करत होते. त्याचा हा दोन्ही डगरींवरचा पाय त्याला धोक्यात आणू शकणारा होता. अमेरिकेची गुप्तहेर संघटना आधीपासूनच त्याच्यावर नजर ठेवून होती आणि ब्रिटिश गुप्तहेर खात्याने गदरमध्ये ब्रिटिश हेर पेरून ठेवले होते. त्यांपैकी विल्यम हॉपकिन्सन हा ब्रिटिश गुप्तहेर लक्षात राहण्यासारखा होता.

१९०९मध्ये भारतातून अमेरिकेत येणाऱ्या भारतीयांवर नजर ठेवण्यासाठी त्याची नियुक्ती झाली होती. तांत्रिकदृष्ट्या तो भारतीय पोलीस खात्यामध्येच नोकरी करत होता. त्यामुळे त्याचे हे हेरगिरीचे काम त्याला सफाईदारपणे निभावता येत असे.[१४]

जन्माने तो भारतीय होता. अनेक भारतीय भाषांवर त्याचे प्रभुत्व होते. 'इमिग्रेशन ऑफिसर' म्हणून आदराचे स्थान त्याने मिळविले होते. पण ते दिवसा! रात्रीच्या वेळी वेषांतर करून तो एक शीख व्यक्ती म्हणून वावरत असे. भारतीय क्रांतिकारकांच्या वरचेवर ज्या बैठका व्हायच्या, त्यामध्ये 'नरेन सिंग' या टोपणनावाने तो सहजपणे मिसळून जात असे.[१५] बिशन दास कोचरला भारतात चांगल्या पगाराची सरकारी नोकरीचे आमिष दाखवून, त्या बदल्यात चळवळीविषयीची गुप्त माहिती काढून घेण्याचा प्रयत्न त्याने केला. त्यावर बिशन दास कोचरने उत्तर दिले, "स्वातंत्र्य हा आमचा जन्मसिद्ध हक्क आहे. तू मला कधीही विकत घेऊ शकणार नाहीस."[१६] तरीही निराश न होता हॉपकिन्सनने हर दयाळचा पाठलाग सुरूच ठेवला आणि आपला अहवाल ब्रिटिश सरकारला पाठविला. त्यात तो म्हणतो, "अमेरिकेला आलेल्या सर्व बंडखोरांपैकी हर दयाळ हा सर्वांत घातक बंडखोर आहे. ज्ञानी, बुद्धिमंत आणि प्रभावी व्यक्तिमत्त्व असलेला हा नेता, एक दिवस आपल्या विचारांचा पगडा लोकांवर बसविल्याशिवाय राहणार नाही." हॉपकिन्सनच्या या अहवालामुळे ब्रिटिश अधिकाऱ्यांना त्याच्या हेरगिरीचे महत्त्व लक्षात आले आणि त्याने आपले काम असेच सुरू ठेवावे, असा हुकूम हॉपकिन्सनला मिळाला.[१७]

हर दयाळच्या बुद्धीला बंडखोरीचे आकर्षण वाटणे, त्याचा स्वत:शीच सुरू असलेला बौद्धिक-मानसिक संघर्ष वगैरे गोष्टी या साध्यासुध्या शीख भूमीपुत्रांच्या समजाच्या पलीकडच्या होत्या. त्यांना साधा-सरळ रेषेत केलेला विचार अपेक्षित होता. दोघांच्या वैचारिक पातळीमधील हा फरक, चळवळीमध्ये अस्वस्थता, काहीसे भीतीचे वातावरण निर्माण करू लागला.

खानखोजेंचे लक्ष लॉस एंजेलिसकडे लागले होते. रेल्वे मार्गाने दक्षिणेकडे प्रवास करून लॉस एंजेलिसमधून पार्टीसाठी सदस्य मिळविणे आणि त्या भागातील कालवे आणि पाटबंधाऱ्यांच्या प्रश्नाचा अभ्यास करणे अशा दुहेरी हेतूने ते प्रवासाला निघाले. प्रवासात काही काळाने, दक्षिणेच्या अंतर्भागात त्यांना वर्णभेद अस्तित्वात असल्याचे लक्षात आले. पुलमन येथे एका हमालाने त्यांना आगगाडीच्या डब्यात प्रवेश नाकारला. कारण त्यांचा कृष्णवर्ण! त्याला खानखोजेंचा अगदी संताप आला होता; पण आपले म्हणणे सोडायला तो तयार नव्हता. त्या हमालाच्या उद्धटपणाचा खानखोजेंना धक्काच बसला. पण "मी भारतातून आलेला हिंदू आहे" असे त्यांनी हमालाला ठणकावले. अमेरिकेत येऊन त्यांना काही वर्षं झाली होती. आता ते अमेरिकेच्या पद्धती बरोबर शिकले होते.

'मला डब्यात चढायला अडवलेस, तर तुझ्यावर खटला भरीन,' असा दमच त्याला दिला. त्या धमकीनी मात्र काम झालं. हमाल वरमला. त्यांनी मला डब्यात चढू तर दिलंच; पण माझं सामानही नीट लावून माझी सगळी सोय करून दिली. अब्राहम लिंकनच्या या देशात वर्णभेदाला थारा मिळूच कसा शकतो, हे मला समजूच शकत नाही. डब्यातले बाकीचे प्रवासीही माझ्याकडे अशा तिरस्कारयुक्त नजरेनी बघत होते की, 'हिंदू' अशी अक्षरे लिहिलेला फलकच गळ्यात घालून घ्यावा असं मला वाटायला लागलं.

मुक्त राष्ट्रात राहणाऱ्या एका व्यक्तीच्या व्यक्तिमत्त्वामध्ये अपरिहार्य अशी उत्क्रांतीची प्रक्रिया सुरू झाली होती. खानखोजे आता केवळ आपल्या हक्कांसाठी लढायलाच शिकले होते असे नाहीतर मोजलेल्या प्रत्येक पैशांचा मोबदलाही मागायला शिकले होते. पांढऱ्या कातडीची दहशत वगैरे त्यांच्या मनाला शिवलीही नाही, उलट त्यांचा रोष त्यांनी उघडपणे व्यक्त केला. खानखोजे आता 'जगाचे नागरिक' होण्याच्या मार्गावर हाते. ज्यांना कधी वर्णभेदाचे प्रत्यक्ष बळी व्हावे लागले असेल, ज्यांना परदेशी लोकांचे वर्चस्व सहन करावे लागले असेल त्यांनाच खानखोजेंच्या व्यक्तिमत्त्वातील हा बदल आर्वजून लक्षात येईल.

ज्येष्ठ आफ्रिकन-अमेरिकन कार्यकर्ते आणि शिक्षण तज्ज्ञ बुकर टी. वॉशिंग्टन यांनी, खानखोजेंना अल्बामा राज्यातील 'तस्कीगी इन्स्टिट्यूट'ला भेट देण्याचे आमंत्रण दिले होते. हे आमंत्रण स्वीकारण्याचे खानखोजेंनी ठरविले. वंचित स्त्री-पुरुषांना स्वावलंबी बनवण्याच्या उद्देशाने इथे शिक्षण दिले जात असे. समाजातील 'नाही रे' गटाला प्रोत्साहन देणाऱ्या, त्यांचा आत्मविश्वास जागा करणाऱ्या, अत्यंत व्यावहारिक अशा इथल्या शिक्षणपद्धतीचा खानखोजेंच्या मनावर चांगलाच प्रभाव पडला.

आफ्रिकन-अमेरिकन लोकांचे समाजातील स्थान उंचावणारी ही शिक्षण पद्धती खानखोजेंच्या कायमच्या स्मरणात राहिली. नंतरच्या काळात सुमारे पन्नास वर्षांनी आपली 'मुक्तग्राम' ही कल्पना प्रत्यक्षात आणताना, खानखोजेंना याच शिक्षणपद्धतीने प्रेरणा दिली. भारतातील ग्रामीण जनतेने स्थानिक पातळीवरचे कुटीरोद्योग, अन्न प्रक्रिया उद्योग आणि हस्तकला अशा प्रकारचे छोटे उद्योगधंदे सुरू करून स्वावलंबी व्हावे, स्वत:च्या पायावर उभे राहावे, ही 'मुक्तग्राम' मागची संकल्पना होती.

एव्हाना खानखोजेंना 'मास्टर ऑफ सायन्स इन ॲग्रिकल्चर' ही पदव्युत्तर पदवी मिळाली होती. याच काळात त्यांनी वॉशिंग्टनमध्ये भरलेल्या नॅशनल ॲग्रिकल्चर कॉन्फरन्समध्ये भाग घेतला आणि आपला 'झाडांच्या पाणीपुरवठ्यावर परिणाम करणारे घटक' (Factors Influencing the Water Requirements of Plants) हा प्रबंध वाचला. पुढे हाच प्रबंध विद्यापीठामध्ये क्रमिक पुस्तक म्हणून लागू

करण्यात आला. खानखोजेंचे मार्गदर्शक डॉ. थॅचर यांनी, मिनिसोटामधील सेंट पॉलमध्ये डॉक्टरेट करण्यास खानखोजेंना सुचविले.[१८]

अमेरिकेच्या पश्चिम किनाऱ्यावरील भारतीयांचे म्हणणे होते की, पूर्व किनाऱ्यावरील भारतीय जनता क्रांतीच्या कार्यात सहभागी झालेली नव्हती. या लोकांनाही चळवळीत सामील करून घेणे आवश्यक होतेच. खानखोजे त्यांचे जुने मित्र सुरेन बोस यांना भेटले. दोघांनीही या विषयावर चर्चा करून, 'हिंदुस्थान असोसिएशन ऑफ यूएसए'ची स्थापना केली की, जेणेकरून अधिकाधिक लोक चळवळीकडे वळतील. या संस्थेचे बोस अध्यक्ष होते. खानखोजे स्वत: उपाध्यक्ष, तर बसंत कुमार रॉय हे 'हिंदुस्थानी स्टुडंट' नावाच्या नियतकालिकाचे संपादक म्हणून निवडून आले. याच काळात खानखोजेंची, विवेकानंदांचे भाऊ भूपेंद्रनाथ दत्त यांच्याशी भेटी झाली. भूपेंद्रनाथ दत्त स्वत: क्रांतीच्या चळवळीच्या प्रचार-प्रसार कार्यात सहभागी होते. मिनिसोटातील सेंट पॉल विद्यापीठात नाव नोंदविल्यानंतर खानखोजे वरचेवर शिकागोला भेटी देऊ लागले.

हर दयाळने गदर पार्टीच्या कार्याला पूर्णपणे वाहून घेतले होते. त्याच्याच पुढाकाराने १९१३मध्ये गदर पार्टीने जर्मनीशी संबंध प्रस्थापित करण्यात यश मिळविले होते. फ्रेडरिच व्हॉन बर्नहार्डी या जर्मन परराष्ट्र वकिलाने गदर पार्टीच्या काही सभा जवळून बघितल्या. या सभांमध्ये, 'जर्मनीची इंग्लंडशी युद्ध करण्याची चाललेली तयारी आणि इथल्या भारतीयांनी, ब्रिटिशांविरुद्ध उठाव करण्यासाठी भारतात जायला हीच वेळ कशी अत्यंत योग्य आहे.' या विषयावर अतिशय मुद्देसूद भाषणे केली होती.[१९] त्यामुळे 'गदर'ला जर्मनीचा मिळणारा पाठिंबा अधिक अर्थपूर्ण झाला. जर्मनीने गदरला पैसा तर पुरविलाच; पण छापील साहित्य-पत्रके जगभर पाठविण्याच्या कामातही मदत केली.[२०] या पार्श्वभूमीवर जर्मन लोकांना आपल्या लोकांनी जराही दुखवू नये, त्यांना कोणत्याही प्रकारे विरोध करू नये असा सावध पवित्रा हर दयाळने घेतला होता.

जर्मन वृत्तपत्रे आता भारतीय क्रांतिकारकांच्या कार्याबद्दलचा वृत्तान्त छापू लागली. १९१३च्या सुरुवातीचा हा काळ होता. ब्रिटिश विरोधात सक्रिय होण्याच्या धोरणानुसार छुप्या क्रांतिकारक संस्था स्थापन करण्याचे जर्मनीने सुचविले.[२१]

गदरचे सदस्य बंदुका चालविण्यामध्ये निष्णात अशा अमेरिकन, मेक्सिकन लोकांनाही भेटले. या लोकांनी पुढे गदरच्या कार्यात महत्त्वाचे स्थान मिळविले. फ्रान्स व्हॉन पापेन या मिलिटरी ॲटॅचीला स्पॅनिश-अमेरिकन युद्धानंतर, 'मोडीत काढलेल्या' अमेरिकन लष्कराच्या वीस हजार बंदुका सापडल्या होत्या. मोडीत काढलेल्या असल्या तरीही त्या काडतुसे भरलेल्या अवस्थेत होत्या हे विशेष. त्याच साठ्यात त्याला दोन-तीनशे स्वयंचलित पिस्तुलेही मिळाली होती.' ही एवढी मोठी शस्त्रसामुग्री, दक्षिण अमेरिका आणि मेक्सिकोमधून भारतात जलमार्गाने पाठवायची होती.[२२]

गदरचा कृती विभाग

गदरच्या लष्कर विभागाला लष्करी प्रशिक्षण देण्याचे काम खानखोजेंनी कधीच सोडले नाही. इतर कामांच्या प्रचंड पसाऱ्यामधूनही त्यांनी लष्करी प्रशिक्षणाचे कार्य वेळात वेळ काढून सुरूच ठेवले. त्यांनी असे सुचविले की गदरचे दोन भाग करण्यात यावे – एक गदरच्या विचारांचा प्रचार-प्रसार करणारा आणि दुसरा विभाग प्रत्यक्ष कृती करणारा. प्रचारक आणि प्रहारक अशी नावे त्यांनी त्या दोन भागांना दिली होती. खानखोजेंनी 'प्रहारक' विभागाची सर्व जबाबदारी शिरावर घेऊन, तो विभाग सुनियंत्रित करण्याच्या कामाला ते लागले. याच विभागात यापूर्वीपासून विष्णू पिंगळे, हरनाम सिंग 'तुंदिलात' काम करतच होते. गदरचा हा अत्यंत गोपनीय विभाग होता.

गदरच्या या गुप्त विभागाचे सदस्य व्हायचे, तर अतुलनीय धैर्य, स्वतःला पूर्णपणे झोकून देणारी वृत्ती आवश्यक होती. अशी करारी, धडाडीची कितीतरी माणसे होती – जी गदरसाठी लढून देशासाठी प्राण द्यायला तयार होती.

> *माझ्या मातृभूमीसाठी हुतात्मा होण्याची तयारी, मी तर केव्हापासूनच करून ठेवली होती. हर दयाळ चळवळीमध्ये सामील होण्यापूर्वी क्रांतिसेना सक्रिय झाली होती. मी 'पीर खान' हे टोपणनाव धारण केल्यामुळे, मुस्लिमांना त्यांच्यापैकीच एक वाटत असे. आणि ब्रिटिशांनाही मला चटकन ओळखता येत नसे. सर्वप्रकारच्या प्रसिद्धीपासून मी निग्रहानी दूर राहिलो होतो.*

१९१२पासूनच प्रहारकांना स्फोटके हाताळण्याचे आणि शस्त्रास्त्रे चालविण्याचे प्रशिक्षण देण्यास सुरुवात केली होती. गदरच्या मालकीच्या एका निर्जन जागी असलेल्या शेतात हे प्रयोग चालायचे. हरनाम सिंग आणि पिंगळे त्या शेतात मुक्कामच ठोकून होते. खानखोजे या प्रकरणाचे प्रमुख होते. या संरक्षित भागात केवळ या तिघांनाच प्रवेश असे. खानखोजे डायनामाईटसचा उपयोग कसा करायचा? ती हाताळायची कशी? याचे प्रात्यक्षिक हरनाम सिंग आणि पिंगळे यांना करून दाखवायचे. कारण युद्धाची प्रत्यक्ष वेळ येताच या विभागाची जबाबदारी या दोघांवर येणार होती....

> *एक दिवस हरनाम सिंगला, स्वतः प्रात्यक्षिक करून बघण्याची लहर आली. त्या वेळी खरं तर मी त्यांना दोघांना पूल कसे उडवायचे आणि शत्रूचे तळ कसे उद्ध्वस्त करायचे हे दाखवणार होतो. 'मी सांगितल्याशिवाय कोणत्याही वस्तूला हात लावू नकोस,' अशी सक्त ताकीद मी हरनाम सिंगला दिली होती.*
>
> *पण हरनाम इतका अधीर झाला होता, त्याचा उत्साह इतका अनावर*

झाला होता की, त्याला काबूत ठेवणं मला अशक्य व्हायला लागलं होतं आणि एका क्षणी त्याला अगदी राहवलं नाहीच आणि त्यानं माझी आज्ञा मोडली. मोठा स्फोट झाला. मी पाहिलं तर हरनाम सिंग रक्ताच्या थारोळ्यात पडला होता.

त्याला भयंकर रक्तस्राव होत होता. त्याच्या हाताला इजा झाली होती. मी मनोमन परमेश्वराचे आभार मानले की, मला ऑपरेशन थिएटरमधला अनुभव होता. त्याचा रक्तस्राव थांबवून मी त्याला डॉक्टरकडे घेऊन गेलो.

नंतर हरनाम सिंगला बरं वाटल्यावर त्यानं माझं न ऐकल्याबद्दल माझी माफी मागितली. पण एका हाताला मुकलेल्या या पठ्ठ्याची जिगर होती तशीच होती. भारतात परत जाऊन, क्रांतीसाठीच आयुष्य वेचण्याचा त्याचा निग्रह कायम होता. 'याच जाज्वल्य निष्ठेतून, पराकाष्ठेच्या जिद्दीतूनच हुतात्मे जन्माला येतात', मला वाटून गेलं.

जिवंत स्फोटके हाताळायच्या अतिउत्साहापायी, हरनामला त्याचा एक हात गमवावा लागला आणि त्यावरूनच त्याला 'तुंदिलात' असे नाव पडले. एक हात असलेल्या एका देवाचे हे नाव आहे. या घटनेकडे अर्थातच पोलिसांचे लक्ष वेधले गेलेच. पण हा एक साधा रस्ता बांधणीच्या कामावरचा अपघात होता, असे सांगून वेळ मारून नेण्यात आली.[२३]

या सगळ्या प्रसंगांमधून, अनुभवांमधून खानखोजे एक महत्त्वाची कला शिकले – ती म्हणजे कोणत्याही गंभीर परिस्थितीमधून अत्यंत सफाईदारपणे कोणाच्याही लक्षता न येता, अंग काढून घेणे, तिथून नाहीसे होणे. यामुळेच त्यांच्या नावाचा कधी फारसा गवगवा झाला नाही. त्यांच्याबद्दल फार कमी माहिती प्रकाशात येत असे. गदरच्या सर्व प्रकाशनांमधून त्यांचे नाव वरचेवर दिसायचे हे खरे; पण ते स्वत: लष्करी प्रशिक्षण देत असत, हे गुपित फारच थोड्यांना माहीत होते.

विष्णू पिंगळे यांनी त्यांचा स्वत:चा विभाग व्यवस्थित सांभाळला होता. गदरमधील निवृत्त लष्करी सैनिकांच्या मदतीने, लष्करी प्रशिक्षण देण्याचे काम ते अतिशय मेहनतीने आणि मनापासून करत असत. गदरच्या 'प्रहारक' विभागामध्ये ब्रिटिश-भारतीय लष्करामधील अनेक निवृत्त अधिकारी होते. तरुण उमेदवारांना ते ब्रिटिश लष्कराच्या धर्तीचे प्रशिक्षण देत असत. यातील बरेच अधिकारी, भारतामध्ये गदरने जो निष्फळ उठाव केला, त्यात किंवा पहिल्या महायुद्धाच्या काळात, मध्यपूर्वेमध्ये लढताना धारातीर्थी पडले आणि हुतात्मे झाले. या गुप्त संघटनेचे आणखी काही उल्लेखनीय सदस्य होते – हृषिकेश लथा, शिवदेव सिंग, कर्तराम, केदारनाथ, अमीन चौधरी शर्मा, जगत सिंग इत्यादी.

गदरची ताकद दिवसेंदिवस वाढतच होती. गदरला स्वतःचं असं अस्तित्व निर्माण झालं होतं; पण तरीही केवळ आरडाओरडा करून वा शत्रूची तोंडी बदनामी करून काही स्वातंत्र्य मिळणार नव्हतं. प्रचार आवश्यक असला, तरी नुसता प्रचार पुरेसा नव्हता. स्वातंत्र्य बळाने, बळजबरीने ओढून हिसकावून घ्यावं लागणार होतं. 'आता वेळ आली आहे,' असं आम्हाला वाटायला लागलं होतं आणि प्रहारक गट अधिकाधिक सैन्यभरतीच्या प्रयत्नाला लागला होता. देशासाठी प्राण देण्याची आमची तयारी होती – आणि त्याप्रमाणे काही लोकांना ते द्यावेही लागले. माझं दुर्दैव असं की, पहिल्या महायुद्धाच्या वेळी गदरनी जे उठाव केले त्यात आणि भारतातील उठावांमध्ये माझे प्रहारक गटातले सर्व सहकारी मृत्युमुखी पडले.

गदरच्या प्रहारक गटाला अतिशय कडक असे नियम लागू करण्यात आले होते. प्रत्येक प्रहारकाने त्या नियमांचे काटेकोरपणे पालन करणे अपेक्षित होते. 'संपूर्ण गुप्तता' हा पहिला आणि कडक नियम होता. प्रहारकांच्या हालचाली, चर्चा, घेतलेले निर्णय याबाबत पराकोटीची गुप्तता ठेवणे अपेक्षित होते. प्रत्येक प्रहारकाने टोपणनावानेच वावरावे, तसेच वैयक्तिक उद्दिष्टे आणि व्यक्तिगत भावभावनांपासून दूर राहावे. गदरच्या कामावर त्यांचा परिणाम होता कामा नये. 'धर्म' या गोष्टीबद्दल शब्दसुद्धा काढायला बंदी होती. कितीही शारीरिक, मानसिक त्रास झाला, तरीही त्यांच्या योजनांविषयी गुप्तता पाळण्याचे वचन घेतले होते. या सगळ्याचे पारितोषिक होते, मातृभूमीचे स्वातंत्र्य आणि यातील एकाही नियमाच्या उल्लंघनाची सजा होती मृत्युदंड!

गदरने ही एकमेवाद्वितीय जाहिरात केली होती.

पाहिजेत : सळसळत्या रक्ताचे, शूर सैनिक भारतातील 'गदर'साठी
पगार : मृत्यू!
लाभ : हौतात्म्य!
निवृत्ती वेतन : स्वातंत्र्य!
कामाचे ठिकाण : भारत [२४]

आधुनिक शस्त्रास्त्रांच्या मदतीने प्रशिक्षण देणे आर्थिकदृष्ट्या न परवडणारेच होते आणि भारतात लढण्यासाठी अनधिकृत असे सैन्य सांभाळणे म्हणजे तारेवरची कसरत होती. पण गदरच्या क्रांतिकारकांनी हा उपक्रम अतिशय जोमाने आणि चिकाटीने चालविला होता. गुरिल्ला पद्धतीचे डावपेच वापरण्याचे गदरचे धोरण होते. त्यांना मेक्सिकोच्या क्रांतिकारक लष्कराचे मार्गदर्शन होते. भारतीय स्वातंत्र्य चळवळीमध्ये ज्या-ज्या मेक्सिकन व्यक्तींनी मदत, मार्गदर्शन केले, त्यांची एक मोठी यादीच खानखोजेंच्या सर्व कागदपत्रांमध्ये सापडते.[२५]

या यादीमध्ये बऱ्याच महत्त्वाच्या नावांचा समावेश आहे. जनरल अल्व्हारो ऑब्रेगॉन, जनरल पी.ई. सेलेस, आणि एमिलिओ पोर्टेस गिल अशी काही उच्च श्रेणीतील लष्करी अधिकाऱ्यांची नावे त्यांच्या यादीत आढळतात. मेक्सिकन प्रजासत्ताकाचे पुढे १९२० ते १९३०च्या दरम्यान ते तिघेही अध्यक्ष झाले. कर्नल तेजेदा, उर्सुलो गॅलव्हन, मार्ट आर. गोमेझ, डॉक्टर उरूग्देन, आणि सिनेटचे सभासद मेन्झॉन या आणखी काही महत्त्वाच्या व्यक्तींची नावे खानखोजेंच्या यादीत आहेत. ही मंडळी नंतरच्या काळात मेक्सिको सरकारमध्ये महत्त्वाच्या हुद्यांवर काम करत होती आणि मुख्य म्हणजे खानखोजेंनी जेव्हा मेक्सिकोमध्ये आश्रय घेतला, त्या वेळी जुनी मैत्री स्मरून या लोकांनी खानखोजेंना मदत केली होती. गदरच्या आणीबाणीच्या काळातच त्यांच्यामध्ये मैत्रीचे घट्ट बंध तयार झाले होते.

गदरच्या उठावानंतरच्या काळात गदरला 'अत्यंत महत्त्वाचे युद्ध' अशी प्रसिद्धी मिळाली. या युद्धानंतर बऱ्याच क्रांतिकारकांनी मेक्सिकोमध्ये आश्रय घेतला होता. हेरंबलाल गुप्ता, एम.एन. रॉय आणि अर्थातच खानखोजे हे त्यांपैकी प्रमुख क्रांतिकारक. स्टॉकटन, सॅक्रामेंटो, आणि कॅलिफोर्नियातील इम्पिरीअल व्हॅलीमधील बऱ्याच शीख गदर सदस्यांचा मेक्सिकन लोकांशी परिचय झाला होता. बऱ्याच शीख शेतकऱ्यांनी आणि गदरच्या काही सैनिकांनी मेक्सिकन मुलींशी विवाह केले आणि ते मेक्सिकोच्या वातावरणात पार रुळून गेले. शीख-मेक्सिकन संबंधांनी भाषा-रीतिरीवाज, धर्म अशा सर्व अडथळ्यांवर मात केली होती. दोन्ही जातींनी भूतकाळात कोणाची तरी दडपशाही, मग्रूरी अनुभवली होती. दोघेही वर्णभेदाचे लक्ष्य झाले होते. या समान पार्श्वभूमीवर दोघांमध्ये सामाजिक संबंध अतिशय नैसर्गिकपणे वाढले, कौटुंबिक संबंध निर्माण झाले.[२६]

राजकीय प्रभावाचा उपयोग करून घेण्यात खानखोजेंना अजिबात रस नव्हता; पण आतापर्यंत झालेल्या ओळखी, स्थापन झालेले संपर्क यांचा मात्र भरपूर उपयोग करून, त्यांनी मेक्सिको आणि कॅनडामार्गे भारतीयांना अमेरिकेत आणण्यात यश मिळविले.[२७] त्यासाठी वारंवार मेक्सिकोला घातलेल्या फेऱ्या धोकादायक असल्या तरी, त्यामुळे गदरची सैनिकी शक्ती वाढण्यास खूपच मदत झाली.

भारतात ब्रिटिशांशी लढण्यासाठी खानखोजेंनी अनेक आघाड्या उघडण्याची योजना तयार केली होती. वायव्य सरहद्द प्रांतातील बलुचिस्तानमधून काही सैन्याने भारतात प्रवेश करावा, त्याचवेळी पूर्वेकडच्या बर्मामधून उरलेल्या सैन्याने भारतात प्रवेश केल्यास दोन्ही आघाड्यांवर ब्रिटिश सैन्य गुंतलेले आणि विभागलेले राहील आणि या संधीचा फायदा घेऊन भारतातील क्रांतिकारक उठाव करतील. मध्यपूर्वेत आणि अती पूर्वेकडच्या भागात सेवा करणाऱ्या भारतीय सैनिकांचा नायनाट करणे हा या संपूर्ण योजनेचा एक भाग होता. योजना अत्यंत महत्त्वाकांक्षी होती यात संशय

नाही. जर्मनीच्या पाठिंब्याने ही योजना आखण्यात आली असावी असा अंदाज आहे.

गदरमधील प्रशिक्षित सदस्य सैनिक आता काहीतरी ठोस कृती करण्यासाठी अधीर झाले होते. काही भडक डोक्याचे सदस्य भारतात परत जाऊन दहशतवादी कृत्ये करण्यासाठी उत्सुक होते. तरीही बऱ्याच मोठ्या चर्चेअंती असा निर्णय घेण्यात आला की, काही मोजक्या उच्च पदस्थ ब्रिटिश अधिकाऱ्यांच्या हत्या करून फारसे काही हाती लागणारे नाही. त्यापेक्षा छोट्या-छोट्या गटांना गुरिल्ला प्रकारच्या युद्धाचे प्रशिक्षण देणे, या गटांनी पोलीस स्टेशन्सवर, स्फोटकांच्या साठ्यांवर, पद्धतशीर हल्ले करून स्फोटके आणि शस्त्रास्त्रे जमा करणे आणि अशा सततच्या पण छोट्या-छोट्या हल्ल्यांनी ब्रिटिशांना त्रस्त करून सोडणे, ही काळाची गरज होती. रेल्वे स्टेशन्स ताब्यात घेऊन तिथे क्रांतिकारकांचे लष्करी तळ उभे करण्याची योजनाही या योजनेचा एक भाग होता.

भारताच्या सर्व भागांतून छोटे-छोटे हल्ले करून, अशांतता निर्माण करणे आणि ब्रिटिशांना अस्वस्थ करून सोडणे हा गुरिल्ला हल्ल्यांचा प्रमुख हेतू होता. त्यासाठी प्रत्येक सदस्याला सैनिक म्हणून आणि त्याबरोबरच नेता म्हणूनही प्रशिक्षण देणे गरजेचे होते. म्हणजे गटागटाने हल्ले तर करता येतीलच; पण एकटा-दुकटा सैनिकही लहान-सहान का होईना पण सतत कुरापती काढत राहू शकेल – जेणेकरून ब्रिटिश पोलीस आणि लष्कर हल्ल्यांच्या मालिका परतवता-परतवता चिडीस येईल. शत्रूला जेरीस आणण्याची ही पद्धत गदर सैनिकांनी मेक्सिकोच्या क्रांतिकारकांकडून शिकली होती. सर्वच्या सर्व लष्करी सैन्यावर देखरेख करणाऱ्या, विविध डावपेच आखून त्यानुसार सैनिकांची योजना करणाऱ्या, एकाच लष्कर प्रमुखाची नियुक्ती मेक्सिकन क्रांतिकारकांनी कधीही केली नाही. हेच त्यांचे वैशिष्ट्य होते. हीच त्यांची ताकद होती. या बळावरच ते जिंकू शकले असते; पण अखेर सुसूत्र नियोजनाचा अभाव हेच त्यांच्या पराभवाचे प्रमुख कारण ठरले.

लष्करी ॲकॅडमीमधील चिनी स्वातंत्र्य सैनिकांशी संपर्क करून, खानखोजेंनी त्यांच्या अनुभवाचा उपयोग करून घेऊन, काही योजना आखल्या. १९११मध्ये डॉ. सन यत् सेन यांनी त्यांच्या कार्यासाठी निधी गोळा करण्याच्या उद्देशाने सॅन फ्रॅन्सिस्कोला भेट दिली. होमर लिआ हा एक अत्यंत धाडसी आणि लष्करी डावपेचांमध्ये तज्ज्ञ नेता होता. अमेरिकेमध्ये तो डॉ. सन यत् सेन यांचा उजवा हात झाला होता.[२८] त्याच्याच मदतीने खानखोजे डॉ. सन यत् सेन यांनाही भेटले असण्याची शक्यता नाकारता येत नाही. या संदर्भात एमिली ब्राऊन म्हणतात, 'डॉ. सन यत् सेन यांना पाठिंबा व्यक्त करण्यासाठी, अमेरिकेच्या पश्चिम किनाऱ्यावरील क्रांतिकारकांचा उठाव घडवून आणण्यात होमर लिआचा महत्त्वाचा वाटा होता. प्रत्यक्ष चीनमध्ये जाऊन या चिनी तरुण फौजेने तिथल्या क्रांतिकारक कारवायांमध्ये

भाग घेतला होता. १९१२मध्ये होमल लिआचा मृत्यू झाला; परंतु त्याचे अनेक सहकारी १९१४मध्ये खानखोजेंना सल्ला, मार्गदर्शन देण्यासाठी उपलब्ध होते.'[२९]

गदरच्या हालचाली वाढल्या होत्या. त्यासाठी आणखी सैनिकांची गरज होती. डॉ. भगवान सिंग यांचे नाव या संदर्भात पुढे आले. डॉ. भगवान सिंग केवळ क्रांतिकारक होते असे नाही, तर पॅसिफिक किनाऱ्यावरील पंजाबी जनतेमधील उत्कृष्ट वक्त्यांपैकी एक होते. गदरच्या लाटेत मुस्लीम बांधवांनाही सामावून घेण्याचा विचार सुरू झाला. त्याचबरोबर त्यांच्याच जातीमधील नेता असावा असा विचार पुढे आला. त्यासाठी फार शोध घ्यावा लागलाच नाही. मौलवी बरकतुल्ला हा एक योग्य पर्याय समोर होताच. मौलवी बरकतुल्ला त्या वेळी लंडनमध्ये अरेबिक भाषेचे प्राध्यापक होते.

हल्ले, कारवाया, बंडखोरी यासाठी नवनवीन, अभिनव अशा डावपेचांच्या शोधात हर दयाळ नेहमी गुंतलेला असायचा. त्याची बुद्धी सतत याच विचारांचा मागोवा घेत असायची. त्याच्या अशा प्रयत्नांना आणखी पाठबळ देण्यासाठी म्हणून प्रसिद्ध अमेरिकन बंडखोर विल्यम चार्लस ओवेन याला गदरच्या एका सभेसाठी आमंत्रण देण्यात आले. ही सभा स्टॉकटनमध्ये फेब्रुवारी, १९१४मध्ये झाली. ब्रिटिश गुप्तहेर यंत्रणांनी सदर बैठकीचे वर्णन केले आहे. 'सभेला खूप गर्दी होती. सभेत गाणी म्हटली गेली. ब्रिटिशांच्या विरोधाने ठासून भरलेली झणझणीत भाषणे सभेत झाली. झेंडा फडकविला गेला आणि ब्रिटिश सत्ता उलथवून टाकण्याच्या शपथा घेतल्या गेल्या. शिवाय प्रत्येक सदस्याने आपापली मिळकत बंडाच्या कार्यासाठी देण्याचे कबूल केले.' सभेनंतर रात्री कंदिलाच्या उजेडात स्लाइड शो दाखविण्यात आला. ब्रिटिशांनी भारतीयांच्याबाबतीत केलेला दुजाभाव, त्यांची दुटप्पी धोरणे यांचे चित्रण स्लाइड्समध्ये होते.[३०] हॉपकिन्सन हर दयाळच्या मागावर होताच. त्याला फक्त हर दयाळ अमेरिकेच्या विरुद्ध कारवाया करत असल्याचा पुरावा हवा होता. अमेरिकन जनता गदर पार्टीकडे लोकशाहीच्या नजरेतून बघत होती; पण अमेरिकेच्या ऐक्याला धोका निर्माण करणाऱ्या काहीही हालचाली त्यांनी खपवून घेतल्या नसत्या. 'बंडखोरी' तर त्यांच्या दृष्टीने बॉम्ब टाकण्याची, अंदाधुंदी माजविण्याचीच कृती होती. आणि या दोन्ही गोष्टी अर्थातच त्यांना त्यांच्या देशात नको होत्या. हॉपकिन्सनचे काम झाले होते – त्याने हर दयाळविरुद्ध भक्कम पुराव्यानिशी खटला भरला.

२५ मे, १९१४ रोजी हर दयाळला अटक झाली. माणसांची बेकायदा आयात आणि बंडाळी माजविण्याचा प्रयत्न असे आरोप त्याच्यावर ठेवण्यात आले. गदर पार्टीने हजार डॉलर्स जमविले. आणि एका अमेरिकन वकिलामार्फत, हर दयाळला जामीन मिळवण्याचा प्रयत्न केला.

हर दयाळची अटक ही साधीसुधी बाब नव्हती. अमेरिकेमध्ये स्थायिक झालेल्या शीख समाजावर त्याचा जो ज्वालाग्राही स्वरूपाचा प्रभाव पडला होता, तो दुर्लक्ष करण्यासारखा नव्हता. येऊ घातलेल्या युद्धाच्या पार्श्वभूमीवर त्याने जर्मनीशी बांधलेले संधान विचार करण्यासारखे होते. आणखी एक महत्त्वाची बाजू अशी होती की आशियातील लोकांच्या संदर्भात निर्माण होणारा कोणताही प्रश्न, जपानशी सुरू असलेल्या काही राजकीय बोलण्यांवर विपरीत परिणाम करणारा ठरू शकला असता. हर दयाळाची चौकशी सुरू झाली. दीर्घ काळापर्यंत त्याच्यावर प्रश्नांच्या फैरी झाडण्यात आल्या. त्यांना उत्तरे देताना, हर दयाळने आपला राजकीय विचार मांडला. तो म्हणाला, *'कोणतेही जुलमी सरकार जनतेने बंड करून उलथवून टाकलेच पाहिजे, एवढेच मी जाणतो. परंतु त्याचा अर्थ असा नाही की, कोणत्याही भूमीवर, कोणत्याही काळात, कोणत्याही परिस्थितीत, सार्वजनिक अधिकाऱ्यांची हत्या करणे. हा मी तत्त्वत: गुन्हाच मानला पाहिजे.'*[३१]

अटकेमुळे हर दयाळ किंचितही दबकला नाही की विचलित झाला नाही. त्याचे प्रचाराचे दौरे त्याच नेमाने, त्याच आवेशाने सुरू राहिले. अखेर त्याला कळून चुकले की, आता आपली हद्दपारीची वेळ येऊन ठेपली आहे. मग घाईघाईने तो स्वित्झर्लंडला गेला. इतक्या अनपेक्षितपणे हर दयाळचे अमेरिका सोडून जाणे, म्हणजे गदरच्या सदस्यांना मोठा धक्काच होता. आपला नेताच नाहीसा झाला, हे पाहून त्यांच्यामध्ये पोरकेपणाची भावना निर्माण झाली. सदस्य बावचळून गेल्यासारखे झाले. अगदी अशाच प्रकारे पूर्वी हर दयाळने तडकाफडकी भारत सोडला होता. त्या वेळी त्याचा लाहोरमधील 'आश्रम' आणि त्याचे शिष्यही असेच उघड्यावर पडले होते. हर दयाळने अमेरिका सोडण्याच्या वेळी या घटनेची आठवण झाल्याशिवाय राहिली नाही. अर्थातच अचानक देश सोडून नाहीसे होण्याची हर दयाळच्या आयुष्यातील ही पहिलीच घटना नव्हती; आणि अखेरचीही नव्हती. त्याच्या आयुष्याचा बाजच तसा होता.[३२]

हर दयाळच्या पाठीमागे, रामचंद्र यांनी 'गदर'चे संपादकत्व स्वीकारले. भगवान सिंग आणि मौलवी बरकतुल्ला या पूर्वीच युगांतर आश्रमात येऊन दाखल झाले होते. वृत्तपत्र आणि आश्रमाच्या व्यवस्थेत, त्यांनी रामचंद्रांच्याबरोबरीने लक्ष घातले. 'राष्ट्रीय कार्यासाठी धर्माचा पगडा बाजूला ठेवून, सर्वांनी एकत्रितपणे काम करण्याचे महत्त्व लोकांना पटवून देण्याचे काम' ते नेटाने करू लागले. इतरही अनेक बुद्धिमंत, कर्तृत्ववान सदस्य पार्टीला येऊन मिळाले होते. जगत राम, गोविंद बिहारी लाल, खेमचंद अशी कितीतरी मंडळी पार्टीच्या कामात आणि वृत्तपत्रामधील लिखाणास स्फूर्तिदायक ठरेल, असे काम करत होती. पोर्टलँड आणि ॲस्टोरियामध्ये दर आठवड्याला बैठकी व्हायच्या. त्यामुळे लोकांच्या मनात उजळलेली क्रांतीची ज्योत सतत धगधगत राहायला मदतच व्हायची.

कामागाता मारू

पुढचा काही काळ 'कामागाता मारूचा होता. 'कामागाता मारू' हे जपानी जहाज, त्यावरील भारतीय प्रवाशांची झालेली ससेहोलपट आणि या घटनेमुळे झालेल्या उद्रेकाने गदरचे लक्ष काही काळ पूर्णपणे वेधून घेतले. इतकेच नाही, तर भारतीय उपखंडामध्ये या घटनेचे तीव्र पडसाद उमटले.

अनेक पंजाबी शेतकरी विनाथांबा सरळ अमेरिकेला जाण्याच्या संधीची वाट पाहत होते. कॅनडाचा १९१०चा स्थलांतराविषयीचा कायदाच तसा होता. गुरुदीत सिंग हा एक श्रीमंत कंत्राटदार होता. आपल्या बांधवांना मदत करण्याच्या उद्देशाने, त्याने 'कामागाता मारू' हे जपानी जहाज भाड्याने घेतले आणि 'गुरुनानक नॅव्हिगेशन कंपनी'ची स्थापना केली. ३ मे, १९१४ रोजी या जहाजाने जपानचा किनारा सोडला. जहाज कॅनडामधील व्हिक्टोरिया बंदराला लागले. जहाजावर ३७४ प्रवासी होते. त्यांपैकी बऱ्याचशा प्रवाशांकडे कॅनडामध्ये प्रवेश करण्याएवढे पैसे नव्हते. कॅनडाच्या कायद्यामध्ये कॅनडात प्रवेश करताना स्थलांतरितांजवळ विशिष्ट रक्कम असणे आवश्यक होते. पैसे तर नव्हतेच, शिवाय कॅनडाच्या १९१०च्या स्थलांतराच्या कायद्यानुसार हे प्रवासी त्यांच्या 'मूळ देशपासून सलग प्रवास करत,' कॅनडापर्यंतही आलेले नव्हते. ते प्रवासी जपानमधून निघाले होते, भारतातून नव्हे. अर्थात तांत्रिकदृष्ट्या हे सर्व प्रवासी 'बेकायदेशीर स्थलांतरित' होते. जहाज बंदराला लागले, पण कोणालाच खाली उतरू दिले गेले नाही. जहाज तसेच्या तसे व्हँकुअरला पाठवून देण्यात आले. आणि इथूनच या प्रवाशांच्या छळाला सुरुवात झाली. भारतातून कॅनडा आणि अमेरिकेमध्ये स्थलांतरित झालेले भारतीय, इथल्या विद्वेषी वर्णभेदाला-वंशभेदाला सामोरे गेले होते. इथल्या समाजाने त्यांना पूर्णपणे बहिष्कृतच केलेले होते. नवीन भूमीवर तरी हा असा उद्वेगजनक, सामाजिक अनुभव त्यांना नको होता. पण तरीही नवीन देशात एकदा स्थिरस्थावर झाल्यानंतर मिळालेला पैसा, त्यामुळे आलेले स्थैर्य आणि व्यक्तिगत स्वातंत्र्य या अंतिम फायद्यांकडे नजर ठेवून, शीख समाज भारतातून इथे स्थलांतरित होत राहिला. त्यामुळे कामगाता मारूचे आगमन होताच, या स्थलांतरितांविरोधात स्थानिक अमेरिकनांमध्ये उग्र निदर्शनांची लाट येणे स्वाभाविक होते. कॅनडाच्या नागरिकांचीही त्यांना साथ मिळाली. कारण त्यांनाही कॅनडा 'गोरा'च राहायला हवा होता.

कामागात मारूवरील प्रवाशांना, प्रवासात जी वागणूक देण्यात आली, त्याचे दाहक पडसाद भारतात उमटले. भारत हा ब्रिटिश साम्राज्याचा एक भाग होता; आणि इथल्या नागरिकांना, साम्राज्याच्या दुसऱ्या भागात स्थलांतरित होताना कोणतेही तारतम्य न ठेवता त्यांचा छळ करणे, ही गोष्टच मुळात अतर्क्य होती. वृत्तपत्रांनीही

या प्रकाराबद्दलची आपली नाराजी व्यक्त केली.

त्या वेळी खानखोजे मिनिसोटामधील सेंट पॉल विद्यापीठात होते. त्यांना पंडीत काशीराम यांच्याकडून तार आली. कामागाता मारूचे व्हिक्टोरियात आगमन आणि तिथे उतरणाऱ्या प्रवाशांना मदत करण्यासाठी व्हिक्टोरिया बंदरावर जायच्या सूचना तारेत होत्या. पंडीत काशीराम यांच्या सूचनेनुसार पैसे घेऊन खानखोजे व्हिक्टोरियाकडे रवाना झाले. पण तिथे पोहोचताच, जहाज व्हॅंकुअरच्या दिशेने वळविण्यात आल्याचे त्यांना कळले. खानखोजे तिथून व्हॅंकुअरला गेले. व्हॅंकुअरमध्ये भारतीय लोकांनी एक स्वागत समिती स्थापन केली होती. या समितीमध्ये खानखोजेंना त्यांचे काही जुने मित्र-सहकारी भेटले. तारकनाथ दास हे त्यांपैकी एक. तसेच बळवंत सिंग, हरनाम सिंग यांच्या मदतीने तारकनाथ दास यांनी जहाजावर काही उद्रेक झालाच, तर असावी म्हणून काही स्फोटके, शस्त्रे खरेदी केल्याचेही खानखोजेंना समजले. एका 'शोअर कमिटी' मीटिंगमध्ये बलवंत सिंगने भारतातील स्थितीचे वर्णन केले. तो म्हणाला, ''नुकताच मी भारतातून आलो. भारतीय जनता आता ब्रिटिशांविरुद्ध संघटित झाली आहे. आणि माझ्या असे लक्षात आले आहे की, जर येत्या काही वर्षांत ब्रिटिशांनी आपणहून भारत सोडला नाही, आमचा देश आमच्या ताब्यात दिला नाही, तर क्रांती अटळ आहे.''[३३]

कामागाता मारू जहाज मुळात 'गदर'साठी भाड्याने घेण्यात आलेले नव्हते, हे खरेच, पण गदर चळवळीने ही गोष्ट गृहीत धरली. दोन महिन्यांपर्यंत जहाज समुद्रात तसेच नांगरून पडले होते. जहाजावरचा पाण्याचा, अन्नधान्याचा साठा दिवसेंदिवस संपत येत चालला होता. लोकांचे आरोग्य बिघडत चालले होते. आणि त्यावर देण्यासाठी औषधेही जहाजावर नव्हती.[३४] अधिकाऱ्यांच्या बेबंद वागणुकीने भडकलेले स्थानिक भारतीय पिसाळले होते. *''आम्ही जहाजावरील प्रवाशांना संदेश पाठविला होता की, ते सर्व जर ब्रिटिशांविरुद्ध उठाव करण्यास तयार असतील, तर आम्ही त्यांना मदत करायच्या तयारीत आहेत.''*[३५]

दोन महिने जहाजावर विनाकारण डांबले गेल्यामुळे, तिथल्या सर्व प्रकारच्या त्रासामुळे जेरीस आलेले जहाजावरचे प्रवासी अखेर बिथरले. त्यांनी प्रतिकार करण्याची तयारी केली. 'सी लायन' नावाची गलबते ओढत नेणारी छोटी बोट, कामगाता मारूला बंदरातून बाहेर काढण्यासाठी पाठविण्यात आली. सी लायनवरच्या पोलिसांनी जेव्हा कामागाता मारूवर चढण्याचा प्रयत्न केला, तेव्हा कामागातामधील प्रवाशांनी त्यांच्यावर दगड, कोळशाचे तुकडे, गंजलेल्या धातूच्या वस्तू, काही शस्त्रास्त्रांचा असा काही भडिमार केला की, पोलिसांना परत फिरावे लागले. आपल्या या छोट्याशा विजयाचा त्यांना आनंद जरूर झाला, पण एकूणच झाल्या प्रकाराने अपमानित झालेले प्रवासी मनातून अत्यंत संतप्त होते. त्याचप्रमाणे आपल्या शीख

बांधवांना जहाजावर मिळालेल्या अमानुष वागणुकीमुळे, कॅनडातील शीख समाज दुखावला गेला आणि चवताळून जाऊन बऱ्याच लोकांनी ब्रिटिशांचा सूड घेण्याच्या इराद्याने गदर पार्टीत नाव नोंदवले.

> *कॅनडातील या चिडलेल्या शीख समाजाला भाई भगवान सिंगनी मार्गदर्शन केलं. त्यांनी ठिकठिकाणी घेतलेल्या सभा, पंजाबी भाषेतून त्यांनी अत्यंत परिणामकारकपणे मांडलेल्या जहाजपीडितांच्या कथा-व्यथा यामुळे शीख समाज हेलावून गेला. मनातून ब्रिटिशांबद्दल आधीच नाराज असलेल्या, कॅनडातील शीख लोकांना, त्यांच्या भाईबंदांवरच्या अत्याचारामुळे आगीत तेल ओतल्यासारखं झालं. त्यांच्या मनाचा भडका उडाला आणि मला वाटतं, अखेर भारतीय स्वातंत्र्य चळवळीचा सूर्य तेजानी तळपू लागला.*

भगवान सिंगची जहाल भाषणे शीखांना दिशा दाखवून गेली खरी; पण त्यामुळे कॅनेडियन जनता मात्र रडकुंडीला आली. भगवान सिंगाला हद्दपार करण्यात आले. तो कॅनडाची हद्द ओलांडून अमेरिकेत आला आणि तिथे त्याने आपले वक्तृत्वरूपी शस्त्र परजायला सुरुवात केली.

भारतीय प्रवाशांनी २२,००० डॉलर्स जहाजाच्या भाड्यापोटी दिले होते आणि तरीही अधिकाऱ्यांशी चर्चा, संवाद, विनवण्या केल्यानंतर त्यांना केवळ उपकार म्हणून अगदी प्राथमिक स्वरूपाच्या सोयी पुरविण्यात आल्या होत्या. बंदर समितीने वकील नेमून, सर्वोच्च न्यायालयात विशेष स्वरूपाचा खटला दाखल केला, पण तो फेटाळून लावण्यात आला.

२३ जुलै, १९१४ रोजी एक सशस्त्र आयरिश जहाज एका जुन्या नौदलाच्या बोटीसह पाठविण्यात आले. जहाजावर '७२वे हायलँडर्स' आणि '६व्या डीसी ओआर' रेजिमेंटचे सैनिक होते. जहाज कामागाता मारूच्या शेजारी नांगरण्यात आले.[३६] कामागाता मारूला तीन वाजता निघण्याचा हुकूम देण्यात आला. दुसरा पर्याय उपलब्ध नसल्याने अखेर कामागाता मारू योकोहामाला परत आले.

हॉपकिन्सनने गदरच्या सभासदांची केलेली फसवणूक गदरच्या लोकांना डाचत होतीच. त्यातच, कामागाता मारूवरील शीखांना जी उद्वेगजनक वागणूक दिली गेली, त्यामुळे शीखांच्या असंतोषाचा कडेलोट झाला आणि मेवा सिंग नावाच्या क्रांतिकारकाने, १९१४मध्ये ब्रिटिश पोलीस अधिकारी हॉपकिन्सन याचा खून केला.

कामागाता मारूवरील प्रवाशांना योकोहामाला जपानमध्येही उतरू देण्यात आले नाही. त्यांना जबरदस्तीने भारतात परत पाठविण्यात आले. व्हँकुअरमध्ये झालेल्या उद्रेकाची बातमी भारतातील ब्रिटिश अधिकाऱ्यांपर्यंत पोहोचली होतीच. त्यांनी कामागाता मारूवरील प्रवाशांवर हल्लाच केला. बंगालमधील बज-बज

बंदरावर हे उतारू उतरताच, त्यांच्यावर गोळीबार करण्यात आला. त्यात अठरा लोकांचे बळी गेले, बाकी बऱ्याचजणांना तुरुंगात डांबण्यात आले; तर काही प्रवासी नंतर कधीच कोणाला दिसू शकले नाहीत. त्यांचे काय केले गेले, त्याचा अद्यापही पत्ता लागलेला नाही. ब्रिटिशांच्या या हल्ल्याचे पडसाद भारतभर तीव्रपणे उमटले. एकूणच कामागाता मारू प्रकरणाने ब्रिटिशांच्या भारतावरील सत्तेचे पराकोटीचे जुलमी बेबंदशाही स्वरूप इतिहासात नोंदले गेले.

क्रांतीची तयारी

कामागाता मारू जहाज जपानच्या दिशेने परतीच्या प्रवासात असतानाच, पहिले महायुद्ध जाहीर झाले. युद्धाचे वारे गदरच्या क्रांतिकारकांना भारताच्या दिशेने खेचू लागले. १९१४च्या ऑगस्टपर्यंत, ब्रिटननेही युद्धात पाऊल ठेवले होते. आणि गदर जणू याच क्षणाची वाट पाहत होते. ज्यांना-ज्यांना म्हणून क्रांतीची मशाल भारतात न्यायची होती, त्या सर्वांना खानखोजे आणि त्यांच्या सहकाऱ्यांनी मदतीचा हात पुढे केला. मौलवी बरकतुल्ला, ग्यानी भगवान सिंग आणि इतर काही सहकारी निधी उभारणीच्या कामाला लागले. हरी सिंग फकीर नावाच्या एका गदर क्रांतिकारकाने, तर एकाच सभेमध्ये तब्बल एक हजार डॉलर्स उभे केले. सोहन सिंग बखना, रामचंद्र आणि हरी सिंग यांनी सैन्यभरतीची आघाडी उघडली. ज्वाला सिंगने स्वतःच्या खर्चाने बासष्ट सैनिकांना भारतात नेण्याची तयारी दर्शवली. प्रक्षोभक प्रचार, क्रांतिकारकांचा उत्कट आवेश, समाजाच्या मनात चेतविले गेलेले क्रांतीचे स्फुल्लिंग यामुळे वातावरण ढवळून निघाले. पेटलेल्या मनांनी आणि सळसळत्या उत्साहाने क्रांतीची जुळवाजुळव सुरू झाली.[३७]

४ व ११ ऑगस्ट, १९१४ रोजी सॅन फ्रॅन्सिस्को आणि सॅक्रामेंटोमध्ये मोठ्या रॅलीज आयोजित करण्यात आल्या. गदरच्या सभासदांच्या बैठकांवर बैठका झडू लागल्या. पंडीत काशीराम, पिंगळे आणि त्यांच्या सहकाऱ्यांनी, गदरच्या सैनिकांना भारतात पाठविण्याची व्यवस्था केली. लवकरात लवकर ही फौज भारतात पोहोचणे आवश्यक होते. कारण युद्धाचा वणवा जर आणखी पसरत गेला, तर या सैन्याला अमेरिकेहून निघणे अवघड होऊन बसेल, अशी भीती होती. सोहन सिंग तर या पूर्वीच समुद्रामार्गे निघाला होता. लवकरात लवकर योकोहामाला पोहोचून, तिथे येण्याऱ्या कामागाता मारूवरील प्रवाशांचे स्वागत त्याला करायचे होते. त्याच्या या पहिल्या तुकडीमध्ये साठ ते सत्तर भारतीय क्रांतिकारक सहकारी होते. एस.एस. कोरिया नावाच्या बोटीने निघालेल्या या क्रांतिकारकांमध्ये अमेरिकेच्या पश्चिम किनाऱ्यावरील गदरच्या बऱ्याच प्रमुख नेत्यांचा समावेश होता आणि त्यांचा खर्च बहुधा ज्वाला सिंगने केला होता.[३८]

रास बिहारी बोस यांनी यापूर्वीच जपानमध्ये राहून, जपानी लोकांशी मैत्रीपूर्ण संबंध प्रस्थापित केले होते. क्रांतीच्या नियोजनामध्ये, जपानच्या आघाडीचे नेतृत्व त्यांच्याकडे सोपविण्यात येणार होते. *'रासबिहारी बोसना आम्ही प्रेमाने 'ठाकूर साहेब' म्हणत असू. त्यांना समाजात अत्यंत आदराचे स्थान होते. आणि आमच्या क्रांतिकार्यात त्यांना सहभागी करून घ्यायचे आम्ही ठरविले होते. त्यांच्या आघाडीसाठी शस्त्रास्त्रे आणि स्फोटके मिळविण्याच्या प्रयत्नात मी होतो.'*[३९]

द पोर्टलँड टेलिग्रामच्या ७ ऑगस्ट, १९१४च्या अंकात 'हिंदूंनो, क्रांतीत सहभागी होण्यासाठी भारतात परत जा,' या शीर्षकाखाली बातमी प्रसिद्ध झाली.[४०] पंजाबचा माजी गव्हर्नर जनरल मायकेल ओ'ड्वायर या संदर्भात म्हणतो की, युद्धाच्या पहिल्या दोन वर्षांच्या काळात, ८ हजारांहून अधिक स्थलांतरित मायदेशी भारतात परतले. त्यांपैकी बऱ्याच जणांना सार्वजनिकरीत्या फाशी देण्यात आले. हा आकडा ब्रिटिश सरकारने कधीच जाहीर केला नाही. उरलेल्यांना अंदमानच्या कुविख्यात सेल्युलर जेलमध्ये जन्मठेपेच्या शिक्षेवर पाठविण्यात आले.'

> *चळवळींमध्ये आमच्या शेतकरी मित्रांनी, विद्यार्थ्यांपेक्षा खूपच जास्त सहकार्य केलं. त्यांचा त्याग खूपच मोठा म्हणावा लागेल. दिवस-रात्र मेहनत करून मिळवलेला पैसा जसा त्यांनी क्रांतीसाठी दिला, तसेच स्वत:चे प्राणही देशासाठी पणाला लावले.*
>
> *भारतामध्ये यादवी युद्धाला सुरुवात करण्याची आमची योजना होती. यादवीची सुरुवात म्हणून ब्रिटिशांना आर्थिक कोंडीत पकडण्यासाठी, लोकांना सरकारला कर देण्यापासून परावृत्त करण्याचं आम्ही ठरवलं. याबरोबरच संप पुकारून, पूल उडवून देऊन आणि महत्त्वाची संवेदनक्षम लष्करी ठाणी उद्ध्वस्त करून, सरकारच्या अंतर्गत शांतता – सुव्यवस्थेला सुरुंग लावायचा होता.*
>
> *टपाल आणि तार खात्यावर हल्ले करायचे, पोलीस चौक्या जबरदस्तीने ताब्यात घ्यायच्या, सरकारी तिजोरी लुटायची, असे एकाचवेळी सर्व आघाड्यांवर हल्ले करून, सरकारी यंत्रणांची पार वाताहात उडवून देऊन, आम्हाला या नतद्रष्ट ब्रिटिश सरकारला रंजीस आणायचं होतं.*
>
> *ब्रिटिश सरकारनी अफवा पसरवली की, गदर पार्टी हा मार्ग चुकलेला, भरकटलेला पक्ष आहे. आणि जर्मनीनी त्याला बहकावलं आहे. ही निव्वळ अफवाच होती. खोटं होतं हे सगळं! आम्हाला फक्त आमच्या देशाचं स्वातंत्र्य हवं होतं आणि त्यासाठी इतर कोणत्या देशांनी आम्हाला स्फूर्ती वगैरे देण्याची गरजच नव्हती.*

'क्राउन इन्टेलिजन्स'चे डायरेक्टर जे.सी. केर या संदर्भात म्हणतात, "गदर

पार्टीच्या मागे खास करून शीख लोकांनी भारतात परत जाऊन पंजाबमध्ये उठाव करावा, या योजनेच्या मुळाशी जर्मनांचा काहीही संबंध नव्हता. जर असलाच, तर तो अगदी अत्यल्प आणि नंतरच्या काळात – या योजनांच्या अंमलबजावणीच्या काळात आला. त्या वेळी जर्मनीने गदर पार्टीबरोबर काम केले होते.[४१]

गदरने जर्मनीशी थोड्या प्रमाणात केलेली हातमिळवणी आणखी सुकर झाली, त्याचे कारण म्हणजे पहिले महायुद्ध घोषित झाल्यापासून तीन वर्षांपर्यंत अमेरिका या युद्धापासून दूरच होती. अमेरिकेच्या तटस्थतेच्या धोरणामुळेच गदरच्या क्रांतिकारकांना, जर्मन अधिकाऱ्यांना मोकळेपणे भेटता येत होते. सप्टेंबर, १९१४मध्ये गदरने जर्मनीशी सहकार्याचा करार केला. 'जर्मन सरकारने भारतीय क्रांतिकारकांना कर्ज द्यावे आणि भारत स्वतंत्र झाल्यानंतर भारताने ते परत करावे. याचबरोबर जर्मन सरकारने शस्त्रास्त्रे देण्याचेही मान्य केले. कराराचा आणखी एक महत्त्वाचा मुद्दा म्हणजे, जर्मनीने त्यांच्या इतर देशातील दूतावासांनाही भारतीय क्रांतीला मदत करण्याचे आदेश द्यावेत आणि टर्कीच्या सुलतानाला ब्रिटिशांविरुद्ध 'जिहाद' पुकारण्यात उद्युक्त करावे.'[४२]

आसपास घडणाऱ्या अशा घटनांनी गदरच्या सेनेचे नीतिधैर्य उंचावत होते. बळ वाढत होते. उत्साह द्विगुणित होत होता. हर दयाळ या वेळी स्वित्झर्लंडमध्ये होता. समाजातील मान्यवरांना, बुद्धिमंतांना, मित्रांना आणि कधी-कधी प्रोत्साहनपर अशी पत्रे गदर सैन्याला पाठविण्याचा त्याचा धडाका सुरू होता. परंतु सैन्य भारतात नेण्याच्या मूळ कार्यामध्ये त्याने भाग घेतला नाही की, शस्त्रास्त्रे जमा करण्याच्या कामाला हातभार लावला नाही. या सर्व धामधुमीत मागेच राहिलेला हर दयाळ, पुढे १९१५च्या जानेवारी महिन्यात जर्मनीमध्ये क्रांतीच्या रंगमंचावर पुन्हा प्रकट झाला.[४३]

या काळात क्रांतिकारकांना मुख्य धोका होता, तो गुप्तहेरांचा आणि त्यांच्यापुढे मुख्य प्रश्न होता, तो शस्त्रास्त्रांचा. शस्त्रास्त्रांचा प्रश्न म्हणजे आर्थिक प्रश्न. आणि खानखोजे मेक्सिकोकडून आर्थिक मदत मिळवून शस्त्रास्त्रे खरेदी करण्यात अपयशी झाले होते.

अत्यंत चुकीची माहिती, वाटेल त्या अफवा पसरवून, गुप्तहेर गदर सैन्यामध्येच आपापसात फूट पडेल, इतका द्वेष पसरवत असत. उलट-सुलट बातम्या छापून सैन्यामध्ये असंतोष निर्माण करत होते. या फसवणुकीचा खऱ्याखुऱ्या गदर सैनिकांवर विपरीत परिणाम होत होता.

आमच्या योजनेमध्ये अचानक झालेला बदल आम्ही मेक्सिकन क्रांतिकारकांना कळवला. आता आम्ही भारतात परत जाण्याची तयारी करत होतो. त्यांनी आमचे आभार मानले. आमच्या मोहिमेला सुयश चिंतलं. आमचं हे सहकार्य दोन्ही बाजूंना फायदेशीरच ठरलं होतं. कारण अमेरिकेकडे जाण्याचे गुप्त

मार्ग मेक्सिकोला फायद्याचे ठरले होते.

'काहीतरी' करण्याच्या प्रत्यक्ष कृतीच्या या वातावरणाचा परिणाम म्हणजे खानखोजेंना त्यांचा पीएच.डी.चा अभ्यास सोडून द्यावा लागला. त्यांचे प्राध्यापक डॉ. आर.डब्ल्यू. थॅचर यांना खानखोजे भेटले आणि 'इथल्या नोकरीचा राजीनामा देऊन आपण अमेरिका सोडत असल्याचे,' त्यांनी थॅचर यांना सांगितले. 'कारण इराणमध्ये यापेक्षा चांगली नोकरी मिळत असल्याचेही,' खानखोजेंनी सांगितले. डॉ. थॅचर भयंकर अस्वस्थ झाले. आजूबाजूच्या परिस्थितीचे गांभीर्य त्यांना समजत होते. आणि 'खानखोजे जे काही सांगत आहेत, त्यापेक्षा सत्य काही वेगळेच आहे,' हेही त्यांच्या लक्षात येत होते. 'इराणमधील नोकरीमध्ये अनेक अडचणी आहेत,' असे कारण सांगून त्यांनी खानखोजेंचे मन वळविण्याचा बराच प्रयत्न करून पाहिला. पीएच.डी. पूर्ण झाल्याबरोबर लगेच, अमेरिकेतच उत्तम नोकरी देण्याचे आश्वासनही देऊन पाहिले. पण खानखोजे कशालाच बधले नाहीत. त्यांचा निश्चय पक्का होता. त्यांचे ध्येयच मुळात वेगळे होते. डॉ. थॅचरना सर्व गोष्टींसाठी नम्रपणे नकार देऊन आणि अधिक कोणतेही स्पष्टीकरण न देता, खानखोजेंनी पीएच. डी.चा अभ्यास आणि नोकरी सोडून दिली. जाताना त्यांनी डॉ. थॅचर यांच्याजवळ काही पैसे दिले आणि मी जर परत आलो नाही, तर हे पैसे कृपया माझ्या वडिलांना पाठवा, अशी विनंती केली. *'न जाणो, मला युद्धभूमीवर मरण आले असते, तर एक मुलगा म्हणून वडिलांना पैसे पाठविण्याचे ते माझे अखेरचे कर्तव्य ठरले असते. नाहीतरी आपल्या शास्त्रात सांगितलेली एका पुत्राची, त्याच्या पित्याच्या बाबतीतली कर्तव्ये मी कधीच पार पाडून शकलो नव्हतो.'*[४४]

पुढील दोन वर्षे वाट पाहूनही खानखोजे परत आले नाहीत. तेव्हा डॉ. थॅचर यांनी ते पैसे वर्ध्याला त्यांच्या वडिलांना पाठवून दिले. अर्थात त्यांचे वडीलही तितकेच स्वाभिमानी, काहीसे हट्टी, दुराग्रही होते. त्यांनी ते पैसे स्वीकारले नाहीत.

आपला मित्र आणि सहकारी बिशन दास कोचरच्या सोबतीने खानखोजे प्रवास करणार होते. त्यांच्या मदतीला होता त्यांचा प्रोजेक्टर. भारतातही निरनिराळ्या फिल्मस, स्लाइड्स दाखविण्याचे त्यांनी निश्चित केले होते. प्रचाराचे ते एक प्रभावी साधन असल्याचे यावेळपर्यंत दोघांच्या लक्षात आले होते. नंतरच्या काळात कोचर सांगतात, 'आम्ही गदर आश्रमामधून भारतापर्यंतच्या प्रवासासाठी कोणतीही आर्थिक मदत घेतली नाही. देशासाठी आम्ही आमची आयुष्येच वाहून घेतली होती. त्यामुळे चळवळीची, क्रांतीची सर्व कार्ये आम्ही स्वयंसेवक म्हणून विनामूल्यच करत असू.'[४५]

> *प्रहारक विभागाची अखेरची गुप्त बैठक अजूनही माझ्या चांगलीच स्मरणात आहे. बैठकीत मी भाषण केलं होतं. 'कामागाता मारू प्रकरणानं*

आपल्याला, आपल्या प्रश्नाचं उत्तर दाखवून दिलं आहे. ते म्हणजे 'भारतात सशस्त्र उठाव!' असं मी निर्वाणीचं बोललो होतो.

याच दरम्यान, अमेरिकेतील एका भारतीय गटाने, जर्मन सरकारशी बोलणी करून, भारतातील क्रांतीसाठी समुद्रमार्गे शस्त्रास्त्रे पाठविण्यास सांगितले होते. 'त्याप्रमाणे सप्टेंबर, १९१४च्या मध्याला जर्मनीच्या फॉरिन ऑफिसने त्यांच्या वॉशिंग्टनमधील दूतावासाला, शस्त्रास्त्रे खरेदी करून, ती गुप्तपणे भारतात पाठविण्याची व्यवस्था करण्याचा हुकूम दिला.'[४६]

गदरच्या क्रांतिकारकांनी भारतात परतण्यासाठी वेगवेगळे मार्ग निवडले. भगवान सिंग हा एक अत्यंत प्रभावी वक्ता होता. त्याने चीन आणि अती पूर्वेकडे जायचा निर्णय घेतला. उठावासाठी अधिक सैन्य जमा करणे आणि त्या भागातील ब्रिटिश इंडियन तुकड्यांचा नायनाट करणे, हा त्याचा उद्देश होता. मौलवी बरकतुल्ला आणि हृषीकेश लथा, हे दोघे अफगाणिस्तानला गेले. अफगाणिस्तानच्या आणि भारताच्या सीमा अगदी लागून असल्याने, पुढच्या काळात, क्रांतिकारकांच्या नियोजनामध्ये अफगाणिस्तानला खास महत्त्व होते. अफगाणिस्तानमधील मुसलमान जनतेबरोबर काम करून त्यांना ब्रिटिशांविरोधातील या उठावात सहभागी करून घ्यायचा, मौलवी बरकतुल्ला यांचा इरादा होता. पंडीत काशीराम आणि पिंगळे हे सरळ पंजाब गाठणार होते. तिथे सैन्याची जमवाजमव करणेही जरुरी होते.

आपापल्या मार्गाने मार्गस्थ होण्यापूर्वी, या क्रांतिकारकांनी गदर पार्टीसाठी स्वत:चा ध्वज निश्चित केला. लाल रंगाच्या पार्श्वभूमीवर भारताचा नकाशा असलेला ध्वज गदरचा अधिकृत ध्वज म्हणून ठरविण्यात आला. एका निनावी कवीने रचलेले गीत, गदरचे राष्ट्रगीत म्हणून निवडण्यात आले.

जय बोलो हिंद की, जय जय हिंद
हिंद हमारा जान है, हिंद हमारा प्राण
जय जय जय जय हिंद
तोफो बंदूक हथियारोंसे
आजाद करो जी हिंद
और हिंद हमारा प्राण
भगत बने हम हिंद के
और हिंद के कुर्बान
भारताचा विजय असो!
मित्रांनो, भारत स्वतंत्र करा
शस्त्रांनी, बंदुका, तोफांनी

भारत हेच आमचं जीवन
भारत हाच आमचा श्वास
आम्ही भारताचे पुजारी
भारताच्या वेदीवर प्राण द्यायला तुम्ही तयार आहात ना![४७]

इतर कुठेही न जाता सरळ भारतात यायचा बेत खानखोजेंनी कधी अचानक बदलला हे कळायला मार्ग नाही. खरे तर ते शिकागोहून न्यू यॉर्कला जाणार होते. तिथे युरोपकडे जाणारे जहाज पकडून ते भारतात येणार होते. पण त्यांच्याकडे प्रवासासाठी अधिकृत अशी कोणतीही कागदपत्रे नव्हती. तसे पाहिले, तर खानखोजे अमेरिकेमध्ये एक बेकायदेशीर परदेशस्थ म्हणूनच राहत होते. त्यामुळे अधिकृत कागदपत्रांसह युरोपला जाण्याचा प्रश्नच उद्‌भवत नव्हता. पण तरीही एका अत्यंत अविचारी, गाफिल अशा क्षणी खानखोजे, न्यू यॉर्कमधील ब्रिटिश सरकारच्या परराष्ट्र वकिलातीच्या कार्यालयात जाऊन थडकले. 'अभ्यासक्रम पूर्ण करून भारतात परत जाऊ इच्छिणारा एक विद्यार्थी,' या नात्याने त्यांनी पासपोर्टसाठी अर्ज केला. बरेच उलटसुलट प्रश्न त्यांना विचारण्यात आले आणि थोडा वेळ थांबण्यास सांगण्यात आले. पण काही क्षणांतच वकिलातीचा अधिकारी परत आला आणि त्याने खानखोजेंना कधीही पासपोर्ट मिळणार नाही, असे जाहीर केले. 'तुम्ही पासपोर्टकरिता अपात्र आहात,' हे त्याचे शब्द ऐकताच, रागाच्या भरात खानखोजेंनी त्या अधिकाऱ्याला बरेच काही सुनावले. पण व्यर्थ! पासपोर्ट मिळाला नाहीच.

काही वेळानी माझ्या लक्षात आलं की, ब्रिटिश कार्यालयात जाण्यात मी फार मोठी घोडचूक करून बसलो होतो. प्रत्यक्ष सिंहाच्या जबड्यात हात घालण्यासारखंच धारिष्ट्य होतं ते. इतकंच नाही, तर भारतात परत जाण्याचा माझा मूळ, छुपा हेतूही मी उघड करून बसलो होतो – आणि तोही माझ्या शत्रूसमोर.

भारतात परतण्याचा मार्ग खानखोजेंनी अचानक बदलला. अमेरिकेतून थेट भारतात जाण्याचा निर्णय त्यांनी फिरविला. या गोष्टीचे परिणाम काय झाले, हा वादाचा मुद्दा होऊ शकतो. मात्र हा निर्णय अशाप्रकारे फिरविण्यास तशीच काही कारणे घडली, हेही खरे. याच वेळी ऑटोमन संरक्षण मंत्रालयाचे कॅप्टन काद्री बे हे खानखोजेंच्या संपर्कात आले.[४८] आणि त्यांनी जर्मनीमधील बर्लिन समितीच्या काही हालचालींबद्दलची अत्यंत गोपनीय माहिती खानखोजेंना पुरविली. भारतात परतण्याची योजना बदलल्याचे दुसरे संभाव्य कारण, न्यू यॉर्कमध्ये त्यांची आगाशे यांच्याशी झालेली भेट.[४९] महाराष्ट्रीय ब्राह्मण असणारे हे आगाशे, पर्शियामध्ये राहात असत. आणि त्यांनी 'जेंडरमायर'मध्ये लष्करी प्रशिक्षण घेतले होते. जेंडरमायर ही

अतिशय खास, निवडक अशी पर्शियन सैन्याची फळी होती. त्यामधील सैनिकांना स्वीडिश अधिकाऱ्यांनी खास प्रकारचे प्रशिक्षण दिलेले होते. या तुकडीची स्थापना १९१०मध्ये झाली. आगाशे स्वत: 'महमद अली मिर्झा' या टोपण नावाने वावरत असत. तसेच महाराष्ट्रातील क्रांतिकारकांच्या गुप्त संघटनेचे आगाशे सदस्य असण्याचीही शक्यता होती.[५०] त्या संघटनेमार्फतच या शतकाच्या सुरुवातीच्या काळात त्यांना पर्शियामध्ये प्रशिक्षणासाठी पाठविण्यात आले असावे. त्यांनी पर्शियाचे नागरिकत्व घेतलेले होते. त्या देशाच्या लष्करात कॅप्टन पदापर्यंत ते पोहोचले होते. तिथे लष्करी डावपेचातील आणि एकूणच लष्कराच्या कामांमधील त्यांची बुद्धिमानता लक्षात आल्यावर, 'वेस्ट पॉइंट'मध्ये प्रशिक्षणासाठी त्यांची शिफारस करण्यात आली असावी. पण तिथे त्यांना प्रवेश नाकारण्यात आला असावा.[५१]

> *आगाशे यांची भेट झाल्यानंतर मी माझी परतीची योजना बदलली. आता मी प्रथम टर्की, इराण आणि नंतर बलुचिस्तानला जायचं ठरवलं. एक तर मला भारतात प्रवेश करायचा होता, तो अगदी ऐनवेळी आणि चोरून. या दुर्गम आणि निर्जन अशा भागात ज्या गुहा होत्या, त्यांचा शस्त्रास्त्रं आणि सैन्य लपविण्यासाठी मला उपयोग करून घ्यायचा होता. आगाशेंना या अंतर्गत भागाची माहिती होती आणि आम्ही दोघं मिळून सगळी व्यवस्था सांभाळू शकलो असतो.*

याच सुमाराला, खानखोजेंची एम.पी.टी. आचार्य यांच्याशी गाठ पडली. ते कट्टर क्रांतिकारक होतेच, शिवाय लोकमान्य टिळकांचे शिष्य होते. गदरची सशस्त्र उठावाची योजना ऐकताच, अतिशय उत्साहाने त्यात सामील होण्याची तयारी त्यांनी दाखवली. परंतु त्यांच्या बेतापासून त्यांना परावृत्त करण्यासाठी खानखोजेंना बरेच प्रयास पडले. एक तर क्रांतीची घटिका येऊन ठेपलेली नव्हती. आणि मुख्य म्हणजे खानखोजेंना अशा प्रकारच्या सशस्त्र क्रांतीमधील जीवघेणे धोके स्पष्ट दिसत असताना आचार्यांसारख्या मौल्यवान व्यक्तिमत्त्वाचा बळी देण्यास ते तयार नव्हते.

आचार्यांनी खानखोजेंची न्यू यॉर्कमध्येच राहणाऱ्या डॉ. सी.के. चक्रवर्ती यांची गाठ घालून दिली. डॉ. चक्रवर्ती हे बंगाली क्रांतिकारक होते. इतर लोकांचा डॉ. चकवर्तींवर विश्वास होता; परंतु का कोण जाणे, खानखोजेंनी त्यांना आपली खरी योजना सांगितली नाही. डॉ. चकवर्तींचा विश्वास न वाटल्यामुळे, खानखोजेंनी त्यांना केवळ 'मी भारतात परत जात आहे,' असे मोघमपणे सांगितले. नंतर डॉ. चक्रवर्तींनी गदर पार्टीमध्ये प्रवेश मिळवलाच आणि अखेर त्यांच्यावर लाखो डॉलर्सचा अपहार केल्याचा आरोप ठेवण्याची वेळ आली.

दरम्यानच्या काळात युरोपमधील परिस्थितीत नाट्यमयरीत्या अनेक बदल

घडले. जर्मनांनी बेल्जियम जिंकून घेतले. तसेच फ्रान्सचा काही भाग पादाक्रांत केला. ब्रिटिश लोक युद्धाच्या तयारीत गुंतले. रामचंद्र आणि पिंगळे यांना खानखोजेंनी या परिस्थितीची कल्पना देऊन, युरोपमधील या वेगाने बदलत्या परिस्थितीच्या पार्श्वभूमीवर आपल्याला आपल्या योजनेत बदल करणे जरूर आहे, असे समजावले. आता आधी जर्मनीला भेट देऊन शस्त्रास्त्रे पदरात पाडून घेऊन, मगच टर्की आणि इराणकडे कूच करणे आवश्यक होते.

अखेर त्यांना एक ग्रीक जहाज मिळाले. ते ग्रीसमधील पिरॅसकडे निघाले होते. त्या काळात ही अशी बनावट कंपन्यांची जहाजे, जो कोणी पैसे देईल, त्याला जहाजावर प्रवेश देत असत. आगाशेंकडे पर्शियन पासपोर्ट होता. खानखोजे आणि बिशन दास कोचर दोघांनी मुस्लीम नावे धारण केली. आगाशे आणि मिर्झा मोहमद अली यांनी त्यांची जबाबदारी घेतल्याने या दोघांनाही जहाजावर सहज प्रवेश मिळाला. अमेरिकेच्या कस्टम्स अधिकाऱ्यांनी चौकशी करताच, हे दोघे बाकीच्या पर्शियन लोकांमध्ये बेमालूमपणे मिसळून गेले आणि अखेर १९१४च्या सप्टेंबर महिन्यात त्यांचा प्रवास सुरू झाला.

याच महिन्यात युरोपमध्ये जर्मन सैनिकांच्या पाच तुकड्या वर्दन आणि पॅरिसच्या मधोमध उभ्या ठाकल्या. 'अनेक तरुण सैनिकांचे रक्त सांडणारी मोठी दुर्दैवी लढाई,' अशी ज्या युद्धाची इतिहासात नोंद झाली, ती ही लढाई. त्या लढाईची ही सुरुवात होती. तिच्या सुरुवातीचा हा काळ होता. पण ग्रीक जहाजात बसून ग्रीसकडे निघालेल्या तीन तरुण क्रांतिकारकांना त्याचे काही देणे-घेणे नव्हते. त्यांचे संपूर्ण लक्ष त्यांच्या उद्दिष्टावर केंद्रित झाले होते.

टीप

१. जोन एम. जेन्सेन, *पॅसेज फ्रॉम इंडिया,* येल युनिव्हर्सिटी प्रेस (१९८८), पृष्ठ-१८०
२. हरीश के पुरी, *गदर मूव्हमेंट* अमृतसर, गुरू नानकदेव युनिव्हर्सिटी प्रेस (१९८३), पृष्ठ-६७
३. एमिली सी. ब्राऊन, *हर दयाळ,* टक्सन : युनिव्हर्सिटी ऑफ अरिझोनो प्रेस (१९७५), पृष्ठ-१३८
४. धर्मवीर, *लाला हर दयाळ,* नवी दिल्ली, इंडियन बुक कंपनी (१९७०), पृष्ठ-१५७
५. एमिली सी. ब्राऊन, *हर दयाळ,* टक्सन : युनिव्हर्सिटी ऑफ अरिझोनो प्रेस (१९७५), पृष्ठ-१४३

६. पी.एस. खानखोजे यांच्या अप्रकाशित आठवणी नवी दिल्ली, नेहरू मेमोरिअल लायब्ररी, पृष्ठ-९
७. बाळशास्त्री हरदास, *आर्म्ड स्ट्रगल फॉर फ्रीडम*, पुणे, यशवंत प्रिंटिंग प्रेस (१९५८), पृष्ठ-२४७
८. जोन एम. जेन्सन, *पॅसेज फ्रॉम इंडिया*, येल युनिव्हर्सिटी प्रेस (१९८८), पृष्ठ-१
९. धर्मवीर, *लाला हर दयाळ*, नवी दिल्ली, इंडियन बुक कंपनी (१९७०), पृष्ठ-१५८
१०. जोन एम जेन्सन, *पॅसेज फ्रॉम इंडिया*, येल युनिव्हर्सिटी प्रेस (१९८८), पृष्ठ-१६४
११. एमिली सी. ब्राऊन, *हर दयाळ*, टक्सन : युनिव्हर्सिटी ऑफ अरिझोनो प्रेस (१९७५), पृष्ठ-१४५
१२. बिशन दास कोचर यांचे अप्रकाशित हस्तलिखित, नवी दिल्ली, नेहरू मेमोरिअल लायब्ररी (खानखोजे पेपर्स)
१३. गदर डिरेक्टरी हिस्ट्री शीट, इंडिया ऑफिस लायब्ररी, ब्रिटिश म्युझियम (१९३४)
१४. जोन एम. जेन्सन, *पॅसेज फ्रॉम इंडिया*, येल युनिव्हर्सिटी प्रेस (१९८८), पृष्ठ-१६३
१५. 'विल्यम हॉपकिन्सन : स्पाय, पॅट्रियट, कॅनेडियन मार्टेयर' http://www.canadafirst.net/our_heritage/hopkinson/index.html
१६. बिशन दास कोचर यांचे अप्रकाशित हस्तलिखित, नवी दिल्ली, नेहरू मेमोरिअल लायब्ररी (खानखोजे पेपर्स)
१७. जोन एम. जेन्सन, *पॅसेज फ्रॉम इंडिया*, येल युनिव्हर्सिटी प्रेस, (१९८८) पृष्ठ-१७९
१८. पी. एस. खानखोजे यांच्या अप्रकाशित आठवणी नवी दिल्ली, नेहरू मेमोरिअल लायब्ररी, पृष्ठ-७९
१९. एमिली सी. ब्राऊन, *हर दयाळ*, टक्सन : युनिव्हर्सिटी ऑफ अरिझोनो प्रेस (१९७५), पृष्ठ-१४९
२०. वरीलप्रमाणे, पृष्ठ-१५१
२१. जोन एम. जेन्सन, *पॅसेज फ्रॉम इंडिया*, येल युनिव्हर्सिटी प्रेस (१९८८), पृष्ठ-१९५
२२. वरीलप्रमाणे, पृष्ठ-२०४
२३. पी.एस. खानखोजे यांच्या अप्रकाशित आठवणी नवी दिल्ली, नेहरू मेमोरिअल लायब्ररी, पृष्ठ-६१

२४. बाळशास्त्री हरदास, *आर्म्ड स्ट्रगल फॉर फ्रीडम,* पुणे (१९५८), पृष्ठ - २५९

२५. एड-मेमॉयर शस्त्रास्त्रे पुरविणे, सरहद्द ओलांडून अमेरिकेमध्ये प्रवेश करणे यासह अनेक कार्यांच्या नोंदी

२६. इव्हा अलेक्झांड्रा उचमेनी संपादित, *इंडिया-मेक्सिको, सिमिलॅरिटीज अँड एन्काउन्टर्स थ्रूआऊट हिस्ट्री,* नवी दिल्ली, मॅकमिलन (२००२), पृष्ठ-१५१-५२

२७. एमिली सी. ब्राऊन, *हर दयाळ,* टक्सन : युनिव्हर्सिटी ऑफ अरिझोनो प्रेस (१९७५), पृष्ठ-१३७

२८. सी. मार्टिन विल्बर, *सन यत् सेन : फ्रस्ट्रेटेड पॅट्रियट,* न्यू यॉर्क, कोलंबिया युनिव्हर्सिटी प्रेस (१९७६), पृष्ठ-६७

२९. एमिली सी. ब्राऊन, *हर दयाळ,* टक्सन : युनिव्हर्सिटी ऑफ अरिझोनो प्रेस (१९७५), पृष्ठ-१५२

३०. एफ. सी. इस्मॉन्जर आणि जे. स्टॅलेरी, *ॲन अकौंट ऑफ द गदर कॉन्स्पिरसी,* १९१३-१९१५, लाहोर, इंडिया गव्हर्न्मेंट प्रिंटिंग ऑफिस (१९१९), पुनर्मुद्रित – बर्कले, फोकलोअर इन्स्टिट्यूट, मीरत, अर्चना पब्लिशर्स (१९९८)

३१. एमिली सी. ब्राऊन, *हर दयाळ,* टक्सन : युनिव्हर्सिटी ऑफ अरिझोनो प्रेस (१९७५), पृष्ठ-१६१

३२. हॅरॉल्ड ए. गाउल्ड, *शिख्स, स्वामीज, स्ट्युडंट्स अँड स्पाईज : दि इंडिया लॉबी इन दि युनायटेड स्टेटस,* १९४०-४६, कॅलिफोर्निया, सेज पब्लिकेशन्स (२००६), पृष्ठ-२०२

३३. एफ. सी. इस्मॉन्जर आणि जे. स्टॅलेरी, *ॲन अकौंट ऑफ द गदर कॉन्स्पिरसी,* १९१३-१९१५, लाहोर, इंडिया गव्हर्न्मेंट प्रिंटिंग ऑफिस, (१९१९). पुनर्मुद्रित बर्कले, फोकलोअर इन्स्टिट्यूट, मीरत, अर्चना पब्लिशर्स (१९९८)

३४. बाळशास्त्री हरदास, *आर्म्ड स्ट्रगल फॉर फ्रीडम,* पुणे, यशवंत प्रिंटिंग प्रेस (१९५८)

३५. पी.एस. खानखोजे यांच्या अप्रकाशित आठवणी नवी दिल्ली, नेहरू मेमोरिअल लायब्ररी

३६. हरीश के पुरी. *गदर मूव्हमेंट* अमृतसर, गुरू नानकदेव युनिव्हर्सिटी प्रेस (१९८३), पृष्ठ-७९-८०

३७. वरीलप्रमाणे, पृष्ठ-१

३८. वरीलप्रमाणे, पृष्ठ-८२

३९. पी.एस. खानखोजे यांच्या अप्रकाशित आठवणी, नवी दिल्ली, नेहरू

मेमोरिअल लायब्ररी

४०. हरीश के पुरी. *गदर मूव्हमेंट* अमृतसर, गुरू नानकदेव युनिव्हर्सिटी प्रेस (१९८३), पृष्ठ-८२

४१. जे. सी. केर, *पोलिटिकल ट्रबल इन इंडिया* (१९०७-१९१७), नवी दिल्ली, ओरिएंटल पब्लिकेशन्स (१९७३), पृष्ठ-२७२

४२. एमिली सी. ब्राऊन, *हर दयाळ,* टक्सन : युनिव्हर्सिटी ऑफ अरिझोना प्रेस (१९७५), पृष्ठ-१६७

४३. वरीलप्रमाणे, पृष्ठ-१६७

४४. पी.एस. खानखोजे यांच्या अप्रकाशित आठवणी, नवी दिल्ली, नेहरू मेमोरिअल लायब्ररी

४५. बिशन दास कोचर यांचे अप्रकाशित हस्तलिखित, नवी दिल्ली, नेहरू मेमोरिअल लायब्ररी (खानखोजे पेपर्स), पृष्ठ-१६

४६. ए.सी. बोस, *इंडियन रेव्होल्युशनरीज अब्रॉड,* १९०५ ते १९२२ पाटणा, भारती भवन (१९७१)

४७. सोहन सिंग जोश, *हिंदुस्थान गदर पार्टी,* खंड २, नवी दिल्ली, पीपल्स पब्लिशिंग हाउस, १९७८, पी. खानखोजे यांची स्वाक्षरी असलेली इंग्रजीमधील कविता, कलकत्ता, ७ जून, १९४९, डॉ. भूपेंद्रनाथ दत्त यांना दिलेली

४८. ए. सी. बोस, *इंडियन रेव्होल्युशनरीज अब्रॉड :* १९०५ ते १९२२ पाटणा, भारती भवन (१९७१), पृष्ठ-१०१

४९. बिशन दास कोचर यांचे अप्रकाशित हस्तलिखित, नवी दिल्ली, नेहरू मेमोरिअल लायब्ररी (खानखोजे पेपर्स), पृष्ठ-१८

५०. मन्मथनाथ गुप्ता, *हिस्ट्री ऑफ दि इंडियन रेव्होल्युशनरी मूव्हमेंट,* बॉम्बे सोमैय्या पब्लिकेशन्स (१९७२), पृष्ठ-६५

५१. या पुस्तकासाठी मी जे सर्व संशोधन केले, त्यात कुठेही मला आगाशे यांचे संपूर्ण नाव मिळू शकले नाही. खानखोजे, त्यांचा उल्लेख नेहमी आगाशे असाच करत असत.

महायुद्धाच्या ज्वाला : १९१४

प्रचंड उलथापालथीचे खळबळजनक दिवस; खानखोजे, आगाशे आणि बिशन दास कोचर यांचे तितकेच धोकादायक उद्दिष्ट, यांच्या तुलनेत ग्रीसचा प्रवास मात्र बराच शांततेत सुरू होता. दोन घटनांचा अपवाद सोडला, तर विशेष असे काही घडत नव्हते. एक म्हणजे खवळलेला समुद्र आणि डोंगराएवढ्या तुफानी लाटांचे तांडव त्या मानाने बरेच दिवस सुरू राहिले. पण जहाजाच्या कप्तानाने अत्यंत कौशल्याने या संकटातून जहाज बाहेर काढले. प्रवाशांनी जरा कुठे सुटकेचा नि:श्वास सोडला, तोच ब्रिटिशांचे लढाऊ जहाज आडवे आले.

१९१४च्या सप्टेंबरमध्ये जेव्हा आम्ही न्यू यॉर्क सोडलं, त्या वेळी उत्तर अटलांटिक महासागर शांत होता. पण जसा आम्ही जिब्राल्टरच्या सामुद्रधुनीमध्ये प्रवेश केला, खडकांच्या जवळून जाऊ लागलो, तसा समुद्र खवळला. मोठमोठ्या राक्षसी लाटा जहाजावर चाल करून येताहेत असं वाटायला लागलं. त्यातच आता जहाज बुडणार अशा प्रकारच्या घबराट पसरवण्याऱ्या अफवा पसरायला लागल्या. सगळे ग्रीक प्रवासी देवाचा धावा करताना दिसायला लागले. समुद्राचा हा रुद्रावतार तब्बल तीन दिवस टिकून होता. पण जहाजाच्या कप्तानाने अतिशय धैर्याने आणि कौशल्याने उसळत्या लाटांमधून जहाज हाकारलं आणि आम्हाला त्या सागरी संकटातून अलगद बाहेर काढलं. आम्ही प्रवासी सुटकेचा श्वास टाकतो न टाकतो, तोच एक ब्रिटिश लढाऊ जहाज आमच्या पुढ्यात येऊन ठाकलं.

ब्रिटिश जहाज आमच्या दिशेने वळले. आम्हाला थांबायला सांगण्यात आले. ब्रिटिश अधिकारी आमच्या जहाजावर चढले आणि त्यांनी सर्व प्रवाशांच्या चौकशीचे सत्र आरंभले. काही 'भारतीय राजद्रोही' या जहाजातून प्रवास करत असल्याची बातमी त्यांना मिळाली होती आणि त्यांच्याजवळच्या यादीमध्ये खानखोजेंचे नाव

प्रामुख्याने दिलेले होते.[१] पण तो दिवस खानखोजेंसाठी चांगला होता. आगाशेंकडचा पर्शियन पासपोर्ट आणि मुख्य म्हणजे त्यांचा आत्मविश्वास या दोन गोष्टींमुळे खानखोजे आणि बिशन दास कोचर त्यादिवशी ब्रिटिशांच्या तावडीतून सहीसलामत सुटले. आगाशेंनी अत्यंत आत्मविश्वासाने 'हे दोघे माझे भाऊ आहेत,' असे ब्रिटिश अधिकाऱ्यांना पटविले आणि ब्रिटिश सागरी हद्दीतून बाहेर पडण्याची घाई असलेल्या कप्तानाने आनंदाने जहाज ग्रीसच्या दिशेने हाकारले.

> *'चला सुटलो एकदाचा!' म्हणत मी ग्रीक बेटांचं सृष्टिसौंदर्य दृष्टीस पडण्याची वाट बघू लागलो. पण 'आपण सुदैवानं अगदी कसेबसे वाचलो आहोत,' ही भावना मनात भरून राहिली होती. कॉरिन्थीअन सामुद्रधुनीमध्ये आम्ही प्रवेश केला आणि ग्रीसची प्राचीन संस्कृती आठवली. ग्रीसमधलं पिरॅस हे प्रसिद्ध बंदर एकाचवेळी ८०० जहाजांना आश्रय देण्याएवढं प्रचंड मोठं होतं.*

जहाज पिरॅसच्या किनाऱ्याला लागले. प्रवासी उतरले. खानखोजे आणि त्यांचे दोन मित्र वृत्तपत्र पाहायला अधीर झाले होते. वृत्तपत्र पाहायला युद्धाची ताजी स्थिती समजणे आवश्यक होते. वृत्तपत्रांतील बातम्यांवरून त्यांना समजले की, जपान, अमेरिका आणि त्यांच्या पाठोपाठ मेक्सिको, चीन आणि स्पेन या राष्ट्रांनी युद्धामध्ये तटस्थतेची भूमिका स्वीकारली होती. टर्कीने शस्त्रास्त्रांच्या बाबतीतील तटस्थता १९१४च्या ऑगस्टमध्येच जाहीर केली होती; परंतु त्यानंतर त्यांना तटस्थेच्या धोरणाशी थोडा समझोता करावा लागला होता. कारण टर्कीनेच नंतरच्या काळात गोबेन आणि बिस्लो नावाच्या दोन जर्मन युद्धनौकांना आश्रय दिला. या युद्धनौकांनी टर्कीच्या ध्वजाखाली टर्की सैनिकांच्या नावाने जर्मन सैन्य घेऊन, रशियाच्या सागरी बंदरांवर बॉम्बहल्ला केला. या घटनेने ब्रिटन, रशिया आणि फ्रान्सला टर्कीविरुद्ध युद्ध घोषित करणे भाग पडले. हा १९१४चा नोव्हेंबर महिना होता.[२] या भागात ब्रिटनच्या नौदलाचे वर्चस्व होते. नंतरच्या काळात सर्वच परिस्थिती आणखीच गुंतागुंतीची होऊन बसली. कारण ग्रीस आणि ग्रेट ब्रिटन ही मित्रराष्ट्रे होती.

तिघे 'पर्शियन बंधू' मात्र अनिश्चिततेच्या लाटेवर हिंदकळत होते. खानखोजेंना एकीकडे बर्लिनमधील भारतीयांना भेटावेसे वाटत होते. म्हणजे जर्मन लोकांशी समोरासमोर बोलता आले असते. परंतु पासपोर्ट नसल्याने ती शक्यता पार धुळीलाच मिळाली. अर्थात नंतर ग्रीसमध्ये योग्य तो पासपोर्ट मिळविण्यात खानखोजे सुदैवाने यशस्वी झाले. ग्रीसमध्ये उतरल्या उतरल्या महत्त्वाचे काम समोर होते, ते म्हणजे अधिकृत कागदपत्रे जमा करणे. आगाशे ज्याप्रमाणे मिर्झा मोहमद अली या नावाखाली शंभर टक्के 'पर्शियन' म्हणून ओळखले जात होते, तशा प्रकारची निश्चित ओळख

जवळ असणे खानखोजेंना आवश्यक वाटत होते. टर्कीमधील क्रांतिकारकांच्या बैठकीलाही त्यांना उपस्थित राहायचे होते. आगाशेंच्या दोन्ही 'बंधूंना' 'पर्शियन' अशी ओळख मिळाली असती, तर टर्कीला जायची परवानगी मिळाली असती. ग्रीसमधील पर्शियन परराष्ट्र वकिलातीच्या कार्यालयात जाऊन तेथील येमेनी टर्क अधिकाऱ्याला ते भेटले आणि मिर्झा मोहमद अलींचे बंधू या नात्याने त्यांनी कागदपत्रांसाठी अर्ज केला. आगाशे त्या अधिकाऱ्याशी अस्खलित पर्शियनमध्ये बोलले, काही लोकांचे हात 'ओले' करावे लागले आणि अखेर दोघांनाही आवश्यक ती अधिकृत कागदपत्रे मिळाली.

कागदपत्रे हातात पडल्याचा आनंद मोठाच होता. आता एजीयन समुद्रामार्गे, ग्रीसमधील स्मायर्ना (आताचे इझमीर) या प्राचीन शहरापर्यंत जाता येते का, याचा शोध सुरू झाला. कारण या समुद्रमार्गावर बऱ्याच बोटींची ये-जा सुरू असे. त्यांच्या प्रयत्नांना यश आले. तिघेही जण स्मायर्नामध्ये येऊन दाखल झाले. परंतु तिथे आल्या-आल्या या तिघांसह आणखी काही लोकांना अडकवून ठेवण्यात आले. स्मायर्ना हे शहर जरी टर्कीमधीलच होते, तरीही त्या भोवतीच्या समुद्रावर ब्रिटिशांचे निर्विवाद वर्चस्व होते आणि तिथे येणाऱ्या सर्व परदेशी प्रवाशांना थांबवून ठेवण्याचा ब्रिटिशांचा हुकूम होता.

नेहमीप्रमाणेच आगाशेंनी पुढाकार घेऊन तेथील अधिकाऱ्यांशी भरपूर वाद घातला, भांडणे केली आणि अखेर तिघांना सोडून देण्यात आले. तोपर्यंत त्यांना असे कळले की, खानखोजेंना ज्या बैठकीला उपस्थित राहायचे होते, ती बैठक अद्भुतरम्य कॉन्स्टेंटिनोपल (आताचे इस्तंबूल) शहरात होणार आहे आणि मुख्य म्हणजे काही जर्मन अधिकारीही बैठकीस उपस्थित असणार आहेत.

बिशन दास कोचरला इजिप्तमार्गे भारतात पाठवून द्यायचं मी ठरवलं. मी त्याला माझ्या भावाप्रमाणे मानलं होतं. आणि त्याच्यावर आलेल्या या परिस्थितीमुळे मला अपराधी वाटायला लागलं होतं. असं इतकं अनिश्चिततेचं आणि पावलोपावली धोक्यांनी वेढलेलं आयुष्य त्याच्या स्वभावाला मानवणारं नव्हतं. मान्य आहे, त्याची देशावरची निष्ठा अत्यंत खरी होती, त्याने मला आतापर्यंत खूप मदतही केली होती; पण तरीही त्याच्यासारखा एक निष्पाप, निरागस जीव प्राणसंकटाच्या वेठीला बांधणं, माझ्या मनाला पटेना.

मी त्याला भारतात परत जाऊन पक्षकार्यात लक्ष घालण्यासाठी राजी केलं.

नंतरच्या काळात बिशन दास कोचर लिहितात, 'त्या वेळी खानखोजे म्हणाले होते की, "आपण आपल्या प्रतिज्ञेवर ठाम राहिले पाहिजे आणि त्यासाठी तुम्ही भारतात जाऊन गदरच्या लोकांना मदत करा..." मी त्यांची आज्ञा शिरसावंद्य मानून भारतात परतलो.'[३] कैरोला जाणाऱ्या बोटीमध्ये कोचरना बसवून देण्यात आले.

त्यानंतर बिशन दास कोचर यांनी खानखोजेंना पत्र लिहून बरेच मोठे गदरचे सैन्य इजिप्तमध्ये पोहोचल्याचे कळवले होते. परंतु ती पत्रे मध्येच पकडली गेली आणि जप्त करण्यात आली.[४]

भारतात परतल्यावर कोचर यांनी पंजाबचा दौरा केला. तेथील क्रांतिकारकांना भेटण्याचे, चर्चा, नियोजन करण्याचे त्यांच्या मनात होते. परंतु 'खानखोजे नावाच्या राजद्रोह्याशी संबंध असल्याच्या' कारणावरून त्यांना अटक झाली. पोलिसांकडे या दोघांबद्दलची जाडजूड फाइल होती आणि स्लाइड शोच्या जाहिरातींची पत्रके त्यांच्या तोंडावर फेकण्यात आली. 'तुला अशी काही अद्दल घडवू की, अमेरिकेतून स्वातंत्र्याचं जे खूळ डोक्यात घेऊन आला आहेस, ते साफ विसरून जाशील,' अशी धमकी कोचरना देण्यात आली.[५] सात वर्षांच्या तुरुंगवासानंतर त्यांना सोडून देण्यात आले. पण त्या काळात 'पुन्हा क्रांतिकारकांशी कोणताही संपर्क ठेवायचा नाही,' अशाप्रकारच्या अटी, धमक्या सतत देण्यात येत होत्या. अखेर बिशन दास कोचर महाराष्ट्रातील तुमसर या गावी स्थायिक झाले. त्यांच्या घरच्या तांदुळाच्या गिरणीत काम करण्यात त्यांचे आयुष्य गेले.

बर्लिन कमिटी

जर्मनीचा युरोपमध्ये धुमाकूळ चालू असताना, भारतीय क्रांतिकारक जर्मनीच्या अधिकाऱ्यांशी बोलणी करण्यात गुंतले होते. या बोलण्यांमधून एक धडा त्यांनी अंगी बाणवला, तो म्हणजे शत्रूचा शत्रू तो आपला मित्र![६]

निरोद के बारूआ या इतिहासकारांनी जर्मनीमधील मूळ कागदपत्रे अभ्यासली होती. त्या आधारावर ते लिहितात, 'जर्मनीच्या परराष्ट्र खात्याने, भारतात क्रांती घडवून आणण्याची तिहेरी योजना आखली होती. एक म्हणजे, गदरचे सैन्य अफगाणिस्तानमध्ये पाठविणे. तेथील 'अमीर'च्या मदतीने भारतावर हल्ला करणे, दुसरे म्हणजे मेसापोटेमिया, पर्शियाचे आखात आणि सुएझ कालव्याच्या परिसरात राहणाऱ्या ब्रिटिश-भारतीय सैनिकांना फितवून आपल्याकडे वळवून घेणे. भारतीय सैनिकांना जर्मन ऑटोमन साम्राज्याच्या लष्करात भरती करून घेऊन, भारतावर हल्ला करणे आणि तिसरा मुद्दा म्हणजे भारतातील गदर सैन्यासाठी भरपूर प्रमाणात शस्त्रास्त्रे आणि स्फोटके पाठविणे.[७]

या काळात जर्मनीमध्ये असणाऱ्या आणि जर्मनांशी बोलणी करणाऱ्या प्रमुख भारतीय नेत्यांमध्ये वीरेंद्रनाथ चट्टोपाध्याय यांचा समावेश होता. ते कवयित्री सरोजिनी नायडू यांचे बंधू, पंडीत जवाहर नेहरू यांचे जवळचे सहकारी आणि प्रसिद्ध बंगाली क्रांतिकारक होते. दुसरे ज्येष्ठ नेते होते, बंगालचे स्वातंत्र्यवीर डॉ. अभिनाश चंद्र भट्टाचार्य. जर्मनीच्या परराष्ट्र कार्यालयाशी बोलणी झाल्यानंतर त्यांनी 'इंडियन

इंडिपेन्डन्स कमिटी' नावाचा एक गट स्थापन केला. त्याचेच नाव नंतर 'बर्लिन कमिटी' असे झाले. ३ सप्टेंबर, १९१४ रोजी या बोलण्यांना कराराचे स्वरूप प्राप्त झाले. त्यानुसार असे ठरविण्यात आले की, 'युरोपमधील भारतीयांना, ब्रिटिशांविरुद्ध प्रभावी अशी प्रचार मोहीम राबविता यावी, तसेच स्फोटके आणि शस्त्रास्त्रे बनविण्याच्या आणि वापरण्याच्या दृष्टीने आवश्यक ते प्रशिक्षण घेण्यासाठी, जर्मनीने भारतीयांना आवश्यक ती सर्व प्रकारची मदत करावी.[८] टर्कीचे अधिकारी काद्री बे न्यू यॉर्कमध्ये खानखोजेंना भेटले होते आणि त्यांनी अत्यंत महत्त्वाची अशी जी माहिती खानखोजेंना दिली होती, ती माहिती हीच असणार असे खातरीपूर्वक म्हणता येते.

अमेरिकेतील जर्मन दूतावासाने, शस्त्रास्त्रे आणि दारूगोळा खरेदी करून, तो भारतात पाठविण्याची व्यवस्था केली होती. मेक्सिकोच्या समुद्रातील जहाजे भाड्याने घेऊन, त्यातून लष्करी शस्त्रास्त्रे भारतातील निरनिराळ्या ठिकाणी पाठविण्याची योजना अमलातही आली होती. अमेरिकेतील जर्मन दूतावास, अशातऱ्हेने गदर चळवळीच्या हालचालींचे प्रमुख केंद्र बनले होते.[९]

पुढे काळाच्या ओघात, अनेक भारतीयांनी बर्लिन कमिटीचे सभासदत्व घेतले. चंपकरमण पिल्ले हे त्यांपैकी एक. एका प्रतिष्ठित तामिळ कुटुंबामधील चंपकरमण हे लोकमान्य टिळकांचे शिष्य होते. आणि जर्मनीमध्ये उच्च शिक्षणासाठी आले होते. कमिटीच्या सभासदांमध्ये डॉ. एम.जी. प्रभाकर तसेच एक अफगाणी बंडखोर डॉ. अब्दुल हाफीज इत्यादी प्रमुख नावे सांगता येतील. १९१५च्या जानेवारी महिन्यात हर दयाळ या कमिटीचा सभासद झाला आणि त्याच्या पाठोपाठ अनेक भारतीयांनीही सभासदत्व स्वीकारले. चंपकरमण पिल्ले यांनी त्यापूर्वी स्वित्झर्लंडमध्ये झुरिचला, प्रो-इंडिया कमिटी स्थापन केली होती. त्यांनी अशी कल्पना मांडली की, भारतीयांच्या देशभक्तीचे पाणी जोखायचे असेल, तर प्रथम मद्रासवर हल्ला करावा. त्याप्रमाणे २० जुलै, १९१४ रोजी 'एमडेन' या जर्मन युद्धनौकेने मद्रासवर बॉम्बहल्ला केला.[१०] बंगालच्या उपसागरात जर्मनांनी बरीच जहाजेही बुडविली. परंतु जर्मनांच्या उसकवण्याचा आणि भारतीयांच्या बंडखोरीचा फारसा उपयोग झाला नाहीच. उलट हल्ल्याची भीती वाढली आणि भारतीय सैन्याची पहिली तुकडी महायुद्धासाठी तयार करण्यात आली. २६ सप्टेंबर रोजी ही तुकडी मार्सेलस बंदरात उतरली. या सैन्याला युरोपमध्ये ब्रिटिशांच्या बाजूने लढावे लागणार होते. त्याप्रमाणे भारतीय सैन्य लढलेही आणि त्यांनी शूर लढाऊ सैनिक म्हणून कीर्तीही मिळविली.

१९१४च्या अखेरपर्यंत, मध्यपूर्वेमध्ये निरनिराळ्या आघाड्या उघडून, त्यांच्या माध्यमातून जर्मनी भारताला मदत करत राहिली होती. चीन आणि सयाममध्ये क्रांतीची केंद्रे उभी करण्याची योजना जर्मनीने हाती घेतली होती. भाई भगवान सिंग यांनी हे काम याआधीच सुरू केले होते. तेच काम जर्मनीच्या मदतीने आणखी वेगाने

पूर्ण करण्याची योजना होती. कामागाता मारूवरील जे प्रवासी सुदैवाने वाचले होते, ते क्रांतीकडे ओढले जाणे स्वाभाविक होते. त्यांच्या मदतीने गदरच्या सैन्याला भारतात आणण्याचा गदरच्या नेत्यांचा प्रयत्न सुरू होता.

या सर्व प्रक्रियेमध्ये एक अत्यंत महत्त्वाची बाब अशी होती की, भारतीय क्रांतिकारकांनी जर्मनांवर जितका विश्वास टाकला, तेवढे जर्मनांना भारतीयांच्या ध्येयाचे महत्त्व नसावे. त्यावेळचे जर्मनीचे अमेरिकेतील राजदूत फ्रान्झ व्हॉन पापेन यांनी खूप नंतरच्या काळात याबद्दल भाष्य केले. ते म्हणाले, 'जर्मनांना खरे तर भारताच्या स्वातंत्र्याशी काहीही देणेघेणे नव्हते. त्यांना फक्त ब्रिटिशांच्या समोर अडचणी उभ्या करून, त्याद्वारे महायुद्धाच्या शक्यतेपासून ब्रिटिशांचे लक्ष दुसरीकडे वळवायचे होते.[११] ३० जुलै, १९१४च्या रात्री, कैसर विल्हेन, दुसरे यांनी जाहीररित्या वक्तव्य केले की, 'आमचे जर रक्त सांडणार असेल, तर ब्रिटनला कमीत कमी भारताला तरी मुकावे लागले पाहिजे.[१२] युरोपमध्ये लढणाऱ्या भारतीय सैनिकांमध्ये ब्रिटिशांविरोधात असंतोष निर्माण करणे आणि परिणामी ब्रिटिश सैन्य कमकुवत करणे हाच गदरच्या प्रचाराचा प्रमुख उद्देश होता. त्यामुळे साहजिकच, जर्मन लोकांना गदर पार्टी आणि बर्लिन कमिटीशी संबंध ठेवण्याचे निमित्त मिळाले. दोघांचेही लक्ष्य एकच होते – ब्रिटिशांना नामोहरम करणे.

ब्रिटिश लष्करात लढणाऱ्या भारतीय सैनिकांची स्थिती 'विनाकारण तोफेच्या तोंडी जाणारे बळी' अशी होती. या सैनिकांना ब्रिटिश लष्करापासून बाजूला काढून मातृभूमीसाठी लढण्यासाठी प्रवृत्त करणं, हा गदरचा मुख्य हेतू होता.

कॉन्स्टेंटिनोपल

दरम्यान खानखोजे आणि आगाशे स्मिर्नापासून रेल्वेने बंदिर्मा बंदरापर्यंत आणि तिथून बोटीने कॉन्स्टेंटिनोपलपर्यंत पोहोचले. प्रवास कटकटीचा तर होताच, शिवाय 'भारतीय बंडखोर' म्हणून पकडले जाण्याची भीती पावलोपावली जाणवत होती.

या शतकाची अखेर म्हणजे ऑटोमन साम्राज्य, ऑस्ट्रियातील 'हाउस ऑफ हॅप्सबर्ग' आदी मोठ्या साम्राज्यांचा ऱ्हास, पतन आणि जर्मनीचे शेवटचे कैसर यांची हद्दपारी अशा घटनांची साक्षीदार ठरली. आताचे टर्की हे एकेकाळी ऑटोमन साम्राज्याचा भाग होते. केमाल अतातुर्क नावाच्या नेत्याच्या नेतृत्वाखाली सैन्याने बंड करून टर्कीवर ताबा मिळविला. हे सैन्य 'यंग टर्कस्' म्हणून ओळखले जायचे. या यंग टर्कस्पैकी एक होता, एन्वर पाशा. अतिशय प्रभावी आणि लोकांना आकर्षित करणारे व्यक्तिमत्त्व असलेल्या एन्वर पाशाने, ऑटोमन सुलतानांच्या जुलमी राजवटीतून कॉन्स्टेंटिनोपल मुक्त करण्यासाठी १९०९मध्ये जी क्रांती झाली, त्यात अत्यंत महत्त्वाची कामगिरी बजावली होती. नंतर जर्मनीमध्ये 'मिल्ट्री ॲटॅची' म्हणून त्याला

पाठविण्यात आले. तेथे त्याने जर्मनांशी खूप चांगले संबंध प्रस्थापित केले. १९१४मध्ये तो टर्कीचा 'युद्धमंत्री' झाला.

१९१४मध्ये एन्वर पाशाने, जर्मन राजदूतांशी बोलणी केली. आणि क्रांतीची चळवळ अफगाणिस्तान आणि इजिप्तमधून चालविली जावी, असे सुचविले.[१३] जर्मनीसाठी तर भारतातील ब्रिटिशांविरुद्ध छुपी आघाडी उघडण्याच्या दृष्टीने ही सुवर्णसंधी होती. भारतीय क्रांतिकारकांच्या सहकार्याने ही योजना मार्गी लागणे सोपे झाले. सप्टेंबरमध्ये जर्मनांनी एन्वर पाशाला संदेश पाठविला की, ब्रिटिशांच्या कपटकारस्थानी सत्तेला वेसण घालण्याच्या कार्यात मदत करण्यासाठी सैन्याची तुकडी टर्कीकडे येत आहे. या तुकडीचे नेतृत्व करतील विल्हेल्म वास्मस. वास्मस यांना पर्शियातील बूशायरमधील जर्मन दूतावासात काम करण्याचा अनुभव आहे आणि मुख्य म्हणजे त्या भागाचा इतिहास-भूगोल त्यांना पाठ आहे.[१४] एन्वर पाशाने असेही सुचविले की, अफगाणिस्तानच्या जनतेला या ब्रिटिशविरोधी मोहिमेत सामील करून घ्यायला पाहिजे, कारण अफगाणिस्तानचा 'अमीर' स्वत: ब्रिटिशांविरुद्ध उठाव करायला तयार आहे. स्वीडिश संशोधक स्वेन हिदिन याने ब्रिटिशांना अफगाणिस्तानचा अमीर, बंड करण्याची शक्यता असल्याची सूचना यापूर्वीच दिली होती.[१५]

१९१४मध्ये टर्की, पॅन इस्लामिकचा प्रचार, प्रसार करण्यात गढून गेले होतो. धर्माचे तत्त्वज्ञान भारतीय मुस्लिमांना शिकविण्यासाठी म्हणून अनेक मुल्ला भारतात आले होते. टर्की आणि भारतातील विविध मुस्लीम गटांमध्ये परस्पर सामंजस्य वाढविण्यासाठी भारतीयांनी टर्कीला प्रत्यक्ष भेट द्यावी म्हणून ते प्रचार करत होते. त्याचा परिणाम म्हणजे भारतातील बऱ्याच मुस्लिमांनी आपल्या परंपरागत धार्मिक निष्ठा टर्कीच्या खलिफाला वाहिल्या. शिवाय अनेक प्रकल्पांना सढळ हाताने आर्थिक मदतही केली. एजाझ रेल्वे, ऑटोमन नौदल अशा काही महत्त्वाच्या प्रकल्पांसाठी लोकांनी आपणहून पैसे देऊ केले. 'हाज यात्रेकरूंना फूस लावून बरेचदा धर्मबाह्य गोष्टी शिकविल्या जात असत. या सगळ्या गोष्टींमुळे भारतीय मुस्लिमांच्या पॅन इस्लामिक भावनांना हळूहळू एक आकार प्राप्त झाला.'[१६] अर्थात अखेर असेही म्हणावे लागते की, भारतीयांसाठी मुळात स्वातंत्र्य चळवळीच्या उद्देशाने, टर्की मुल्लांनी धर्मशिक्षणाचा जो अतिरेक केला, तो भारतीय मुस्लिमांनाही पसंत पडला नाही. भारतातील मुसलमान हे भारताशीच एकनिष्ठ राहिले. अर्थात पॅन इस्लामिक विचारांच्या या लाटेची ब्रिटिशांना मात्र गंभीर दखल घ्यावी लागली. कारण त्यामुळे ब्रिटिश विरोधाच्या जबरदस्त लाटेत भारतातील लाखो मुस्लीम नास्तिक-अश्रद्ध ब्रिटिशांच्या विरोधात गेले.

पॅन इस्लामिकच्या या लाटेमध्येच, मौलाना अबिदुल्ला आणि मौलवी महमद बरकतुल्ला यांनी स्वातंत्र्य चळवळीत उडी घेतली. दोघेही प्रखर राष्ट्रभक्त आणि उच्च

विद्या विभूषित होते. मौलवी बरकतुल्ला अमेरिकेला गेले होते. गदरच्या नेत्यांनी त्यांना अमेरिकेत बोलावून घेतले होते आणि तिथले मुस्लीम गदर सैन्य भारतात पाठविण्याची जबाबदारी त्यांच्यावर सोपविली गेली होती. आपली जबाबदारी पार पाडल्यानंतर मौलवी बरकतुल्ला, जर्मन दूतावासाच्या मदतीने बर्लिनला गेले. अबिदुल्ला हे शीख धर्मांतरित होते. आणि धर्मांतरानंतर मुस्लीम धर्मशिक्षक म्हणून काम करत होते. त्यांच्याही मनात ब्रिटिशांचा सूड घ्यायचा होताच; आणि त्यादृष्टीने बंडखोरी करण्यासाठी म्हणून ते टर्कीमध्ये आले होते.[१७]

कॉन्स्टेंटिनोपल कमिटी

ऑटोमन संरक्षण मंत्रालयाचे कॅप्टन काद्री बे यांनी खानखोजेंना सांगितल्याप्रमाणे भारतात पोहोचण्याचा सर्वांत सोपा मार्ग टर्की – इराण – आणि बलुचिस्तान असा आहे आणि जर्मनीतील भारतीयांची एक बैठक टर्कीमध्ये होणार आहे, या माहितीप्रमाणे खानखोजे कॉन्स्टेंटिनोपलला पोहोचले.

अखेर आम्ही या सुंदर शहरात पोहोचलो. पण शहराचं सौंदर्य पाहण्याची, त्याची मजा लुटण्याची आमची मन:स्थिती नव्हती. कारण आमचा पाठलाग होत होता. आमच्यावर सतत नजर ठेवण्यात येत असल्यामुळे, गदरच्या नेत्यांना आम्हाला भेटायला सवड मिळत नव्हती आणि त्यांच्याकडूनही काही निरोप-संदेश आमच्यापर्यंत पोहोचू शकत नव्हता. त्यांनाही तशी संधी तर मिळायला हवी! नेहमीप्रमाणेच पैशाची कमीही जाणवायला लागली होती.

रुपेरा गावातल्या, 'टोकाटिटलान' नावाच्या छोट्याशा हॉटेलमध्ये खानखोजे आणि आगाशेंनी मुक्काम ठोकला आणि भारतीय क्रांतिकारकांना भेटण्यासाठी सारे गाव पिंजून काढले. 'दाऊद अली' नावाच्या व्यक्तीला भेटण्यास त्यांना सांगण्यात आले. हा दाऊद अली म्हणजे प्रत्यक्षातील प्रमथनाथ दत्त. १९०६मध्ये लष्करी प्रशिक्षणाच्या शोधार्थ या बंडखोराने बंगाल सोडला होता. मॅडम भिकाईजी कामा यांनी त्याला मदतीचा हात देऊन, फ्रेंच पायदळात प्रवेश मिळवून दिला होता. दाऊद अलीने खानखोजे आणि आगाशे यांना अबू सईद याला भेटायला नेले. सईदला, एन्वर पाशाने शिष्यवृत्ती देऊन त्वरित कॉन्स्टेंटिनोपलला बोलावून घेतले होते.[१८] अबू सईदचे एन्वर पाशाशी अगदी जवळचे संबंध होते. सईदने आगाशे आणि खानखोजेंची, एन्वर पाशा आणि तलत पाशा यांच्याशी भेट घडवून आणली. खानखोजेंनी त्या भेटीत दोघा टर्की नेत्यांना असे सुचविले की, गदर पार्टीचा एक नेता या नात्याने, त्यांना वाटते की, गदर पार्टीचे मुख्य कार्यालय महामारा आणि बसरा येथे हलवावे, आणि योग्य वेळ येताच, गदर सैन्याने तिथून भारतात प्रवेश करावा.[१९]

एन्वर पाशाने मात्र त्यांना थोडा धीर धरून योग्य संधीची वाट पाहावी आणि

ती येताच भारतात प्रवेश करावा, असा सल्ला दिला.[२०] टर्कींना जरी बौद्धिकदृष्ट्या ब्रिटिशांवर हल्ला करणे योग्य वाटत होते, तरीही देशाचा खर्च भागवून पुन्हा या युद्धासाठी द्यायला त्यांच्याकडे पुरेसा पैसा नव्हता.

टर्कीमधील युद्धाच्या हालचालींमध्ये भाग घेण्यासाठी म्हणून सप्टेंबर, १९१४मध्ये हर दयाळ टर्कीमध्ये आला. खरे तर तो बर्लिन कमिटीचा सभासद नव्हता; तरीही 'गदरचा मान्यताप्राप्त नेता' या नात्याने, जर्मनीचे राजदूत बॅरन हान्स व्हॉन वॅनजेनहाईम यांनी त्याला सविस्तर बोलणी करण्यासाठी, सल्लामसलतीसाठी खास आमंत्रण देऊन बोलावून घेतले होते. बॅरन यांनी स्वत: त्याच्या प्रवासाच्या खर्चाचा भार उचलला होता. हर दयाळने त्यांना टर्कीमधून निग्रही अशा धडाडीच्या तरुण हिंदू सैनिकांना भारताविरुद्ध उठाव करण्यासाठी, दक्षिण पर्शिया व बलुचिस्तान अथवा अफगाणिस्तानमार्गे भारतात घुसवून देण्याचे आश्वासन दिले.[२१] कॉन्स्टेंटिनोपलमध्ये जर्मनांनी बर्लिन कमिटीची शाखा स्थापन केली आणि हर दयाळला त्याचे प्रमुख बनवून, सगळी सूत्रे त्याच्या हाती दिली.[२२]

दुर्दैवाने ऑक्टोबरच्या मध्यावर, जेमतेम महिन्या-दीड महिन्याच्या कालावधीतच, हर दयाळने अचानक कॉन्स्टेंटिनोपल सोडले आणि तेही कोणतेही कारण न देता! जर्मन राजकारण्यांशी त्याचे पटले नाही, त्यांच्याबरोबर काम करणे शक्य होणार नाही असे त्याला वाटले असावे, हेच त्याच्या अदृश्य होण्याचे मुख्य कारण असावे. त्याचबरोबर त्याच्या मुळापासूनच वेगळ्या अशा विचारसरणीला आणि हिंदूसंस्कारित मानसिकतेला पॅन इस्लामिक विचारांचे वर्चस्व सहन झाले नसावे. या सगळ्यामध्ये 'हिंदुत्व' कुठे शिल्लकच राहणार नाही आणि पर्यायाने आपले स्वत:चे महत्त्वही उरणार नाही, अशी त्याला भीती वाटली असावी.[२३] नोव्हेंबर, १९१४मध्ये लिहिलेल्या एका पत्रात, व्हॉन वॅनजेनहाईम म्हणतात, 'हर दयाळच्या वेळोवेळीच्या बोलण्यांमधून सतत जाणवायचे की, तो अतिशय आत्मकेंद्री स्वभावाचा आहे.'[२४]

हर दयाळ निघून गेल्यानंतर लगेचच, खानखोजे, आगाशे आणि प्रमथनाथ दत्त वॅनजेनहाईम यांना भेटायला गेले. त्यांनी या तिघांना 'वास्मस मिशन'बद्दल माहिती दिली.

वास्मस मिशनचे प्रमुख उद्दिष्ट होते, अरबांमधील विविध टोळ्यांना ब्रिटिशांविरुद्ध भडकाविणे आणि ब्रिटिशांच्या खनिज तेलाच्या विहिरी उद्ध्वस्त करणे.[२५] वास्मस हे एक 'वेधक आणि रंगीलं' व्यक्तिमत्त्व होते. 'लॉरेन्स ऑफ अरेबियाची' जर्मन आवृत्तीच जणू! जर्मनीच्या परराष्ट्र खात्यातील हा मुत्सद्दी अत्यंत बेफाम, बेदरकार वृत्तीचा होता. धाडस त्याच्या रक्तातच मुरलेले होते. पहिले महायुद्ध जाहीर झाले, तेव्हा तो पर्शियामध्येच राहिला होता. तिथे एक राजकारणी मुत्सद्दी म्हणून काम करत असतानाच, त्याला दक्षिण पर्शियामधील भटक्या गुराखी टोळ्यांची चांगली माहिती झाली होती. त्यांची भाषाही तो अस्खलितपणे बोलत असे. कितीतरी वेळा तो लोकांना पर्शियनच वाटत

असे, इतका तो त्यांच्यात मिसळून गेला होता. या भागात प्रसिद्ध असणाऱ्या पर्शियन जेन्डरमायर लष्करी फौजेची भरती करून घेण्याचा त्याचा विचार होता. कारण या सैनिकांना स्वीडिश सैनिकांनी लष्करी प्रशिक्षण दिले होते आणि ही फौज अतिशय शूर, लढाऊ म्हणून प्रसिद्ध होती. जर्मनीच्या कैसरनी स्वत: या कामगिरीकरिता अक्षरश: अमाप पैसा उपलब्ध करून दिला होता.

वास्मस मिशनची योजना तर तयार झाली, पण स्थानिक प्रशासनाशी काही कुरबुरी झाल्यामुळे, त्यावेळच्या अलेप्पो-आताच्या हालाबमध्ये – वास्मस मिशनचे काम काही काळ रेंगाळले. अर्थात ही गोष्ट खानखोजे कंपनीच्या पथ्यावर पडली. मिशनशी जुळवून घ्यायला त्यांना थोडी उसंत मिळाली. तसेच या काळात अबिदुल्लाला एन्वर पाशाची नाराजी दूर करून, त्याला भारतीयांना मदत करण्यासाठी राजी करता आले. या सगळ्यामुळे कॉन्स्टेंटिनोपल कमिटी अधिक बळकट झाली. प्रभावीपणे काम करणे त्यांना शक्य झाले.[२६]

१९१४च्या अखेरपर्यंत कॉन्स्टेंटिनोपल कमिटीने अमेरिकेत गदर पार्टीने जे निर्णय घेतले होते, त्याच धर्तीचे निर्णय घेऊन, गदर पार्टीशी जुळवून घेतले होते. अर्थात जर्मनांच्या उपस्थितीबद्दलच्या निर्णयांमध्ये काही बदल करावे लागले.

> *टर्कस आणि गदरिस्ट यांच्यामधली मैत्री वाढायला लागली. तसं पाहिलं तर टर्की अजूनही तटस्थतेची भूमिका घेऊन होता. तरीही त्यांचे जर्मनीशी अनेक बाजूंनी संबंध होते. आम्ही कॉन्स्टेंटिनोपल कमिटीची स्थापनाही टर्की सरकारच्या परवानगीनं आणि जर्मनांच्या साद्यंत माहितीच्या बळावरच केला होती.*
>
> *यात माझी भूमिका होती जर्मनांच्या मदतीनी, इराणमध्ये शस्त्रं जमवणं. अमेरिकेमधून गदरचं सैन्य, दारूगोळा, शस्त्रं इराकमधल्या बसरामध्ये उतरतील, अशी आमची अपेक्षा होती. तिथे त्यांना भेटून, मग आमची एकत्रित फौज सर्व जय्यत तयारीनिशी, बलुचिस्तानमार्गे भारतात प्रवेश करणार होती. भारतात परतलेला बिशन दास कोचर पंजाबमध्ये गदरच्या प्रचार, प्रसाराची मोठी मोहीम चालवून, सैन्य भरती करेल आणि वायव्येकडे आम्हाला येऊन मिळेल. या सरहद्दीवर सर्व फौजा एकत्र येतील, अशी आमची योजना होती.*

बेबनाव आणि फसवणूक

अत्यंत जहाल वृत्तीचे एस.आर. राणा, श्यामजी कृष्णवर्मा, मॅडम भिकाईजी रुस्तम कामा असे प्रसिद्ध क्रांतिकारक या वेळी युरोपमध्ये होते. गदरच्या सभासदांनी त्यांना गदर चळवळीसाठी मनुष्यबळ पुरविण्याची विनंती करणारी पत्रे लिहिली होती.

परंतु दुर्दैवाने, मॅडम कामांची तब्येत या काळात खालावलेली होती. आणि श्यामजी कृष्णवर्मांनी भारतातील ब्रिटिश सरकारला, 'राजकारणामध्ये कोणताही सक्रिय भाग घेणार नाही,' असा शब्द दिला होता. तशी त्यांच्या गटाने यापूर्वी क्रांतीचा प्रसार करण्याच्या, पत्रके छापण्याच्या, ती वाटण्याच्या कामात, क्रांतिकारकांना बरीच मदत केली होती. परंतु युद्धामुळे बदललेल्या परिस्थितीत, त्यांना याहून जास्त काही करणे अशक्य होते.

दरम्यान वीरेंद्रनाथ चट्टोपाध्याय यांनी हर दयाळला बर्लिनला बोलावून घेतले; परंतु या परिस्थितीत सगळी जबाबदारी घेण्यास हर दयाळने बरीच टाळाटाळ केली. कॉन्स्टेंटिनोपलमध्ये असताना, जर्मनांशी झालेले गैरसमज त्याच्या मुळाशी असावेत. कारणे काहीही असोत, पण प्रवासासाठी पैसे आणि तिकीट हातात आयते पडलेले असूनही, हर दयाळने स्वित्झर्लंडहून निघायला बराच वेळ घेतला.[२७] कॉन्स्टेंटिनोपलमधूनच हर दयाळ काही काळापूर्वी, अचानक स्वित्झर्लंडला निघून गेला होता. आणि आता परत येण्याचेही त्याच्या मनात नव्हते. अखेर, मौलवी बरकतुल्ला यांनी वारंवार आग्रह, विनंत्या केल्यानंतर फेब्रुवारी, १९१५मध्ये हर दयाळ जर्मनीला परतला. सॅन फ्रॅन्सिस्कोमध्ये असताना त्याची मौलवींशी दाट मैत्री झाली होती. त्यांच्या शब्दाचा मान हर दयाळनी राखला.

भारतातील प्रसिद्ध नेत्यांनी ब्रिटिश इंडियामध्ये अराजक माजवावे, अशी जर्मनांची इच्छा होती. त्यासाठी हर दयाळ, तारकनाथ दास, कर्तराम आदी मान्यवर नेत्यांनी, पश्चिम सीमेवरील युद्धात पकडले गेलेल्या भारतीय युद्धकैद्यांना विश्वासात घेऊन, त्यांना उद्रेक घडवून आणण्यासाठी प्रोत्साहित करावे. टर्कीमधील युद्धात त्यांनी सामील व्हावे, असे जर्मनांना वाटत होते.[२८]

इकडे बर्लिन कमिटीचे कामकाज सुरळीतपणे चालू नव्हते. छोट्या-छोट्या मतभेदांपासून ते प्रांतीय वादापर्यंत, बरचे वादविवाद सभासदांमध्ये सुरू झाले होते. हर दयाळचा उद्धट आणि हटवादी स्वभाव लोकांना नीटपणे काम करू देत नव्हता. क्षुल्लक कारणांवरून होणाऱ्या भांडणांचा जर्मनांवर प्रतिकूल परिणाम झाला आणि या आधी भारतीय क्रांतिकारकांबद्दलचे त्यांचे जे चांगले मत झाले होते, ते बदलले. जर्मन लोक स्वत: अत्यंत पद्धतशीर, शिस्तीत काम करणारे होते. त्यांना भारतीय सभासदांचे विनाकारणचे भावनिक उद्रेक, क्षुल्लक कारणांवरून होणारी आपापसातील धुसफूस या गोष्टी कळतच नव्हत्या आणि त्यामुळे भारतीय सभासद त्यांना अपरिपक्व वाटायला लागले होते.

> *सॅन फ्रॅन्सिस्कोमधल्या युगांतर आश्रमात, हर दयाळ हाच काय तो कर्ता करविता होता. त्याचा शब्द अखेरचा असायचा. पण बर्लिनमध्ये असे*

प्रभुत्व त्याला इतरांवर स्थापन करता आले नाही. आपलाच हेका चालवण्याची त्याची पद्धत, इथल्या सभासदांनी पार धुडकावून लावली.

अत्यंत 'सक्षम' क्रांतिकारक म्हणून, काही काळानंतर चट्टोपाध्याय यांच्याकडे कमिटीचे नेतृत्व देण्यात आले. त्यांच्या सहकाऱ्यांमध्ये त्यांच्याबद्दल आदराची भावना होती. अतिशय शांत, सुस्वभावी असे चट्टोपाध्याय, ज्यांच्याशी त्यांचा संबंध येई, त्या सगळ्यांशी प्रेमाने वागत असत. सहकाऱ्यांमध्येच 'चट्टो' अशा घरगुती नावाने ओळखले जात असत. उगीचच आक्रमक होण्यापेक्षा संयमाने आपले म्हणणे मांडण्याची, पटवून देण्याची त्यांची हातोटी विलक्षण होती.[२९]

अतिशय विनम्र, सौम्य आणि सुसंस्कृत असे चट्टोपाध्याय आणि हर दयाळची धगधगती बुद्धिमत्ता यांच्यामध्ये संघर्ष होणे अटळ होते. हर दयाळला कॉन्स्टेंटिनोपलला पाठविण्यात आले. स्वातंत्र्य चळवळीमध्ये भाग घेण्यासाठी, महेंद्र प्रताप नावाचे एक राष्ट्रवादी क्रांतिकारक अफगाणिस्तानकडे निघाले होते. त्यांच्या कार्यासाठीची पार्श्वभूमी तयार करण्याची जबाबदारी या वेळी हर दयाळवर सोपविण्यात आली होती.

महेंद्र प्रताप हे इंडियन नॅशनल काँग्रेसचे सदस्य होते. स्वदेशी चळवळीमध्ये त्यांनी भाग घेतला होता. एका प्रसिद्ध घराण्यातील हा मुलगा, 'राज्य नसलेला राजा' म्हणून ओळखला जायचा. काबूलमधील एका मोहिमेचा नेता म्हणून जर्मनांनी महेंद्र प्रतापची निवड केली होती. भारतावर हल्ला करण्याच्या मोहिमेचा तळ म्हणून ही काबूल मोहीम आखण्यात आली होती.

हर दयाळ मात्र कॉन्स्टेंटिनोपलमध्ये फार काळ टिकला नाही. ऑगस्ट, १९१५मध्ये त्याने कॉन्स्टेंटिनोपल सोडलेच. युद्ध, त्यापायी होणारे पाशवी अत्याचार, छळ-छळवणूक यांचा जणू त्याने धसका घेतला.[३०] टर्कीच्या लोकांचा त्याला मनापासून तिरस्कार वाटत होता. त्यामुळे त्यांच्याशी पटणे, पटवून घेणे त्याला शक्यच नव्हते. त्या लोकांबरोबर काम करणे, हर दयाळला एकप्रकारे अपमानास्पद वाटायचे. विल्हेम वास्मसचा 'सहायक' बनून राहणे, त्याच्या स्वभावाला कधीच मानवले नाही. त्यातच भर एका प्रसंगाची पडली. अमेरिकेहून येणाऱ्या भारतीय सैनिकांचे भाडे देण्याचे जर्मन कौन्सिलने अचानक नाकारले.[३१] आणि हर दयाळचा वास्मसशी छुपा असलेला संघर्ष एकदम ठळकपणे समोर आला. त्याचा असंतोष प्रकट होताच, जर्मन कौन्सिलनेही उघडपणे त्याच्यावर आगपाखड केली. या सगळ्यावर भाष्य करताना चट्टोपाध्याय म्हणतात, 'खरी गोष्ट यामध्ये अशी आहे की, हर दयाळच्या स्थिरपणावर, कुठेतरी टिकून राहण्याच्या वृत्तीबद्दल आम्हाला कोणालाच खातरी नव्हती.[३२] हर दयाळने जर्मनांच्या मूळ धोरणांबद्दल, हेतूंबद्दल शंका व्यक्त करायला सुरुवात केली. आणि या समीकरणाची दुसरी बाजूच त्याने उचलून धरली. जर्मनांबद्दलचा त्याच्या मनातला

अविश्वास वाढतच गेला आणि अचानक त्याने अशी काही पलटी मारली की, त्या भरात तो ब्रिटिशांची स्तुती करू लागला. खानखोजेंच्या दृष्टीने एकंदरीत विश्वासघाताची भावना निर्माण होणे, हेच या सगळ्याचे तात्पर्य होते.

लाला लजपतराय यांना बर्लिनला बोलावून घेण्याचा प्रयत्न केला गेला; परंतु 'जर्मनीच्या लष्करी महत्त्वाकांक्षेशी निगडित अशा कोणत्याही मोहिमेत सामील होण्यास' त्यांनी स्पष्टपणे नकार दिला.[३३]

तरीही १९१५च्या अखेरीस, तारकनाथ दास, हेरंबलाल गुप्ता, भूपेंद्रनाथ दत्ता, डॉ. प्रभाकर यासारखे क्रांतिकारक बर्लिन कमिटीमध्ये कार्यरत होते. बर्लिन कमिटीने एक महत्त्वपूर्ण निर्णय या काळात घेतला. तो म्हणजे कमिटीच्या कार्याबद्दल गुप्तता राखण्याच्या दृष्टीने कमिटीच्या विविध शाखांचे विकेंद्रीकरण करण्यात यावे. म्हणजे कमिटीमधील एखादी व्यक्ती जरी पकडली गेली, तरी तिला फक्त ती ज्या शाखेत कार्यरत होती, तिच्याच योजनांबद्दल माहिती असेल, हा हेतू त्यामागे होता.[३४]

अजूनही सॅन फ्रॅन्सिस्को हेच गदरचे मुख्यालय होते. परंतु युद्ध आणि भौगोलिक अंतर या दोन गोष्टींमुळे एकमेकांशी, विविध शाखांशी संपर्क करणे दिवसेंदिवस अवघड होते चालले होते. म्हणून १९१५च्या डिसेंबर महिन्यात, हेरंबलाल गुप्तांना, अमेरिकेतील गदरच्या कामाचे एकूणच संयोजन करण्यासाठी अमेरिकेला पाठविण्यात आले.

जर्मनीचा हात आणि मध्यपूर्व

महायुद्ध जेव्हा सुरू झाले, त्या वेळी लष्करी अधिकारी आणि राजकीय निरीक्षकांनी या युद्धाच्या चौकटीत, मध्यपूर्व काय आणि कोणते रंग भरू शकेल, याचा विचारच केला नव्हता. परंतु लवकरच परिस्थिती बदलली. टर्कीने जर्मनीपासून फारकत घेत, तटस्थतेचे धोरण स्वीकारले. आणि नोव्हेंबर, १९१४मध्ये सर्व ख्रिश्चन समाजाविरुद्ध 'जिहाद' पुकारला. त्याला उत्तर म्हणून ब्रिटिशांनी टर्कीच्या सुलतानाविरुद्धच्या अपप्रचाराची जबरदस्त मोहीम उघडली. ब्रिटिशांनी सायप्रस ताब्यात घेतले, आणि इजिप्त त्यांचाच रक्षणकर्ता बनला. त्याचवेळी आपापसात सतत भांडणे, लढाया करण्यात माहीर असणाऱ्या अरब टोळ्यांपैकी काहींनी, अचानक आपल्या निष्ठा बदलल्या आणि त्यांनी ब्रिटिशांशी लढण्याचा पवित्रा घेतला. एकूण परिस्थिती इतकी अभूतपूर्व गोंधळाची झाली होती की, या स्थितीत कोण मित्र आणि कोण कोणाचा शत्रू हेच समजेनासे झाले.

वास्मस मिशनची एक आघाडी उघडली गेली होतीच. त्याचवेळी आणखी एका आघाडीचे नेतृत्त्व करत होता. कॅप्टन ऑस्कर व्हॉन निडरमाय. जर्मन राजदूताबरोबर इराणपर्यंत जाऊन, तेथून पुढे अफगाणिस्तानला जायचे आणि तेथील 'अमीर'शी. भारतावरील हल्ल्याची योजना आखायची, अशी ही आघाडी होती.[३५] निडरमायरने

भारताला भेट दिली होती. परंतु भारतीय जनतेची सामूहिक उठावासाठी हवी तशी तयारी झालेली नाही, असे त्याचे मत झाले होते. जर्मनीच्या मदतीशिवाय तर नाहीच नाही; पण जर्मनीच्या मदतीनेही ब्रिटिशांविरुद्ध यशस्वी उठाव करण्यास भारतीय जनता पाहिजे तशी सक्षम नाही, अशी त्याची खातरी झाली होती. पण तरीही, असा उठाव करण्याने ब्रिटिशांचे लक्ष इतरत्र वेधणे आणि त्यांच्या फौजा दुर्बल करणे, हे हेतू मात्र साध्य होण्यासारखे होते.

> *जर्मनीच्या कैसरनी अतिशय स्पष्टपणे सांगितलं होतं की, जर्मनीच्या भारतातील, इराणमधील आणि टर्कीमधील सर्व परराष्ट्र वकिलांनी आणि प्रतिनिधींनी, मुस्लीम जगतात जो वणवा पेटला आहे, त्याचा फायदा उठवला पाहिजे. सभोवती घडणाऱ्या या अनुकूल घटनांनी मला चांगलंच बळ आलं. त्या भरात, संपूर्ण युरोपमध्ये जिथे-जिथे म्हणून गदरचं सैन्य होतं, त्या सगळ्यांना उद्देशून मी एक पत्रक काढलं. सर्व सैनिकांनी, इराण आणि टर्कीमार्गे भारतीय सीमांजवळ कूच करावं, असे आवाहन त्या पत्रकात मी केलं होतं. खुद्द अमेरिकेत जे सैनिक होते, त्यांनी चीन, सयाम, ब्रह्मदेश आणि भारताकडे यायला त्वरित निघावं, असा संदेश कॅलिफोर्नियाला जर्मन परराष्ट्र वकिलातीमार्फत पाठवला.*
>
> *मात्र, आता अनेक वर्षांनंतर मला असं प्रकर्षानी वाटतं की, इतक्या मोठ्या प्रमाणावरच्या महत्त्वाकांक्षी योजनेचा विचार, जर्मनांच्या सहकार्याशिवाय करणं अशक्य होतं.*

दरम्यान, खानखोजे वास्मस मिशनला येऊन मिळण्याच्या तयारीत होते. मिशनने अलेप्पोमध्ये रास्ता रोको आंदोलन उभे केले होते. आणि खानखोजे आणि त्यांचे सहकारी नेमके त्याच मार्गाने येत होते. कॉन्स्टेंटिनोपल ते इस्केंदरून (अलेक्झांड्रेटा हे त्याचे दुसरे नाव.) असा रेल्वे मार्ग, युद्ध सुरू होण्यापूर्वी नुकताच बांधून तयार झाला होता. अजूनही मार्गावरचे काही बोगदे बांधून होत होते. खरे तर हा रस्ता सगळ्यात जवळचा होता, पण तितकाच धोकादायकही होता. सायप्रसमध्ये असलेल्या ब्रिटिश तुकडीने आगगाडीवर बॉम्बवर्षाव केला आणि खानखोजेंच्या जवळचे प्रचाराचे साहित्य,[३७] माहिती पत्रके, आणि तत्सम इतर सामान जळून खाक झाले.

> *इस्केंदरून या छोट्याशा बंदरात आम्ही कसेबसे पोहोचलो. जवळचं सगळं साहित्य नष्ट झालं, तरी किमान आमचे जीव वाचले याबद्दल आम्ही देवाचे आभार मानले. पण मनातून पूर्णपणे हादरून गेलो होतो. पुढच्या क्षणाला काय घडेल, सांगता येत नव्हतं, पण तरी या क्षणी सुरक्षित होतो*

हेच खूप होतं. आगगाडीच्या पुढच्या डब्यात जर आम्ही बसलो असतो, तर हा वृत्तान्त सांगायला आम्ही शिल्लक राहिलो नसतो. आता पुढचा विचार. इस्केंदरून ते अलेप्पो असा प्रवास करणं शुद्ध वेडेपणाचं होतं. पण मग आम्ही अँटिओ आणि तिकडचा डोंगराळ भाग पायी तुडवत पार केला, आणि अखेर अलेप्पोमध्ये आमची वाट पाहत असलेल्या कार्यकर्त्यांपर्यंत सुरक्षितपणे पोहोचलो.

जर्मनीच्या कैसरने भरपूर निधी उपलब्ध करून दिलेला असतानाही, वास्मसने, दाऊद अली या भारतीयांच्या गटातील सर्वांत जास्त अनुभवी क्रांतिकारकाला मिशनमध्ये सामील करून घ्यायचे नाकारले. त्याला फक्त विनावेतन काम करणारे स्वयंसेवकच हवे होते.[३८] खानखोजे आणि त्यांचे मित्र या मोहिमेत सर्वसामान्य सैनिक म्हणून सहभागी झाले होते. वास्मसचा चरित्रकार ख्रिस्तोफर साईक्स याने त्यांचे वर्णन 'असंतुष्ट, विद्रोही भारतीय,' असे केले आहे.[३९]

ब्रिटिश तुकड्यांचे विभाजन होणे आणि पूर्वेकडील आघाडीकडे त्यांचा पैसा खेचला जाणे, ही जर्मनांची दोन मूळ उद्दिष्टे होती. तसेच युरोपच्या खालच्या भागातील बाल्कन प्रांतावर हल्ले करून, ब्रिटिश फौजांना तिकडेच गुंतवून ठेवणे हाही एक उद्देश होताच. टर्की आणि पर्शियाशी यापूर्वीच संपर्क साधून, जर्मनांनी, युद्धाच्या काळातील या भागाचे महत्त्व लक्षात घेतले होते. जर्मनांच्या योजनांमध्ये भारतीय क्रांतिकारकांचा सहभागही अपघाताने – अचानक वगैरे झालेला नव्हता; तर तो पूर्ण विचारांनी आखलेला एक लष्करी डावपेच होता. मेसापोटेमियामधील एक ब्रिटिश अधिकारी एडमंड कँडलर याने प्रत्यक्ष परिस्थिती पाहून, १९१९मध्ये त्यावर भाष्य करताना म्हटले आहे, "या सगळ्या योजनांबाबत कोणतीही गुप्तता वगैरे पाळली गेली नव्हती. उलट बर्नहार्डीने ही सर्व योजना युद्धापूर्वी जाहीरपणे स्पष्ट केली होती.[४०] बर्नहार्डीच्या दृष्टीने पॅन इस्लामिक चळवळ आणि बंगालमधील क्रांतीचा विचार एकत्र येणे खूपच फायद्याचे ठरणार होते. या दोन्ही विचारांच्या शक्तीमध्ये त्याला इंग्लंडने साऱ्या जगामध्ये मिळविलेल्या उच्च स्थानाला हादरवून टाकण्याची ताकद दिसत होती; परंतु –" एडमंड कँडलर पुढे म्हणतो, "मेसापोटेमियामधील मोहिमेने दोन हेतू साध्य केले – एक म्हणजे भारताचे संरक्षण आणि टर्कीचा नायनाट!"[४१]

पुढे जाऊन काळाच्या ओघात, ही योजना यशस्वी ठरली. या भागातील जर्मनांच्या आक्रमणामुळे १९१६मध्ये कुत-अल-अमारा येथे ब्रिटिशांना जबरदस्त पराभवाला सामोरे जावे लागले. मोहिमेत ब्रिटिशांचे प्रचंड नुकसान झाले. अर्थात ब्रिटिशांनी त्याला प्रत्युत्तर म्हणून आणखी कडक पवित्रा घेतला आणि अखेरीस तेच विजयी झाले, हेही खरे!

क्रांतिकारकाच्या विविध मुद्रा : पांडुरंग खानखोजे (वर डावीकडे) १९०७ मध्ये जपानमध्ये असताना;
(वर उजवीकडे) १९११ मध्ये बर्कले, यू.एस. सिरकामध्ये विद्यार्थीदशेतील;
(खाली डावीकडे) १९३० मध्ये बर्लिनमध्ये आणि (खाली उजवीकडे) १९६० मध्ये भारतात.

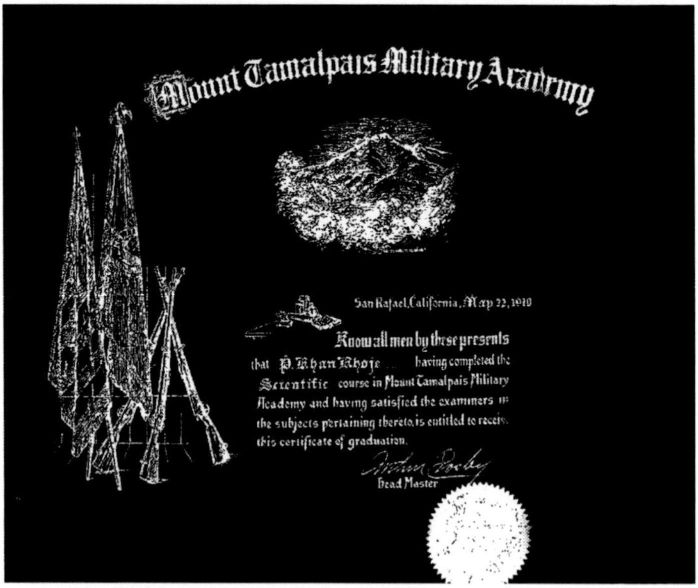

Mount Tamalpais Military Academy

San Rafael, California, May 22, 1910

Know all men by these presents

that P. Khan Khoje ... having completed the Scientific course in Mount Tamalpais Military Academy and having satisfied the examiners in the subjects pertaining thereto, is entitled to receive this certificate of graduation.

Head Master

सॅन रॅफेल, कॅलिफोर्नियामधील माउंट टॅमलपेस मिलिटरी अॅकॅडमीचा डिप्लोमा (१९१०)

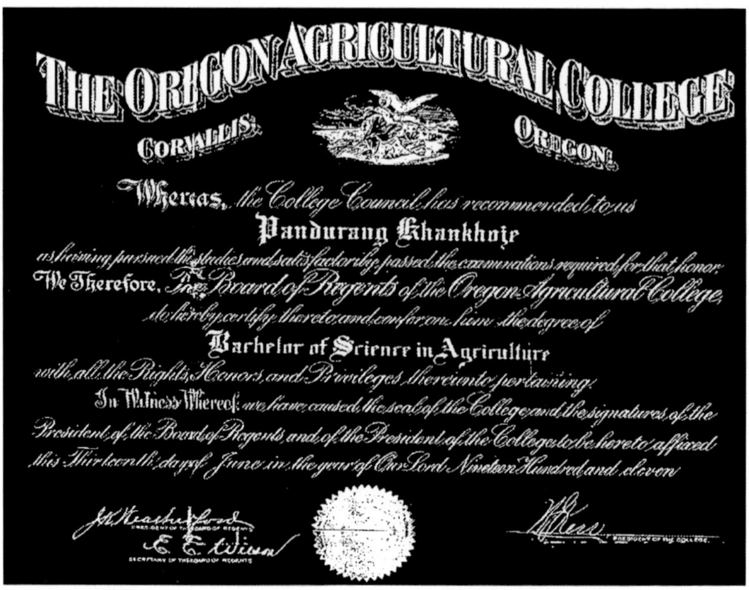

THE OREGON AGRICULTURAL COLLEGE

CORVALLIS, OREGON.

Whereas, the College Council has recommended to us

Pandurang Khankhoje

as having pursued the studies and satisfactorily passed the examinations required for that honor.

We Therefore, The Board of Regents of the Oregon Agricultural College, do hereby certify thereto, and confer on him the degree of

Bachelor of Science in Agriculture

with all the Rights, Honors, and Privileges thereunto pertaining.

In Witness Whereof we have caused the seal of the College, and the signatures of the President of the Board of Regents and of the President of the College to be hereto affixed this Thirteenth day of June in the year of Our Lord Nineteen Hundred and eleven

PRESIDENT OF THE BOARD OF REGENTS

SECRETARY OF THE BOARD OF REGENTS

PRESIDENT OF THE COLLEGE.

द स्टेट युनिव्हर्सिटी ऑफ ओरेगॉन, कॉरवॉलिसची शेतीशास्त्रातील पदवी (१९११)

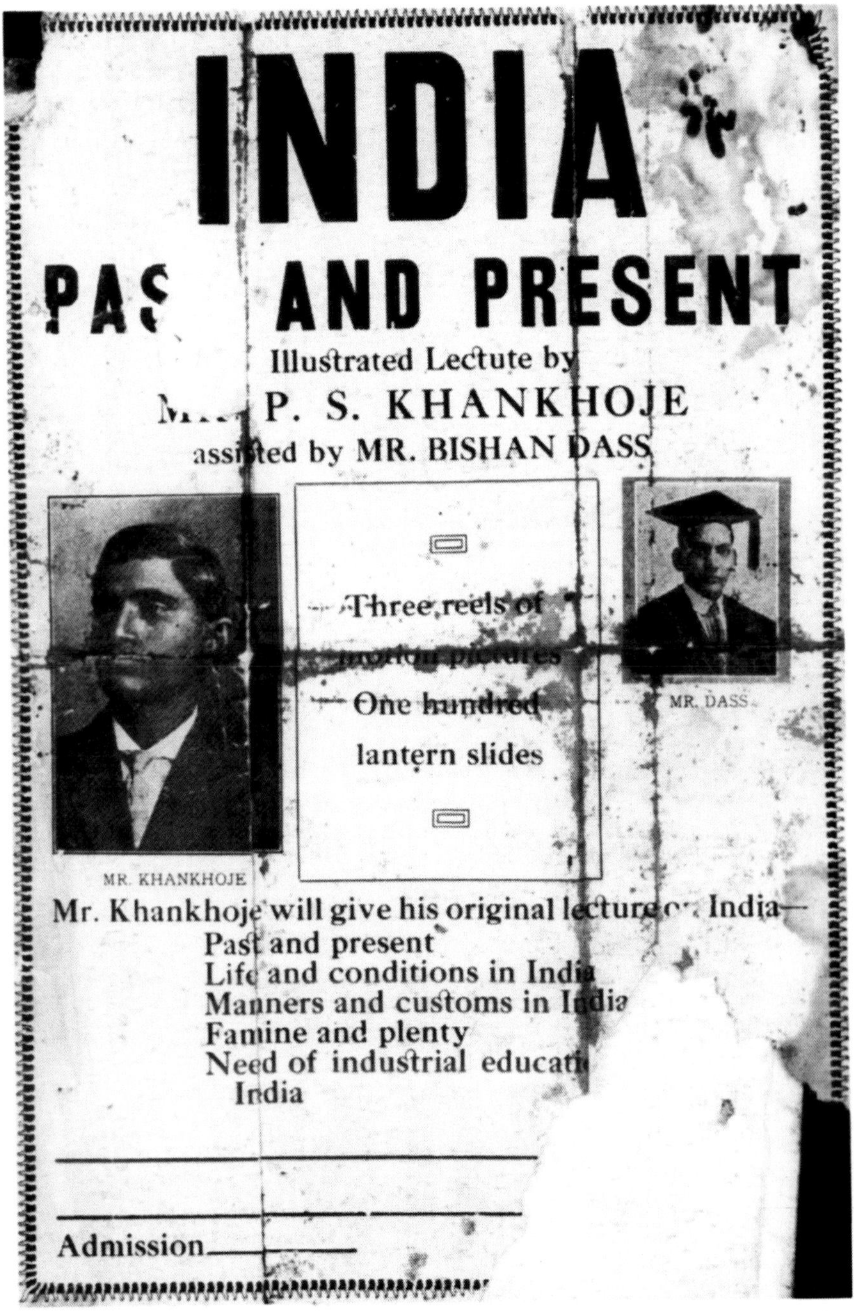

पहिल्या महायुद्धापूर्वी अमेरिकेमध्ये गदरचा प्रचार करण्यासाठी पांडुरंग खानखोजे आणि बिशन दास कोचर सादर करीत असलेल्या चलत्‌चित्रपटाची जाहिरात

No. 130

Name and caste.—**Khankhoje, P[illegible]rang, *alias* Bhau, Maharashtra Brahmin.**

Father's name.—Sadashiv, *alias* Anyaji Khankhoje.

Year and place of birth.—**1885, Wardha.**

Residence.—San Jacinto, Tacuba, Mexico.

Occupation.—Agricultural expert.

History.—Was educated at Wardha and studied up to Matric at the Neil City High School, Nagpur. Left for America (1906) with Hanmant Rao Naidu of Wardha. At Tokyo, Japan, received instruction in the manufacture of pencils and matches. On reaching America, studied chemistry at the San Raphael College, Chicago, and the use of explosives at the Mount Tamalpaid Military Academy. Finally took the B. Sc. degree from the Agricultural College, Cornwallis University. Obtained employment at Washington, and wrote on Indian subjects in American papers. Occasionally contributed to Poona papers. Was an important member of the Ghadr Party, and worked with many leading revolutionaries in San Francisco. Kashiram (since hanged for a political murder in the Punjab), Surendra Mohan Bose and Bishan Dass were amongst his friends. Left America (1914) with Bishan Dass and went to Germany *via* Italy. Came into touch with Har Dayal. Joined one of the Jehad missions from Constantinople to South Africa, under the pseudonym of Mohammed Khan (1914). Was believed to have been connected with the Persian War Ministry, and to have been present in Persia at the time of the Armistice (1915–19). Came in contact with Chattopadhyaya, Agnes Smedley and Abani Mukerji in Berlin. Left to attend the Third International at Moscow. Conferred with the leaders of the Indian revolutionary party in Europe and was taken on its Central Executive Committee. Was reported to have visited Persia (1920-21). Was to have visited India on behalf of the newly-formed Indian Independence Party (Berlin), financed from Moscow (1923). Did not do so, however, and remained in Berlin. Worked as a professor in the National Agricultural College, Mexico (1926), and was later reported to have become a Minister of Agriculture (1928). Came to Paris where he was in touch with the notorious revolutionary Hirambalal Gupta (1931). Returned to Mexico in 1932. Has taken out Mexican naturalisation papers and is at present a Professor in the Mexican Government Department (1937).

ब्रिटिश गुप्तहेर यंत्रणेकडे असणारे, पांडुरंग खानखोजे यांची
व्यक्तीगत माहिती देणारे पत्रक

पहिल्या महायुद्धाच्या काळात, पर्शियामध्ये असलेले खानखोजेंचे सहकारी जर्मन कौन्सिल्स. छायाचित्रात सर्वांत उजवीकडील व्यक्ती बहुधा विल्हेम वास्मस असावी. जर्मनीचा 'लॉरेन्स ऑफ अरेबिया' म्हणून त्याची ख्याती होती.

डेझफुलच्या मार्गावर, कलेकमधून डेझ नदी ओलांडताना

अलेप्पोचा बालेकिल्ला

पर्शियामधील खशघईंचे प्रशिक्षण केंद्र

खानखोजे (डावीकडून दुसरे) मिगुएल अलेमन (उजवीकडून दुसरे);
जे १९४६ मध्ये मेक्सिकोचे अध्यक्ष झाले यांच्यासमवेत

खानखोजे (सर्वांत उजवीकडे) अमेरिकन शास्त्रज्ञ आणि मेक्सिकन शेतकऱ्यांसह

पॅसिफिकच्या किनाऱ्यावर अंबाडीच्या शेतात खानखोजे

चॅपिंगो, मेक्सिकोमध्ये मक्याच्या प्रायोगिक शेतात (१९२८), (छायाचित्र : टिना मोडोट्टी)

खानखोजे यांनी विकसित केलेला
ग्रॅनाडा मका.
(छायाचित्र : टिना मोडोट्टी)

डिएगो रिव्हेरा (उजवीकडे फलकाशेजारी उभा) आणि खानखोजे (फलकाच्या मागे, कोयत्याच्या चित्राच्या वर), हिवाळ्यात एमिलिअॅनो झपाटा मोफत शेती शाळेच्या उद्‌घाटनप्रसंगी (१९२६) (छायाचित्र : टिना मोडोट्टी)

खानखोजेंचे मक्यावरील संशोधन तपशिलामध्ये दाखविणारे डिएगो रिव्हेराचे भित्तिचित्र. मूळ रॉकफेलर फाउंडेशनमध्ये असलेले हे भित्तिचित्र. या भित्तिचित्रात लेनिनची प्रतिमा वापरल्यामुळे, रिव्हेराचा कम्युनिझमकडे कल आहे असे समजून, अमेरिकनांनी हे भित्तिचित्र नष्ट केले. नंतर या कलाकाराने तेच भित्तिचित्र, मेक्सिको सिटीमधील बेलास आर्टिसच्या राजवाड्यात पुन्हा चितारले.

खानखोजेंच्या मक्यावरील संशोधनाबाबत रिव्हेराच्या भित्तिचित्राचा मोठा केलेला एक भाग.

"LA TIERRA PARA EL CAMPESINO"
POR
"EL SABER Y EL TRABAJO"

ESCUELAS LIBRES DE AGRICULTURA DE MEXICO

CONSEJO DIRECTIVO

PROFESORADO

Director y Fundador: PANDURANG KHANKHOJE.
Secretario: D. FLORES.
APARTADO POSTAL

"ENSEÑANZA Y CONSULTAS GRATIS"

'एमिलिॲनो झपाटा' मोफत शेतीशाळेचे अधिकृत पृष्ठ

PAGINA OCHO

EL PRIMER ESTADO DE LA REPUBLI
REDUCIDO YA EL NUMERO DE SUS

El de Nuevo León Optó por tal Medida con Beneplácito General

ECONOMIA DE IMPORTANCIA

En una de sus Ultimas Sesiones la Legislatura Local Aprobó Dicha Reforma

EXPERIMENTO QUE HA LLAMADO LA ATENCION

POR UNA DECEPCION

दिनांक २७ ऑक्टोबर, १९२८ रोजीच्या एक्सेलसिअरच्या अंकातील, 'लक्षवेधक प्रयोग' या शीर्षकाचा, खानखोजेंचे संशोधनातील यश वर्णन करणारा लेख

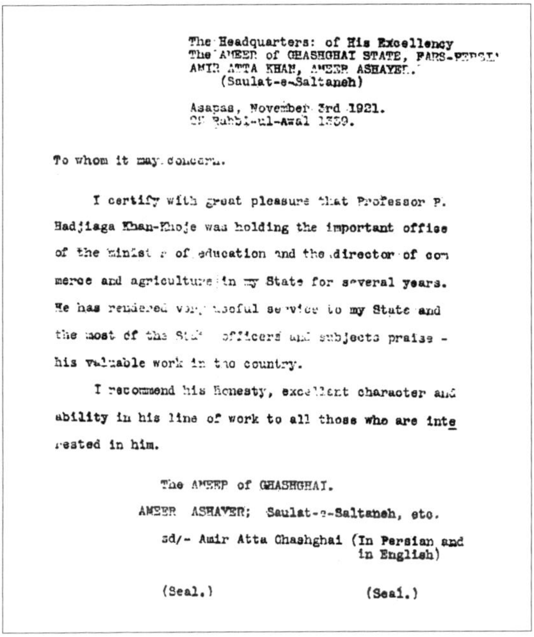

The Headquarters: of His Excellency
The AMEER of GHASHGHAI STATE, FARS-PERSIA
AMIR ATTA KHAN, AMEER ASHAYER.
(Saulat-e-Saltaneh)

Asapas, November 3rd 1921.
2? Rubbi-ul-Awal 1339.

To whom it may concern.

I certify with great pleasure that Professor P. Hadjiaga Khan-Khoje was holding the important office of the minister of education and the director of commerce and agriculture in my State for several years. He has rendered very useful service to my State and the most of the State officers and subjects praise his valuable work in the country.

I recommend his honesty, excellent character and ability in his line of work to all those who are interested in him.

The AMEER of GHASHGHAI.
AMEER ASHAYER; Saulat-e-Saltaneh, etc.
sd/- Amir Atta Ghashghai (In Persian and in English)

(Seal.) (Seal.)

बख्तियारींची सेवा केल्याबद्दल अमीर अशायर याने खानखोजेंना दिलेले प्रशस्तीपत्रक

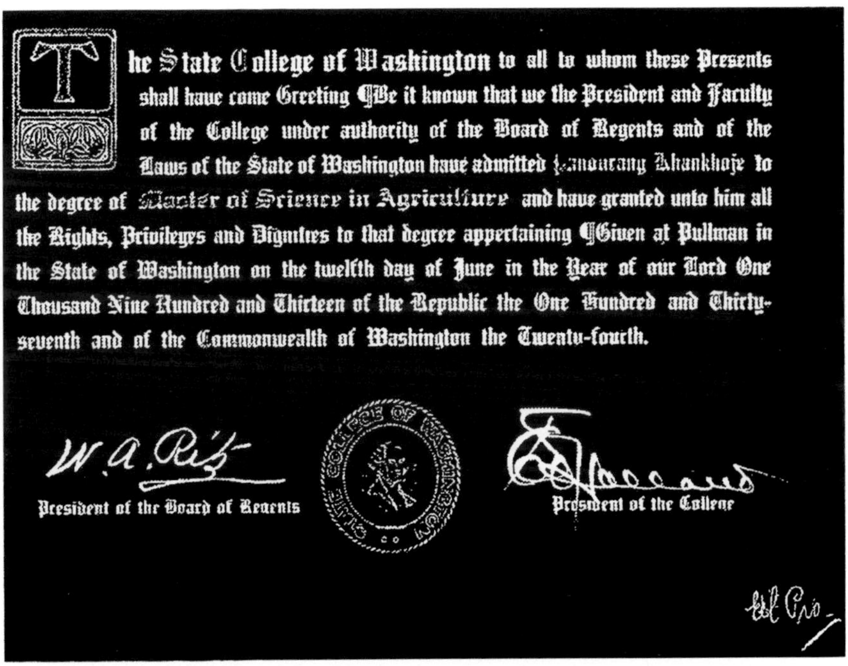

The State College of Washington to all to whom these Presents shall have come Greeting ¶Be it known that we the President and Faculty of the College under authority of the Board of Regents and of the Laws of the State of Washington have admitted Pandurang Khankhoje to the degree of Master of Science in Agriculture and have granted unto him all the Rights, Privileges and Dignities to that degree appertaining ¶Given at Pullman in the State of Washington on the twelfth day of June in the Year of our Lord One Thousand Nine Hundred and Thirteen of the Republic the One Hundred and Thirty-seventh and of the Commonwealth of Washington the Twenty-fourth.

W. A. Ritz
President of the Board of Regents

President of the College

वॉशिंग्टन स्टेट युनिव्हर्सिटी, पुलमन, वॉशिंग्टन येथून मिळालेली शेतीशास्त्रातील पदव्युत्तर पदवी

जेनी (१९४६)

सप्टेंबर, १९५६ मध्ये मुंबईत खानखोजे कुटुंबाचे आगमन झाले;
त्या वेळी (डावीकडून उजवीकडे) : सावित्री, पांडुरंग खानखोजे, जेनी आणि माया

खानखोजे कुटुंब भारतात (डावीकडून उजवीकडे) – माया, पांडुरंग खानखोजे, जेनी आणि सावित्री (१९५९)

शहीद भगत सिंगांच्या
पंचविसाव्या पुण्यतिथी कार्यक्रम प्रसंगी (१९५

भूपेंद्रनाथ दत्त (सर्वांत डावीकडे), खानखोजे (डावीकडून दुसरे) आणि सोहन सिंग बखना (डावीकडून तिसरे)
अखिल भारतीय क्रांतिकारक आणि हुतात्मा स्मृतीसभेच्या वेळी (१९५९)

परंतु भारतीय क्रांतिकारकांच्या दृष्टीने, जर्मनी आणि मध्यपूर्व हा भाग म्हणजे सध्या तरी त्यांच्या महत्त्वाकांक्षांना फुलविणारी सुपीक जमीनच ठरला होता. अत्यंत जाज्वल्य देशभक्तीच्या भावनेपोटी, ब्रिटिश सत्तेच्या शृंखला उखडून टाकायला मदत करणाऱ्या कोणाशीही मैत्रीचा हात पुढे करण्यास त्यांची तयारी होती.

पाश्चिमात्य जगापासून दूर आल्यामुळे आम्ही खूप आनंदात होतो. या जगात आम्ही जास्त 'मोकळे' झालो होतो. 'स्वत:जवळ' असल्याचं समाधान इथे मिळत होतं. या भागातली भाषा आम्हाला येत नव्हती. तशा कितीतरी भाषा या भागात बोलल्या जायच्या – टर्कीश, पर्शियन, अरेबिक आणि अनेक टोळ्यांच्या आपापल्या अविकसित अशा भाषा. त्यातला 'ओ की ठो' आम्हाला कळायचा नाही. या वातावरणात मिसळून जाण्यासाठी आम्ही त्यांच्याच सारखे ढगळ कपडे घालायचो. त्यांच्याशी खाणाखुणांनी बोलायचो. त्यांच्या शारीर भाषेचं अनुकरण करायचो. आम्ही पर्शियन असून आपापल्या घरी परत निघालो आहोत, असं सोंग आम्ही घेतलं होतं. मी माझं नाव महमद खान असं सांगायचो.

टीप

१. पी. एस. खानखोजे यांच्या अप्रकाशित आठवणी, नवी दिल्ली, नेहरू मेमोरिअल लायब्ररी
२. हर्मन किंडर आणि वर्नर हिल्जमन, *द पेंग्विन ॲटलास ऑफ वर्ल्ड हिस्ट्री, खंड २ : फ्रॉम द फ्रेंच रिव्होल्युशन टू द प्रेझेंट*, अर्नेस्ट ए. मेन्झ यांनी केलेला अनुवाद, लंडन, पेंग्विन बुक्स, (१९७८), पृष्ठ-१२२
३. बिशन दास कोचर यांचे अप्रकाशित हस्तलिखित, नवी दिल्ली, नेहरू मेमोरिअल लायब्ररी, पृष्ठ-१९
४. वरीलप्रमाणे, पृष्ठ-२३
५. वरीलप्रमाणे, पृष्ठ-२८
६. निरोद के. बारूआ, *चॅटो : द लाइफ ॲंड टाइम्स ऑफ ॲन ॲंटी इम्पिरिॲलस्टि इन युरोप*, नवी दिल्ली, ऑक्सफर्ड युनिव्हर्सिटी प्रेस (२००४), पृष्ठ-६२
७. वरीलप्रमाणे, पृष्ठ-६२
८. ए. सी. बोस, *इंडियन रेव्होल्युशनरीज अब्रॉड* १९०५ ते १९२२, पाटणा, भारती भवन, १९७१, पृष्ठ-८५
९. टी. आर. सरीन, *इंडियन रिव्होल्युशनरी मूव्हमेंट अब्रॉड*, (१९०५-१९२०), नवी दिल्ली, स्टर्लिंग पब्लिशर्स, १९७९, पृष्ठ-१२०

१०. पी. एस. खानखोजे यांच्या अप्रकाशित आठवणी, नवी दिल्ली, नेहरू मेमोरिअल लायब्ररी. पृष्ठ-१७
११. ए. सी. बोस, *इंडियन रेव्होल्युशनरीज* अब्रॉड १९०५ ते १९२२, पाटणा, भारती भवन, १९७१, पृष्ठ-९०
१२. निरोद के बरूआ, *इंडिया अँड ऑफिशियल जर्मनी* १८८६-१९१४, फ्रँकफर्ट, पीटर लँग, १९७७, पृष्ठ-१६७
१३. ए. सी. बोस, *इंडियन रेव्होल्युशनरीज अब्रॉड* १९०५ ते १९२२, पाटणा, भारती भवन, १९७१, पृष्ठ-१००
१४. वरीलप्रमाणे, जर्मन नोंदी आणि अल्‌रिच गेहर्क मधून
१५. स्व्हेन हेडिन, *ओव्हरलँड इंडिया,* लंडन, मॅक्‌मिलन १९१०
१६. ए. सी. बोस, *इंडियन रेव्होल्युशनरीज अब्रॉड* १९०५ ते १९२२, पाटणा, भारती भवन, १९७१, पृष्ठ-७९
१७. एमिली सी. ब्राऊन, *हर दयाळ,* टक्सन : युनिव्हर्सिटी ऑफ अरिझोना प्रेस,१९७५, पृष्ठ-२०५
१८. पी. एस. खानखोजे यांच्या अप्रकाशित आठवणी, नवी दिल्ली, नेहरू मेमोरिअल लायब्ररी
१९. मन्मथनाथ गुप्ता, *हिस्ट्री ऑफ दि इंडियन रेव्होल्युशनरी मूव्हमेंट,* बॉम्बे सोमैय्या पब्लिकेशन्स, १९७२. पृष्ठ-६६
२०. पी. एस. खानखोजे यांच्या अप्रकाशित आठवणी, नवी दिल्ली, नेहरू मेमोरिअल लायब्ररी
२१. एमिली सी. ब्राऊन, *हर दयाळ,* टक्सन : युनिव्हर्सिटी ऑफ अरिझोना प्रेस, १९७५, पृष्ठ-१८३
२२. ए. सी. बोस, *इंडियन रेव्होल्युशनरीज अब्रॉड* १९०५ ते १९२२, पाटणा, भारती भवन, १९७१, पृष्ठ-१६५. सिलेक्ट डॉक्युमेंटस, नॉर्दर्न बुक सेंटर, २००२ (यू. एस. ॲटर्नीचा रेकॉर्ड ग्रुप क्र.११८)
२३. ई. जयवंत पॉल आणि शुभ पॉल, *हर दयाळ, द ग्रेट रेव्होल्युशनरी,* नवी दिल्ली, रोली बुक्स, २००३, पृष्ठ-१२०
२४. एमिली सी. ब्राऊन, *हर दयाळ,* टक्सन : युनिव्हर्सिटी ऑफ अरिझोना प्रेस, १९७५, पृष्ठ-१८४
२५. ए. सी. बोस, *इंडियन रेव्होल्युशनरीज अब्रॉड* १९०५ ते १९२२, पाटणा, भारती भवन, १९७१, पृष्ठ-१०१
२६. पी. एस. खानखोजे यांच्या अप्रकाशित आठवणी, नवी दिल्ली, नेहरू मेमोरिअल लायब्ररी
२७. एमिली सी. ब्राऊन, *हर दयाळ,* टक्सन : युनिव्हर्सिटी ऑफ अरिझोना प्रेस, १९७५, पृष्ठ-१८७

२८. टी. आर. सरीन, *इंडियन रिव्होल्युशनरी मूव्हमेंट अब्रॉड,* (१९०५-१९२०), नवी दिल्ली, स्टर्लिंग पब्लिशर्स, १९७९, पृष्ठ-१२४
२९. पी. एस. खानखोजे यांच्या अप्रकाशित आठवणी, नवी दिल्ली, नेहरू मेमोरिअल लायब्ररी
३०. एमिली सी. ब्राऊन, *हर दयाळ,* टक्सन : युनिव्हर्सिटी ऑफ अरिझोना प्रेस, १९७५
३१. निरोद के बरूआ, *चॅटो : द लाइफ अँड टाइम्स ऑफ ॲन अँटी इम्पिरिॲलिस्ट इन युरोप,* नवी दिल्ली, ऑक्सफर्ड युनिव्हर्सिटी प्रेस, २००४, पृष्ठ- ४८.
३२. एमिली सी. ब्राऊन, *हर दयाळ,* टक्सन : युनिव्हर्सिटी ऑफ अरिझोना प्रेस, १९७५, पृष्ठ-२१५
३३. ए. सी. बोस, *इंडियन रेव्होल्युशनरीज अब्रॉड १९०५ ते १९२२,* पाटणा, भारती भवन, (१९७१) पृष्ठ-९३
३४. पी. एस. खानखोजे यांच्या अप्रकाशित आठवणी, नवी दिल्ली, नेहरू मेमोरिअल लायब्ररी
३५. ए. सी. बोस, *इंडियन रेव्होल्युशनरीज अब्रॉड १९०५ ते १९२२,* पाटणा, भारती भवन, १९७१, पृष्ठ-१०१
३६. वरीलप्रमाणे, पृष्ठ-१८८
३७. पी. एस. खानखोजे यांच्या अप्रकाशित आठवणी, नवी दिल्ली, नेहरू मेमोरिअल लायब्ररी
३८. निरोद के बरूआ, *इंडिया अँड ऑफिशियल जर्मनी* १८८६-१९१४, फ्रँकफर्ट, पीटर लँग, १९७७, पृष्ठ-१९५
३९. ख्रिस्तोफर साईक्स, *वास्मस : द जर्मन लॉरेन्स,* लंडन, लाँगमन्स, ग्रीन आणि कंपनी, १९३६
४०. जनरल फ्रेडरिच व्हॉन बर्नहार्डी, *जर्मनी अँड द नेक्स्ट वॉर* या पुस्तकाचा लेखक. हा सॅन फ्रॅन्सिस्कोमधील गदरच्या सभांना उपस्थित असे आणि हर दयाळांशी त्याची चांगली ओळख होती.
४१. एडमंड कँडलर, द *लाँग रोड टू बगदाद,* लंडन, कॅसेल आणि कंपनी लिमिटेड, १९१९, पृष्ठ-२७९
४२. सोहन सिंग बखना यांच्या सांगण्याप्रमाणे, कुत-अल-आमरा येथून एकत्रित केलेले भारतीय युद्धकैदी टर्कीमध्ये आणण्यात आले. आणि त्यांना गदरच्या सैन्यात भरती होण्यासाठी प्रेरित करण्यात आले. सोहन सिंग जोश, बाबा सोहन सिंग बखना, नवी दिल्ली, पीपल्स पब्लिशिंग हाउस,१९७०, प्रस्तावना पृष्ठ-XI

अलेप्पो ते बगदाद

जर्मनीच्या दोन मोहिमांमधील फौजांनी बगदादच्या दिशेने कूच केले होते. एका मोहिमेचे नेतृत्त्व होते निडरमायरकडे, तर दुसरी सांभाळत होता वास्मस. युफ्रेटिस नदीच्या काठाकाठाने सुरू असलेला हा प्रवास चारशे मैल अंतराचा होता आणि युद्धामुळे सगळा रस्ता पार उद्ध्वस्त झालेला होता. मोहिमेची आखणी, अंमलबजावणी त्यामधील धोके, जमेच्या बाजू असा सर्वंकष विचार आणि नियंत्रण ही जबाबदारी जर्मनीने उचलली होती, तर टर्कीच्या फौजा केवळ त्यांच्याबरोबर प्रवास करीत होत्या. सैन्याला घोडे देण्यात आले होते. त्यावरून प्रवास सुरू होता. त्यांचे सामान आणि लष्करी सामुग्री वाहून नेण्यासाठी खेचरांची व्यवस्था होती. टर्कीच्या सरकारने, खरे तर अलेप्पो ते बगदाद असा रेल्वेमार्ग टाकण्याचे योजले होते; पण अचानक सुरू झालेल्या महायुद्धामुळे त्यांची योजना बारगळली होती. जर्मनीनेही बगदादमार्गे बर्लिन ते मुंबई असा रेल्वेमार्ग तयार करण्याची महत्त्वाकांक्षी योजना आखली होती; परंतु त्या योजनेची अंमलबजावणी, या महायुद्धातील जर्मनीच्या यशावर अवलंबून होती.[१]

सीरियाच्या रखरखीत वाळवंटातून प्रवास करत हे सैन्य मेसापोटेमियाकडे निघाले होते. सोबतीला होते, जोरदार वाहणारे वारे आणि वाळूची वादळे ! इतिहासकारांनी मेसापोटेमियाचे वर्णन 'संस्कृतीचे माहेरघर' असे केले आहे. सध्या मात्र मेसापोटेमियाने इराकला वेढा घातला होता. त्या काळात हा भूभाग कसा होता, याचे वर्णन स्वेन हेडिनने केले आहे, ते अशा शब्दांत, 'निर्जन, उजाड, ओसाड, धुळकट आणि सूर्याच्या तळपत्या उष्णतेने होरपळून निघालेला प्रदेश – पुढील हजारभर वर्षांत तरी इथे गवताचे पातेही उगवू शकणार नाही, इतकी ही जमीन नापीक, पडीक अशीच राहील.'[२]

सीरियाचे वाळवंट पार करून भारतीय, जर्मन आणि टर्कीचे सैन्य पोहोचले 'हिट' नावाच्या छोट्याशा खेडेगावात. हे खेडेगाव म्हणजे डोंगरांनी वेढलेले एक

खोरे होते. ठिकठिकाणी कालवे, पाणी अडविण्यासाठी बांधलेले बांध दिसत होते. बिटुमेनच्या विहिरींमधून पाझरणाऱ्या सल्फरसारख्या वासाने आसमंत भरून गेलेला होता. प्राचीन काळातील हितितेस लोकांच्या वंशजांनी या भागात तेलाच्या विहिरींवर आणि सांडपाण्यावर फळांच्या आणि खजुराच्या बागा तयार केल्या होत्या.[३]

हिट गावाचा निरोप घेऊन सैन्य पुढे निघाले आणि शंभर मैलांचा टप्पा पार करत, सक्लावी कालव्याजवळ आले आणि तिथून पुढे तैग्रीस नदी पार करून त्यांनी बगदादमध्ये प्रवेश केला.

आतापर्यंत जो काही प्रवास मी केला होता, त्यामध्ये अलेप्पो ते बगदाद हा प्रवास सर्वांत जास्त कठीण आणि धोकादायक असा होता. ब्रिटिश सरकारनी टर्कीच्या सुलतानाविरुद्ध प्रचारयुद्धच सुरू केलं होतं. या भागातल्या भटक्या टोळ्यांमध्ये ब्रिटिशांनी मोठ्या प्रमाणावर गुप्तहेर पेरले होते. आणि ते सुलतानाविरुद्ध सगळ्यांना भडकावत असत. त्यामुळे आमच्या हालचालींची माहिती मिळवून ती ब्रिटिश अधिकाऱ्यांना पोहोचवणं, या हेरांच्या दृष्टीने अगदी सोपं काम होतं. आम्ही फसले जाणं तर फारच सोपं होतं. कारण अखेर आम्ही परदेशी, अनोळखी भूभागात होतो. तसा टर्कीचा सुलतान अद्यापही सार्वभौम होता खरा, पण अरबी बंडखोर आणि युद्धाची परिस्थिती यामुळे आम्हाला असुरक्षित वाटत होतं.

टोपलीच्या आकाराच्या छोट्या होडीतून आम्हाला तैग्रीस नदी ओलांडायची होती. या होड्यांना गुफर्स[४] असं म्हणत असत आणि त्या अगदी जुन्या पुराण्या झालेल्या होत्या. एका होडीत एका वेळी फक्त चार लोक बसू शकत होते.

बगदादला आम्ही पोहोचलो आणि आपण एकदम अरेबियन नाइट्सच्या काळातच प्रवेश केलाय की काय असं वाटलं. क्षणभर युद्ध, आमची मोहीम वगैरे सगळं-सगळं विसरायला झालं आणि एखाद्या भारावलेल्या प्रवाशासारखा मी आजूबाजूला हिंडून आलो. शहर तसं अगदी सुरक्षित होतं. भोवतालच्या मोठाल्या भिंतींची तटबंदी शहराचं रक्षण करायला समर्थ होती. त्या काळात त्या शहराची लोकसंख्या सुमारे ८० हजार असावी. सर्व जनता कट्टर मुस्लीम. दरवर्षी हजारो मुस्लीम यात्रेकरू त्यांच्या नजाफ आणि करबला या धार्मिक क्षेत्रांना जात असत. त्या तीर्थक्षेत्राच्या वाटेवर बगदाद शहर वसलेलं होतं.

बगदादला बॅबिलॉन, सुमेरियन आणि ॲसिरियन राजवटींनंतर, अनेक लष्करी आक्रमणांना सामोरे जावे लागले होते. अलेक्झांडर, रोमन सम्राट ज्युलियन अशा दिग्गजांनी बगदादवर स्वारी केली होती, तशीच मंगोल टोळ्यांनी बगदादची प्रचंड

लूटमार करून, बगदाद पार उद्ध्वस्त करून टाकले होते. खानखोजे आणि त्यांच्या सहकाऱ्यांनी बगदाद जेव्हा पाहिले, तेव्हा त्याचे स्वरूप केवळ एक 'लहानसे व्यापारी शहर' इतकेच उरले होते. एडमंड कँडलरला त्या वेळी बगदाद म्हणजे 'दु:खद किंवा शापित सौंदर्याचे गाव' वाटले होते. ज्यांना बगदादच्या सौंदर्याबद्दल शंका आहे, त्यांनी उत्तरेच्या बाजूने नदीचा विस्तीर्ण खळाळता प्रवाह सूर्यास्ताच्या वेळी पाहावा. उतरत्या उन्हाच्या तिरीपीमध्ये मशीद आणि निळ्या टाइल्सने मढवलेले तिचे मिनार कसे चमकतात, ते अनुभवावे.[५]

जानेवारी, १९१५च्या मध्यावर दोन्ही फौजा बगदादला पोहोचल्या. तिथे त्यांना समजले की, बूशायर या पर्शियन बंदराजवळ ब्रिटिश फौजा तळ ठोकून आहेत. पर्शियाने जरी महायुद्धात तटस्थतेचे धोरण स्वीकारलेले असले, तरीही दक्षिण पर्शियामधील तेलविहिरींमध्ये ब्रिटनला रस असल्याकारणाने, ब्रिटिशांनी बूशायर ताब्यात घेतले होते.[६] तसेच तेथील सर्व जर्मन जनतेची त्यांनी भारतात रवानगी केली होती.[७] भारताकडे जाण्याचा मार्ग म्हणून पर्शियामध्ये प्रवेश करू इच्छिणाऱ्या क्रांतिकारकांना हा मोठाच धक्का होता. भारतात परतण्याच्या योजनेमध्ये अचानक उद्भवलेल्या या संकटाबद्दल, भारतीय आणि जर्मन क्रांतिकारकांनी सखोल चर्चा केली. पर्शिया आणि सुएझ कालव्यामध्ये काम करणाऱ्या भारतीय सैनिकांना गदर सैन्यात सामील करून घेण्याची त्यांची योजनाही, आता अमलात आणण्यामध्ये अडचण उभी राहिली होती.

बगदादमधील वास्तव्याचा उपयोग मग ब्रिटिशविरोधी मोहिमेसाठीची पत्रके छापण्यासाठी करून घेण्यात आला. जर्मनीच्या युद्धकालीन कार्यालयातील कागदपत्रांचा संदर्भ देऊन, ए.सी. बोस या संदर्भात लिहितात,'मोहिमेतील सैनिकांमध्ये, हिंदी, उर्दू, गुरुमुखी आणि इंग्रजी भाषांमध्ये छापलेली अत्यंत प्रक्षोभक आणि जहाल अशा मजकुराची पत्रके खूप मोठ्या प्रमाणावर वाटण्यात आली होती.' बरीचशी पत्रके ब्रिटिश लष्करातील भारतीय सैनिकांना उद्देशून होती. 'प्रसंगी ब्रिटिश अधिकाऱ्यांना ठार मारूनही,[८] नतद्रष्ट अशा ब्रिटिशांचे आपल्या मानेवरचे जोखड उलथवून टाकण्याची संधी साधण्याचे आवाहन या पत्रकांमधून करण्यात आले होते. त्याचवेळी, मौलवी बरकतुल्ला, एम.पी.टी. आचार्य आणि हृषिकेश लथा यांना कॅप्टन निडरमायरच्या सोबतीने उत्तर पर्शिया आणि तिथून अफगाणिस्तानला निघण्याच्या सूचना पाठविण्यात आल्या. केदारनाथ सोंधी नावाचे एक क्रांतिकारक त्यांना दक्षिणेकडून येऊन भेटणार होते.

बगदादमध्ये प्रदीर्घ चर्चा, सल्ला-मसलत केल्यानंतर, दोन मोहिमा वेगळ्या झाल्या. निडरमायर बगदादमध्येच राहिला, कारण त्याला प्रिन्स हेन्री ऑफ ऱ्हुस हा जर्मन राजदूत काही दिवसांनी तेहरानच्या मोहिमेवर निघणार होता, त्याच्याबरोबर जायचे होते. त्या मोहिमेची तयारी करण्यासाठी निडरमायर बगदादमध्येच थांबला.

'तीन भारतीयांसह वास्मस मिशन नैर्ऋत्य इराणच्या दिशेने निघाले, तो दिवस होता २८ जानेवारी.[१] वास्मसला जर्मनीच्या कैसरने भरपूर सोन्याचा ऐवज सोबत दिला होता. मात्र त्याचबरोबर, त्याचे त्या भागाचे भौगोलिक ज्ञान आणि आसपासच्या पर्शियन अधिकाऱ्यांशी त्याची असलेली मैत्री लक्षात घेऊन, जर्मनांची वास्मसकडून केवळ यश आणि यशाचीच अपेक्षा होती.

दक्षिणेकडून पर्शियाकडे जाणारा मार्ग आम्ही धरला. ब्रिटिशांच्या नजरेपासून दूर असतील, असे भारतात पोहोचायचे मार्ग आम्हाला शोधून काढायचे होते. आम्ही आमची नावं बदलली होती. आमचा मित्र आगाशे पर्शियन भाषा बोलण्यात वाक्बगार होता. प्रमथनाथ दत्ता आणि मीही त्यामुळे पर्शियन बोलायला लागलो होतो. प्रमथनाथ दत्ता, आगाशे आणि मी अनुक्रमे पर्शियाचे दाऊद अली, मिर्झा महमद अली आणि महमद खान झालो. या नवीन व्यक्तिमत्त्वात आम्ही चांगले रुळत होतो. आमच्या खऱ्या नावांनी एकमेकाला हाक मारायचं, तर आम्ही पार सोडूनच दिलं होतं. शेतामधलं गवत इत्यादी वाहून नेत असल्याचा आमचा आविर्भाव होता; पण त्या गवताच्या गंजीत प्रत्यक्षात दारूगोळा आणि शस्त्रं असायची. बगदादहून आम्ही आमच्या देशी – पर्शियाला चाललो असल्याचं भासवायचो. आमच्यासोबत पर्शियातल्या गुराखी, भटक्या टोळ्यांपैकी एक कशगुली नावाच्या टोळीचा प्रमुख हसन खान, त्याचा लहान भाऊ महमद, टर्की लोकांचा गट आणि अर्थातच जर्मन अधिकारी होते. शिराजपर्यंत आम्हाला मजल गाठायची होती. त्या रस्त्यावरच्या पुश्त-ए-कुह डोंगराच्या रांगांपर्यंत आम्ही पोहोचलो.

टर्की सैन्याने एका छोट्या बोटीची सोय केली. एक गट लपत-छपत बोटीत चढला. सामान भरले आणि रात्रीच्या अंधारात बोटीने प्रवासाला सुरुवात केली. वळणावळणाने जाणाऱ्या तैग्रीस नदीतून सैनिकांनी २००मैलांचा प्रवास केला तो पूर्णपणे शांततेत – तोंडातून चकार शब्दही न काढता! २००मैलांच्या या टप्प्यावर पर्शियची सीमा होती. रात्री उशीरा, सीमेवरच्या अली-अल-घारबी नावाच्या गावात सैनिक उतरले. आणि लगेच तिथून पुश्त-ए-कुहच्या डोंगररांगांकडे निघाले. आकाशातील ढगांमधून डोकावणाऱ्या या बेताच्या उंचीच्या डोंगर रांगा आणि त्यांची हिमाच्छादित शिखरे वाळवंटातील मृगजळाप्रमाणे भासत होती.

पुश्त-ए-कुहमध्ये वली साहेब सैन्याची वाट पाहत थांबले होते. सैन्याच्या संरक्षणासाठी त्यांनी आपल्याबरोबर काही शिपाईही आणले होते. वली साहेब म्हणजे एका प्रतिष्ठित, उच्चाधिकारी माणूस ! आणि कशगुली टोळीचा प्रमुख त्यांच्या

सोबत असल्यामुळे पर्शियन जनतेकडून या सैन्याला कोणताही त्रास झाला नाही. शिवाय पर्शियन जनतेच्या मनात ब्रिटिशांविरुद्ध स्पष्ट नाराजी पसरलेली होती. त्यांच्या अबादानचा सुपीक भूभाग, बूशायर, बसरा आदी भागांवर ब्रिटिशांनी कब्जा केल्यापासून पर्शियन लोकांच्या मनात असंतोष होता. ही परिस्थितीही जर्मन आणि त्यांच्या सहकाऱ्यांच्या पथ्यावरच पडली.

मिर्झा मोहमद (अर्थात आगाशे)कडून वली साहेबांनी आमची सगळी कथा ऐकली आणि त्यांच्या मनात आमच्या कार्याबद्दल सहानुभूती निर्माण झाली. त्यांची आमच्याकडे पाहायची दृष्टी बदलली. ते आमच्याशी आणखी अगत्यानं वागायला लागले आणि आमचा प्रवास संपायच्या बेताला तर हे अगत्य जवळच्या मैत्रीमध्ये बदलले.

पुढचा टप्पा डेझफुल; पण डेझफुलला पोहोचायचं म्हणजे पुश्त-ए-कुहच्या अतिशय खडकाळ, अवघड अशा डोंगर रांगा पार करणं भाग होतं. पण 'या भागात आमचंच सैन्य फक्त अनोळखी असं असल्यामुळे आम्हाला कोणताही त्रास होणार नाही, अशी खातरी देण्यात आली होती.

डेझफुलकडे सैन्याने कूच केले. हाच भाग केवळ असा होता की, जिथपर्यंत ब्रिटिशांची घारीसारखी नजर अद्याप पोहोचली नव्हती. अर्थात जवळच्याच बूशायरमध्ये त्यांचा तळ होताच. खनिज तेलाच्या एका अँग्लो-पर्शियन कंपनीची काळजी ब्रिटिशांना होती. कंपनीकडे पैसा नव्हता आणि ब्रिटिशांना भीती होती की जर्मनी आपल्याजवळच्या सोन्याच्या बळावर, कंपनीत काम करणाऱ्या बख्तियारी टोळीतील कर्मचाऱ्यांना आपल्या बाजूने वळवून घेईल.[१०]

सुझा नदीच्या काठावरील 'शश' नावाच्या गावातून सैन्याचा प्रवास सुरू झाला. ही सुझा नदी म्हणजे डेझ नदीची उपनदी होती. आणि डेझ नदी पार करून सैन्याला डेझपुलला पोहोचायचे होते. डेझफुलच्या उत्तरेकडे नदीवर एक जुना पूल होता. त्यावरून नदी पार करणे सोपे होते. पण खबऱ्यांनी दिलेल्या माहितीनुसार या भागात ब्रिटिश हेर लपलेले होते. त्यामुळे प्रवाहातूनच नदी पार करणे आवश्यक होते. पण नदी अतिशय खोल होती, प्रवाह खळाळता आणि पाण्याला विलक्षण ओढ होती. शिवाय ठिकठिकाणचे अदृश्य भोवरे, नदी पार करणे आणखी अवघड करत होते; पण दुसरा पर्यायच नव्हता. डेझ नदी ओलांडून हे शूर सैनिक भर दिवसा डेझफुलला निघाले.

प्रथम नदीच्या पात्रात आम्ही काही पट्टीच्या पोहणाऱ्यांना घोड्यांच्या पाठीवर बसवून पाठवून पाहिलं; पण काही जमलं नाही. कर्म-धर्मसंयोगानी, काही स्थानिक लोक आमच्या मदतीला आले. त्यांनी चामड्याच्या फुगवलेल्या

पिशव्या एकमेकीला जोडून त्याचा एक तराफा बनवायला आम्हाला मदत केली. त्याला ते 'किल्लेक' असं म्हणत होते. या किल्लेकवर आम्ही लाकडी फळ्या टाकल्या, त्यावर आमचं सामान लादलं आणि आम्हीही चढलो आणि तराफा प्रवाहात सोडला. तराफा पुढे जात होता, पाणी काटत होता; पण आम्हाला खूपच असुरक्षित वाटत होतं. कारण उघड्या तराफ्यातल्या आमच्यावर कोणत्याही क्षणी कोणीही गोळीबार करू शकलं असतं.

अखेर नदी पार झाली, पण त्या प्रवासाचा शिणवटा आणि मनावर ताणही खूप आला. नदीच्या काठावर उभा राहून नदीचं विस्तीर्ण पात्र व कोसळणारा चित्रमय धबधबा पाहात होतो. डेझफुल खरोखरच शांत, प्रसन्न असं गाव होतं. क्षितिजावर दिसणाऱ्या छोट्याछोट्या टेकड्या सृष्टिसौंदर्यात भरच घालत होत्या. पाहतापाहता मनावरचा ताण हलका झाला, सगळं काही विसरून मन प्रफुल्लित झालं.

रात्रीच्या शांत वेळी आम्ही गावाच्या बाहेर कॅम्प उभा केला. मात्र मध्यरात्रीच्या सुमाराला अचानक आकाशात लाल रंगाच्या ज्वाला उठल्या. स्वच्छ आकाशाच्या पार्श्वभूमीवर त्या लाल ज्वालांचं नृत्य सुंदर दिसत होतं. पण अशा सुंदर गोष्टीत काहीतरी संकटच दडलेलं असणार – अशीही भीती वाटून गेली.

आम्ही फसवले गेलो होतो. खरोखर पूर्ण फसगत झाली होती आमची. आम्ही डेझफुलमध्ये आलेलो लक्षात आलं होतं आणि त्या ज्वालांमुळे आमचा कॅम्पही उघडकीला आला होता.

डेझफुलच्या या भागात बख्तियारी जमीयत या टोळीचे वर्चस्व होते. या गुराखी लोकांनी जर्मन भारतीय सैन्याला आश्रय तर नाकारलाच, पण भांडणं, तंटेबखेडे, लढाया, फसवाफसवी हेच त्यांचे आयुष्य होते. सोन्याचा हव्यास हा त्यांचा आणखी एक दुर्गुण होता. वास्मसकडे पैसा होता हे खरे, पण या टोळीच्या लोकांकडून संरक्षण विकत घ्यायला तो पुरेसा नव्हता. खानखोजे आणि त्यांच्या सहकाऱ्यांनी रातोरात आपला गाशा गुंडाळला आणि डेझफुल सोडले.

पुन्हा आमच्यापुढे 'आ' वासूनही उभा राहिला. जायचं कुठे? कोणत्या दिशेला? कोणता रस्ता धरावा? आमचा ठरलेला मार्ग तर आता बदलणं भागच होतं. डेझफुल सोडलं ते अशा खूप शंका मनात घेऊन, पण तरी एक गोष्ट नक्की होती – फार्स प्रांताची त्या काळची राजधानी 'शिराज'ला जायचं आम्ही पक्कं ठरवलं.

कशगुली टोळीचा नायक हसन खान या सैन्याबरोबर अजूनही प्रवास करत

होता. तसेच पर्शियामध्ये लोकशाही आणण्यासाठी झगडणारे, पर्शियन डेमॉक्रेटिक पार्टीचे काही सदस्यही त्यांच्याबरोबर होते. या लोकांना या भागाची भौगोलिक माहिती होती. दरवर्षी वसंत ऋतूमध्ये, पर्शियाच्या आखाताच्या जवळचा त्यांचा कमी उंचीचा, कडक उन्हाळ्याचा प्रदेश सोडून, हे लोक त्यांची गुरे-ढोरे चारायसाठी फार्सच्या उंचीवरच्या भागात जात असत. वास्मसने या टोळीबरोबर प्रवास करायचे ठरविले. आणि त्यांच्या साथीने, त्यांच्या संरक्षणात शिराजमध्ये प्रवेश केला.

त्या काळातील पर्शियाची परिस्थिती ही बरेचदा गोंधळलेली, त्यातच समजूतदारपणाला तर आव्हानच देणारी, विरोध व्यक्त करणारी अशी असायची. ब्रिटिश तर तिथे होतेच. शिवाय अनेक जर्मन राजकारणी, विचारवंतही कार्यरत असायचे. पण प्रत्यक्षात ते काम करायचे गुप्तहेर म्हणून! जर्मनीच्या भविष्यातील योजनांवर नजर ठेवून जनतेमध्ये असंतोष पेरून देण्याचे काम ते अचूक करायचे. त्यातच वेगवेगळ्या जमातीतील आपापसातील युद्धसदृश्य भांडणे या गोंधळ, अराजकतेला हातभार लावत होती.[११]

जर्मन, पर्शियन आणि भारतीय अशा संयुक्त सैन्याच्या प्रत्येक बारीक-सारीक हालचालींवर ब्रिटिशांची कावळ्यासारखी कडक नजर असायची, हे खरेच; पण आश्चर्य म्हणजे तरीही हे सैन्य त्यांच्या तावडीतून सुटले होते. त्याला अर्थात अत्यंत अवघड असा डोंगराळ भाग, सैन्याची टोळ्यांशी असलेली मैत्री आणि वास्मसचे धूर्त, कावेबाज डावपेच कारणीभूत होते.

शिराजकडे जाताना सैन्याला 'शूस्टर' नावाच्या गावातून जावे लागले. तिथे ब्रिटिशांनी केलेली नोंद आढळते. त्यात म्हटले आहे, 'सुरक्षा रक्षकांची संख्या दुप्पट केली गेली होती. डोंगरांच्या खिंडींवर कडक नजर ठेवण्यात आली होती. आणि तरीही वास्मस सुखरूपपणे शूस्टरमधून निसटला. राम होर्मुझ याने बूशायरच्या वाटेवर सोनेरूपी बी प्रचंड प्रमाणात पेरून ठेवले होते, ते या नापीक जमिनीवर चांगलेच रुजले.[१२] वास्मस ब्रिटिशांचा ससेमिरा चुकवू शकला, तो जर्मन कैसरने वास्मसला जे सोने पुरवले होते, ते वाटेतल्या ब्रिटिशांना देऊनच तो त्यांचा ससेमिरा चुकवू शकला.

अर्थातच तरीही ब्रिटिश स्वस्थ बसणार नव्हते. हार मानणार नव्हते. वास्मसला मोकळा सोडणार तर नव्हतेच नव्हते. इंडियन पोलिटिकल डिपार्टमेंटमधील एक अधिकारी कॅप्टन नोएलची त्यांनी वास्मसची शिकार करण्यासाठी नियुक्ती केली. या कॅप्टन नोएलला केवळ पर्शियन भाषा आणि संस्कृतीचीच माहिती होती असे नाही, तर भारतात नोकरी केल्यामुळे त्याला भारतीयांची विचार करण्याची पद्धत, मनाची ठेवण या गोष्टींचीही ओळख होती. नोएलबरोबर सैन्याच्या अनेक छोट्या-मोठ्या चकमकी झडल्या, समोरासमोर दोन हात झाले आणि अखेर वास्मस पकडला गेला.

'मोठ्या प्रमाणात बरेचदा आक्रमण केल्यानंतर, सर्व सैन्याला पकडण्यात नोएलला यश आले. परंतु त्यांच्या कॅम्पवर लक्ष ठेवण्यासाठी नेमलेल्या पर्शियन टोळीतील रक्षकाला रात्री झोप लागली. (ती त्यांची पद्धतच होती.) आणि वास्मस निसटला.'[१३]

वास्मस निसटला तरी सैन्य पकडले गेलेच. त्यांच्याजवळची अनेक छापील पत्रके जप्त करण्यात आली. ही पत्रके म्हणजे या उपखंडात जर्मनांचे काय हेतू होते, त्यांना काय काम साध्य करायचे होते त्याबद्दलच्या त्यांच्या योजनांचे छापील सबळ पुरावेच ठरली. दुसरे महत्त्वाचे नुकसान म्हणजे जर्मनांची संपूर्ण सांकेतिक भाषा ब्रिटिशांच्या हाती लागली.[१४] क्रांतिकारकांच्या सुदैवाने, या सांकेतिक भाषेचा उलगडा युद्धाच्या बऱ्याच नंतरच्या काळात झाला.

या घटनेनंतर खानखोजे आणि त्यांच्या सहकाऱ्यांनी वास्मसची साथ सोडून देऊन, स्वतंत्रपणे, पण गुप्तपणे, दक्षिणेला पर्शियन गल्फच्या दिशेने निघून जायचा निर्णय घेतला. आतापर्यंत अनेक चकमकींमध्ये ते सुदैवानेच कसेबसे वाचले होते, आणि आता पुन्हा त्या भानगडीत न पडता, शूस्टर ते अहवाज असा लांबचा मार्ग पत्करण्यातच शहाणपणा होता. ब्रिटिशांच्या नोंदींमध्ये स्वातंत्र्यसैनिकांशी अनेक चकमकी, छोट्या लढाया झाल्याचा उल्लेख आढळतो. पण सुदैवाने सर्व क्रांतिकारक सुरक्षित राहिले होते. वास्मसला पकडणे, हाच ब्रिटिश गुप्तहेर खात्याचा प्रमुख उद्देश होता. खानखोजेंच्या वास्मस मिशनमधून बाहेर पडलेल्या छोट्या गटाने बंदर-ए-डिलॅम गाठले आणि तिथून त्यांना बूशायरकडे नेणारी बोट मिळाली.

> *आम्ही हसन खानचे नोकर असल्याचं सोंग घेतलं. एक छोटी बोट भाड्यानी घेऊन आम्ही बूशायरकडे निघालो. निघण्यापूर्वी कस्टम अधिकाऱ्यांनी आमची झडती घेतली, पण त्यांना आमचा संशय आला नाही. कसा येणार? आम्ही इतके गरीब-निर्धन, दुःखी दिसत होतो! आमची सोंगं चांगलीच वठली होती म्हणायची. प्रवासाला निघताना चांगली असणारी हवा नंतर एकदम बदलली. वादळ आलं. छोट्याशा बोटीत कोंबलेले आम्ही, एकमेकांना घट्ट धरून ठेवून रात्र काढली. छोटीशी बोट लाटेच्या एका तडाख्यानं कधीही वाहून गेली असती, इतक्या प्रचंड लाटा उठत होत्या. अखेर दमलेले, थकले, भागलेले आणि वैतागलेले असे आम्ही बूशायरला पोहोचलो.*

बूशायर

बूशायरमधील मुक्कामात, इतक्या मोठ्या प्रवासादरम्यान झालेल्या हल्ल्यांमधून वाचवून, सांभाळून आणलेली पत्रके वाटण्यात त्यांना चांगलेच यश आले. शिवाय हसन खानसह पर्शियन डेमॉक्रॅटिक पार्टीचे सदस्य मदतीला होतेच.[१५] खानखोजे

आणि त्यांच्या सहकाऱ्यांनी, बूशायरमध्ये काही दिवस मुक्काम ठोकून तिथे काम करीत असलेल्या भारतीय सैनिकांशी बोलणी करायचे ठरविले.

संपूर्ण बूशायरमध्ये ब्रिटिश सैनिक तैनात होतेच. 'हिंदू क्रांतिकारकांची तुकडी शहरात आलेली आहे,' अशी खबर त्यांना लागली आणि त्यांनी घराघरांतून त्यांचा शोध घ्यायची जोरदार मोहीम उघडली. पुन्हा एकदा भारतीय क्रांतिकारक आणि त्यांचे पर्शियन मित्र अडचणीत आले. आणि पुन्हा एकदा हसन खान मदतीसाठी पुढे सरसावला. त्याने मुस्लीम घरांच्या 'जनाना' भागांमधून या लोकांची राहायची सोय केली. ब्रिटिश फौजेमध्ये काही सैनिक भारतीय मुस्लीम होते. धर्मावरची त्यांची श्रद्धा, त्यांना 'जनाना' भागात – स्त्रियांच्या राहायच्या खोल्यांमधून डोकावूसुद्धा देत नव्हती. त्यामुळे काही दिवस खानखोजे ग्रुप सुरक्षित राहिला. परंतु सैनिकांची ही अडचण लक्षात घेऊन, त्यांच्या जागी महिला पोलिसांची नियुक्ती जेव्हा करण्यात आली, त्या वेळी मात्र बूशायर सोडून मुक्काम हलविण्याची वेळ येऊन ठेपल्याची खानखोजेंची खातरी पटली.

> *हसन खानने आम्हाला जनाना क्वार्टर्समध्ये लपवलं, बूशायरमध्ये नाही. रस्त्यावर जाताना, डोक्यापासून पायापर्यंत झाकून घेणारा बुरखा आम्ही घ्यायला लागलो. बुरख्यात पूर्णपणे लपेटलेले असे आम्ही त्या घरातल्या स्त्रियांबरोबर चक्क पिकनिकला निघालो. त्या खानदानी स्त्रिया राजरस्त्यावरून जाणार होत्या, तर आम्ही वेगळे होऊन बोटीनी निघालो. दक्षिणेकडे जात आहोत असं वर-वर दाखवत, आम्ही उत्तरेकडे वळलो. लहान मुलांसारखा लपंडाव खेळतोय असं वाटत होतं.*
>
> *वाटेत आमची बोट दलदलीत फसली, आणि मग खोल चिखलातून वरात! त्यामुळे उशीर खूप झाला. ज्या खेडेगावात आमचा मुख्य आमची वाट पाहत थांबला होता, तिथे आम्ही खूप उशीरा पोहोचलो. तिथे थोडा आराम, जेवण वगैरे मिळालं आणि आम्ही निघालो.*

पर्शिया जसा ब्रिटिशांनी व्यापला होता, तसेच जर्मन्सही पर्शियात तळ ठोकून होते. एडमंड कँडलर या संदर्भात लिहितो, 'जर्मनीचे एजंटस पर्शियाचा इंच न् इंच पिंजून काढत होते. आणि भारतीय राजकारणी, बरेचदा हिंदू क्रांतिकारक, सगळे जण पूर्वेकडचे 'जिहादी' बनून राहात होते. पर्शियाच्या या सगळ्या हालचाली म्हणजे अफगाणिस्तान, टर्कोमन टोळ्या आणि बलुची आणि भारतीय सरहद्दीवरचे पठाण या सगळ्यांना भडकवून भारतातच बंड करण्याच्या मोठ्या कटाचा केवळ एक भाग होता.[१६]

अहमदीमधील कारवासराई हा भारतीय क्रांतिकारकांच्या शिराजच्या रस्त्यावरचा

महत्त्वाचा थांबा होता. खानखोजे आणि त्यांच्या सहकाऱ्यांनी बरीच पत्रके वाटली आणि या गावातील लोकांशी संपर्क साधून, त्यांच्याशी बोलून, त्यांना ब्रिटिशांविरुद्ध उभे राहण्याचे आणि क्रांतीसाठी जर्मनीच्या सैन्याला मिळण्याचे आवाहन केले.

कारवासराई सोडले आणि या मंडळींनी शिराजची वाट धरली. रस्ता जरा लांबचा, एकाकी असा होता. परंतु सर्व रस्ताभर त्यांना जॅडरमायरच्या सैनिकांचे संरक्षण लाभले. कोटल-ए-मालू जवळच्या डोंगरांमधील खिंडी त्यांना ओलांडायच्या होत्या. हे डोंगर अत्यंत अवघड, निबीड जंगलांनी व्यापलेले असे होते. स्थानिक लोक तर त्यांना 'अत्यंत दुर्दैवी डोंगर' असेच म्हणत असत.

हजारो फूट उंचीवरून आम्ही चाललो होतो. रस्ता अगदीच अरुंद होता. जेमतेम पायवाटेइतका – शेजारी खोल दऱ्या! घोड्यावर बसून एकीकडे खोल-खोल दरी आणि दुसरीकडे उंचच उंच डोंगरकडा. रस्ता जेमतेम पायवाटेइतका – जरी थोडा घोड्याचा पाय इकडे-तिकडे झाला असता, तर खोल दरीत मोक्षच होता. हे अंतरही खूप होतं. अखेर एकदाचे आम्ही हा श्वास रोखून धरणारा प्रवास संपवून 'काझरन' नावाच्या छोट्याशा खेडेगावात पोहोचलो. गाव अतिशय निसर्गरम्य सुंदर होतं आणि द्राक्षांचे मळे हे या गावाचं वैशिष्ट्य होतं. गावातल्या लोकांशी बोलण्याची, त्यांना समजावण्याची संधी मिळाली. पण हे काम झालं, तरी इतक्या सुंदर गावात थोडं राहून, इथल्या द्राक्षांचा आस्वाद घेता आला नाही, ही रुखरुख वाटली.

शिराज

शिराजमध्ये प्रवेश करताना हे भारतीय प्रचंड थकलेले, पण पार पाडलेल्या साहसी प्रवासामुळे उल्हसित झालेले होते. मुक्कामावर पोहोचताच, वास्मसच्या शोधार्थ बाहेर पडले. शिराज या प्राचीन शहराची स्थापना इ.स.पू.६९४मध्ये झाली. एकेकाळी हे शहर पर्शियाची राजधानी होते, तर १९१५मध्ये फार्सची राजधानी म्हणून ओळखले जात होते. त्यानंतरच्या काळात या शहराने संस्कृतीचे आणि विद्येचे माहेरघर म्हणून कात टाकली. प्रसिद्ध कवी सादी आणि हाफिज यांचे हे शहर जन्मस्थान. प्राचीन पर्शियातील महत्त्वाचे मोठे शहर पर्सेपोलिस हे दारियस राजाच्या वैभवाचे मूक साक्षीदार असलेले शहर शिराजपासून जवळच काही मैलांवर आहे. प्राचीन काळी शिराज 'दर-ए-लिम' म्हणजेच 'ज्ञानाचे मंदिर' म्हणून ओळखले जायचे. झोरास्ट्रीयन ही प्राचीन संस्कृती इथेच उगम पावली, वैभवाच्या शिखरावर पोहोचली. आणि या संस्कृतीच्या लोकांना जबरदस्तीने धर्मांतर करून इस्लामचा स्वीकार करण्यास भाग पाडण्यात आल्याने अस्त पावली. बाकीचे लोक भारतात स्थलांतरित झाले. १९१५मध्ये शिराज राजकारणाचेही मुख्य केंद्र होते.

भारतीय चमूला शिराजमध्ये आल्याबरोबर, सूफी अंबा प्रसादही सध्या शिराजमध्ये आहेत, ही आनंदाची बातमी कळली. अंबा प्रसाद आणि अजित सिंग यांना जेव्हा भारतातून हद्दपार व्हावे लागले होते, तेव्हा अंबा प्रसाद शिराजमध्ये आले होते, तर अजित सिंग ब्राझीलला गेले होते. अंबा प्रसाद शिराजमध्ये भारतीय तत्त्वज्ञान आणि इस्लामी संस्कृतीवर भाषणे देत असत. त्यांनी समाजात अतिशय आदराचे, मानाचे स्थान मिळविले होते. त्यांचा स्वत:चा असा मोठा शिष्यवर्ग तयार झाला होता. अंबा प्रसादनाच, शिराजमधील कार्याचे प्रमुख बनवावे, असे खानखोजेंनी मनोमन ठरवून टाकले.

जिथे-जिथे म्हणून जाणे होईल, मुक्काम पडेल, तिथे क्रांतीच्या दृष्टीने छोट्या छोट्या आघाड्या उभारायच्या आणि सर्व लष्करी शक्ती एकत्रितपणे भारताकडे वळवायची, असा खानखोजेंचा प्रयत्न होता. ही योजना खरे तर १९१४मध्ये हर दयाळने जर्मनांपुढे ठेवली होती. अफगाणिस्तानमधील शूर, लढाऊ टोळ्यांच्या पराक्रमाने प्रभावित झालेल्या हर दयाळला फारशी रहदारी नसलेल्या, डोंगराळ भागातून जाणाऱ्या मार्गाची उपयुक्तता लक्षात आली होती. या दोन जमेच्या गोष्टींच्या जोरावर, आक्रमक सैन्य उभे करून ब्रिटिशांशी सामना करण्याची त्याची योजना होती. त्याने असेही सुचविले होते की, दक्षिण पर्शियामधील टोळ्या आणि पर्शियन बलुचिस्तान यांचा उपयोग, त्या भागातील ब्रिटिश सैन्यावर हल्ला करण्यासाठी करून घेण्यात यावा. त्यामुळे त्या दिशेने भारतात प्रवेश करणे सोपे जाईल.[१७] संपूर्ण योजनेचा हा भाग खानखोजेंवर सोपविण्यात आला होता.

१९०७मध्ये रशिया आणि ग्रेट ब्रिटन यांच्यामध्ये अँग्लो-रशियन करार झाला होता. दोन्ही देशांना पर्शियामध्ये रस होता. त्यामुळे करार करून, दोन्ही देशांना आपापल्या हद्दी ठरवून घेणे भाग होते. या करारानुसार, पर्शियाचे राष्ट्रीय सार्वभौमत्व आणि त्याच्या सीमा सुरक्षित ठेवण्यात आल्या. रशियाने, उत्तर पर्शियाची निवड केली, तर ग्रेट ब्रिटनकडे बलुचिस्तान आणि अफगाणिस्तानला लागून असलेला भाग आला. उरला मध्य पर्शिया आणि काही प्रमाणात दक्षिणेकडचा भाग. हा भाग करारातून मुक्त राहिला. रशिया वा ब्रिटन कोणाच्याच नजरेत गेला नाही आणि आता बरोबर याच मुक्त भागात जर्मनी आपले वर्चस्व निर्माण करून, सत्तेचा समतोल साधू इच्छित होती.

पर्शियाच्या संपूर्ण मध्य भागावर ऑस्ट्रियन आणि जर्मन प्रभाव होता. मोठ्या प्रमाणावर पैसा ओतून आणि शस्त्रास्त्रांच्या बळावर त्यांनी हे वर्चस्व मिळविले होते. त्यातही अरबिस्तान हा शूस्टर आणि काझरनच्या मधला प्रांत ब्रिटिशांना डोकेदुखी ठरला होता.[१८] टर्कीचे सैनिकी गट शस्त्रसज्ज होते आणि त्यांच्या बरोबर छोट्या मोठ्या बऱ्याच लढाया ब्रिटिशांना लढाव्या लागत होत्या. त्याचबरोबर बूशायर बंदराचे संरक्षण आणि खनिज तेल विहिरींकडे जाणाऱ्या मार्गाचे संरक्षण ही ब्रिटिशांना पोखरणारी चिंता होती.

पण खानखोजे आणि त्यांच्या मित्रांना त्या वेळी वेगळ्याच चिंता सतावत होत्या. गदरचे सैनिक आणि बरेच क्रांतिकारक पर्शियातील निप्पॉन मारूवर एव्हाना उतरणे अपेक्षित होते, पण अजून त्यांचा पत्ता नव्हता. त्यांच्या मार्गामध्ये काही बदल झाला किंवा कसे याबद्दलही काही संपर्क खानखोजेंना होत नव्हता. पर्शियन बंदरांचा उपयोग, दारूगोळा, स्फोटके, शस्त्रास्त्रे उतरवून घेण्यासाठी करण्याची त्यांची योजना होती. पण आता बूशायरमध्ये ब्रिटिश फौजांच्या नियुक्तीनंतर ही गोष्ट शक्य होण्याची चिन्हे नव्हती.

इतर गदर सैन्याला मागे ठेवून आम्ही मार्ग बदलल्यानंतर, त्यांच्याबाबतीत प्रत्यक्षात काय घडलं आहे, हे कळायला मार्ग नव्हता. त्या काळात संपर्क यंत्रणा अगदीच प्राथमिक अवस्थेत होती. त्यातून हा भाग तर अगदीच आतल्या बाजूला होता. आमची सगळी मदार होती जर्मनांवर. तेच आमचे संदेश पोहोचवत असत, आलेले संदेश आम्हाला देत असत, पण सध्या त्यांना त्यांच्याच चिंतांनी घेरलं होतं. त्यामुळे आमच्या मित्रांकडून खातरीलायक असं काहीच कळत नव्हतं. अमेरिकेहूनही काही संदेश आला नव्हता. अमेरिकन मित्र भारतात पोहोचल्यावर त्यांचं काय झालं, हेही समजायला मार्ग नव्हता. इतकी खातरी होती की, शस्त्रास्त्रं आणि दारूगोळा सुरक्षित ठिकाणी पोहोचला असेल, व्यवस्थित ठेवला गेला असेल. कारण त्यासाठी अनेक देशभक्त अविश्रांत मेहनत घेत होते. पण मला आमच्या नेत्यांबद्दलच खातरी नव्हती. युद्धजन्य परिस्थितीत, कमालीच्या आर्थिक ताणाखाली, आमच्या योजना ते अमलात आणून त्यांचं नियोजन करू शकतील, अशी खातरी त्यांच्याबद्दल मला वाटत नव्हती. परिणामी, आमचे अनेक मनसुबे, आमच्या अनेक योजना जागच्या जागी बारगळल्या, अयशस्वी झाल्या, याचं मला कमालीचं दुःख होतं.

शस्त्रास्त्रे आणि दारूगोळा जमा करण्याच्या आणि तो भारतात पाठविण्याच्या अनेक योजना, गदरच्या विविध समित्यांनी आखल्या होत्या. जर्मनी आणि टर्कीमध्ये खरेदी करून त्या शस्त्रांची भारतात रवानगी करण्याचा एक बेत होता; तर दुसऱ्या योजनेप्रमाणे अमेरिका, चीन आणि जपानमध्ये खरेदी केलेला माल, सयाम आणि ब्रह्मदेशमार्गे आसाम आणि बंगालमध्ये पाठविण्यात येणार होता. ही दुसरी काहीशी गुंतागुंतीची आणि महत्त्वाकांक्षी वाटणारी योजना, १९१५च्या मे महिन्यात प्रत्यक्षात उतरली; परंतु ब्रिटिश गुप्तहेरांनी अमेरिकेच्या गुप्तहेर यंत्रणेला या योजनेबद्दल कळविले आणि सर्व योजना फसली.

टर्की आणि इराणमधील भारतीय क्रांतिकारकांना तर, त्यांच्या विस्तृत अशा

योजना अशाच बारगळणार आहेत, वा फसणार आहेत याची पुढील काही वर्षे कल्पनाही नव्हती. बंगालमधील गदर सैन्याला पाठविण्याच्या दृष्टीने, एक शस्त्रास्त्रांचे जहाज, बाटाविया (आताचे जकार्ता) इथे ताब्यात घेण्यासाठी, बर्लिन कमिटीने एम.एन. रॉय यांना पाठविले होते. या कामासाठी गदरच्या सॅन फ्रॅन्सिस्कोमधील मुख्यालयाने दोन जहाजे जर्मनांच्या मदतीने विकत घेतली होती. 'ॲनी लार्सेन' आणि 'मवेरिक' अशी त्यांची नावे होती.

ही दोन्ही जहाजे संशयास्पदच होती. बाजा कॅलिफोर्नियाच्या समुद्रात कार्यरत असलेली ही जहाजे, बेकायदेशीर जकात चुकवून होणाऱ्या व्यापाराकरता आणि मेक्सिकन क्रांतीच्या काळात, शस्त्रे वाहतुकीसाठी वापरली जात होती. त्यापैकी ॲनी लार्सेन हे जहाज मोठ्या समुद्रात सफर करण्याइतके शक्तिशाली नव्हते. ट्रान्स ॲटलांटिक समुद्रातील प्रवास या जहाजाला शक्य नव्हता. म्हणून योजना अशी होती की, ॲनी लार्सेन हे छोटे जहाज कॅलिफोर्नियामध्ये शस्त्रास्त्रे भरून, ती मेक्सिकोपर्यंत वाहून आणेल आणि मेक्सिकोमध्ये त्यातील शस्त्रे 'मवेरिक'वर चढवली जातील आणि बाटावियापर्यंत पोहोचवली जातील.

परंतु ठरलेल्या वेळी, दोन्ही जहाजांचा एकमेकांशी संपर्कच होऊ शकला नाही. ही घटना तर अत्यंत नाट्यपूर्ण अशीच म्हणावी लागेल. ॲनी लार्सेन कॅलिफोर्नियामधून निघून मेक्सिकोमधील टोपोलो बॅम्पो नावाच्या बंदराच्या दिशेने निघणार होते आणि सोकोरो बेटांवर 'मवेरिक'ची वाट बघणार होते. त्याप्रमाणे ॲनी लार्सेन कॅलिफोर्नियाहून निघून थेट सोकोरो बेटांवर पोहोचले. तिथे या जहाजाने तब्बल एक महिनाभर मवेरिक जहाजाची वाट पाहिली, पण मवेरिक जहाज तिथपर्यंत आलेच नाही. अखेर जहाजावरचे पाणी, अन्नधान्य संपले. ते भरण्यासाठी ॲनी लार्सेन निघाले, तेव्हा त्यांनी मवेरिकसाठी 'वाट पाहा,' असा संदेश ठेवला होता. पण वाटेत ते दुर्दैवाने वादळात सापडले, मार्ग चुकले आणि अखेर अमेरिकन कस्टम्सच्या जहाजांच्या तावडीत सापडले. अमेरिकनांनी जहाज ताब्यात घेतले. त्यातील दारूगोळा, शस्त्रे जप्त केली. इकडे मवेरिकचा रंगेल कॅप्टन, त्याच्या मैत्रिणीबरोबर मौज-मजा करण्यात मश्गुल होता. त्यामुळे त्या जहाजाला निघायलाच उशीर झाला. त्याच्या चेंगटपणाचा भारतीय क्रांतिकारकांवर मात्र विपरीत परिणाम झाला. त्याच्याबरोबर केवळ छापील पत्रके आणि पर्शियन वेष धारण केलेले पाच भारतीय क्रांतिकारक होते.[१९] बंगालमधील गदर सैन्याला दारूगोळा आणि शस्त्रास्त्रांची नितांत गरज होती. पण ती पोहोचलीच नाहीत. जाकार्ता, बँकॉक, शांघाय, मनिला, सिंगापूर आणि रंगून येथील बहुतेक सर्वच प्रयत्नांमध्ये भारतात परत आलेले गदर सैनिक सामील होते.[२०] पण कोणाचेच प्रयत्न शेवटास गेले नाहीत. ब्रिटिश गुप्तहेर यंत्रणेने पावलोपावली या प्रयत्नांवर घाला घातला.

पर्शियामध्ये असणाऱ्या भारतीय क्रांतिकारकांना मात्र या संकटांची अजिबात चाहूलही नव्हती. त्यांना काय घडले आहे, याची कल्पना नव्हती. त्यांचे ब्रिटिशांना उखडून टाकायचे प्रयत्न नेटाने सुरूच होते. आगाशेंना भारतात परत जाऊन, एकदा तेथील परिस्थितीची पाहणी करून, सर्व अंदाज घेण्यासाठी ही वेळ योग्य वाटली. भारतातील आणि भारताबाहेरील क्रांतिकारकांमधील संपर्क व्यवस्थेत सुधारणा होण्याच्या दृष्टीने आगाशेंना एक संपर्क आणि सुसूत्रीकरण केंद्र उभे करायचे होते. अर्थातच या प्रयत्नात त्यांना यश आले नाही. आणि आणखी एका जर्मन आघाडीमध्ये भाग घेण्यासाठी ते परत गेले.

१९ मे, १९१५रोजी वास्मस आणि खानखोजे, ब्रिटिशविरोधी म्हणून कुख्यात असलेल्या फार्स प्रांतातील तंगीस्तानकडे निघाले. तसेच आणखी एका जर्मन गटाबरोबर प्रमथनाथ दत्त इस्फहानच्या दिशेने रवाना झाले.[२१] हा गट इस्फहानमध्ये एक वायरलेस सेंटर उभे करणार होता. पर्शियन सरकारच्या आज्ञा धुडकावून लावून हे केंद्र उभे राहणार होते.

तंगीस्तानमधील जनतेला विश्वासात घेऊन बूशायरवर हल्ला करण्यासाठी त्यांची फौज उभी करायची जबाबदारी, खानखोजे आणि वास्मस यांची होती. तसेच गदरच्या सैनिकांना उतरण्यासाठी सुरक्षित जागा निश्चित करण्याचे कामही या दोघांना पार पाडायचे होते. तंगीस्तानपर्यंतचा प्रवास अत्यंत खडतर असा होता. मात्र काही अनुभव सुखद असेही होते. ब्रिटिशव्याप्त बूशायर जवळ आठ मैलांचा खडकाळ डोंगराळ भाग पार करून ते दोघे कारवासराई येथे पोहोचले. तिथे त्यांना थोडी विश्रांती मिळाली. ही सराई पर्शियन लष्कराच्या जेंडरमायर सैनिकांच्या अमलाखाली होती. त्यामुळे इथे त्यांना पर्शियन सैनिकांचे आदरातिथ्य तर मिळालेच, शिवाय पर्शियन डेमॉक्रॅटिक पक्षासाठी प्रचारही करता आला. त्यातून पर्शियन लोकशाहीवादी, भारतीय क्रांतिकारक आणि जर्मन्स असे सर्व एकाच ध्येयासाठी एकत्र आले. या भागात ब्रिटिशांविरुद्ध शक्तिशाली आघाडी उभारण्यासाठी खानखोजे आणि वास्मस यांनी भरपूर मेहनत घेतली.

तंगीस्तानच्या दिशेने पुढचा प्रवास सुरू झाला. सिनेह साफिद, दस्तार्जुनच्या डोंगरी भागातील चिरारमधून आणि काझरनच्या अतिशय धोकादायक अशा खिंडीमधून प्रवास करत करत, अखेर दोघेही दक्षिण पर्शियामधील तंगीस्तानच्या पठारावर पोहोचले. त्यांना कशघई या पर्शियन टोळीचा प्रमुख जहान कादर याच्या अहराम गावातील घरी मुक्कामाला जायचे होते.

कशघई जमात ही प्रसिद्ध ऐतिहासिक योद्धा चंगेझखान याची वारस. चंगेझखान नंतरचे मंगोलियन लोक धर्मांतर करून मुस्लीम झाले. आणि गुराख्याचे काम करू लागले. जिथे कुठे हिरवा चारा मिळेल, तिथे आपल्या शेळ्या-मेंढ्या, बकऱ्या, गुराढोरांना चरायला घेऊन हिंडू लागले. आपले राहायचे तंबू ठोकतानाच, आपल्या

जवळच्या मागावर ते सुंदर गालिचे विणू लागले. फुलापानांच्या सुंदर रंगसंगतीचे नाजूक गालिचे विणण्यात हळूहळू ते लोक तरबेज झाले. एका जागी चार दिवसांपेक्षा जास्त दिवस राहायचे नाही. असा त्यांचा जणू नियमच असायचा. अतिशय साधे, सरळ मुक्त वातावरणात राहणारे हे लोक, जमातीच्या नियमांचे मात्र काटेकोरपणे पालन करत असत. त्यांपैकी काही लोकांनी लोकशाहीची तत्त्वे आपलीशी केली. कारण ही तत्त्वे त्यांच्या स्वतःच्या जीवनशैलीशी मिळतीजुळती होती. या काळात कशघई जमातीची लोकसंख्या सुमारे एक लाख तीस हजारापर्यंत होती आणि त्यांचे ब्रिटिशविरोधी विचारही प्रसिद्ध होते. सौलत उद्दौला हा सर्व जमातीचा प्रमुख होता. पर्शियन सरकारपुढे मात्र ही जमात अनेक प्रश्न उभे करत होती आणि एक प्रकारे डोकेदुखी ठरली होती.[२२] हसन खान – जो बगदादपासून खानखोजेंच्या बराबेर प्रवास करत होता, त्याची कशगुली टोळी ही कशघई जमातीचाच एक भाग होती.

शस्त्रास्त्रांची कुमक बंगालमध्ये पोहोचविण्याच्या फसलेल्या बेताची सुतराम कल्पना नसलेले खानखोजे, बूशायर बंदराच्या नजिकच दक्षिणेला असलेल्या जिरे आणि ताहेरी या बंदरांकडे नजर लावून होते. या बंदरांमधून सैन्य, शस्त्रे, स्फोटके इत्यादीची वाहतूक करण्याच्या दृष्टीने त्यांनी आटोकाट प्रयत्न सुरू केले होते. बूशायरच्या अगदी मागे असलेल्या डोंगराळ भागावर, प्रसिद्ध पर्शियन बंडखोर अहमद खान याची सत्ता होती.

> *बूशायरच्या इतक्या जवळ आमचे सैन्य लपवून ठेवण्यायोग्य सुरक्षित जागा मिळाली, म्हणून मी खूप आनंदात होतो. मला अजूनही आशा होती की, अमेरिकेतून गदर सैन्य येऊन आम्हाला मिळेल आणि ब्रिटिश लष्करात नोकरी करणारे खूप सारे भारतीय सैनिकही आमच्या बाजूनी होतील.*
>
> *एप्रिल-मे १९१५मध्ये 'जमीयत इल' किंवा सर्व कशघई टोळ्यांचं एकत्रित संमेलन पार पडलं होतं. असंही मला कळलं होतं.*
>
> *कशघई जमातीचे लोक आमचे मित्र झाले होते. जातिवंत शूर लढवय्ये असे हे लोक आम्ही दिलेल्या शस्त्रांमुळे खूश झाले होते. त्यांच्या बंदुका म्हणजे त्यांचा आत्मसन्मान होता आणि लढाया ही त्यांच्या कर्तृत्वाची साक्ष होती. १९१४ ते १९१९ या दीर्घ काळात मी या कशघई लोकांच्या अगदी जवळून संपर्कात होतो. त्यांच्यासारखा मेंढपाळच झालो होतो मी. या ठिकाणाहून त्या ठिकाणी सारखं हिंडायचं, त्यांच्याच सारखे कपडे घालायचे, ते खातात तेच अन्न खायचं आणि त्यांच्या सगळ्या दैनंदिन चालीरीतीही पाळायच्या हेच माझं आयुष्य होतं. अर्थात त्यांची ही जीवनशैली म्हणजे माझ्यासारख्या क्रांतिकारकाला, त्याच्या क्रांतीकरीता होणाऱ्या हालचालींना*

संरक्षक असं कवच होतं.

कशघई आणि कशगुली टोळ्यांचे हजारो सशस्त्र लोक जीवाच्या करारावर पर्शियाचं स्वातंत्र्य जपण्यास तयार होते, तत्पर होते. त्यामुळेच कदाचित ब्रिटिशांच्या जोखडातून मुक्त होण्याची – स्वातंत्र्य मिळविण्याची भारतीयांची तळमळ त्यांना समजत होती. त्यांच्याच संरक्षणामुळे आम्ही पकडले गेलो नव्हतो. आमचं मुख्यालय शिराज होतं. पण जमीयत टोळीच्या लोकशाहीवादी लोकांच्या चळवळींनी वास्मसच्या अधिपत्याखाली जोर पकडला. वास्मसच्या नेतृत्वाखाली तंगीस्तानच्या टोळीवाल्यांनी बूशायरमधील ब्रिटिश रेसिडेंटवर हल्ला केला. त्या वेळी मी त्यांच्याबरोबर होतो.

ब्रिगेडियर जनरल पर्सी साईक्सने म्हटल्याप्रमाणे, 'वास्मस हा सर्वांत यशस्वी ठरलेला जर्मन प्रतिनिधी होता. त्याने बूशायरजवळ अतिशय प्रभावी जर्मनधार्जिणी फौज उभी केली. तिच्या रेट्यामुळेच त्या पर्शियन बंदरात शहरातील सैन्याच्या संख्येत आम्हाला वाढ करणे भाग पडले. वास्मसने शिराजमधील एक ब्रिटिश वसाहत ताब्यात घेऊन, बूशायरच्या शेजारच्या भागात त्या लोकांना डांबून ठेवले. शिराजमधील ब्रिटिश व्हाइस काउन्सेलची हत्या करण्यात आली.[२३]

त्यानंतर वास्मस तंगीस्तानमध्येच राहिला आणि खानखोजे, त्यांचे सहकारी शिराजला परतले. त्याचवर्षी जुलैमध्ये, झुगमायर – ग्रीसीन्जर नावाची आणखी एक तुकडी खानखोजेंना येऊन मिळाली. तसेच याचवेळी आगाशेही भारतातून जर्मनीमध्ये परत आले.[२४]

परंतु ८ ऑगस्ट, १९१५ रोजी ब्रिटिशांनी तंगीस्तानवर विजय मिळवून ते परत आपल्या ताब्यात घेतले. वास्मसने केलेल्या हल्ल्यात ब्रिटिशांना तंगीस्तान गमवावे लागले होते. तंगीस्तानची स्वातंत्र्य लढाई जरी अशाप्रकारे अपयशी ठरली असली, तरी त्यामुळे ब्रिटिश सैन्य लढाईत गुंतलेले राहिले. तंगीस्तानी टोळीवाल्यांनी पुन्हा ९ व ११ सप्टेंबरला बूशायरवर हल्ला केला. 'या काळात वास्मस आणि त्याच्या सहकाऱ्यांना पूर्णपणे त्यांच्या तंत्राने तंगीस्तानचा कारभार चालविता आला.'[२५] पण अखेर १९१५च्या ऑक्टोबरमध्ये ब्रिटिशांनी बूशायरवर निर्णायक विजय मिळविला.'

नोव्हेंबर महिना उजाडला आणि वास्मसने भारतीय गटाला बातमी दिली की, मौलवी बरकतुल्ला, राजा महेंद्र प्रताप, केदारनाथ सोंधी आणि हृषीकेश लथा अफगाणिस्तानकडे निघाले असून, त्यांनी पर्शिया ओलांडला आहे. ते निडरमायर आणि हेंटींगच्या फौजांना मिळाले असून, त्यांनीच या भारतीयांना अफगाणिस्तानपर्यंत आणले आहे. ऑक्टोबर महिन्यातच ते लोक काबूलला पोहोचले आहेत.

आम्ही सध्या खूप आनंदात होतो. आम्हाला अभिमानही वाटत होता.

त्याचं कारणही तसंच होतं. आम्हाला कळलं होतं की, १ डिसेंबर, १९१५ रोजी गदरचं तात्पुरतं (का होईना!) सरकार स्थापन झाले आहे. राजा महेंद्र प्रताप त्याचे अध्यक्ष झाले असून, मौलवी बरकतुल्ला पंतप्रधानपदी आहेत. त्यांनी ब्रिटिश राजवटीतून मुक्त होऊन स्वतंत्र झाल्याची अधिकृत घोषणा केली आहे. आणि सर्व क्रांतिकारकांनी एकत्रितपणे ब्रिटिशांविरुद्ध ठामपणे उभे राहून भारत दास्यमुक्त करण्याचं आवाहन केलं आहे.

आमच्या जर्मनीच्या सूत्रांकडून असंही कळलं की जर्मनी, टर्की आणि हंगेरी या देशांनी आमच्या स्वातंत्र्याला – स्वतंत्र भारताला – मान्यता दिली आहे. आम्हाला सार्वभौमत्व मिळाल्याचा आनंद, अभिमान वाटायला लागला होता.

पण त्याचवेळी मनात रुखरुख आणि चिंताही होती. आमच्या बाकीच्या मित्रांचं नक्की काय झालंय, ते कुठे आहेत, कसे आहेत काहीच कळायला मार्ग नव्हता. बिशन दास कोचर, विष्णू गणेश पिंगळे, पंडीत काशीराम, कर्तार सिंग हे आमचे मित्र आणि इतरही सहकारी कोणत्या परिस्थितीत आहेत, याचीच चिंता लागून राहिली होती.

दुसऱ्या बाजूनी शस्त्रं आणि सैनिक कधी येतील याची वाट पाहणं सुरू होतं. ती कधी आणि कशी येतील याचा काहीच भरवसा उरला नव्हता. सांकेतिक भाषेतला संदेश आम्हाला मिळेल, असं वाटत होतं. पण प्रत्यक्ष सैनिक आणि स्फोटकांचं काय? ती कुमक लवकरात लवकर मिळणं अतिशय जरुरीचं होतं. या सगळ्या पार्श्वभूमीवर आता बलुचिस्तानमध्ये आम्हाला येऊन भेटणाऱ्या एका क्रांतिकारकांच्या गटाबरोबरची बैठकही होणं, दिवसेंदिवस अशक्य वाटायला लागलं होतं.

१९१५च्या डिसेंबरमध्ये केरमन प्रांताच्या गव्हर्नरने तेथील जर्मनांची हकालपट्टी केली आणि जेंडरमायर सैन्याचे नि:शस्त्रीकरण केले.[२६] जेंडरमायर सैन्य स्वाभाविकपणे स्वीडिशांच्या प्रभावाखाली होते. कारण त्यांनीच जेंडरमायरला लष्करी प्रशिक्षण दिले होतेच, शिवाय या भागात जर्मनांच्या हालचालींना पाठिंबाही दिला होता. ब्रिटिश जनरल पर्सी साईक्सने या भागाचा ताबा घेतला आणि पर्शिया रायफल्स आणि केरमन ब्रिगेड उभी करून या भागात शांतता प्रस्थापित केली.

इकडे खानखोजे आणि त्यांचे सहकारी शिराजमध्ये पोहोचले. त्यांनी सूफी अंबा प्रसाद यांच्याशी, सर्व परिस्थितीचा साकल्याने विचारविनिमय केला. केरमनच्या मार्गावर असणाऱ्या नेरिझ गावातील सूफी अंबा प्रसाद यांच्या मित्रांना भेटायचा निर्णय घेतला. केरमन प्रांताहून पुढे भारताच्या वायव्य सरहद्द प्रांतापर्यंत पोहोचायचा

मार्गही त्यांना निश्चित करायचा होता. केरमन प्रांत हा बलुचिस्तानच्या त्या काळच्या भारताच्या सरहद्दीला लागून असणारा प्रांत होता. अमेरिकेहून येणाऱ्या गदर सैन्याची व्यवस्था करण्याची आणि नंतर त्यांची फौज तयार करण्याची जबाबदारी सूफी अंबा प्रसाद यांच्यावर सोपविण्यात आली.

पण आमच्या स्वातंत्र्य चळवळीच्या धगधगत्या ज्वाला, फार दूरवर पसरू शकल्या नाहीत. कारण अफगाणिस्तानवर अद्यापही ब्रिटिशांचंच वर्चस्व होतं आणि मुख्य म्हणजे अफगाणिस्तानचा अमीर ब्रिटिशांनाच मिळालेला होता.

आमचं तात्पुरतं सरकारही लवकरच प्रभावहीन कुचकामी झालं. बर्लिन कमिटीनी आम्हाला कळवलं की, गदरचे ३१२५ सैनिक भारतात पोहोचले आहेत, आणि काही निप्पॉन मारू जहाजावरून भारताकडे येत आहेत. भारतात आलेल्यांपैकी सुमारे २००० सैनिक कलकत्यात उतरले असून बाकीचे इतर ठिकाणी गेले आहेत. पण आमच्याकडे त्यांच्याशी संपर्क करण्याचं काहीच साधन उपलब्ध नव्हतं.

'बोटीवरून भारतात पाय ठेवलेल्या, सळसळत्या रक्ताच्या गदर बंडखोरांना, ब्रिटिश सरकार आपले कसे काय स्वागत करेल, याची मात्र सुतराम कल्पना नव्हती. आणि भारताच्या भूमीवर उतरताच ते सर्व जण ब्रिटिश पोलिसांच्या तावडीत सापडले.'[२७] एमिली ब्राऊन यांनी या सैनिकांची परिस्थिती वर्णन करताना म्हटले आहे, 'लवकरच ही गोष्ट उघड होणार होती की, गदर सैनिकांपैकी प्रत्येकाला दुसरा सैनिक कधी, कुठे, कसा काम करतोय, याची माहिती नव्हती – अपवाद फक्त ब्रिटिशांचा – त्यांचे गुप्तहेर सर्व जगभर प्रभावी कामगिरी करत होते.'[२८]

अमेरिका सोडून भारतात आलेल्या, मातृभूमीच्या प्रेमाने भारावलेल्या आणि राष्ट्रभक्तीच्या भावनेने भारावलेल्या या शूर क्रांतिकारकांना अखेर निराशाग्रस्त होऊन मृत्यूला सामोरे जावे लागले. विष्णू गणेश पिंगळे हे खानखोजेंचे जिवलग मित्र. त्यांच्या अटकेच्या वेळी त्यांच्याजवळ एक संपूर्ण रेजिमेंट उडवून देऊ शकेल, इतका स्फोटकांचा साठा होता. पण तो सगळाच्या सगळा पोलिसांच्या हाती पडला आणि त्यांना अटक झाली. त्यांची ही दुर्दैवी कहाणी खानखोजेंना नंतर बऱ्याच वर्षांनी समजली.[२९] पंडीत काशीराम आणि विष्णू पिंगळे या दोघांनाही हौतात्म्य प्राप्त झाले. पंडीत काशीराम आणि इतर सहा क्रांतिकारकांना, १७ नोव्हेंबर, १९१४ रोजी फाशी देण्यात आली. आणि त्यानंतर बरोबर एक वर्षाने – १६ नोव्हेंबर, १९१५ रोजी विष्णू गणेश पिंगळे फाशीच्या वधस्तंभासमोर उभा होता. अत्यंत अस्खलित भाषेत त्याने आपले स्वातंत्र्याविषयीचे विचार, त्या अखेरच्या क्षणी व्यक्त केले. 'परमेश्वराला आमची मनं

कळतात. आम्ही ज्या कार्यासाठी आमची आयुष्यं पणाला लावली आहेत, त्या पवित्र कार्यात परमेश्वर आम्हाला यश देवो! भारताचे स्वातंत्र्य हीच आमची एकमेव इच्छा आहे.'[३०]

आता अमेरिकेहून आलेल्या गदर सैन्याला स्वातंत्र्याचा संदेश अधिक भडक पद्धतीने देता येत होता. परंतु त्यांनाही त्याची तितकीच कडक शिक्षा मिळत होती. मायकेल ओ'ड्वायर 'पंजाब पोलीस ऑफिशियल'मध्ये मोठ्या आनंदाने लिहितो, '(क्रांतीचे) वादळ थोडक्यात कसेबसे शमले, पण १९१५च्या ऑगस्टपर्यंत आम्ही गदरचे बंड पार चिरडून टाकले.' पुढे तो म्हणतो, 'गदरचे जवळजवळ सर्व नेते आणि त्यांचे कार्यक्षम सहकारी आमच्या हाती लागले. त्यांपैकी काहींवर खटले सुरू होण्याची ते वाट बघत आहेत, तर काहींचा नंतरच्या काळात फैसला करण्यात आला.'[३१]

स्वत:साठी आखलेल्या मार्गावरून चालत राहण्याशिवाय खानखोजेंकडे दुसरा पर्याय नव्हता. युद्धाच्या वातावरणात केवळ योग्य तितक्या संपर्काच्या अभावी, संपूर्ण गदर चळवळीचा पोतच बदलला. अनेक ठिकाणांहून, अनेक देशांमधून एकत्रितपणे अत्यंत सुनियोजितपणे होणाऱ्या क्रांतीचे, एकमेकींशी काहीच संबंध नसलेल्या, विखुरलेल्या अस्ताव्यस्त अशा गुरिल्ला पद्धतीच्या, केवळ दबा धरून बसलेल्या तुकड्या आणि छोट्या-मोठ्या चकमकींमध्ये रूपांतर झाले.

पर्शियातील क्रांतिकारकांच्या हालचाली सुरू असताना, इकडे भारतीय सैन्याला जागतिक युद्धाच्या आखाड्यात उडी घ्यावी लागली. भारतीय जनतेच्या मनात नुकतीच कुठे उमलू लागलेली देशभक्तीची भावना, लोकांच्या मनावर जागतिक युद्धाचा मानसिक परिणाम झाल्यामुळे बोथट होऊ लागली. हजारो भारतीय सैनिक जर्मनांना तोंड देत आहेत, या भावनेचे भान येऊन, भारतातील ब्रिटिशांविरुद्धच्या हिंसाचाराला तात्पुरता पूर्णविराम मिळाला. आता राष्ट्रीयत्वाच्या भावनेला संसदीय दृष्टिकोन असणे आवश्यक वाटू लागले होते आणि म्हणून इंडियन नॅशनल काँग्रेसमध्ये जहालवाद्यांनाही स्थान द्यावे, अशी कळकळीची विनंती करण्यात यायला लागली होती.[३२]

१९१५मध्ये महात्मा गांधी दक्षिण आफ्रिकेहून भारतात परतले. गांधीजींचा राजकारणातील प्रवेश भारताला संपूर्णत: वेगळ्या राजकीय विचारांच्या उंबरठ्यावर घेऊन गेला – असा विचार, ज्याने काही दशके आणि आणखी एका महायुद्धानंतर संपूर्ण जगात वैचारिक क्रांती घडवून आणली – आणि अखेर भारताला स्वातंत्र्य मिळवून दिले. अर्थात लोकशाहीच्या उत्क्रांत होत जाणाऱ्या प्रक्रियेत टाकलेले प्रत्येक पाऊल, स्वातंत्र्याच्या दिशेने एक पाऊल पुढेच होते. गदरच्या चळवळीनेही असेच एक पाऊल पुढे टाकले होते, हे निश्चित!

टीप

१. पी. एस. खानखोजे यांच्या अप्रकाशित आठवणी, नवी दिल्ली, नेहरू मेमोरिअल लायब्ररी
२. स्व्हेन हेडिन ओव्हरलँड टू इंडिया, लंडन, मॅकमिलन १९१०, पृष्ठ-७३
३. एडमंड कँडलर, द लाँग रोड टू बगदाद, कॅसेल आणि कंपनी लिमिटेड, १९१९, पृष्ठ-२६०
४. गूफर म्हणजे बांबूची मोठी गोल टोपली. त्याला डांबराचा मुलामा दिलेला असतो. नदीच्या पात्रातून गोल गोल फिरत ते पुढे पुढे जाते. हिरोडोट्स या प्राचीन ग्रीक इतिहासकाराने त्याचे वर्णन केलेले आहे. १९१७मध्ये ब्रिटिशांच्या ३५व्या ब्रिगेडच्या तीन बटालियन्सनी तैग्रीस नदी या गूफरमधून पार केली होती.
५. एडमंड कँडलर, द लाँग रोड टू बगदाद, लंडन, कॅसेल आणि कंपनी लिमिटेड, १९१९
६. पी. एस. खानखोजे यांच्या अप्रकाशित आठवणी, नवी दिल्ली, नेहरू मेमोरिअल लायब्ररी
७. एडमंड कँडलर, द लाँग रोड टू बगदाद, लंडन, कॅसेल आणि कंपनी लिमिटेड, १९१९, पृष्ठ-२५७, ब्रिटिशांनी ऑक्टोबर, १९१५मध्ये पर्शियाला बूशायर परत केले.
८. ए. सी. बोस, इंडियन रेव्होल्युशनरीज अब्रॉड १९०५ ते १९२२, पाटणा, भारती भवन, १९७१. भारत आणि पूर्वेकडच्या भागाबद्दल, वॉर ऑफिस मेमो ऑफ जर्मन लिटररी प्रोपोगंडा यामधून उद्धरित नॅशनल अर्काईज
९. वरीलप्रमाणे, पृष्ठ-१०३, जर्मन नोंदी आणि अल्‌रिच गेहर्क यांच्या सांगण्याप्रमाणे
१०. ले. कर्नल सर अर्नोल्ड टी. विल्सन, लॉयल्टीज : मेसापोटेमिया १९१४-१९१७ ऑक्सफर्ड युनिव्हर्सिटी प्रेस, १९३०, पृष्ठ-२४
११. वरीलप्रमाणे –
१२. वरीलप्रमाणे –
१३. वरीलप्रमाणे –
१४. ए. सी. बोस, इंडियन रेव्होल्युशनरीज अब्रॉड १९०५ ते १९२२, पाटणा, भारती भवन, १९७१. पृष्ठ-१०४
१५. पी. एस. खानखोजे यांच्या अप्रकाशित आठवणी, नवी दिल्ली, नेहरू मेमोरिअल लायब्ररी
१६. एडमंड कँडलर, द लाँग रोड टू बगदाद, लंडन, कॅसेल आणि कंपनी

लिमिटेड, १९१९, पृष्ठ-२५४
१७. निरोद के बरूआ, इंडिया अँड ऑफिशियल जर्मनी १८८६-१९१४, फ्रँकफर्ट, पीटर लँग, १९७७, पृष्ठ-१९०
१८. ब्रिगेडियर जनरल सर पर्सी साईक्स, पर्शिया, ऑक्सफर्ड, क्लॅरेंडन प्रेस, १९२२, पृष्ठ-१४७
१९. ए. सी. बोस, इंडियन रेव्होल्युशनरीज अब्रॉड १९०५ ते १९२२, पाटणा, भारती भवन, १९७१. पृष्ठ-१२८
२०. एमिली सी. ब्राऊन, हर दयाळ, टक्सन : युनिव्हर्सिटी ऑफ अरिझोना प्रेस, १९७५, पृष्ठ-२०२
२१. ए. सी. बोस, इंडियन रेव्होल्युशनरीज अब्रॉड १९०५ ते १९२२, पाटणा, भारती भवन, १९७१. पृष्ठ-१०४
२२. ब्रिगेडियर जनरल सर पर्सी साईक्स, पर्शिया, ऑक्सफर्ड, क्लॅरेंडन प्रेस, १९२२
२३. वरीलप्रमाणे, पृष्ठ-१५६
२४. ए. सी. बोस, इंडियन रेव्होल्युशनरीज अब्रॉड १९०५ ते १९२२, पाटणा, भारती भवन, १९७१. पृष्ठ-१०४. अल्‌रिच गेहार्क यांच्या जर्मन नोंदणीमधून
२५. एडमंड कॅंडलर, द लाँग रोड टू बगदाद, लंडन, कॅसेल आणि कंपनी लिमिटेड, १९१९, पृष्ठ-२५८
२६. वरीलप्रमाणे, पृष्ठ-२५९
२७. हरीश के पुरी. गदर मूव्हमेंट अमृतसर, गुरू नानकदेव युनिव्हर्सिटी प्रेस, १९८३, पृष्ठ-१५३
२८. एमिली सी. ब्राऊन, हर दयाळ, टक्सन : युनिव्हर्सिटी ऑफ अरिझोना प्रेस, १९७५
२९. हरीश के पुरी. गदर मूव्हमेंट अमृतसर, गुरू नानकदेव युनिव्हर्सिटी प्रेस, १९८३,पृष्ठ-१६३
३०. जगदीश शरण शर्मा, इंडिया सिन्स द ॲडव्हेंट ऑफ द ब्रिटिश, नवी दिल्ली, एस. चाँद आणि कंपनी, १९७०, पृष्ठ-१८५
३१. हरीश के पुरी. गदर मूव्हमेंट अमृतसर, गुरू नानकदेव युनिव्हर्सिटी प्रेस, १९८३,पृष्ठ-८८
३२. बिपनचंद्र, के. एन. पणिक्कर, मृदुला मुकर्जी, सुचेता महाजन, इंडियाज स्ट्रगल फॉर इंडिपेन्डन्स, नवी दिल्ली; पेंग्विन बुक्स इंडिया, १९८८, पृष्ठ-१६१

शिराज ते नेरिझ

आपल्या छोट्या सैन्याबरोबर, बलुचिस्तानमार्गे भारतात प्रवेश करायचाच, या विचाराने खानखोजेंच्या मनात ठाण मांडले होते. भारतातील परिस्थितीत काय फरक पडला आहे किंवा त्यांच्या सहकाऱ्यांचे काय झाले आहे, याची त्यांना कल्पना नव्हती. पर्शियन मित्रांच्या मार्गदर्शनाखाली खानखोजे, प्रमथनाथ दत्त आणि आगाशे यांनी नेरिझचा रस्ता धरला. केरमनच्या रस्त्यावर नेरिझ हे गाव होते. अत्यंत दलदलीचा असा 'दरिया-ए-नमक' किंवा मिठाचा समुद्र त्यांना पार करायचा होता. नेरिझ तळे जवळ-जवळ कोरडे पडलेले, पाण्याचे मीठ झालेले असे होते. त्यांच्याजवळ घोडे होते. घोड्यांवरून हा प्रवास पार पडला. वाळवंटाच्या पार्श्वभूमीवर वाटेत ठिकठिकाणी दिसणारे फ्लेमिंगोंचे थवे उठून दिसत होते.

> *डेमॉक्रॅटिक पार्टीनी पुरविलेल्या घोड्यांवरून आम्ही चाललो होतो. एकूणच या पार्टीनी आमच्या सुरक्षिततेची भरपूर काळजी घेतली होती. ब्रिटिशांच्या सत्तेचा फास आणि रशियाचे त्यांच्या देशातले अस्तित्व उखडून टाकून त्यांना पर्शियामध्ये लोकशाही आणायची होती. आमच्याजवळ टर्कीच्या सुलतानाच्या जिहादच्या जाहीरनाम्याची आणि अफगाणिस्तानमधील तात्पुरत्या गदर सरकारने जाहीर केलेल्या भारतीय स्वातंत्र्याच्या जाहीरनाम्याची प्रत होती.*

तळ्यापासून 'खुर' या खेडेगावापर्यंत आणि तिथून पुढे नेरिझपर्यंत असा रस्ता होता. याच रस्त्यावर त्यांना प्रथमच 'बहाई' पंथाचे लोक भेटले. हे बहाई लोक म्हणजे प्रखर देशभक्त तर होतेच, शिवाय सामाजिक सुधारणांवर दृढ विश्वास ठेवणारे आणि उदारवादी धार्मिक दृष्टिकोन बाळगणारे होते. या बहाई लोकांना भेटणे, त्यांच्याशी विचारांचे आदान-प्रदान करणे, ही गोष्ट खानखोजेंना अतिशय प्रेरणादायक वाटली.

केरमनमध्ये जायचे तर होतेच, पण खानखोजे आणि मंडळींना दाट शंका होती की, ब्रिटिशही केरमनमध्ये तळ ठोकून आहेत. त्यामुळे नेरिझमध्येच काही दिवस थांबून, शंकेचे निरसन करून घेणे आवश्यक होते. ब्रिटिश जर केरमनमध्ये नसतील, तर तिथपर्यंत जाणे सुरक्षित होते. नाहीतर काही तरी वेगळा विचार करावा लागला असता. परिणामी नेरिझमधील मुक्काम वाढला. आता इथे तसे फारसे काही काम नव्हते. पण स्वस्थ बसून आळसात वेळ काढणे, खानखोजेंच्या स्वभावातच नव्हते. त्यांनी त्या वेळात, नेरिझमध्ये एक शाळा काढायचे मनावर घेतले. तेथील बहाई लोकांशी ओळख झाली होतीच. त्यांची मदत झाली. गावातील एका डॉक्टरशीही खानखोजेंची चांगली मैत्री जमली. त्याने खानखोजेंना आपल्या घरी राहण्यासाठी नेले. या डॉक्टरांची आणि विशेषत: बहाई लोकांची मदत खूप महत्त्वपूर्ण ठरली. भारतीयांच्या कामकाजात त्यांनी संपूर्ण सहकार्य देऊ केले. इतकेच नाही, तर पुढे युद्ध संपल्यानंतर, एका प्रसंगात खानखोजेंचा जीव वाचविण्यामध्येही त्यांचा महत्त्वाचा वाटा होता.

> *टर्कीच्या सुलतानाने केरमनमध्ये येथे आणखी सैन्यभरती करण्याचा पाठवलेला निरोप पोहोचविण्यास प्रमथनाथ दत्त अतिशय उत्सुक होते. नास्तिक, धर्माची वगैरे निंदा करणाऱ्या ब्रिटिशांविरुद्ध लढायला मुस्लिमांना भरीला घालण्यासाठी, सुलतानाचा 'फतवा' खूप उपयोगी ठरेल असं त्यांना वाटत होतं. त्यासाठी त्यांना केरमनला जायची खूप घाई झाली होती. असे उताविळ होणे शहाणपणाचे होणार नाही, म्हणून मी त्यांना समजवण्याचा खूप प्रयत्न केला, पण ते ऐकेचनात. सारासार विचार करण्याची त्यांची मन:स्थितीच उरली नव्हती. ते पाहून अखेर आम्ही त्यांना थांबवू शकलो नाही. ते केरमनकडे रवाना झाले.*

केरमनमधील डेमॉक्रॅटिक पार्टीने दाऊद अलींचे (प्रमथनाथ दत्त) मनापासून स्वागत केले. त्यांची सर्व व्यवस्था केली. काहीच दिवसांत दत्तांनी 'मार्ग खुला असल्याचा' निरोप नेरिझमध्ये थांबलेल्या मित्रांना पाठवला. तेथील बहाई लोकांच्या मदतीने मग महमद खान (खानखोजे) आणि मिर्झा महमद अली (अर्थात आगाशे) केरमनकडे रवाना झाले.

केरमन

पर्शियाच्या सुवर्णयुगात, 'खुस्त्रो पहिला' या राजाच्या अमदानीत, केरमन हे एक महत्त्वाचे केंद्र होते. भारताता येताना वाटेत, अलेक्झांडर द ग्रेट केरमनवरून गेला होता. केरमन म्हणजे त्या काळात भव्य मशिदी, शाही स्नानगृहे, मोठ-मोठे

बागबगीचे असे मोगल काळाच्या भारतातील कोणत्याही एखाद्या शहराप्रमाणे होते.

केरमनमध्ये पाऊल ठेवलं, तिथल्या इमारती, वास्तू पाहिल्या आणि क्षणभर भारतातच आल्यासारखं वाटलं. केरमनचं आणखी एक वैशिष्ट्य म्हणजे तिथले गालिचे विणणारे विणकर. त्यांची कला आणि कल्पनाशक्ती अक्षरश: अचंबित करणारी होती. आपल्या बोटातली जादू वापरून ते विणकर, अमेरिकेचे अध्यक्ष वुड्रो विल्सन यांच्यासाठी एक अतिशय सुंदर आणि कलात्मक असा गालिचा विणत होते. एका स्विस व्यापाऱ्याने आम्हाला तो गालिचा दाखवला आणि त्याची किंमत हजार डॉलर्स असल्याचं सांगितलं. तिकडे अशी म्हणच प्रसिद्ध होती की, 'या पृथ्वीतलावर केरमनसारखं ठिकाण नाही. केरमन म्हणजे जगाचं हृदय आणि आम्ही त्या हृदयाची माणसं!'

केरमनचा गव्हर्नर हा बख्तियारी टोळीचा प्रमुख नेता होता. शाह-ए-शाहने त्याची नेमणूक केली असल्याने, साहजिकच त्याच्या निष्ठा त्या राजाच्या पायी होत्या. आणि हा राजा ब्रिटिशांचा जवळचा मित्र होता. या उलट केरमनची जनता मात्र लोकशाहीवर अढळ विश्वास ठेवणारी होती. आणि म्हणूनच त्यांनी प्रमथनाथ दत्तांचे इतके जंगी स्वागत केले.

अर्थात केरमन हे अनधिकृतपणे का होईना, पण ब्रिटिशांच्या अमदानीखाली होते. आणि तिथला ब्रिटिश कौन्सिल हा त्या प्रांताचा प्रत्यक्षातला राज्यकर्ता होता. पर्शियन डेमॉक्रॅटिक पार्टीच्या त्या भागातील हालचालींना पायबंद घालण्याचे त्याचे प्रमुख काम होते.[१] शिया मुस्लिमांच्या इस्माईली पंथाचा (त्यात भारतातील बोहरा जमतीचा समावेश होता.) धार्मिक गुरू किंवा प्रमुख आगा खानचा भाऊ होता. त्याला केरमनमध्ये ब्रिटिशांना मदत करण्यासाठी आणि पर्शियन डेमॉक्रॅटिक चळवळ दडपून टाकण्यासाठी खास आमंत्रण देण्यात आले होते.

दरम्यान, डॉ. एरिक झुगमायर हे जर्मन कौन्सिलचा पदभार स्वीकारण्याच्या उद्देशाने, उत्तरेकडून केरमनमध्ये दाखल झाले होते. त्यांचेही तसेच – त्याच उत्साहात स्वागत झाले. डॉ. झुगमायर यांनी पर्शियात येताना आपल्या बरोबर काही जर्मन डॉक्टर्स आणि काही जर्मन सल्लागार आणले होते. पर्शियामधील जर्मनांबद्दलचा अहवाल देताना एक ब्रिटिश अधिकारी कर्नल सर अर्नोल्ड टी विल्सन म्हणतो, 'युद्धासाठी कौन्सिल जनरल म्हणून नियुक्त केलेला, त्यांचा इस्फहानमधील सहकारी हर पुजिन हा तसाच रानटी, निर्दयी होता. जर्मनवादाचा तसाच कट्टर पुरस्कर्ता होता; पण त्याची कामाची पद्धत ही केरमनमधील सीईलर, झुगमायर, ग्रीसीन्जर यांच्यापेक्षा किंवा पर्शियातील इतर ठिकाणच्या युद्धप्रतिनिधींपेक्षा तुलनेने सौम्य होती.'[२] जर्मनांनी बरेच युद्धकैदीही भरती केले होते. १०,४८६ भारतीय लढवय्यांपैकी १२९०

सैनिक त्यांच्या विरुद्धच्या लढाईत मारले गेले, तर १७७३ सैनिकांचा ठावठिकाणा कळलाच नाही.[३]

जर्मनीच्या मदतीने, १९१५मध्ये पर्शियन डेमॉक्रॅटिकच्या सैन्याने केरमन जिंकून घेतले. ब्रिटिश फौजेला बंदर अब्बास येथे आश्रय घ्यावा लागला. त्या भागातील ब्रिटिश कमांडर जनरल पर्सी साईक्स याचे बंदर अब्बास हे मुख्यालय होते. काही काळासाठी केरमनवर पर्शियन डेमॉक्रॅट्सचे राज्य होते, पण सत्तेची सूत्रे सतत बदलत राहली. रानटी टोळ्यांच्या प्रमुखांनी दक्षिण इराणवर कब्जा मिळवला, तर ब्रिटिश फौजा अफगाणिस्तान आणि भारतीय अमलाखालील बलुचिस्तानवर पकड ठेवून होत्या. एकूणच हा भाग म्हणजे सत्तेच्या बाबतीत गोंधळ माजलेला, असा झाला होता. कोणाची सत्ता कुठे आहे, हे कोणालाच नक्की कळत नव्हते.

अखेर साउथ पर्शियन रायफल्स ही आघाडी उभी करण्यासाठी बंदर अब्बासला पाठविल्या गेलेल्या जनरल पर्सी साईक्सने ही आघाडी उभी करून, सैनिकांना योग्य ते प्रशिक्षण देऊन मार्च, १९१६मध्ये केरमनवर हल्ला केला. त्याने या आघाडीत पर्शियन जेंडरमायर सैन्यही भरती केले होते.[४] जनरल पर्सी साईक्सचा या भागातील कृतीशील प्रवेश हा पर्शियन चळवळीचा पोत बदलणारा आणि भारतीय क्रांतिकारकांच्या नशिबाला वेगळे वळण देणारा ठरला!

अफगाणिस्तानच्या मार्गावर खानखोजे आणि सहकाऱ्यांना कुह बेजानचे वाळवंट आणि डोंगरांच्या रांगा ओलांडाव्या लागल्या. त्या भागातील प्रवासाचे एकमेव साधन म्हणजे उंट. त्यामुळे बाकी सगळे सामान, शस्त्रे, दारूगोळा आणि सैनिकांनाही उंटांच्या पाठीवरूनच प्रवास करावा लागत होता. चामड्यांच्या पिशव्यांमधून पिण्याचे पाणी बरोबर वागवावे लागत असे. कारण प्रवासातील कित्येक दिवस ताजे पाणी दृष्टीसही पडत नसे.

> *आमच्या गदर सैन्याला, पर्शियातल्या दक्षिणेकडच्या मार्गावरून बलुचिस्तानमार्गे भारतात प्रवेश करावा लागणार होता. हा सर्व भाग अतिशय मागासलेला, राना-वनांचा, अजिबात वहिवाट नसलेला निर्जन असा होता. इथले लोक अत्यंत कडवे स्वातंत्र्यवादी होते. आमच्या कार्याच्या दृष्टीने अर्थात ही अनुकूलच गोष्ट होती.*

जर्मनांनी जे भारतीय युद्धकैदी भरती केले होते, त्यांपैकी काही जण खानखोजेंना येऊन मिळाले. पर्शियन लढवय्ये तर आधीच या सैन्यात जमा झाले होते. आणि त्या सगळ्यांचा आता उद्देश होता, या देशातील बलुची योद्ध्यांना आपल्याकडे वळवून घ्यावे. आपल्या आत्मचरित्रात खानखोजे लिहितात, 'बलुचिस्तानकडे निघतानाच आमची गदर फौज जवळ-जवळ पाच हजार सैनिकांची इतकी शक्तिशाली झाली होती.'[५]

प्रमथनाथ दत्त आणि काही गदर सैनिकांना खानखोजेंनी, पर्शिया आणि अफगाणिस्तानच्या सीमेदरम्यानच्या सीईस्तानमध्ये जाण्यासाठी, त्या रस्त्यावरच्या देश्त-इ-लुत या गावी पाठविले. तिथे जाऊन टेहळणी करण्याचे काम त्यांच्यावर सोपिवण्यात आले होते. प्रमथनाथ दत्त हे स्वभावत:च अतिशय निडर, धीट लढवय्ये होते. पण देश्त-इ-लुतमध्ये त्यांना आणि त्यांच्या गदर सैनिकांना ब्रिटिशांकडून पराभव पत्करावा लागला. एका घमासान चकमकीमध्ये दत्त गंभीर जखमी झाले. त्यांच्या सहकाऱ्यांनी त्यांना केरमनला परत आणले. त्यांच्यावर उपचार केले आणि अगदी मृत्यूच्या दारापर्यंत गेलेले प्रमथनाथ दत्त सावरले.

याचवेळी दादाभाई होर्मुसजी करसास्प या नावाचे गदरच्या बर्लिन कमिटीचे सभासद, बसंत सिंग नावाच्या त्यांच्या गदरमधील सहकाऱ्याला घेऊन, केरमनमध्ये आले होते. काबूलमधील भारतीय क्रांतिकारकांना पैसे देण्यासाठी हे दोघे अफगाणिस्तानमध्ये गेले होते आणि ते काम संपवून सध्या केरमनला परतले होते. त्यांच्या मनात काबूलमधील तात्पुरत्या सरकारच्या धर्तीवर सीईस्तानमध्ये मुख्यालय स्थापन करायचे होते. या कामातील अडथळे, धोके त्यांना समजावून सांगण्यात आले. 'वाटते तेवढे हे काम साधे-सरळ नाही.' असे सांगूनही बंडखोरांचा एक गट बरोबर घेऊन दोघेही सीईस्तानला निघालेच.

इतिहासकार ए.सी. गुहा, करसास्प यांची, 'अगदी आरंभीचा – भारतीय पारशी जातीतला, देशासाठी प्राणार्पण करून हौतात्म्य पत्करणारा पहिला क्रांतिकारक' अशी स्तुती करतात.[६] ए.सी. बोस यांनी करसास्प आणि बसंत सिंग यांच्या दुर्दैवी अंताबद्दल लिहिले आहे. ते म्हणतात, 'या दोघांच्या सहकाऱ्यांना इराणमध्ये केन आणि बिरजांदच्या दरम्यान ब्रिटिशांनी पकडले आणि सर्वांना क्रमाक्रमाने नसरताबादला आणले. तिथे करसास्प आणि बसंत सिंग यांना, ब्रिटिश मिलिटरी ट्रायब्युनलच्या हुकूमावरून, गोळ्या घालण्यात आल्या.'[७]

सीईस्तान

सीईस्तान हा प्रांत ऐतिहासिकदृष्ट्या वैशिष्ट्यपूर्ण असा होता. अलेक्झांडर, तैमूर आणि इतर अनेक आक्रमक राजांनी, सीईस्तानमधून प्रवास करून भारतात प्रवेश केला होता. प्राचीन काळी अनेक आक्रमकांनी केलेल्या आक्रमणांचे, विनाशाचे पुरावे सीईस्तानमध्ये आढळतात. ब्रिटिशांनाही या भागाचे लष्करी डावपेचांच्या दृष्टीने असलेले महत्त्व लक्षात आले होते. सीईस्तानची राजधानी नसरताबाद ही एका तळ्याच्या काठी वसलेली होती. इथली मातीची घरे अफगाणी वा बलुची पद्धतीची होती. उन्हाळ्यात इथे अत्यंत कडक उन्हाळा असायचा, पण थंडीत मात्र हवामान सुखद असायचे. इसवी सन २००व्या शतकाच्या काळातील 'शाहनामा' या इराणी

धार्मिक ग्रंथात उल्लेख आढळतो की, या भागातील शक किंवा सीथीयन्स लोकांना भारतीयांनी या भागातून हाकलून दिले होते.

हेलमंड आणि रुड-इ-सीईस्तान या दोन नद्या म्हणजे काठावर गुंतागुंतीचे, नागमोडी वळणाचे वाळूचे बांध असणारे वाळवंट पण नद्यांची पात्रे मात्र मोठी गलबते प्रवास करू शकतील अशी[८] भरपूर पाणी असलेली आणि विस्तीर्ण, असा विरोधाभास होता. हामुन-इ-सीईस्तान या तळ्याला वेदिक काळात 'अवेस्ता' म्हटले जायचे. अवेस्ता म्हणजे झोराष्ट्रीयन पंथाच्या दृष्टीने अत्यंत पवित्र गोष्ट आणि तिथल्या झोराष्ट्रीयन संस्कृतीकडे आकर्षित होऊनच, करसास्प या भागात येऊन पोहोचले होते.

सीईस्तानमधील तलाव आणि नदीच्या आसपासचा रम्य परिसर पाहून खानखोजेंना तात्पुरता मुक्काम तिथेच करायची इच्छा झाली. तसे नदीचे पात्रही बरेसचे कोरडेच होते. यापूर्वीच प्रशिक्षण घेतलेले काही प्रचारक या भागात आधीपासून प्रचाराचे काम करतच होते. खानखोजेंनीच या लोकांना प्रशिक्षित केले होते. ब्रिटिश सैन्यावर गुरिल्ला पद्धतीचे हल्ले करणे आणि हेरगिरी यामध्ये हे गदरचे सैनिक पटाईत झाले होते. मुक्कामासाठी नदीच्या कडेकडेने जाताना अखेर ते हुसेनाबाद नावाच्या खेडेगावात पोहोचले. सीईस्तानजवळचे वाळवंट ज्याचे नाव होते 'दश्त-इ-मार्गो' किंवा 'मृत्यूचे वाळवंट' हे वाळवंट ओलांडल्यानंतर, सीईस्तानमधील हुसेनाबाद हा पहिलाच हिरवागार बहरलेला भाग त्यांच्या नजरेला पडत होता.

इथून पुढे काबूलमधील तात्पुरत्या गदर सरकारमधील सदस्यांना भेटायचा भारतीयांचा बेत होता. पण क्वेट्टामध्ये ब्रिटिशांच्या मोठा तळ असल्यामुळे, त्यांना माघार घ्यावी लागली. आता थोडे मागे जाऊन, बाममध्ये पोहोचायचे आणि तिथून भारतीय बलुचिस्तानमध्ये प्रवेश करण्याचा मार्ग शोधायचा हा पर्याय समोर होता.

बाम

खानखोजे आणि मंडळी बाममध्ये आली आणि काही काळ तिथेच स्थिरावली. बाममधील हवा मध्यम प्रतीची सुसह्य होती. दक्षिण बलुचिस्तानसारखे इथे उन्हाने भाजून निघायची आणि थंडीने थिजून जायची वेळ येणार नव्हती.

> *कँप उभारण्यासाठी आम्ही बामची निवड केली. कारण या भागातले बहुधा हे सर्वांत सुरक्षित ठिकाण असावे. पर्शियन डेमॉक्रॅट्सच्या ताब्यात हा भाग होता. त्याला लागूनच त्या काळची भारतीय बलुचिस्तानची सीमा होती. ब्रिटिशांच्या हालचालींवर नजर ठेवून त्या आम्हाला कळविण्यासाठी आम्ही काही पर्शियन गुप्तहेर नेमले होते. आमच्या प्रचार मोहिमेचाही चांगला परिणाम दिसत होता. आम्हाला असंही कळलं की, या भागातल्या तोची टोळ्या तसेच बलुची आणि पठाण या लोकांनी यापूर्वीच ब्रिटिशांविरुद्ध*

चळवळ उभी केली आहे.

प्रत्यक्ष हल्ला करण्यासाठी या टोळ्यांना शस्त्रास्त्रांची गरज होती. त्यांच्याकडची शस्त्रास्त्रे अपुरी होती. दारूगोळा जवळजवळ नव्हताच आणि भारतीय फौजेला आशा होती की, जर्मनांच्या मदतीने आपण हा पुरवठा करू शकू.

दरम्यान, प्रमथनाथ दत्तांच्या सगळ्या जखमा भरून आल्या होत्या; तरीही ते अजून अशक्त होते. आगाशे केरमनमध्ये ब्रिटिशांशी दोन हात करत होते. झुगमायर, ग्रीसीन्जर आणि त्यांचे जर्मन सहकारी सैनिक 'जिहाद'चा पुरस्कार करत हिंडत होते. तसेच क्रांतिकारक सैन्याच्या प्रवासाच्या तयारीमध्ये गढले होते. ऑस्ट्रियन कौन्सिल डॉ. बाएच बाममध्येच राहिले होते.

बामपासून आठ मैलांवर 'देह-इ-साम' नावाचे वाळवंट पसरलेले होते. तर बामपासून सर्वांत जवळचे गाव किमान १५० मैल दूर होते. अशी ही एकांतातील जागा खानखोजेंच्या कार्याच्या दृष्टीने अगदी योग्य होती.

> *आमच्या फौजा बलुचिस्तानच्या सीमेवर तैनात करण्याची जबाबदारी माझ्या खांद्यावर होती. त्यासाठी बलुची टोळ्यांशी दोस्ती करण्याचे मार्ग, युक्त्या शोधून काढायला पाहिजे होत्या. कारण बामजवळच्या या बलुची लोकांचा प्रभाव पार कराचीपर्यंत पसरलेला होता.*
>
> *भारतीय बलुचिस्तानकडे जाण्यासाठी बाममधून आम्ही निघालो. उंटांवरून आमच्या स्वाऱ्या निघाल्या. त्या तब्बल तीन दिवसांच्या कंटाळवाण्या प्रवासानंतर सर आब या गावी पोहोचल्या. त्या गावात पाण्याचं इतकं दुर्भिक्ष्य होतं की, थेंबभरही पाणी कुठे मिळेना. होतं ते पाणी अगदी पुरवून-पुरवून वापरावं लागत होतं.*
>
> *अचानक आमच्या दृष्टीला पडली एक सुंदर ताडाच्या झाडांची वनराई. ताणले गेलेले, दुखायला लागलेले डोळे एकदम सुखावले. तिथल्याच एका झऱ्यावर आम्ही मनसोक्त डुंबलो. थकलेलं शरीर एकदम ताजंतवानं झालं. खरं तर हा भाग बलुचिस्तानला अगदी जवळचा. पण तरीही प्रवासी या मार्गाने जा-ये करत नसत. कारण बलुची तैफी नावाच्या टोळ्या प्रवाशांवर हल्ला करून त्यांना लुटत असत. त्यामुळे जिवाला धोका असणारा हा मार्ग लोकं टाळत असत.*

खानखोजेंनी बलुचिस्तान सीमेजवळच्या परिस्थितीचा अंदाज घेण्यासाठी काही सैनिकांना पाठविले; परंतु ते सैनिक कधीच परत आले नाहीत. टर्कीच्या सुलतानाच्या फतव्याचा या भागात काहीच परिणाम झाला नव्हता. फतवा निष्प्रभ ठरण्याचे मुख्य कारण म्हणजे, या टोळ्या प्रामुख्याने शियापंथी होत्या. केवळ इराणमधील बलुची

टोळ्याच काय त्या सुन्नी पंथाच्या[१] होत्या आणि त्यांनाच फक्त सुलतानाच्या फतव्याचे महत्त्व होते. पण तरीही त्यांनी आपली चिकाटी सोडली नाही. ब्रिटिशांविरुद्धचा प्रचार नेटाने सुरूच ठेवला. प्रचाराची आणखी एक युक्ती त्यांनी शोधली. खानखोजे आणि त्यांच्या सहकाऱ्यांच्या ब्रिटिशांच्या सैनिकांबरोबर अनेकदा झटापटी व्हायच्या. छोट्या-मोठ्या चकमकींमध्ये ब्रिटिशांची जी काही शस्त्रास्त्रे त्यांच्या हाती लागत असत, ती शस्त्रास्त्रे हे लोक टोळीतील लोकांना देऊन टाकत असत. तसेच वेळोवेळी त्यांना जर्मन शस्त्रास्त्रेही वाटत असत. त्यामुळे या टोळीवाल्यांचा विश्वास मिळविणे आणखी सोपे गेले.

आमच्यापैकी बरेच जण फकीर, दरवेशांचं सोंग घेऊन रस्तोरस्ती भटकत असत आणि छुपा प्रचार करत असत. मीही त्यांपैकी एक होतोच. आम्ही बरेचदा नर्मशीर आणि नसरताबाद या भागात हिंडत असू.

मुस्लिमांमध्ये प्रचार करताना शिया आणि सुन्नी असा फरक करावा लागायचा. सुन्नी लोकांच्यात प्रचार करताना आम्ही टर्कीच्या सुलतानाच्या फतव्याचा उपयोग करून घ्यायचो. कारण फतवा म्हणजे त्या लोकांना 'अखेरचा शब्द' असायचा. तर शिया मुस्लिमांसाठी वेगळी भाषा वापरायला लागायची. त्यांच्यासमोर ब्रिटिशांचा उल्लेख आम्ही अत्यंत अपमानकारक वाटेल अशा पद्धतीने 'विदेशी आक्रमक' असा करायचो, कारण या टोळ्यांना आणि शिया मुस्लिमांना, कोणा परक्याचं वर्चस्व, त्याची आपल्या आयुष्यातली ढवळाढवळ अजिबात खपत नसे. त्यांच्या या भावनेचा आम्ही पुरेपूर फायदा उठवला. हे दोन्ही डावपेच कमालीचे यशस्वी ठरले. या टोळ्या आमच्या बाजूने झाल्या आणि बघता-बघता ब्रिटिशविरोधाचा वणवा त्या भागात चांगलाच भडकला.

अफगाणिस्तानचा अमीर त्या काळात ब्रिटिशांच्या प्रभावाखाली होता. त्या भागाचा ताबा मिळविण्यासाठी ब्रिटिश आणि रशियन्स यांच्यात संघर्ष सुरू होता. आणि अफगाणिस्तान हे त्यांच्या डावपेचांचे ठाणे होते. राजकीय कारवाया, कुशल अशी कट कारस्थाने, हुशारीने खेळलेले डावपेच आणि सतत वारंवार बदलणाऱ्या निष्ठा यामुळे अफगाणिस्तानमधील तात्पुरत्या सरकारकडे काही ताकद शिल्लक राहिली नव्हती. या दूषित वातावरणाने सरकार पार कमकुवत होऊन गेले होते. पुढच्या बऱ्याच काळापर्यंत अफगाणिस्तानमधील मोहीम अयशस्वी झाली असल्याचे खानखोजेंना समजलेच नव्हते. उलट, तिथल्या विविध टोळ्यांशी, त्यांच्या प्रमुखांशी निर्माण झालेली जवळीक आणि पर्शियन डेमॉक्रॅट्सशी प्रस्थापित झालेले मैत्रीपूर्ण संबंध यामुळे त्यांना या मोहिमेबद्दल खूप आशा वाटत होती. या आघाडीकडून

त्यांच्या बऱ्याच अपेक्षा होत्या.

इकडे ब्रिटिशांना मात्र सीमेवरील विविध टोळ्यांमधील वाढते भांडण तंटे आणि त्या भागात कार्यरत असलेल्या भारतीय क्रांतिकारकांसह इतर पक्षांशी त्यांची वाढत चाललेली मैत्री या दोन गोष्टींची काळजी वाटू लागली होती. अर्थात लगेच त्या भागातील आपल्या फौजांमध्ये वाढ केल्याशिवाय ब्रिटिश राहिले नाहीत. तसेच या भागातून आणखी रेल्वे मार्ग टाकण्याच्या दृष्टीनेही त्यांनी पाहणी सुरू केली.

बामपूरकडे कूच

बलुचिस्तानमध्ये प्रवेश करण्याचा बामपूरमध्ये जाणे हा एक मार्ग होता. खानखोजेंचे सैन्य बाममधून पर्शियातील बामपूरकडे निघाले. बाममध्ये असतानाच त्यांच्याजवळचे अन्नधान्य, शस्त्रास्त्रांचा साठा संपत आला होता. आणि मुख्य म्हणजे बर्लिन कमिटी आणि प्रमुख जर्मन यंत्रणांशी असलेला संपर्क पूर्णपणे तुटला होता.

बाम ते बामपूर हा प्रवास आम्ही घोड्यांच्या पाठीवर बसून केला. सामान वाहायला खेचरं होती. आमचे सैनिक बलुची पद्धतीचे कपडे करून निघाले होते. खरं तर त्यांचीही परिस्थिती फारशी चांगली राहिलेली नव्हती. लुतच्या वाळवंटाजवळ आम्हाला उंट विकत घ्यावे लागले. कारण वाळवंटात घोड्यांपेक्षा उंटांचा उपयोग जास्त होता. अमेरिकेहून गदर सैन्य आम्हाला येऊन मिळेल, ही आशा अजूनही आमच्या मनात तेवत होती. तशी त्यांच्याकडून काहीच बातमी मिळत नव्हती, पण आशाही सोडवत नव्हती

– आणि ती बातमी आमच्या कानावर आली – आमच्या सगळ्या आशा क्षणात धुळीला मिळवणारी बातमी! बातमी होती की, 'गदरचे सैनिक घेऊन येणारं जहाज ब्रिटिशांनी समुद्रात बुडवलं आहे.'

या बातमीने सैनिकांमध्ये पराकोटीचे नैराश्य पसरले. सर्व आशा-आकांक्षा, स्वप्नांचा कडेलोट झाला होता. पण तरीही अखेरचा प्रयत्न म्हणून, आहे त्या सामुग्रीनिशी, ब्रिटिशांशी लढायचेच असा निश्चय खानखोजेंच्या फौजेने केला. भारतीय सरहद्दीवरील बलुची टोळ्यांना त्यांनी वेढा घातला. आणि त्यांच्याशी झालेल्या लढाईत, खानखोजेंच्या एक गोष्ट ठळकपणे लक्षात आली की, समान शत्रूशी लढताना शिया आणि सुन्नी मुसलमान आपापसांतील पंथभेद पूर्णपणे विसरून गेले आहेत.

हे बलुची गुराखी टोळीवाले चांगले हट्टेकट्टे, आक्रमक लोक होते. जवळपासची खेडी लुटायची आणि येणाऱ्या-जाणाऱ्या पांथस्थांवर हल्ला करून त्यांना लुबाडायचे यावर त्यांचा उदरनिर्वाह चालत असे. तैफी टोळीचा प्रमुख जेहान खान हा त्यांचा

मित्र झाला होता. दोघे मिळून ब्रिटिश सैनिकांवर हल्ले करून, छापे घालून, त्यांना सळो की पळो करून सोडत असत.

पुढचा टप्पा म्हणजे भारतात प्रवेश करायचा. भारतीय बलुचिस्तानला लागून असणाऱ्या पर्शियन राज्याचा गव्हर्नर बनवायचं जेहान खानला आश्वासन आम्ही दिलं.

मला आश्चर्य वाटतं ते एका गोष्टीचं – हे हिंस्र स्वभावाचे लोक मोठ्या शौर्यानी आपल्या स्त्रियांचं रक्षण करतात आणि घरात मात्र त्यांना आपल्या खाजगी मालमत्तेसारखं वागवतात. असं ते कसं करू शकतात? इथे स्त्री विकत घेतली जाते किंवा एखाद्या गुलामाप्रमाणे विकली जाते – आणि एका साध्या बंदुकीपेक्षा तिची 'किंमत' कमी असते. एका अर्थी आम्ही त्यांची बंदुकांशी असलेली मैत्री विकत घेतली होती.

प्रसंगाचं गांभीर्य किंवा त्यातला धोका चटकन ओळखण्याचं कसब माझ्याकडे होतं. त्यावरच आमची सगळी मदार होती. प्रसंग येताच आम्ही माघार घ्यायचो. देवाचीही अवकृपा असलेल्या या भूमीवरच्या प्रचंड उन्हाळ्यात, आम्ही नक्की कुठे जात आहोत, कसे जात आहोत, याकडे फार बारकाईनी लक्ष ठेवावं लागत होतं. कारण एकदा का रस्ता चुकला असता, तर मग 'वरची'च वाट धरावी लागणार होती.

जनरल पर्सी साईक्सशी दोन हात करूनच आम्हाला भारतात पाय ठेवता येणार होता. त्या लढाईची तयारी आमची फौज करत होती. तसंच 'आमच्या' देशात पाय ठेवताच आम्हाला जनरल डायरलाही तोंड द्यावं लागणार होतं. आपल्याला यापुढे दोन-दोन आघाड्यांना सामोरं जायचं आहे, ही गोष्ट चांगली लक्षात ठेवायला हवी, अशी स्पष्ट कल्पना मी जेहान खानला दिली. त्याच्याशी झालेल्या चर्चेतून असं ठरलं की, आम्ही भारतीय पर्सी साईक्सला तोंड देऊ आणि पुढे जनरल डायरशी जेहान खान आणि त्याच्या फौजा सामना करतील.

ब्रिटिश ब्रिगेडियर जनरल आर.ई. डायर याची इस्माईली आणि दमियानी रेजिमेंटच्या प्रमुखपदी नियुक्ती झाली होती. त्याने आपल्या फौजा बलुचिस्तान सीमेवरील क्वाश या ठिकाणी हलविण्यास सुरुवात केली होती. प्रवासातही प्रचंड विनाशाच्या आणि अराजकाच्या खुणा या फौजांनी आपल्यामागे ठेवल्या.[१०] पुढे भारतीय इतिहासातील जालियनवाला बाग या प्रसिद्ध घटनेमध्ये याच जनरल डायरचा महत्त्वाचा वाटा होता.

डॉ. बाएच या ऑस्ट्रियन कौन्सिलने आणि झुगमायरने, बामपूरमध्ये बेहराम

खान या स्थानिक नेत्याची भेट घेण्याचा सल्ला, भारतीय क्रांतिकारकांना दिला होता.[११] जर्मनांनी या आधीच सरदार बेहराम खानशी एक करार केला होता. उलट खानखोजे आणि त्यांचे मित्र काही टोळ्यांशी मैत्रीचे संबंध राखून होते. त्यांपैकी एक होती दमियानी आणि चितेंची बाब अशी होती की, हे दमियानी लोक बहराम खानचे कट्टर शत्रू होते. एकूणच, या टोळ्यांशी मैत्री करणे, काही करार बोलणी करणे किंवा शत्रुत्व पत्करणे वाटते तेवढे सोपे नव्हते. त्यांचे आपापसातले संबंधही लक्षात घ्यावे लागत होते. फसवणूक होण्याची खूपच शक्यता होती.

डॉ. बाएच, झुगमायर आणि मी आम्ही तिघं सगळे महत्त्वाचे निर्णय घेत असू. दोन तगडे अरबी घोडे आमच्या दिमतीला होते. त्यामुळे इकडून तिकडे जाणं, एकमेकांला भेटणं सोपं आणि जलद होत होतं. बाम ते रीगन हे अंतर असंच पटकन काटून आम्ही तिथल्या लोकांशी संपर्क साधू शकलो. आमच्या कार्यामध्ये त्यांची मदत, सहानुभूती मिळवू शकलो.

भारतीय फौजांना विरोध करणाऱ्या स्थानिक लोकांच्या भागात प्रवेश करायची वेळ आली, तेव्हा खानखोजेंनी काही बलुची सैनिकांना पुढे पाठवून तिथल्या परिस्थितीचा अंदाज घेण्यास सांगितले. सुदैवाने, या शत्रुपक्षाच्या टोळ्या त्या आधीच तो भाग सोडून पुढे निघून गेल्या होत्या. त्यामुळे भारतीयांचा त्या गावातला प्रवेश सुकर झाला.

मी घोड्यावर बसून सगळ्यांच्या पुढे चाललो होतो. वाटेत एक सिरहंग किंवा टोळीचा प्रमुख त्याच्या लोकांना घेऊन उभा असलेला दिसला. मी तसाच पुढे गेलो. टेकडी मागे पडली आणि एका मैदानात आलो. सपाट रस्ता पाहून मी घोड्याला वेग दिला, आणि थोड्याच अंतरावर मी एका वापरात नसलेल्या खंदकात पडलो. खंदक मला लक्षात आलाच नाही. कारण तो अतिशय सफाईदारपणे झाकून टाकण्यात आला होता. मी शत्रूच्या जाळ्यात अलगद सापडलो होतो.

खानखोजेंच्या मागून येणाऱ्या सैनिकांनी दोराच्या मदतीने त्यांना खंदकातून बाहेर काढले. कसाबसा जीव वाचला खरा; पण हा प्रसंग त्यांच्या मार्गात असणाऱ्या अडथळ्यांची, धोक्यांची चांगलीच जाणीव करून देणारा ठरला. खानखोजेंच्या लक्षात आले की, ब्रिटिशांशी मैत्री असणाऱ्या, या गुराखी टोळ्या असेच सापळे आपल्यासाठी रचत राहणार! पुन्हा सगळे जण एकत्र आले आणि त्यांनी विचार करून रस्ता बदलला. जर रस्ता बदलण्याचा निर्णय घेतला नसता आणि ठरलेल्या मार्गानेच त्यांनी प्रवास सुरू ठेवला असता, तर पुढे थोड्याच अंतरावर ब्रिटिश सैन्याची मोठी फळी त्यांची

वाट पाहत उभी होती, त्यांच्या हातात ते अलगद जाऊन पडले असते.

खानखोजेंच्या बरोबरची फौज तशी संख्येने बेताचीच होती आणि या क्षणी, ती अनेक बाजूंनी शत्रूच्या सैन्यांनी वेढली गेली होती. त्यांच्यापुढे थोड्याच अंतरावर, भारतीय बलुचिस्तानमध्ये जनरल डायरच्या फौजा त्यांची वाटच बघत होत्या. खानखोजे ज्या ठिकाणी होते, तिथून ५०० मैलांवर बलुची टोळ्या स्वातंत्र्यासाठी लढत होत्या. दक्षिण पर्शियामध्ये जनरल पर्सी साईक्स, त्याच्या सैन्याला घेऊन, पर्शियन डेमॉक्रॅट्सशी लढण्यात गुंतला होता. या परिस्थितीत या क्रांतिकारकांनी 'कलन्झाई' टोळीशी तह करण्याचे ठरविले.

दरम्यान बेहराम खानकडून आम्हाला संदेश मिळाला की, त्याने बलुचिस्तानमधल्या पोर्ट ग्वादारवर हल्ला केला आहे. हल्ल्यात ब्रिटिश सैन्य अस्ताव्यस्त झालं आहे. शिवाय बलुचिस्तानमधील लोकही ब्रिटिशांविरुद्ध उभे राहिले आहेत. आम्हाला खूपच आनंद झाला. त्या भागात आम्ही काही सय्यदांबरोबर सांकेतिक भाषेत कराचीला तसा संदेशही पाठवला. हे सय्यद म्हणजे आमचे दूतच जणू! तसे हे लोक व्यापारी, पण आपले काम करता-करता हे लोक आमच्या संदेशाचीही ने-आण करत असत.

बाम ते बामपूरचा प्रवास म्हणजे पिर्शन टेकड्या, बिर्गचा डोंगराळ, खडकाळ भाग ओलांडणे. त्याच मार्गावर 'कोसूर'चा झरा किंवा 'खाऱ्या पाण्याचे तळे'ही लागले.

बामपूर गावात पोहोचताच, एक धक्का खानखोजेंची वाट पाहत होता. त्यांना असा संदेश मिळाला की, बेहराम खान त्यांच्या दरम्यानच्या कराराच्या बाबतीत उलटला आहे. आता त्याला करारापोटी अधिक शस्त्रे, दारूगोळा आणि आणखी सोने पाहिजे आहे. बेहराम खानने केलेला हा विश्वासघात धक्कादायक होता, पण तो त्याच्या अशा अस्थिर, हावऱ्या स्वभावाबद्दल, शब्द फिरविण्याच्या सवयीबद्दल कुख्यातच होता. आता त्याने आपली निष्ठा फिरवून ब्रिटिशांच्या पायी वाहिली होती. तो ब्रिटिशांचा मित्र आणि अर्थातच भारतीय क्रांतिकारकांचा शत्रू झाला होता.

जर्मन कागदपत्रांच्या आधाराने ए.सी. बोस म्हणतात, 'अशीही शक्यता आहे की, जेव्हा एप्रिल, १९१६च्या सुरुवातीला खानखोजे आणि त्यांची आघाडी डॉ. बाएच आणि विडिग हे लोक बेहराम खानशी बोलणी करण्यासाठी गेले, त्या वेळी बेहराम खान बामपुरी याने गनिमी काव्याने त्यांच्यावर हल्ला केला आणि त्यांना माघार घ्यायला भाग पाडले.[१२]

आम्हाला कल्पनाही नव्हती, अशा वेळी बेहराम खानने आमच्यावर हल्ला केला. आम्ही निकराचे प्रयत्न केले, पण सर-इ-दागरमध्ये आम्हाला पराभव पत्करावा लागला. त्यांनी आम्हाला कैद केलं आणि दुसऱ्या दिवशी

तो आम्हाला ब्रिटिशांच्या हवाली करणार होता. पण आमच्या खबऱ्यांच्या आणि गुप्तहेरांच्या मदतीने आम्ही त्या रात्रीच आमची सुटका करून घेतली.

एक बातमी अशीही आली की, पर्शियन डेमॉक्रॅट्सचाही जबरदस्त पराभव झाला असून, पर्सी साईक्सच्या सैन्याने, त्यांना केरमनपर्यंत माघार घ्यायला लावली आहे. सूफी अंबा प्रसाद आणि केदारनाथ सोंधी दोघांना ब्रिटिशांनी पकडले आहे. त्यानंतर काही दिवसांनी सूफी अंबा प्रसाद यांनी तुरुंगातून खानखोजे यांना पत्र लिहून ब्रिटिशांविरुद्धचा लढा अर्धवट न सोडता, असाच सुरू ठेवण्याविषयी सल्ला दिला. खानखोजेंना असे समजले की, दोघांपैकी केदारनाथ सोंधींना ब्रिटिश फायरिंग स्क्वाडने गोळ्या घातल्या, तर सूफी अंबा प्रसाद यांनी आत्महत्या केली.

या अवघड आणि अत्यंत नाजूक परिस्थितीत, नेरिझपर्यंत माघार घेण्यावाचून, खानखोजेंकडे दुसरा पर्याय राहिला नाही. परतीचा प्रवास वाळवंटे, डोंगर-दऱ्या यांच्यातून जाणारा, अवघड तर होताच, पण जास्त करून मानसिकदृष्ट्या खचवणारा होता. सर्वांच्या मनात निराशा भरून राहिली होती. वाटेत काही ब्रिटिशधार्जिण्या टोळ्यांनी त्यांच्यावर हल्ला करून त्यांना लुबाडले. अनेक लढायांत, चकमकीत लढून अशक्त झालेले, दमलेले, थकलेले, पराभूत झालेले, परतीच्या मार्गाला लागलेले, असे ते सैन्य – पण त्यांनी आपला मार्ग सोडला नाही. धीराने वाटचाल करीत राहिले.

– आणि अचानक बाफ्ट डोंगराजवळ जनरल पर्सी साईक्सच्या दबा धरून बसलेल्या सैन्याने त्यांच्यावर हल्ला केला. आधीच अतिश्रमाने थकलेले सैन्य, प्रशिक्षित, पद्धतशीर, शस्त्रसज्ज अशा ब्रिटिश सैनिकांशी समोरासमोर किती काळ टिकाव धरू शकणार होते? मोठी मनुष्यहानी झाली. तरीही बरेच दिवस त्यांनी ब्रिटिशांना टक्कर दिली. पण अखेर त्यांना उमगले की, यातून आता सुटका नाही. खानखोजे, त्या फौजेचे नेते स्वत: जखमी झाले होते. ए.सी. बोस म्हणतात, 'दक्षिण दिशेने निसटून जाण्याच्या प्रयत्नात खानखोजे पकडले गेले.'[१३] खानखोजे आपल्या आत्मचरित्रात लिहितात, माझ्या पायात बंदुकीची गोळी गेली होती. माझा घोडा मरण पावला होता, पायातून भयंकर रक्तस्राव होत होता. मी जोरात जमिनीवर आदळलो, आणि माझी शुद्ध हरपली!'

शुद्धीवर आल्यावर खानखोजेंच्या लक्षात आले की, त्यांना साखळदंडाने बांधून ठेवण्यात आले आहे. थोडासा मामुली प्रथमोपचार त्यांच्यावर करण्यात आला, आणि त्यांच्यावर प्रश्नांचा भडीमार सुरू झाला. पायातील गोळी काढली नव्हती. (नंतरही ती कधीच काढण्यात आली नाही.) 'बंदर अब्बासमधील जनरल साईक्सच्या मुख्यालयात त्यांना नेण्यात येईल,' असे त्यांना सांगण्यात आले. ए.सी. बोस लिहितात, 'झुगमायर, आगाशे, प्रमथनाथ दत्त आणि मुख्य आघाडीतील इतर

सदस्यांना असेच फसवून, विश्वासघाताने नेरिझमध्ये पकडण्यात आले. बाकीचे सैन्य मात्र सुखरूपपणे शिराजला पोहोचले.[१४]

प्रचंड वेदना होत होत्या. त्यातच ब्रिटिश सैनिकांनी केलेले शारीरिक, मानसिक हाल. तळमळत होतो नुसता. पण तरीही, मी त्यांना शरण गेलो नाही. या मोहिमेचा मी नेता असल्याचं कबूल केलं नाही. इतकंच नाही, तर मी एक भारतीय स्वातंत्र्यसैनिक आहे, हेही मान्य केलं नाही. माझं खरं रूप उघड न करण्यात मला यश आलं खरं, पण एकीकडे वाटत होतं, या सैनिकांनी मला गोळी घालावी – म्हणजे निदान या जीवघेण्या वेदना तरी कायमच्या थांबतील!

साखळदंडांनी जखडलेले, जखमी खानखोजे, गोळी लागलेल्या पायाच्या वेदना विसरून, त्यांच्यावर नजर ठेवण्यासाठी तैनात असलेल्या सुरक्षा रक्षकांशी बोलू लागले. टर्कीच्या सुलतानाच्या फतव्याची त्यांना आठवण करून देत राहिले. कुठलाही जातिवंत मुसलमान या फतव्याकडे सहजी दुर्लक्ष करणे शक्यच नव्हते. आणि खानखोजेंना त्यांना पकडणाऱ्यांशीही संवाद साधण्याची कला अवगत होती. खानखोजे त्यांच्याशी बोलतच राहिले. त्या रक्षकांपैकी एकाने, 'नेरिझमधील बहाई डॉक्टरांचे मित्र' म्हणून खानखोजेंना ओळखले. रक्षकांमध्ये काही रक्षक बहाई पंथाचे होते. खानखोजेंची माफी मागत, 'काय करणार, आमची ही ड्युटी आहे. आम्हाला आमचं काम करावंच लागणार', अशा शब्दांत आपल्या भावना व्यक्त करत. त्यांनी आपली वागणूक बदलली. आता हे रक्षक खानखोजेंशी प्रेमाने, आपुलकीने वागू लागले. खानखोजे जखमी होते, पण तरीही ब्रिटिशांना बंदर अब्बासमध्ये 'जिवंत' हवे होते. त्यामुळे साखळ्यांनी बांधलेल्या अवस्थेत का होईना, पण त्यांना एका खेचरावर बसविण्यात आले.

खानखोजे मार्ग शोधू लागले – सुटकेचा! कारण एक गोष्ट नक्की होती, एकदा का बंदर अब्बासमध्ये पोहोचून साईक्सच्या ताब्यात गेले की संपलेच सगळे! जनरल साईक्स त्यांना जिवंत ठेवणे शक्यच नव्हते, याची खानखोजेंना खातरी होती. बंदर अब्बासला पोहोचायच्या आतच सुटका करून घेणे नितांत गरजेचे होते. पोट बिघडून जुलाब होत असल्याची अतिश जुनी आणि साधी युक्ती खानखोजेंनी योजली. रक्षकांना त्यांना वारंवार 'झुडपांच्या आड' जाऊ देणे भागच होते – आणि अशाच एका फेरीत – रात्रीची वेळ पाहून खानखोजे निसटले.

आता माझं खरं स्वरूप लपवून ठेवण्यात काहीच अर्थ नव्हता. मी भारतीय मोहिमेचा नेता असल्याचं रक्षकांना माहीत झालं होतं. आणि त्यावेळेपासून माझे सगळे सुरक्षा रक्षक माझ्याशी खूप आपुलकीनी वागत होते. त्यांना माझ्याबद्दल एक प्रकारचा आदरच वाटत होता. त्यांच्या मुख्य

रक्षकाने माझे साखळदंड सैल करण्याचा हुकूम दिला. त्यावर मी त्या लोकांना गमतीनी म्हणालो, ''अरे अशाने मी जर पळून गेलो, तर काय होईल?'' त्यावर ते म्हणाले, ''तुमच्यासारख्या अधिकाऱ्याने असं पळून वगैरे जाणं बरं दिसत नाही, पण जर का खरंच तुम्ही पळून गेलात, तर मात्र बंदुकीच्या गोळीनी उडवले जाल हे निश्चित.''

पण 'झुडपांच्या मागे' जाण्याच्या निमित्तानी मी पळालोच. दुसरा पर्यायच नव्हता. पळत सुटलो तो इतका जीव खाऊन की, सगळ्या वेदना वगैरे क्षणभर बाजूला राहिल्या. – मध्यरात्रीपर्यंत पळत होतो आणि अखेर एका दगडाच्या सुळक्याच्या मागे लपलो. पहाट झाली आणि दूरवरून बंदुकांच्या फैरी कानावर आल्या. मी गायब झाल्याचं त्यांच्या लक्षात आलं होतं तर! आता दिवसा उजेडी मला शोधून काढणं त्यांना सहज शक्य होतं.

मी खूपच दमून गेलो होतो. कडाक्याची भूक लागली होती. आतापर्यंत दुर्लक्ष झालेल्या जखमा वाहायला लागल्या होत्या. मी जवळची एक गुहा शोधली आणि पुन्हा रात्रीचा अंधार पडेपर्यंत त्या गुहेच्या अंधारात लपून राहिलो. खुली ताजी हवा आणि पाण्याच्या घोटासाठी मन आक्रंदत होतं.

गुहेतून बाहेर आल्यावर खानखोजेंना एक झरा दिसला. स्वर्गसुखाचा आनंद झाला. पोटभर पाणी पिऊन शरीर-मन सुखावले आणि मग मऊ वाळूमध्ये विसावले. वेदनेच्या आणि दमणुकीच्या गुंगीमध्ये गाढ झोप लागली. अखेर संकट टळले होते. कारण अशा दुर्गम भागात, इतक्या जखमी अवस्थेत कोणतीही मदत नसलेला असहाय माणूस, फार काळ जिवंत राहूच शकणार नाही, अशी खातरी वाटून, त्यांच्या रक्षकांनी त्यांचा शोध थांबवला होता. बाफ्ट डोंगराकडून येणाऱ्या थंड, चावऱ्या वाऱ्यांनी खानखोजेंना गाढ झोपेतून जाग आली. झऱ्याच्या काठाकाठाने खानखोजेंनी चालायला सुरुवात केली.

पडत, धडपडत, ठेचकाळत खानखोजे चालतच राहिले होते. एव्हाना अंगात ताप भरला होता. डोके भ्रमल्यासारखे झाले होते आणि त्यामुळे रस्ता, काळ-वेळाचे भानही राहिले नव्हते. या भ्रमिष्टावस्थेत खानखोजेंना बऱ्याच वर्षांनी प्रथमच घर, आई-वडील यांची आठवण झाली. या दऱ्याखोऱ्यात त्यांचे काही बरे-वाईट झाले असते, तर आई-वडिलांना काही कळलेही नसते. आत्महत्येचा विचारही मनात डोकावून गेला. पण क्षणभरच! असे दिशाहीन, विचारहीन भटकताना खानखोजे एका उंच कड्याशी पोहोचले आणि कोणताही विचार न करता, क्षणार्धात त्यांनी कड्यावरून खाली उडी घेतली.

सुदैवाने त्यांची उडी पडली, ती एका वाळूच्या बांधावर! बांध फुटला आणि

खानखोजेंच्या डोक्याला मार बसला. ही दुखापत मात्र पुढे त्यांना आयुष्यभर त्रास देत राहिली. या दुखापतीमुळे त्यांना व्हर्टिगोचा आजार मागे लागला आणि अधूनमधून अचानक चक्कर येणे, तोल जाणे असा त्रास आयुष्यभर होत राहिला.

चालता-चालता अतीव वेदनांनी मी कोसळत होतो. भूक अनावर होत होती. वाटेत उगवलेलं गवत आणि झाडांची पानं खात तात्पुरती भूक शमवत होतो. अखेर त्यामुळे मला उलट्या होऊ लागल्या. थंडी भरून आली. अंगावर धड कपडा नाही, पोटात अन्न नाही, जखमा चिघळल्या होत्या. खरोखर मला वेड लागेल, असं वाटायला लागलं होतं.

मला मरून जावंसं प्रकर्षानी वाटायला लागलं. पण वेदनेनी तडफडत का होईना, मी जिवंतच होतो. अजून माझी 'वेळ' आली नव्हती तर! 'मी मरावं' असं देवाच्या मनात नव्हतं. बहुधा मी ज्यासाठी जन्माला आलो ते काम पूर्ण केलं नव्हतं; अजून मला बरंच काम करायचं होतं, असं मला वाटून गेलं.

या विचारांनी खानखोजेंना बळ आले. पुन्हा एकदा स्वत:ला सावरून ते उठले. जवळच्याच झऱ्यातून पोटभर पाणी प्यायले. पाणी पिता-पिता सहज त्यांनी वर पाहिले, तर खांद्याला बंदुका घेतलेले दोन टोळीवाले शेजारून चालले होते. खानखोजे आपल्या आत्मचरित्रात लिहितात, 'मी त्यांना हाक मारली. तर त्यांनी माझ्याकडे वळून बघताना, माझ्यावर बंदूक रोखली. ते ब्रिटिशांचे हेर तर नसावेत? पण जाऊ दे, ते कोणीही असोत, मला या क्षणी मदतीची गरज होती. आणि मग माझ्या लक्षात आले तो त्यांचाच सावधगिरीचा पवित्रा होता.'

तशाच सावधगिरीने ते दोघे पुढे आले. पण खानखोजेंना झालेल्या जखमा आणि त्यांची एकंदरच दयनीय अवस्था पाहताच त्यांची भीती पळाली आणि ते खानखोजेंशी बोलू लागले. ते दोघे 'तुफांगशी' किंवा 'फिरते दरोडेखोर' होते. त्यांच्याजवळची ब्रिटिश शस्त्रे पाहून खानखोजेंना वाटले की, हे दोघे बहुतेक ब्रिटिशांचेच नोकर (किंवा चमचे) असावेत. पण त्या दोघांनी अगदी ठामपणे ही गोष्ट नाकारली. खानखोजेंची दैन्यावस्था त्यांना चांगलीच समजत होती. त्यांचीच नाहीतर ब्रिटिशांविरुद्ध लढणाऱ्या कोणाहीबद्दल त्यांना सहानुभूतीच असायची. उलट खानखोजेच चोर आहेत, असे त्यांना वाटले आणि खानखोजे मात्र खरोखरच चोरांच्या हाती सापडले होते. अर्थात हे चोर सुदैवाने तशा अर्थी 'चांगले होते.' खानखोजेंचा जीव वाचवण्याचा त्यांचा प्रयत्न होता. त्यांनी खानखोजेंना जवळच्या गवतावर नेले, तिथे प्राथमिक उपचार करून त्यांना ते आपल्या वस्तीवर घेऊन गेले.

त्यांची वस्ती म्हणजे एका ओसाड जमिनीवरचे झुडपांच्या आधाराने बांधलेले छोटे-छोटे तंबू होते. तसे ते सगळेच लोक गरीब होते, पण तरीही आलेल्या

पाहुण्याचे उदार मनाने आदरातिथ्य करणारे होते. त्यांनी खानखोजेंच्या जखमांवर जंगली वनस्पतींचे औषध लावले, पोटभर जेवू घातले. उबदार अशी पांघरुणे देऊन एका स्वतंत्र तंबूत त्यांना विश्रांती घेण्यास सांगितले.

हळूहळू त्यांच्या जखमा भरून आल्या. ताप येणे थांबले. तब्येत सुधारू लागली. ताकद येऊ लागली. खानखोजे आता त्या लोकांबरोबर शिकारीला वगैरे जाऊ लागले. कुटुंबातील एखाद्या आदरणीय पाहुण्यासारखी वागणूक खानखोजेंना या दरोडेखोरांकडून मिळत होती.

इथे सगळ्या जगाशी माझा संपर्क पार तुटला होता. अशा अवस्थेत याच लोकांबरोबर शिकार वगैरे करत त्यांच्या जीवनशैलीत मिसळून जाऊन, कायमचं त्यांच्याच बरोबर राहणं मला सहज शक्य होतं. त्यांनाही माझा उपयोग झालाच असता. कारण मला शास्त्रशुद्ध लढाईचं ज्ञान होतं. या साध्या, सरळ कोणतीही गुंतागुंत नसलेल्या, स्वास्थ्यपूर्ण आयुष्यक्रमाचा मला मोह झालाच नाही, असं मी कसं म्हणू? पण मला माहीत होतं, मला माझ्या आयुष्याकडे परत जावं लागणार होतं. परत फिरणं मला भागच होतं.

आता खानखोजे अस्वस्थ झाले. त्यांचे मन त्यांना खाऊ लागले. त्यांची अस्वस्थता टोळीवाल्यांच्या लक्षात आल्यावाचून राहिली नाही. त्यांनी खानखोजेंना आपल्या टोळीत कायमचे, मानाचे स्थान देऊ केले. इतकेच नाहीतर टोळीतील एका योद्ध्याच्या तरुण मुलीशी त्यांचा विवाह करून देण्यासही ते तयार होते. खानखोजेंच्या लक्षात आले, 'हीच निघायची वेळ आहे.' विवाह, संसार इत्यादी गोष्टी तर त्यांच्यासाठी नव्हत्याच. खानखोजेंनी टोळीवाल्यांचे आमंत्रण कृतज्ञतापूर्वक नाकारले, आणि आपले खरे रूप त्यांच्यासमोर उघड केले. त्यांचे ध्येय, आणि पर्शियन डेमॉक्रॅटिक आर्मीमधील त्यांचे स्थान या सगळ्याबद्दल टोळीवाल्यांना सांगून टाकले. मग टोळीवाल्यांनीही आग्रह न धरता त्यांना परत जाण्याची परवानगी दिली. नेरिझकडे परतताना खानखोजेंना वाटभर पुरेल एवढा शिधा देऊन, प्रेमाने निरोप दिला. त्याचवेळी टोळीवाल्यांच्या मनात खानखोजेंबद्दल इतका ठाम विश्वास होता की, आपल्या 'उद्योगां'बद्दल, राहण्याच्या ठिकाणांबद्दल ते कुठेही 'ब्र'सुद्धा उच्चारणा नाहीत.

टीप

१. पी. एस. खानखोजे यांच्या अप्रकाशित आठवणी, नवी दिल्ली, नेहरू मेमोरिअल लायब्ररी

२. सर अर्नोल्ड टी. विल्सन, *लॉयल्टीज : मेसापोटेमिया १९१४-१९१७* ऑक्सफर्ड युनिव्हर्सिटी प्रेस, १९३०, पृष्ठ-७५
३. एडमंड कँडलर, द *लाँग रोड टू बगदाद*, लंडन, कॅसेल आणि कंपनी लिमिटेड, १९१९, पृष्ठ-२२८
४. सर पर्सी साईक्स, *पर्शिया*, ऑक्सफर्ड, क्लॅरेंडन प्रेस, १९२२, पृष्ठ-१५८-५९
५. पी. एस. खानखोजे यांच्या अप्रकाशित आठवणी, नवी दिल्ली, नेहरू मेमोरिअल लायब्ररी
६. अरुणचंद्र गुहा, *फर्स्ट स्पार्क ऑफ रेव्होल्यूशन*, नवी दिल्ली: ओरिएंट लाँगमन, १९७१, पृष्ठ-४५३
७. ए. सी. बोस, *इंडियन रेव्होल्यूशनरीज अब्रॉड १९०५ ते १९२२*, पाटणा, भारती भवन, १९७१. पृष्ठ-११३. जर्मन नोंदी आणि उलरिच गेहार्क नुसार
८. स्व्हेन हेडिन, *ओव्हरलँड इंडिया*, लंडन, मॅक्मिलन १९१० आणि पी. एस. खानखोजे यांच्या अप्रकाशित आठवणी, नवी दिल्ली, नेहरू मेमोरिअल लायब्ररी
९. पी. एस. खानखोजे यांच्या अप्रकाशित आठवणी, नवी दिल्ली, नेहरू मेमोरिअल लायब्ररी
१०. वरीलप्रमाणे –
११. ए. सी. बोस, *इंडियन रेव्होल्युशनरीज अब्रॉड १९०५ ते १९२२*, पाटणा, भारती भवन, १९७१. पृष्ठ-१०५
१२. वरीलप्रमाणे –
१३. वरीलप्रमाणे, खानखोजे व जर्मन नोंदीवरून
१४. ए. सी. बोस, *इंडियन रेव्होल्युनशरीज अब्रॉड १९०५ ते १९२२*, पाटणा, भारती भवन, १९७१. भूपेंद्रनाथ दत्त आणि जर्मन नोंदीवरून

स्वप्नांची अखेर

साऱ्या युरोपभर पहिल्या महायुद्धाचा भडका उडाला. ६ एप्रिल, १९१७ रोजी इंग्लंड आणि फ्रान्सची पाठराखण करत अमेरिका युद्धात उतरली. भारतही ब्रिटनच्या पाठीशी होता आणि भारतीय सैनिक ब्रिटिश-भारतीय सैन्याशी एकनिष्ठ राहून लढत होते.

तरीही, १९१५मध्ये सिंगापूरमध्ये असलेल्या भारतीय सैन्याने, 'गदर'ने दिलेली स्वातंत्र्याची हाक ऐकली आणि तिला प्रतिसाद देत, आपल्या सत्ताधाऱ्यांविरुद्ध आवाज उठवला. टी. आर. सरीन म्हणतात त्याप्रमाणे, '...सिंगापूरमधील लाइट इन्फन्ट्रीचे बंड, हे अमेरिकेच्या गदर पार्टीचे मुस्लीम आणि हिंदू बंडखोर यांच्या चिथावणीवरून झाले.[१] गदरच्या जाहीरनाम्यानुसार, दूर पूर्वेकडे ब्रिटिश सैन्यात चाकरी करणाऱ्या भारतीय सैनिकांना फूस लावून, ब्रिटिशांविरुद्ध भडकवणे हा त्यांच्या चळवळीचा एक अंतर्गत भाग होता. भगवान सिंगसारखे काही गदरचे नेते हाच अंतस्थ हेतू मनात ठेवून चीन आणि आग्नेय अशियात गेले होते.

अर्थात हे सांगायची गरज नाही की, ब्रिटिशांनी हे बंड लगेच मोडून काढले आणि त्यातील बंडखोरांना अत्यंत क्रूर अशा शिक्षा ठोठावल्या. चारही दिशांनी सैन्य एकत्र करून लढण्याच्या उद्देशाने सुरू झालेली गदर चळवळ, भारतात सामूहिक धरपकड आणि अतिशय क्रूर, निष्ठूर अशा शिक्षांमध्ये अस्ताला गेली. याच अपयशाची पुनरावृत्ती, युरोप, अफगाणिस्तान, पर्शिया, सॅन फ्रॅन्सिस्को आणि दूरवर पूर्वेकडेही झाली.

अफगाणिस्तानचे स्थापन झालेले तात्पुरते सरकार जेमतेम वर्षभर टिकले आणि त्यानंतर ब्रिटिशांच्या एका लहरीवरून, त्यांना अफगाणिस्तान सोडून जावे लागले. 'जर्मनीच्या सहकार्याने आखलेल्या अनेक योजनांप्रमाणेच अफगाणिस्तानमधील, 'सरकार स्थापने'ची योजना अयशस्वी ठरली. भारतीय सरहद्दींवर हे सरकार ब्रिटिशांचे

काहीही वाकडे करू शकले नाही.'[२] टर्की आणि जर्मनीशी जोडलेले असे इंडियन नॅशनल गव्हर्न्मेंट तयार करण्याच्या दृष्टीने, महेंद्र प्रताप यांनी भारतीय राजे-रजवाडे, संस्थानिक यांची केलेली यादीही अशीच वाया गेली. कारण महेंद्र प्रताप यांनी या लोकांना पाठविलेली पत्रे ब्रिटिश सरकारच्या हाती पडली होती. आणि भारतातील राजे-रजवाडे आपापल्या तत्त्वांनाच चिकटून राहिले होते. 'अखंड भारता'ची साधी कल्पनाही, बऱ्याच भारतीयांपासून अजूनही दूरच राहिलेली होती.'

तिकडे पर्शियामध्ये गदरशी एकनिष्ठ असलेले असे अनेक क्रांतिकारक, सरहद्दींवरील युद्धांमध्ये मारले गेले. तर बरेच क्रांतिकारक दुर्दैवाने, एन्फ्लुएंझा, कॉलरा वा डिसेंट्री अशा आजारांचे बळी ठरले. या धुमश्चक्रीतून जे काही थोडे वाचले, ते क्रांतिकारक मात्र कोणतीही लष्करी संघटना पाठीशी नसताना, एकेकटे स्वतंत्रपणे लढत राहिले. खानखोजे पर्शियामध्येच ब्रिटिशांविरुद्ध झगडत होते, ते अगदी महायुद्धाच्या अखेरपर्यंत. एमिली ब्राऊनच्या म्हणण्याप्रमाणे....

> *आणखी एक लष्करी मोहीम अशीच असफल ठरली. पण त्यापूर्वी बलुचिस्तानच्या सरहद्दीवर खानखोजेंचे लष्करी प्रशिक्षण आणि अनुभव पणाला लागेल, त्याचा पूर्णत: उपयोग करता येईल, अशी एक भयंकर अनर्थकारी मोहीम त्यांनी पार पाडली. महायुद्धाच्या पहिल्या काही वर्षात भारतात स्वातंत्र्य चळवळीच्या विविध मोहिमांमध्ये आलेल्या अपयशाची मीमांसा करताना अनेक कारणे पुढे येतात. योग्य समन्वयाचा अभाव, प्रभावी नेतृत्वाचा अभाव, योग्य सुरक्षा यंत्रणांचा अभाव, विविध योजनांमध्ये सामील असणाऱ्या सदस्यांचा निव्वळ अव्यवहारीपणा, आदर्शवाद अशी काही कारणे भारतीय क्रांतिकारकांच्या बाजूने देता येतात, तर ब्रिटिशांची प्रत्येक बाबतीतील पराकोटीची सावधगिरी आणि अत्यंत कडक, दहशत बसविणाऱ्या उपाययोजनांची अंमलबजावणी करण्याचे धोरण यांनी भारतीय क्रांतिकारकांची स्वातंत्र्य चळवळ चिरडून, दडपून टाकण्यामध्ये महत्त्वाचा* वाटा उचलला, असे म्हणता येईल.'[३]

जर्मनीची कथा आणखी वेगळी. बर्लिन कमिटीमधील सभासदांमधील अंतर्गत मतभेदांमुळे, कमिटीचा पायाच खिळखिळा झाला. त्यात डिसेंबर, १९१५मध्ये हर दयाळने कमिटीतून माघार घेतल्याने परिस्थिती आणखी गंभीर झाली. एक गोष्ट तर स्पष्टच आहे, हर दयाळ आणि चट्टोपाध्याय यांच्यामधील विकोपाला गेलेले मतभेद, आणि युद्धामधील जर्मनीचे लटकते भविष्य यामुळे बर्लिन कमिटीला काम करणे केवळ अशक्य झाले. आणि १९१९मध्ये बर्लिन कमिटी विसर्जित झाली.[४]

बाटावियामध्ये दारूगोळ्याने भरलेले जहाज उतरवून घेण्यासंबंधी बर्लिन कमिटीने

एम.एन. रॉय यांना सूचना दिल्या होत्या. परंतु ते जहाज कधीच तिथपर्यंत पोहोचले नाही. कराची आणि वायव्य सरहद्द प्रांतातून क्रांतिकारकांची एक सेना आणि बंगालमधून दुसरी सेना भारतात आणण्याची योजना कधीही प्रत्यक्षात उतरू शकली नाही. त्याला कारण गदरच्या सैनिकांना, भारतात आणि पर्शियात शस्त्रास्त्रे उतरविण्यात आलेले अपयश. हे अपयश मात्र खरोखरच अत्यंत दुर्दैवी ठरले. कारण बंगालमध्ये हल्ल्यासाठी तयार असणाऱ्या कित्येक क्रांतिकारकांना मृत्यूला सामोरे जावे लागले असणार.

तिकडे, अटकसत्र आणि सभासदांवरील खटल्यांनी सॅन फ्रॅन्सिस्कोमध्ये गदर चळवळीचा शेवट झाला. अमेरिका महायुद्धाच्या आखाड्यात उतरली आणि गदरची चळवळ अमेरिकन गुप्तहेर संघटनेच्या नजरेला बोचू लागली. 'युद्धातल्या' अमेरिकेला आता तिच्या मातीत कट, कारस्थाने केलेली चालणार नव्हती. टी. आर. सरीन म्हणतात, 'मे, १९१७मध्ये रामचंद्र आणि इतर सात भारतीय क्रांतिकारकांना अटक करण्यात आली. फेडरल ग्रँड ज्युरींनी त्यांच्यावर, ब्रिटनविरुद्ध लष्करी कट केल्याचा आरोप ठेवला.[५] रामचंद्र यांचा भर न्यायालयात खून झाला. बाकीचे गरीब बिचारे आरोपी, चोरी आणि फसवणुकीच्या आरोपाखाली दडपले गेले. एक आदर्श असे ध्येय डोळ्यापुढे ठेवून सुरू झालेले हे कार्य, अखेर यःकश्चित मानवी लोभाच्या दलदलीत गुरफटले आणि संपले. त्यानंतरच्या काळात काहीही कार्य होत नसले तरी गदर पार्टी कागदोपत्री मात्र अस्तित्वात राहिली होती. अखेर १९४७मध्ये या पार्टीची मालमत्ता भारत सरकारला सुपूर्द करण्यात आली.

तरीही अर्थातच या राष्ट्रभक्तांच्या शौर्याचे, लढाऊ वृत्तीचे, उच्च अशा ध्येयासक्तीचे तेज कशानेही तिळभरही मंद होऊ शकत नाही. जागतिक स्तरावरील इतक्या मोठ्या स्वातंत्र्य चळवळीमध्ये जी किमान पायाभूत रचना, जो सुसंवाद समन्वय आवश्यकच असतो, त्याचा संपूर्णपणे अभाव असताना, केवळ आपल्या आदर्श ध्येयासाठी मागचा पुढचा विचार न करता, स्वतःला झोकून देणाऱ्या या मर्दानी क्रांतिकारकांचे तेजःपुंज कार्य, कशानेही कलंकित होऊ शकत नाही. जनरल साईक्सने यावर भाष्य करताना म्हटले आहे, 'द टाइम्समधील माझ्या लेखांमध्ये स्पष्ट केल्याप्रमाणे एका अर्थाने माझ्या या लेखमालेने भारताच्या रस्त्यांचे रक्षण केले. या सगळ्या घटनांची दुसरी बाजू जर पाहायला गेलो, म्हणजेच भारतीय स्वातंत्र्य सैनिकांऐवजी आमचा पराभव झाला असता – आणि कित्येक वेळा आमचा पराभव आम्हाला समोर दिसत होता – तर भारत आणि पर्शियावर त्याचे गंभीर परिणाम झाले असते. पंजाब – जो आम्ही आज ओळखतो तो – त्या वेळी स्वातंत्र्याच्या भावनेनी प्रक्षुब्ध झालेला, क्रांतीची जणू व्याख्या करणारा, प्रक्षोभक स्फोटक असा पंजाब होता. जून, १९१८मधील कुत-एल-अमराची लढाई म्हणजे देशासाठी वेडे झालेल्या माथेफिरूंचा उद्रेकच. तो

स्फोट खरे तर १९१६मध्ये होईल, अशी भीती वाटत होती.'[६] पहिल्या महायुद्धाच्या दरम्यान मेसापोटेमियामधील कुत-एल-अमराच्या लढाईमध्ये, ब्रिटिशांची सत्ता कायमची उलथवून टाकणारा पराभव ब्रिटिशांच्या पदरात पडण्याची वेळ येऊन ठेपलीच होती. ती पाहता जनरल साईक्सच्या या विधानांकडे दुर्लक्ष करता येत नाही, त्यांना कमी लेखून चालणारही नाही.

भारतात गदरचे सैन्य उतरले आणि देशात अशांततेची लाट पसरली. मात्र ब्रिटिशांनी अत्यंत अमानुषपणे ही अस्वस्थता चिरडूनही टाकली. या काळात देशासाठी हौतात्म्य पत्करलेल्यांची यादी इतकी मोठी आहे की, ती इथे नोंदवणे केवळ अशक्य आहे. बऱ्याच कैद्यांना अंदमानच्या तुरुंगातील कोठड्यांमधून एकांतवासाची सजा जन्मभरासाठी ठोठावण्यात आली; तर आणखी कितीतरी क्रांतिकारकांना परदेशांमध्ये अज्ञातपणे मृत्यूला कवटाळावे लागले. गदरच्या क्रांतिकारकांची ब्रिटिश सरकारने गंभीर दखल घेतली. त्यांच्याकडे कायम वाकड्या नजरेनेच पाहिले. व्यक्तिश: त्यांना अत्यंत निर्दयपणे शिक्षा दिल्याच; पण ब्रिटिश सरकारची हीच भूमिका नव्याने येऊ घातलेल्या रौलट बिलमधूनही दृग्गोचर होत होती. आपल्याच मायभूमीवर स्वातंत्र्यामध्ये राहण्याचा नैसर्गिक अधिकार मागणाऱ्या राष्ट्रभक्तांना, दहशतवादी ठरवून त्यांच्याबरोबरच सामान्य माणसाचीही मुस्कटदाबी करणाऱ्या रौलट बिलाने, दहशतवाद (?) निपटून काढण्यासाठी जनतेचे सामाजिक, सर्वसामान्य नागरी हक्कही हिरावून घेण्याचा बेत केला होता.[७] ब्रिटिशांच्या मनात १८५७च्या आठवणी अजूनही ताज्या होत्या. आणि आता पुन्हा त्याच इतिहासाची पुनरावृत्ती होणार नाही, यासाठी ब्रिटिश सरकार अत्यंत सावध, सतर्क झाले होते.

त्या काळातील छोट्या-मोठ्या क्रांतिकारक हालचाली, अत्यंत जहाल, जाज्वल्य अशा क्रांतिकारकांचे धगधगते क्षात्रतेज आणि गदरची चळवळ या सगळ्याची ब्रिटिशांनी अशी काही दहशत घेतली होती, ब्रिटिश इतके प्रचंड हादरले होते की, त्याची प्रतिक्रिया सरकारवर उमटल्याशिवाय राहिली नाही. याचे अविस्मरणीय उदाहरण म्हणजे जालियनवाला बाग हत्याकांड. १३ एप्रिल, १९१९ रोजी जालियनवाला बाग येथे बैसाखीचा सण साजरा करण्यासाठी एकत्र जमलेल्या जनतेवर, जनरल डायर याने अमानुष गोळीबार केला. ना स्त्रिया, ना लहान मुले कोणाचाही विचार न करता, जनरल डायरने हजारो लोकांचे जीव घेतले. जनरल डायर – महायुद्धाची वर्षे त्याने पंजाब आणि अफगाणिस्तानच्या सीमेवर काढली होती. पर्शियामध्ये गदरची जबरदस्त ताकद त्याने अनुभवली होती. त्यामुळेच जालियनवाला बागेमध्ये (संधी मिळताच!) जनरल डायरने निष्पाप जनतेवर गोळ्यांचा बेछूट वर्षाव करण्याचा हुकूम दिला. ब्रिटिशांच्या वसाहतवादाच्या इतिहासातील एक कलंकित पान म्हणून जालियनवाला बागेची घटना नोंदवली गेली. मात्र भारतीयांच्या मनात पुन्हा एकदा

नव्याने स्वातंत्र्याचे स्फुल्लिग चेतविण्याचे काम या गोळ्यांनी केले.

गदर चळवळीला एव्हाना सर्व बाजूंनी अपयशाने घेरले होते. तरीही भारतातील आणि परदेशातील काही जिगरबाज क्रांतिकारक या अपयशाने दबले नाहीत की, त्यांनी आपले प्रयत्न सोडलेही नाहीत. उदहारणार्थ, तारकनाथ दास. बर्लिन कमिटीने त्यांना टर्कीला जायला सांगितले. तिथे डॉ. कूर्ट प्रूफर यांच्याशी त्यांची भेट झाली. तिथून तारकनाथ सुएझ कालव्याकडे निघाले. ब्रिटिश सैन्यात नोकरी करणाऱ्या भारतीय सैनिकांना गदरकडे खेचून आणण्याचे काम त्यांना करायचे हाते. तारकनाथांनी 'हैदर' हे नाव धारण केले. काही भारतीय क्रांतिकारक, काही भारतीय युद्धकैदी यांनी मिळून इजिप्शियन नॅशनॅलिस्टस आणि प्रो-टर्किश-अरब नेत्यांबरोबर काम सुरू केले.[८] याचबरोबर गदरच्या सैन्याला दारूगोळा आणि शस्त्रास्त्रे पाठविण्याच्या कार्यातही तारकनाथ दास गुंतले होते. परंतु ब्रिटनने इजिप्त ताब्यात घेतले आणि त्यांना आपला हा प्रयत्न थांबवणे भाग पडले. त्यानंतर तारकनाथ दास यांनी आपले काम चीन आणि जपानमधून सुरू केले. १९१६मध्ये ते अमेरिकेला परत गेले. कारण १९१४ मध्ये त्यांनी अमेरिकेचे नागरिकत्व स्वीकारले होते. अमेरिकेत त्यांना त्यांच्या क्रांतिकार्यबद्दल बावीस महिन्यांची कारावासाची शिक्षा झाली.[९]

खानखोजेंचे दुसरे सहकारी हेरंबलाल गुप्ता – यांना जर्मनीमधील बर्लिन कमिटीच्या सहकार्याने सॅन फ्रॅन्सिस्कोमधील गदरच्या कामाचे संयोजन करण्यासाठी अमेरिकेला पाठविण्यात आले. क्रांतीचा श्रीगणेशा बंगालमधून व्हावा, असे त्यांचे मत होते. १९१५मध्ये त्यांची जर्मन मिलिटरी अॅटॅचीबरोबर भेट झाली. त्यांच्याशी गदरचा शस्त्रसाठा वाढविणे आणि सैन्याला भारतात नेणे, या विषयीच्या योजनांची चर्चा झाली. दारूगोळा मिळविण्यासाठी हेरंबलाल गुप्ता आणि रामचंद्र यांनी दोघांनी मिळून खूप प्रयत्न केले. महायुद्धानंतर हेरंबलाल गुप्ता मेक्सिकोमध्ये स्थायिक झाले आणि १९४८मध्ये हृदयविकाराच्या धक्क्याने त्यांचा मृत्यू झाला.

गदर चळवळीची मुख्य देणगी, बिपीनचंद्र यांच्या मते, 'निधर्मी धोरण' ही होती. व्यक्तिगत धर्माचा विचार हा अत्यंत संकुचित मनोवृत्तीचे द्योतक असलेला आणि क्रांतिकारकाच्या दृष्टीने अस्थानी, अनावश्यक असा विचार होता.[१०] 'भारताचे स्वातंत्र्य हा एक आणि एकमेव धर्म गदरचे सैनिक मानत असत. 'वंदे मातरम्' हे गीत त्यांनी गदरचे गीत म्हणून स्वीकारले होते. बलशाली आणि स्वतंत्र भारतासाठी, सर्वच धर्मांच्या दृष्टीने सन्मान्य असणारे शुद्ध वर्तन, सत्याचा आग्रह आणि आत्मसन्मान हे गुण गदरच्या सैनिकांनी आदर्श मानले होते.

गदर सैनिकाच्या नजरेत हिंदू-मुसलमान, विद्यार्थी-शेतकरी सगळे समान होते. एका समान ध्येयासाठी, समान प्रेरणेने ते सर्व एकत्र आलेले होते.

गदरच्या आदर्शवादी धोरणांचे आणखी एक वैशिष्ट्य म्हणजे, त्याचे लोकशाही

मूल्य.[११] खानखोजे म्हणत असत की, गदरमध्ये जी एकीची भावना होती तेवढी दृढ भावना फक्त १८५७च्या बंडाच्या वेळी पाहायला मिळाली होती. ब्रिटिशांनी भारतीयांच्या मानेभोवती आवळलेला फास सोडविण्यसाठी गदरच्या निमित्तानेच केवळ हिंदू आणि मुस्लीम एकत्र आले. धर्म-भाषा-आचार-विचार कशाचाही विचार न करता, खांद्याला खांदा लावून लढले. खरोखरच, २०व्या शतकातील, हर दयाळने जिचे नाव 'गदर' ठेवले, ती गदर चळवळ म्हणजे, अनेक अर्थांनी १८५७च्या शूर-वीर हुतात्म्यांना वाहिलेली श्रद्धांजलीच होती.

१८५७च्या बंडाप्रमाणेच गदर चळवळीमध्ये गुप्तहेर आणि खबऱ्यांचे स्थान महत्त्वाचे होते. ब्रिटिश गुप्तहेर खात्याकडे असलेली खानखोजेंची अतिशय बिनचूक आणि तंतोतंत खरी व्यक्तिगत माहिती हे त्याचे उत्तम उदाहरण म्हणता येईल. ब्रिटिश गुप्तहेर खात्याने तयार केलेल्या 'गदर डिरेक्टरी'मध्ये म्हटले होते, 'खानखोजे हे गदर पार्टीमधील 'कमालीचे घातक' सदस्य आहेत. ते १९१४मध्ये कॉन्स्टेंटिनोपलमध्ये आले आणि डिसेंबरमध्ये 'जिहाद'च्या एका मोहिमेसाठी दक्षिण पर्शियाला गेले. त्या काळात त्यांनी महमद खान हे नाव धारण केले होते. १९१५ ते १९१६ या काळात ते शिराजमध्ये राजद्रोही कार्यात गर्क होते. आणि स्व. सूफी अंबा प्रसाद यांना मदत करत होते. बर्लिनमधील पर्शियन कमिटीच्या माध्यमातून केरहास्पकडे शस्त्रास्त्रे आणि दारूगोळा पाठविण्याच्या कामातही त्यांचा हात होता. हा दारूगोळा त्यांना बलुचिस्तानमध्ये वापरायचा होता.'[१२] ब्रिटिश सरकार, ब्रिटिश गुप्तहेर खात्याचा एवढा मोठा ससेमिरा पाठीमागे असतानाही खानखोजे अनेक वर्षे ब्रिटिश सरकारला खेळवत राहिले, झुलवत राहिले. ब्रिटिशांनी प्रदीर्घ काळपर्यंत अनेक प्रकारे प्रयत्न करूनही ते ब्रिटिशांच्या डोळ्यात धूळ झोकून निसटतच राहिले. ही गोष्ट खरोखरच लक्षणीय आहे. अर्थात स्वातंत्र्यानंतर जेव्हा खानखोजे भारतात परत आले, त्या वेळीही त्यांचे नाव ब्रिटिशांच्या 'हद्दपार केलेल्या क्रांतिकारकां'च्या यादीतच असणे स्वाभाविक होते.

गदर चळवळीची आणखी एक महत्त्वाची देणगी म्हणजे भारतीयांमध्ये त्यांनी घडवलेली बौद्धिक जागृती आणि दिलेले मानसिक स्वातंत्र्य! संपूर्ण स्वातंत्र्य गदर चळवळ मिळवू शकली नाही हे खरे, परंतु ज्या गोष्टीची भारतीय जनता कधी कल्पनाही करू शकली नसती, ती स्वातंत्र्याची भावना गदरच्या कार्याने लोकांच्या मनामनांमधून चेतवली. लोकांचे 'मानसिक स्वातंत्र्य' गदरने खऱ्या अर्थाने पोसले. इतिहासकार हरीश पुरी म्हणतात, 'गदरचे, देशाच्या संपूर्ण राजकीय स्वातंत्र्याचे उद्दिष्ट हे नंतरच्या काळात भारतीय स्वातंत्र्य संग्रामासाठी एक प्रमाणभूत असे ध्येय ठरले.[१३]

गदरची चळवळ अपयशी होण्याची कारणे म्हणजे गदरच्या क्रांतिकारकांच्या योजनांना फारशी खोली लाभली नव्हती. त्या वरवरच्या, तात्पुरत्या अशा होत्या. तसेच या योजनांबद्दल, त्यांच्या भवितव्याबद्दल, परिणामांबद्दलचा फारसा तर्कशुद्ध

विचार झाला नाही. आणि मुख्य म्हणजे महायुद्धात जर्मनीला पराभवाला सामोरे जावे लागेल, याची त्यांना कल्पना आली नाही. कागदोपत्री पाहता गदरच्या क्रांतिकारकांच्या मोहिमा, बेत चांगले होते. ते जसे आखले होते, तसेच्या तसे अमलात आले असते, तर गदरचाच काय, भारताचाही इतिहास काही वेगळाच झाला असता.

याचबरोबर आणखी एक मुद्दा इथे उपस्थित होऊ शकतो तो म्हणजे, गदरच्या लष्करी उठावामध्ये अपयश आल्यामुळे भारतात राजकीय विचार प्रबळ ठरला आणि तो पुढे जाऊन शांततेच्या राजकारणात परावर्तित झाला. १८५७चे बंड, गदर चळवळ किंवा सुभाषचंद्र बोस यांची इंडियन नॅशनल आर्मी या सगळ्या चळवळींनी भारतीय स्वातंत्र्याच्या प्रक्रियेला मोठाच हातभार लावला हे खरेच; पण अखेर भारताला स्वातंत्र्य मिळवून देण्यात महात्मा गांधींचे 'अहिंसा तत्त्वज्ञान'च कळीचे शस्त्र ठरले.

टीप

१. टी. आर. सरीन, इंडियन रिव्होल्युशनरी मूव्हमेंट अब्रॉड, (१९०५-१९२०), नवी दिल्ली, स्टर्लिंग पब्लिशर्स, १९७९, पृष्ठ-१०६
२. वरीलप्रमाणे, पृष्ठ-१८४
३. एमिली सी. ब्राऊन, हर दयाळ, टक्सन : युनिव्हर्सिटी ऑफ अरिझोना प्रेस, १९७५, पृष्ठ-२०६
४. वरीलप्रमाणे, पृष्ठ-२१८
५. टी.आर. सरीन, इंडियन रिव्होल्युशनरी मूव्हमेंट अब्रॉड, (१९०५-१९२०), नवी दिल्ली, स्टर्लिंग पब्लिशर्स, (१९७९), पृष्ठ--२०३
६. सर पर्सी साईक्स, अ हिस्ट्री ऑफ पर्शिया, खंड २, लंडन, मॅकमिलन (१९१५), पृष्ठ-५१७, 'ॲन ॲडव्हेंचर ड्युरिंग माय फाइट फॉर फ्रीडम' या खानखोजे यांच्या लेखातून
७. बिपनचंद्र, के. एन. पणिक्कर, मृदुला मुकर्जी, सुचेता महाजन, इंडियाज स्ट्रगल फॉर इंडिपेन्डन्स, नवी दिल्ली; पेंग्विन बुक्स इंडिया, (१९८८)
८. ए.सी. बोस, इंडियन रेव्होल्युशनरीज अब्रॉड १९०५ ते १९२२, पाटणा, भारती भवन, (१९७१) पृष्ठ-११६
९. वरीलप्रमाणे, पृष्ठ-२५५
१०. बिपनचंद्र, के. एन. पणिक्कर, मृदुला मुकर्जी, सुचेता महाजन, इंडियाज स्ट्रगल फॉर इंडिपेन्डन्स, नवी दिल्ली; पेंग्विन बुक्स इंडिया, (१९८८)
११. वरीलप्रमाणे, पृष्ठ-१५६
१२. द गदर डिरेक्टरी, इंडिया ऑफिस लायब्ररी, ब्रिटिश म्युझियम, १९३४
१३. हरीश के पुरी, गदर मूव्हमेंट अमृतसर, गुरू नानकदेव युनिव्हर्सिटी प्रेस, (१९९३), पृष्ठ-१७९, १८२

महायुद्धाची अखेर

महायुद्धाची सध्याची स्थिती काय आहे, आपल्या सहकाऱ्यांचे नक्की काय झाले आहे, काय चालू आहे, या कशाचीही माहिती नसताना खानखोजे बलुचिस्तामध्ये लढत राहिले होते. जनरल साईक्सच्या फौजेच्या जाळ्यातून निसटून खानखोजे त्यांच्या पर्शियन मित्रांकडे परत निघाले होते. *'माझ्या सगळ्या मित्र-सहकाऱ्यांशी माझा कोणताच संपर्क राहिला नव्हता. महायुद्ध कोणत्या दिशेने सुरू आहे? त्याचे परिणाम काय होत आहेत, या कशाचीही माहिती मला मिळू शकत नव्हती. मी आणि माझ्या डोळ्यांपुढे माझे ध्येय – माझ्या देशाला स्वातंत्र्य मिळेपर्यंत लढत राहणे, बस्! तेवढ्या एका कार्यासाठी मी जिवंत होतो.'*

पर्शियातील टोळ्यांमध्ये, दुसऱ्या एखाद्या देशाच्या व्यक्तीचे सहजी स्वागत होणार नाही, याचे त्यांना पूर्ण भान होते. कोणत्याही खेड्यात प्रवेश करताना, वेशीवरचा, त्या गावच्या टोळीवाल्यांचा, घेराव खानखोजेंनी अनुभवला होता. खानखोजे स्वत: आधीच पूर्णपणे विस्कटून गेले होते. तसेच काही त्यांच्या स्वत:च्या पद्धतीचे आणि काही टोळीवाल्यांच्या पद्धतीचे अशा विचित्र कपड्यांमधील खानखोजे त्या गावच्या लोकांना 'परकीय' वाटणे स्वाभाविक होते.

> *त्या लोकांच्या वागण्या-बोलण्यातून अगदी बारीक-सारीक कृतींमधूनही त्यांचा माझ्यावरचा अविश्वास माझ्या लक्षात यायचा. मी 'त्यांच्यातला' नाही हे त्यांना पक्कं ठाऊक होतं आणि मग माझ्याबद्दल ते मला धमक्यावजा प्रश्न विचारत राहायचे. तू कोण आहेस नक्की? कुठून आलास? धर्म कोणता तुझा? पण मी शांत राहायचा आटोकाट प्रयत्न करायचो. कोणतीही माहिती त्यांना न पुरवता, 'मी एक भटक्या दरवेशी – यात्रेला चाललोय', असं ठराविक उत्तर त्यांना द्यायचो.*

अर्थात या उत्तराने त्यांचे समाधान होणे शक्यच नव्हते. खानखोजेंना जेव्हा

इस्लामच्या बारा इमामांची नावेही धड सांगता आली नाहीत, तेव्हा टोळीवाले खानखोजेंना मारायला उठले. खानखोजेंनी मग आपण गरीब निष्पाप असल्याचा आव आणत सांगितले की, 'मी नुकताच धर्मांतर करून मुसलमान झालो आहे. या धर्माविषयी मला अजून बरंच काही शिकायचे आहे,' तेव्हा कुठे ते लोक शांत झाले. पण खानखोजेंच्या हातून व्हायची ती चूक होऊन गेली होती. 'मग मला इस्लामचे अधिक शिक्षण द्या,' अशी विनंती करत खानखोजे नमाज कसा पढायचा वगैरे गोष्टी त्यांच्याकडून शिकू लागले. त्याचबरोबर आपल्या कोणत्याही कृतीने, आपण पक्के नास्तिक आहोत हे दिसून येता कामा नये, ही खबरदारी घ्यायलाही शिकले. आणि त्यानंतर मात्र कोणत्याही खेड्यात वगैरे न थांबता, त्यांनी सरळ नेरिझचा रस्ता धरला.

या रस्त्यावर त्यांना एक टोळी आडवी आली. एक प्रचंड मोठी टोळधाड पडल्यामुळे त्यांचे गाव पार उद्ध्वस्त झाले होते. सुमारे पन्नास लोकांच्या या टोळीने खानखोजेंना अडविले. आपल्या आत्मचरित्रात खानखोजे लिहितात, *'मला तर पळून तर जायचे होते. पण जाणार कुठे? मी पुरता त्यांच्या तावडीत सापडलो होतो. मागेही फिरू शकत नव्हतो. त्यांच्या पद्धतीने वाकून-वाकून मी त्यांना विनवत होतो. म्हणजे ते मला सोडून देतील अशी आशा करत होतो.'*

या सगळ्या घाई-गोंधळात खानखोजेंजवळचा पर्शियाचा नकाशाच खाली पडला आहे, हे त्यांच्या लक्षातच आले नाही. टोळीवाल्यांनी झडप घालून त्यांना पकडले. आणि त्यांच्यावर प्रश्नांची सरबत्ती सुरू केली. खानखोजेंनी नकाशा कसाबसा उचलला. आणि त्यावरून स्पष्टीकरण केले की, 'बगदादजवळच्या पवित्र करबला या तीर्थक्षेत्री जाण्याचा मार्ग शोधण्यासाठीच केवळ मी या नकाशाचा उपयोग करतो.' या उत्तराने त्या लोकांचे समाधान झाल्यासारखे वाटले. पण प्रश्न काही थांबले नाहीत. केवळ प्रश्नांचा सूर आणि दिशा बदलली.

> *आता वर्तमानकाळ, भूतकाळ, भविष्य याबद्दल त्यांचे प्रश्न सुरू झाले. कारण मी दरवेशी असल्याचं सांगितलं होतं आणि भविष्य सांगणं हाच दरवेशाचा धंदा असतो. सुरुवातीला हे ज्योतिषाचं सोंग मला फारसं रुचलं नाही. अगदी सावकाशपणे थांबत-थांबत आणि सारासार विचार करत मी त्यांना उत्तरं देत राहिलो आणि एकाएकी माझं भानच सुटलं. पुढचा मागचा कुठलाही शक्याशक्यतेचा विचार न करता, मी 'टोळीप्रमुखाच्या बायकोला मुलगाच होईल,' असं भविष्य ठोकून दिलं. तिचे दिवस भरत आल्याचं स्पष्ट दिसत होतं. पण म्हणून असं भविष्य वर्तवणं किती धोक्याचं होतं, याचा अंदाजच त्या क्षणी मला आला नाही. खानखोजे काही दिवस त्या लोकांबरोबर राहिले खरे, पण त्या बाईची प्रसूती जसजशी जवळ येऊ लागली, तसतसा त्यांचा धीर खचायला लागला. आणि अखेर एक दिवस,*

भल्या पहाटे बाकीचे लोक जागे व्हायच्या आत खानखोजे त्यांच्या वस्तीतून निघाले.

भराभर चालत त्या वस्तीपासून शक्य तितक्या दूर निघून जाणं मला भाग होतं. तरच भविष्य सांगण्याची मी जी चूक केली होती, त्या दुष्परिणामांपासून माझी सुटका झाली असती. अर्थात हेही खरंच होतं की, त्या बाईला 'मुलगी' होईल असं मी सांगितलं असतं, तर त्यावेळेपासूनच त्यांनी मला त्रास दिला असता. वस्तीतून बाहेर पडलो. पण रस्ता कुठे माहीत होता? त्यामुळे मी त्याच-त्याच रस्त्यांवरून गोल-गोल फिरत राहिलो होतो. इतक्यात लांब मला काही माणसं दिसली. वाटलं, ती मलाच शोधातायत. त्या दिवशी माझं नशीब जोरावर होतं. टोळीप्रमुखानी मला शोधून आणायला माणसं पाठवली होती. त्याला आनंद साजरा करायचा होता. कारण त्याच दिवशी त्याच्या बायकोला मुलगा झाला होता. योगायोगानी माझं भविष्य खरं ठरलं होतं. त्या लोकांबरोबर मग मी ऐटीत परत गेलो आणि 'उत्तम ज्योतिषी' म्हणून त्यांच्याकडून सगळा मानमरातब स्वीकारला.[१]

टोळीवाल्यांचा निरोप घेऊन खानखोजे नेरिझकडे निघाले. तिथे जुन्या सहकाऱ्यांना, मित्रांना भेटायचे होते. नेरिझमध्ये पोहोचल्यावर थोडी विश्रांती घेऊन, टोळीप्रमुखाच्या बायकोच्या प्रसूतीची सुरस कथा मनाआड करून, खानखोजे वास्मसच्या शोधार्थ निघाले. त्या वेळी वास्मस पर्शियन सैन्याबराबेर ब्रिटिशांशी लढण्यात गर्क होता. बूशायरमधील नाट्यमय सुटकेनंतर, वास्मसने शिराजमध्ये तळ ठोकला. शिराजचा अनभिषिक्त राजा आणि कशघई टोळीचा प्रमुख सौलत-उ-दौला याने ब्रिटिशांविरुद्ध रणशिंग फुंकले होते. खानखोजे त्याला जाऊन मिळाले.[२] सौलत-उ-दौलाचा लहान भाऊ सलार-उ-दौला कशघई सैन्याचा कमांडर होता.

१९१६मध्ये 'साउथ पर्शिया रायफल्स'ची स्थापना करून, जनरल साईक्सने इस्फहानकडे मोर्चा वळवला होता. तिथून तो शिराजकडे निघाला. शिराज म्हणजे त्या वेळी जर्मन कौन्सिल आणि पर्शियन रेव्ह्युलेशन मूव्हमेंटचा तळ होता. १९१७च्या सुरुवातीलाच अनेक ब्रिटिश लष्करी आणि बिगर लष्करी अधिकारी साईक्सला मिळाले होते आणि साईक्सच्या म्हणण्याप्रमाणे त्या सैन्याने हे लढाईचे आव्हान कार्यक्षमपणे स्वीकारले होते. १९१७च्या अखेरपर्यंतच्या थोड्या कालावधीत 'फार्स' विभागात या सैन्याला यशही दिसू लागले होते. पण त्यानंतर स्वत: साईक्सनेच कबूल केल्यानुसार हे यश फार तात्पुरते होते. आणि १९१८च्या वसंत ऋतूपर्यंत सौलतच्या अधिपत्याखालील कशघई टोळी आणि त्यांच्या पर्शियन डेमॉक्रॅटिक फोर्सशी ब्रिटिशांचे शत्रुत्व निर्माण झाले.[३]

खानखोजे आता केवळ एक 'सैनिक' बनले होते. आणि ब्रिटिशांविरुद्धच्या चकमकींमध्ये जिवाची बाजी लावून लढत होते. शिराजमधील ही लढाई सुरू असतानाच, प्रमथनाथ दत्त आणि आगाशे, उत्तरेकडची ब्रिटिशांविरुद्धची आघाडी सांभाळण्याकरिता निघून गेले. आणि दुर्दैवाने त्यांची आणि खानखोजेंची नंतर कधीही भेट होऊ शकली नाही.[४] ब्रिटिशांना या लढाईमध्ये शिराज सोडावे लागले परंतु त्यापूर्वी ब्रिटिशांनी एक खेळ खेळलाच – जो त्यांचा अत्यंत आवडता होता, आणि पुढे भारताच्या राजकारणात यशस्वीपणे त्यांना खेळायचा होता – 'फोडा आणि झोडा!'

> *सलार या सौलतच्या भावाने, बाग-ए-गुलशनवर कब्जा मिळवला आणि पंचेचाळीस ब्रिटिश सैनिक ताब्यात घेतले. या यशामुळे कशघई टोळीच्या सैनिकांना आणखीच स्फुरण चढलं आणि आम्ही आणखी पंधरा चकमकी लढलो. पण या रणधुमाळीत, भावाभावामध्ये लढाई लावून देण्याचा जो कावेबाजपणा ब्रिटिशांनी दाखवला, तो मी कधीही विसरू शकणार नाही. 'कशघई टोळीचं प्रमुखपद आम्ही तुला मिळवून देऊ,' असा निरोप त्यांनी सलार-उ-दौलाला पाठवला. सलारला हे आमीष पुरेसं ठरलं. त्याला टोळीप्रमुख पदाचा मोह आवरला नाही. सारासार विचार बाजूला ठेवून त्यानं ब्रिटिशांशी हातमिळवणी केली. या मोहिमेतल्या अफिका, बाग-ए-गुलशन, चिनार रहदार, दरंगन आणि अशाच कितीतरी लढाया माझ्या चांगल्याच लक्षात आहेत. पण अखेर आम्हाला हार पत्करावी लागली. सलारनी केलेल्या सौलतच्या फसवणुकीपायीच आम्हाला ब्रिटिशांना शरण जावं लागलं.*

जनरल साईक्स यावर भाष्य करतो, 'पराभवाची लाट आम्ही परतवून लावली आणि कशघई टोळीच्या प्रमुखपदी दुसरी व्यक्ती नेमण्यास, पर्शियन गव्हर्नर जनरलला भाग पाडून आम्ही आमचे यश निश्चित केले.[५]

वास्मसचा एकूण प्रभाव एव्हाना ऊणावला होता. शिवाय त्याच्याजवळचा सोन्याचा साठाही संपत चालला होता. तंगीस्तानमधील अहराममधून त्याला अचानक पळून जावे लागले होते. कारण हे शहर ताब्यात घेण्यासाठी ब्रिटिशांनी जबरदस्त फौजफाटा पाठवला होता. इस्फहान यापूर्वीच त्यांनी जिंकून घेतले होते. आणि उत्तरेकडे रशियन फौजा त्यांचा प्रभाव वाढविण्यासाठी रणांगणात उतरल्या होत्या.

अखेर पराभव त्यांच्यापर्यंत आलाच, आला तोही दोन वाटांनी. ब्रिटिशांकडून रणांगणावर पराभव पत्करावा लागला, तर साथीच्या रोगांनी त्यांच्याविरुद्ध जणू कट कारस्थान केले. कॉलरा, एन्फ्लुएन्झा अशा साथींमुळे सैन्य टेकीला आले. खानखोजे आणि सौलतच्या पायदळाला आगी लागल्या. त्यांचे तंबू जळून खाक झाले आणि

त्यांना शरणागती पत्करणे भाग पडले. जंगलातल्या वणव्याच्या वेगाने साथी पसरल्या आणि बरेच सैन्य आजारी पडले. बाकी सैनिक ब्रिटिशांच्या तावडीत सापडले. काही आपापल्या घरी परतले. सौलत फिरुझाबादला परतला आणि त्याचे उरलेसुरले सैन्य त्याने सुरक्षित, चांगल्या हवेच्या आरोग्यदायी वातावरणात पाठवून दिले.

सौलत-उ-दौलाला आणखी एक लहान भाऊ होता – अमीर अशायर. तो मात्र आपल्या मोठ्या भावाशी एकनिष्ठ राहिला होता. ब्रिटिशांनी त्यालाही फितवायचा प्रयत्न करून पाहिला. पण तो ब्रिटिशांच्या कोणत्याही आमिषाला बळी पडला नाही. त्यामुळे ब्रिटिशांची त्याच्यावर सतत नजर होती. सौलतच्या शत्रूशी लढण्याचा – ब्रिटिशांना पुन्हा एकदा रणांगणावर गाठण्याचा त्यानं प्रयत्न करून पाहिला आणि अचानक एक दिवस महायुद्ध संपले.

एक दिवस एक विमान अगदी कमी उंचीवरून किल्ल्यावर उतरले. आता बॉम्बवर्षाव होणार या भीतीनी आम्ही पांगलो आणि लपून बसलो. पण लगेच लक्षात आलं की विमानातून बॉम्ब नाही, तर फक्त पत्रकं टाकण्यात येत आहेत. युद्ध संपलं होतं. ब्रिटिश, सौलतला शत्रुत्व संपवून शांततेचा करार करायला बोलवत होते.

त्या रात्री सौलातनी मला सल्लामसलत करण्यासाठी, त्याच्या तंबूत बोलावून घेतलं. तो इतका दु:खी आणि उदास दिसत होता! खरं तर तो अतिशय शूर होता, पण त्याक्षणी मात्र त्याचा चेहरा चिंतेनी अगदी काळवंडून गेला होता. त्यांनी मला जवळ बसवून घेतलं, पण भावनातिरेकामुळे तो शब्दही बोलू शकत नव्हता. शांततेमध्ये बराच वेळ गेला आणि मग त्याने मला वाईन देऊन केली. डोळ्यातल्या अश्रूंमुळे त्याचे डोळे चमकत होते. मी चाटच पडलो. त्याला मद्यपान करताना मी कधीही पाहिलं नव्हतं की, मीही यापूर्वी वाईनची कधी चवही बघितली नव्हती. एक घोट घेतला, कडवट चवीचा तो द्रवपदार्थ घसा जाळत खाली गेल्यासारखं वाटलं. त्याचं बोलणं मी शांतपणे ऐकू लागलो.

सौलतनी सर्व काही सांगून त्यावर माझा सल्ला विचारला. मी त्याला ब्रिटिशांशी बोलणी करण्याचा सल्ला दिला. त्यालाही तो पटला.

सौलतने, शांततेच्या तहावर स्वाक्षरी करण्यास तयार असल्याचा निरोप ब्रिटिशांना पाठवला आणि सौलत, त्याचे सैन्य आणि खानखोजे डोंगराळ भाग सोडून एका अगदी अनोळखी मार्गाने निघाले.

सौलत आणि ब्रिटिश यांच्या दरम्यान वाटाघाटी सुरू झाल्या. करारावर स्वाक्षरी करण्यापूर्वी, ब्रिटिशांनी या कशघई टोळीप्रमुखापुढे अतिशय जाचक अटी ठेवल्या.

सौलत आणि त्याच्या लोकांनी ब्रिटिशांविरुद्धचे शत्रुत्व संपुष्टात आणावे, छोट्या-मोठ्या चकमकी, हल्ले बंद करावे. त्या बदल्यात ब्रिटिशही त्यांच्यावरचे हल्ले थांबवतील. या अटींना सौलतचा रुकार म्हणून, त्याचा मोठा मुलगा नासर खान याला ब्रिटिश आपल्या ताब्यात ठेवतील, त्याला मोठा करतील, त्याला पाश्चिमात्य पद्धतीने वाढवतील, शिक्षण देतील. ही अट मान्य असेल, तरच हा तह सौलतला मान्य आहे, असे मानण्यात येईल. सौलत-उ-दौलाच्या मोठ्या मुलाचे पालनपोषण करण्याच्या निमित्ताने ब्रिटिशांनी एका अर्थी या तहाला या लोकांच्या पुढच्या पिढीचीही मान्यता निश्चित केली. कारण ब्रिटिशांना पर्शियामध्ये व्यापार करण्यात खास रस होता. अँग्लो-पर्शियन ऑइल कंपनी ही त्याचाच एक भाग. युद्ध समाप्त होताच, ब्रिटिशांनी पर्शियामधील विविध टोळ्यांमध्ये असलेली भांडणे मिटविण्यासाठी कसोशीने प्रयत्न केले. कारण त्यात ब्रिटिशांचेच हित होते. या सगळ्याचा परिणाम म्हणजे '१९१९चा अँग्लो-पर्शियन' करार अस्तित्वात आला.

ब्रिटिशांची आणखी एक अट होती : सौलतने खानखोजेंना ब्रिटिशांच्या हवाली करावे. या आधी त्यांच्या काही सहकाऱ्यांना केले, त्याचप्रमाणे ब्रिटिशांना खानखोजेंना नामोहरम करायचे होते. त्यासाठी एक खास तंबू उभारण्यात आला होता. जिथे नासर खान आणि खानखोजे ब्रिटिशांच्या हातात पडणार होते.

युद्ध संपलं होतं आणि यापुढे या चौकटीत मला काही स्थान नाही असं वाटायला लागलं होतं. मी सौलतला ब्रिटिशांच्या अटी मान्य करण्याविषयी आग्रह धरला. पण त्याला ते मान्य नव्हतं. मला ब्रिटिशांना सोपवणं म्हणजे जवळच्या सहकाऱ्याची फसवणूक केल्यासारखं आहे, असं त्याला वाटत होतं. पण त्याच्या सैन्याला शांततेची, विश्रांतीची गरज होती. मुलालाही उच्च शिक्षण, आधुनिक जग मिळालं असतं आणि मी माझ्या आयुष्यावर नेहमीच उदार होतो! अखेर सौलतनी माझं म्हणणं कसंबसं मान्य केलं. एका भल्या पहाटे नो मॅन्स लँडवर मी आणि त्याचा मुलगा समारंभपूर्वक ब्रिटिशांच्या ताब्यात दिले जाणार होतो.

त्यादिवशी मला आश्चर्याचा धक्काच बसला. खास आमच्या हस्तांतरणासाठी उभारलेल्या तंबूत आम्ही प्रवेश करताच, आम्हाला बदलण्यासाठी म्हणून काही कपडे देण्यात आले. नवे कपडे घातल्यावर मला तर मी एखादा कशघई सैनिकच झाल्यासारखं वाटलं. त्या लोकांच्या मानाने माझी उंची फारच बेताची होती. त्यामुळे मी ब्रिटिश अधिकाऱ्यांना दिसू शकलो नाही. त्यानंतरच्या घटना इतक्या वेगाने घडल्या की, या हाताचं त्या हाताला कळू नाही, आणि त्या हातचलाखीत मला पळून जाण्याची संधी देण्यात आली.

कशघई सैनिकाच्या वेशात, पुन्हा एकदा मी जीव घेऊन पळत सुटलो. बख्तियारी टोळीवाले मला पाहतील आणि आसरा देतील, अशी आशा मनात होती. दुसऱ्या दिवशी पहाटेच्या अंधारात मी एका तंबूला अडखळलो. मी कशघई टोळीच्या एका वस्तीत प्रवेश केला होता. तिथल्या एका गुराख्यानं मला लगेच ओळखलं. माझं मनापासून स्वागत केलं. पण त्यानं मला जेव्हा त्यांच्या गटाच्या नेत्यासमोर उभं केलं, तेव्हा त्यांनी मला ओळख देण्याचं नाकारून, आश्चर्याचा धक्काच दिला. हादजी खान असं त्या नेत्याचं नाव होतं. मला त्याच्यापर्यंत आणणाऱ्या गुराख्याला 'अशा परक्या माणसाला माझ्यापर्यंत का आणलं?' म्हणून तो रागावला, आणि एका स्वतंत्र तंबूत मला बांधून कैदेत ठेवण्यास फर्मावलं. रात्री हादजी खाननीच शांतपणे सांगितलं की, 'हा भाग ब्रिटिश सैनिक तुला शोधण्यासाठी अक्षरशः पिंजून काढताहेत. त्यांचा फेरा इथून निघून जाऊ दे, तोपर्यंत शांत राहा. मग मी तुला बख्तियारींच्याकडे लवकरात लवकर पाठवण्याची व्यवस्था करतो.' हा दुसरा धक्का होता, पण आधार देणारा.

माझ्याबरोबर दिलेला माझा 'गाइड' एकदम हुशार होता. उंच डोंगरवाटा, खोल दऱ्या, डगरींवरून तो मला सांभाळून नेत होता. आम्ही 'उरुजन'कडे निघालो होतो. वाटेतल्या घातकी, दहशतवादी टोळ्यांच्या वस्त्या सफाईदारपणे चुकवत आमचा प्रवास सुरू होता.

खानखोजेंनी पुन्हा एकदा कपडे बदलले आणि जेव्हा ते त्या वस्तीतून बाहेर पडले, तेव्हा एक 'बख्तियारी टोळीवाले' झाले होते. 'टर्कीश'ऐवजी पर्शियन भाषा बोलणारे! अशातऱ्हेनी खानखोजेंचा आणखी एक जन्म झाला. या जन्मात त्यांचे नाव होते, पांडुरंग खानखोजे उर्फ 'हादजी आगा खान.'

उरुजनमध्ये पोहोचल्यावर, बख्तियारी टोळीच्या प्रमुखाला भेटून, त्याला सोबत आणलेली ओळखपत्रे त्यांनी सादर केली. इथे त्यांना त्यांचे जुने बहाई मित्रही भेटले. इथे थोडी फार स्वस्थता मिळताच, त्यांनी शाळेत नोकरी धरली. इंग्लिश, शेती हे विषय शिकवतानाच लष्करी सैनिकी प्रशिक्षण देण्यासही त्यांनी सुरुवात केली. महायुद्धाच्या अखेरीपर्यंत बख्तियारी आणि बहाई पंथीयांनी खानखोजेंना जो आधार दिला, सर्व प्रकारची मदत केली, सुरक्षितता आणि माणुसकीची वागणूक दिली त्याबद्दल खानखोजेंच्या मनात कायमच कृतज्ञतेची भावना राहिली. आपल्याला सामावून घेणाऱ्या, आधार देणाऱ्या या लोकांमध्ये कायमचेच राहावे, त्यांच्या मुलाबाळांना शिक्षण द्यावे, अशी प्रबळ इच्छा खानखोजेंच्या मनात दाटली होती. परंतु वर्षभरातच अशा काही घटना घडल्या की, उरुजनमधला मुक्काम त्यांना हलवावा लागला.

सौलत-उ-दौलचा लहान भाऊ सुलतान अमीर अशायर बरेच दिवस आजारी होता. स्थानिक हकीम त्याच्यावर इलाज – उपचार करत होते; पण गुण येत नव्हता. पर्शियामधील एका खास ब्रिटिश रुग्णालयात त्याला ठेवण्याची खास परवानगी घेण्यात आली होती. पण तिथेही त्याला बरे वाटेना. रुग्णालयाने सल्ला दिला, 'युरोपला न्या, तिथे तुमच्या आजाराचे योग्य, अचूक निदान होईल, आणि मग इलाजही होऊ शकेल.' सुलतान अमीर अशायरने, एक गुप्त दूत पाठवून खानखोजेंजवळ आपले मन मोकळे केले. 'युरोपला माझ्याबरोबर माझे दुभाषे आणि सेक्रेटरी म्हणून तुम्ही यावे,' अशी इच्छा अशायरने व्यक्त केली. हे काम स्वीकारण्यातले धोके खानखोजेंना समोर स्पष्ट दिसत होते; पण तरीही त्यांनी त्वरित या बेताला मान्यता दिली.

त्याकाळात अशा अंतर्गत, अविकसित भागातून युरोपला जायचे म्हणजे समुद्रमार्गाने मुंबईला आणि तिथून प्रवासी विमानाने लंडनला जायचे, असा एकच मार्ग होता. सुलतानाने सर्व जय्यत तयारी केली. खानखोजेंना त्याने पर्शियन पासपोर्ट मिळवून दिला, ज्यावर नाव होते, हादजी आगा खान.

माझ्या दृष्टीने या प्रवासाचा उद्देश, भारतातल्या जुन्या सहकारी क्रांतिकारकांशी पुन्हा नव्याने संपर्क करणे हाच होता. स्वराज्याची माझी भूक अजूनही शमत नव्हती. महत्त्वाकांक्षा हातावर हात टाकून स्वस्थ बसू देत नव्हती.

भारतात जायला मी अक्षरश: उतावीळ झालो होतो. पर्शियाचा हा डोंगराळ भाग अतिशय नयनरम्य, सुंदर होता. इथे स्वस्थपणा होता, पण तरीही 'माझे' लोक नव्हते. माझ्या लोकांपासून दूर राहायचा आता मला कंटाळा आला होता. अस्वस्थ, एकाकी मनाच्या अगदी तळापासून मला वाटत होतं की, भारत स्वतंत्र झाल्याशिवाय माझ्या जीवाला चैन पडणार नाही. त्यामुळे काहीही कसंही करून, कसंही आता मला भारतात जायचंच होतं – आणि ही सुवर्णसंधी माझ्यापुढे चालून आली होती. अर्थात ती नाकारणं कसं शक्य होतं?

आम्ही मुंबईत पाऊल ठेवलं मात्र, आणि माझ्या लगेच लक्षात आलं की, माझ्यावर पाळत ठेवली गेली आहे. सुलतानाचा सगळा नोकरवर्ग, सहायक सगळे पर्शियन होते – उंचनिंच आणि दिसायला देखणे! त्यात मीच एकटा वेगळा होतो कमी उंचीचा – सावळा – कुठल्याही प्रकारे पर्शियन न वाटणारा – परकीय आणि त्यातून सुलतानाचा सेक्रेटरी! माझ्याबद्दल शंका येणं स्वाभाविक होतं.

१९१९चा काळ होता. ब्रिटिशांनी लादलेल्या 'रौलट ॲक्ट'ची प्रतिक्रिया ठळकपणे जाणवत होती. सारा भारत देश अतिशय प्रक्षुब्ध अशा मन:स्थितीत होता.

राजकीय नेत्यांबरोबरच या वेळी सर्वसामान्य जनताही पेटून उठली होती. कलकत्ता, मद्रास, मुंबई अशा मोठ्या शहरांमधून सार्वजनिक सभांमधून लोकांच्या मनातील रागाचा उद्रेक होत होता. ६ फेब्रुवारी, १९१९ रोजी ब्रिटिशांनी जेव्हा पहिला रौलट ॲक्ट लागू केला, त्या वेळी अहमदाबादमध्ये दंगली झाल्या. सर्व देशभर सभा, सत्याग्रहांचा धडाका उडाला. पंजाबमध्ये तर ब्रिटिश सरकारला 'मार्शल लॉ' पुकारावा लागला, इतकी तीव्र प्रतिक्रिया उमटली. जालियनवाला बाग घटनेने सर्व देशाला जबरदस्त धक्का बसला.

आपल्या गुरूंना – लोकमान्य टिळकांना – भेटण्यासाठी अत्यंत अधीर झालेले खानखोजे, गोविंदराव पोतदार या लोकमान्यांच्या मित्राला भेटले. त्यांनी खानखोजेंची लोकमान्यांशी गाठ घालून देण्याची तयारी केली.[७]

> *पोतदार गिरगावात राहायचे. त्यांच्याकडे जाण्यासाठी मी व्हिक्टोरिया टर्मिनसच्या गाडीत चढलो. स्टेशनपर्यंत माझ्या मागे-मागे एक जण येतच होता. माझ्या आवतीभोवतीची माणसं मराठीत बोलत होती. मला अर्थातच ते सगळं कळत होतं, पण कळत नाही असं दाखवावं लागत होतं. पत्ता इंग्रजीमधून विचारायचा, पण अधून-मधून सारखे पर्शियन शब्दच तोंडात येताहेत, असंही दाखवायचं. असं करत मी बोरीबंदरला (व्हिक्टोरिया टर्मिनस) पोहोचलो. तिथून ट्राममध्ये चढलो. माझ्यामागून आतापर्यंत माझा पाठलाग करणारा मनुष्यही चढलाच. चढल्या-चढल्या त्याने आरडाओरडा करत मला मराठीतून अतिशय गलिच्छ शिव्या द्यायला सुरुवात केली. शिव्या दिल्या की, चिडून जाऊन माझं खरं रूप उघड होईल, असा त्याचा डाव होता. पण मी फसणार नव्हतो. उलट मी काही समजत नसल्यासारखा बावळट चेहरा करून. माझ्या उतरायच्या स्टॉपचं नाव घेत राहिलो. तो कधी येईल असं विचारत राहिलो – आणि त्या माणसालाही काही कळायच्या आत मी चालत्या ट्राममधून उडी घेतली. बाकीचा रस्ता पायी चालत जाऊन मी गिरगावात पोहोचलो.*
>
> *माझा पाठलाग करणाऱ्याला फसवून मी अखेर एकदाचा लोकमान्यांपर्यंत पोहोचलो. पण मला पाहून लोकमान्य मात्र वैतागले. अक्षरश: जीवाचा धोका पत्करून मी त्यांना भेटायला गेलो, हे त्यांना आवडलं नाही. मला भारतात सध्या स्थान नाही, मी इथे राहणं अत्यंत धोक्याचं आहे, असं त्यांना मला निक्षून सांगितलं.*

खानखोजेंच्या गुरूंनी – लोकमान्य टिळकांनी – भारतात येऊन त्यांना भेटायला येण्याचा धोका पत्करल्याबद्दल त्यांची चांगली कानउघाडणी केली आणि ताबडतोब

पर्शियाला परत जाण्यास सांगितले. अर्थात त्याचबरोबर टिळकांनी जर्मनीमध्ये क्रांतिकारकांनी जे कार्य उभे केले, त्याची मनापासून स्तुती केली, खानखोजेंचेही कौतुक केले. इतिहासकार टी.आर. सरीन म्हणतात, 'लोकमान्य टिळकांच्या मते भारतीय क्रांतिकारकांनी जर्मनीच्या मदतीने, जे जबरदस्त प्रचार कार्य केले, त्यामुळेच भारताविषयी आणि भारताच्या उद्दिष्टांविषयी जगाला माहिती झाली. जर्मनीच्या मदतीशिवाय, स्वतंत्रपणे आणि इतक्या मोठ्या प्रमाणावर हे कार्य होऊ शकले नसते.''[८]

दरम्यान सुलतानाने, ऐतिहासिक अशा हैद्राबादला जाऊन तेथील राज्यकर्ता निजामची भेट घेण्याची इच्छा व्यक्त केली. खानखोजेंनी प्रथम वर्गाची दोन तिकिटे काढली. पण रेल्वे स्टेशनवर आल्यावर त्यांना सांगण्यात आले की, त्यांची दोन तिकिटे ऐनवेळी दुसऱ्या इंग्लिश माणसांना देण्यात आली आहेत. आणि त्यामुळे या दोघांना प्रवास करता येणार नाही. अपमानित झालेल्या सुलतानाने, हैद्राबादचा विचार सोडून देऊन, सरळ युरोपला जायचे ठरविले. बोटीची दोन प्रथम वर्गाची तिकिटे काढून, सुलतान आणि खानखोजे लवकरच लंडनला रवाना झाले.

> *भारत सोडताना मी फारसा दु:खी नव्हतो. इथे माझा सतत पाठलाग होत होता. सारखं कोणीतरी माझ्या पाळतीवर असल्याचं जाणवायचं. त्यातून माझ्या गुरूंच्या अशा प्रकारच्या भेटीमुळे मी दुखावलो गेलो होतो. अस्वस्थ होतो. माझ्या गुरूंनी माझ्या भेटीबद्दल नाराजी व्यक्त केली होती, त्याचबरोबर माझ्या आयुष्याची त्यांना वाटणारी काळजी मला कळत होती. आणि बहुधा तेच बरोबर असावेत. माझ्या घरच्यांची भेट घेण्याचा धोका पत्करणं तर केवळ अशक्यच होतं; इतकंच नाही, तर मी कुठे आहे हेही त्यांना समजू देणं चुकीचं होतं. एकूणच जितक्या होईल तितक्या लवकर मी भारताचा किनारा सोडणं अत्यावश्यक होतं.*[९]

खानखोजे सुलतानबरोबर लंडनला गेले. तिथे त्याची वैद्यकीय तपासणी पार पडेपर्यंत त्यांनी दुसरीकडे मुक्काम केला.[१०] सुलतान पॅरिसमार्गे पर्शियाला परतला. नोव्हेंबर, १९२१मध्ये सुलतानाने खानखोजेंना त्यांच्या या कामाचे प्रशस्तीपत्रक दिले. त्यात त्याने लिहिले होते, '(खानखोजे यांनी) माझ्या राज्याची, राज्याच्या अधिकाऱ्यांची उत्तम सेवा केली. आमच्या देशातील त्यांच्या या कार्याबद्दल ते कौतुकास पात्र आहेत. सचोटी, स्वच्छ चारित्र्य आणि त्यांच्या सर्व प्रकारच्या कामांमधील त्यांचे कर्तृत्व या त्यांच्या गुणांचा मी आदर करतो.'[११] सुलतान पर्शियाला परतला, तरी खानखोजे त्यानंतर सुमारे महिनाभर पॅरिसमध्येच, त्यांच्या काही जुन्या क्रांतिकारक मित्रांबरोबर राहिले. तिथेच त्यांची मॅडम कामा आणि एस. आर. राणा यांच्याशी भेट झाली. जेव्हा त्यांना कळले की, वीरेंद्रनाथ चट्टोपाध्याय

बर्लिनमध्ये आहेत, खानखोजे त्वरित त्यांना भेटायला तिकडे गेले.

पर्शियामध्ये सुलतानाच्या सेवेमध्ये, तसेच बहाई, बख्तियारींबरोबर सलग दोन वर्षे काढल्यामुळे खानखोजेंना स्वत:चे असे स्थान निर्माण करता आले. तिथल्या जमाती टोळ्यांमध्ये खानखोजे पूर्णपणे मिसळून गेले होते आणि त्याही लोकांनी खानखोजेंना अतिशय आस्थेने, प्रेमाने आणि आदराने वागविले. पॅरिसमध्ये त्यांना गुलाम अली बख्तियारी यांच्याकहून शिफारसपत्र मिळाले. गुलाम अली बख्तियारी हे सुलतानाच्या प्रवासी ताफ्यातले अधिकारी असावेत. त्यात म्हटले होते, 'खानखोजे (प्रोफेसर हादजी आगा खान) हे सुलतानाबरोबर युरोपला त्याचे दुभाष्या म्हणून गेले होते, आणि आता पुढच्या शिक्षणासाठी अमेरिकेला परतत आहेत. त्याने खानखोजेंना मन:पूर्वक शुभेच्छा दिल्या असून, पुढचे शिक्षण पूर्ण होताच, ते पर्शियाला परत येतील, अशी आशा व्यक्त केली आहे. कारण युरोपला जाण्यापूर्वी ते 'ब्रोजेन चार महल' येथे शिक्षकाचे काम करत होते. खानखोजे एक अतिशय विश्वासू आणि निष्ठावान शिक्षक होते.[१२]

नंतरच्या काळात खानखोजे आपल्या या पर्शियन मित्रांची फार प्रेमाने आठवण काढत असत. त्यांची निष्ठा, त्यांची खंबीर, निश्चयी वृत्ती, शत्रूच्या आमने-सामने त्यांनी दाखविलेले अतुलनीय धैर्य या त्यांच्या गुणांचे खानखोजेंना खूप अप्रूप वाटायचे. त्यांच्यासारख्या अगदी अपरिचित, परक्या भारतीयापुढे पर्शियनांनी केलेला मैत्रीचा हात, खानखोजेंनी आठवणींच्या रूपाने कायमचा घट्ट धरून ठेवला होता. अगदी उतार वयात, उदास मन:स्थितीत असतानाही खानखोजे, हाफिजच्या कविता म्हणायचे, पर्शियाच्या निसर्ग सौंदर्याबद्दल बोलायचे, सूफी पंथाची महती वर्णन करायचे. खानखोजेंना छायाचित्रणाचा छंद होताच. त्यांच्या संग्रही पर्शियातील अत्यंत वैशिष्ट्यपूर्ण भूभाग, वाळवंटाचे शुष्क सौंदर्य, पर्सेपोलिस या प्रसिद्ध शहराची छायाचित्रे आणि इतर बऱ्याच वैविध्यपूर्ण ठिकाणांच्या छायाचित्रांचा खजिनाच होता. टोळीतील लोक, गालिचे विणणारे कलाकार, टोळीप्रमुख, डोंगराच्या उंच कड्यांवरच्या वस्त्या, कालवे, खोल दऱ्या इत्यादींची छायाचित्रे म्हणजे खानखोजेंच्या पर्शियाच्या आठवणींचा ठेवा होता. खानखोजेंच्या स्मृतीवर, पर्शियाचा कधीही पुसला जाणार नाही असा अमिट ठसा उमटलेला होता.

टीप

१. पी.एस. खानखोजे, *'ॲन ॲडव्हेंचर ड्युरिंग माय फाइट फॉर फ्रीडम'*

२. सर पर्सी साईक्स, *पर्शिया,* ऑक्सफर्ड, क्लॅरेंडन प्रेस (१९२२), पृष्ठ-१६३ अणि पी.एस. खानखोजे यांच्या अप्रकाशित आठवणी, नवी दिल्ली, नेहरू मेमोरिअल लायब्ररी

३. सर पर्सी साईक्स, *पर्शिया*, ऑक्सफर्ड, क्लॅरेंडन प्रेस (१९२२), पृष्ठ-१६२ ते १६५

४. युद्धानंतर आगाशे पर्शियामध्ये स्थायिक झाले आणि प्रथम नाथ दत्त रशियाला गेले असे समजते.

५. सर पर्सी साईक्स, *पर्शिया*, ऑक्सफर्ड, क्लॅरेंडन प्रेस (१९२२), पृष्ठ-१६७

६. मेक्सिकोचे नागरिकत्व मिळाल्यानंतर, खानखोजे यांनी हा पासपोर्ट मेक्सिकोमधील टेक्सकोको येथे पुरून टाकला. त्यामुळे तो पुन्हा मिळू शकला नाही.

७. या बैठकीची नक्की तारीख उपलब्ध होऊ शकली नाही; तरीही ही बैठक लोकमान्य टिळकांच्या मृत्यूच्या आधी काही महिने पार पडली असावी, अशी दाट शक्यता आहे.

८. टी.आर. सरीन, *इंडियन रिव्होल्युशनरी मूव्हमेंट अब्रॉड* (१९०५-१९२०), नवी दिल्ली, स्टर्लिंग पब्लिशर्स (१९७९), पृष्ठ-२१०

९. या ठिकाणी खानखोजेंचे आठवणींचे लिखाण अचानक थांबलेले आढळते. जसे काही त्यांच्या दृष्टीने काही गोष्टी कायमच्या संपल्या असाव्यात.

१०. लंडनमधील त्यांच्या वास्तव्याचे किस्से खानखोजे नेहमी सांगत असत. विशेषत: लंडनमधील पोलिसाला दिशा विचारताना, दोघांमधील हलके-फुलके संभाषण सुरू असताना त्यांना मनातल्या मनात आपल्या हिमतीबद्दल कसे हसू यायचे, त्याबद्दल ते नेहमी सांगत असत. या हसण्यामागचे कारण कदाचित त्यांना संकटाला तोंड देणे गमतीचे वाटत असावे किंवा कदाचित त्या क्षणी त्यांना कशाचीच फिकीर वाटत नसावी.

११. मूळ प्रत, नेहरू मेमोरियल लायब्ररी, नवी दिल्ली येथे उपलब्ध

१२. पर्शियन भाषेतील मूळ पत्र, नेहरू मेमोरिअल लायब्ररी, नवी दिल्ली येथे उपलब्ध, हा कामापुरता अनुवाद, दिल्लीच्या आय.आय.टीमधील इराणी विद्यार्थ्याने केला आहे.

जर्मनी ते रशिया

पहिल्या महायुद्धामुळे युरोपमध्ये अनेक मार्गांनी बदल घडून आले. सत्तेची नवीन समीकरणे, नवे राजकीय समतोल अस्तित्वात आले. भौगोलिक आणि राजकीय सीमा बदलल्या. दिनांक ७ नोव्हेंबर, १९१७ रोजी बोल्शेविक प्रजासत्ताकाची घोषणा झाली आणि रशियन सैन्याला सीमांवरून परत बोलविण्यात आले. जगातील पहिल्या बोल्शेविक सरकारची स्थापना होते न होते, तोच पाठोपाठ कामकरी, कष्टकरी वर्गाच्या हक्कांची घोषणा झाली. एकूणच समाजरचना आरपार बदलली – समाजसत्तावाद उदयाला आला.

रशियन क्रांतीचे पडसाद भारतातही उमटलेच. सोहन सिंग बखना – ज्यांना भारतात आल्या-आल्या अटक करण्यात आली होती आणि जन्मठेपेची शिक्षा सुनावण्यात आली होती, ते म्हणतात, 'रशियन क्रांतीने माझ्या मनावर खोल परिणाम केला. माझ्या एकूणच सर्व दृष्टिकोनात आमूलाग्र बदल झाला. रशियन क्रांतीनंतर मी 'आंतरराष्ट्रीयवादाचा'स्वीकार केला.[१] भारताच्या स्वातंत्र्यानंतर सोहन सिंग बखना पंजाबमध्ये शेतकऱ्यांचे नेतृत्व करू लागले. अनेक राष्ट्रवादी आणि गदरच्या क्रांतिकारकांवर मार्क्सवादाचा परिणाम झाला आणि त्यामुळे भारतात सामुदायिक चळवळींना वेग आला. पंजाबमधील, गदरचे एक नेते बाबा पृथ्वी सिंग आझाद त्या वेळी म्हणाले होते, 'आम्ही गदरचे सैनिक – एक तर कामकरी वर्गातले आहोत किंवा आम्हाला शेतीची पार्श्वभूमी आहे. बरेचसे सैनिक शेतकरी आहेत. रशियातील कामगार आणि शेतकऱ्यांनी मिळून रशियातील झारशाही उलथवून टाकून आपली स्वत:ची सत्ता स्थापन केल्याबद्दल जेव्हा आम्ही ऐकले, तेव्हा आम्हाला अतिशय आनंद झाला. आमच्याही कल्पनांना त्यामुळे नवीन घुमारे फुटले.'[२]

संघटित श्रमशक्ती आणि व्यापारी संघटना या संकल्पना आतापर्यंत भारताला अपरिचित होत्या; परंतु जुलमी झार आणि वसाहतवादी रशियनांविरुद्ध सर्वसामान्य

जनतेने केलेल्या उठावाची, भारतातील ब्रिटिशांच्या वसाहतवादी वृत्तीशी चालू असलेल्या संघर्षाशी चटकन नाळ जुळली. भारतातील खिलाफत चळवळ, गदर चळवळ, पॅन इस्लामिक संघटना या विविध संघटनांच्या माध्यमातून ब्रिटिशांना विरोध करणारे क्रांतिकारक रशियाकडे आकृष्ट झाले. १९१८च्या सुरुवातीला, गदरच्या तात्पुरत्या सरकारतर्फे सोव्हिएट रशियाची संपर्क करणारे महेंद्र प्रताप हे पहिल्या भारतीयांपैकी एक होते. त्यांनी रशियापुढे प्रस्ताव ठेवला की, 'स्वतंत्र रशियाने, जर्मनीच्या मदतीने भारताच्या स्वातंत्र्यासाठी प्रयत्न करावेत.'[३]

एम.ए. पर्शिट्स या बाबतीत म्हणतात,'रशियन प्रजासत्ताकामध्ये, १९१८ ते १९२२च्या दरम्यान त्यातही १९२०मध्ये जास्त प्रमाणात, भारतीय क्रांतिकारकांनी जी देशांतराची चळवळ राबवली, ती म्हणजे भारतातील 'ग्रेट ऑक्टोबर सोशालिस्ट क्रांतीच्या भारतावर झालेल्या परिणामांची निदर्शक होती.'[४]

गदरच्या सरकारचे पंतप्रधान मौलवी बरकतुल्ला हेही रशियामध्ये आले. १९१९मध्ये ताश्कंद येथे रशियन नेते व्ही.आय. लेनिन[५] यांनी त्यांचे स्वागत केले. अर्थात त्यांच्या मनात जो हेतू होता की, गदरच्या सरकारला रशियाची मान्यता मिळवायची, तो मात्र साध्य होऊ शकला नाही. कारण रशियाचे या बाबतीत असे मत होते की, हे गदरचे सरकार भारतीय जनतेचे प्रातिनिधिक सरकार नाही.

पहिल्या महायुद्धाच्या काळात, गदर पार्टी थोडीशी निष्प्रभ झाली हे खरेच, तरीही सॅन फ्रॅन्सिस्कोमधील गदरच्या क्रांतिकारकांच्या मनात अजूनही तीच स्वप्ने तशाच उत्कटतेने जागी होती. त्यांनी गदरचे एक शिष्टमंडळ रशियन नेत्यांना भेटायला पाठविले. त्याचा परिणाम म्हणून, नंतर शंभर क्रांतिकारकांचा गट 'वैचारिक प्रशिक्षणासाठी' रशियाला गेला.

मॅडम कामा आणि खानखोजे यांची पॅरिसमध्ये भेट झाली होती. त्यानंतर मॅडम कामांना क्रांतिकार्यात सहभागी झाल्याबद्दल अटक करण्यात आली; तर एस. आर. राणा यांना मार्टिनीमध्ये हद्दपार करण्यात आले होते. महायुद्ध संपण्याच्या दरम्यान, भारतीय क्रांतिकारक सर्व युरोपभर विखुरलेल्या स्थितीत होते. वीरेंद्रनाथ चट्टोपाध्याय यांनी युद्धाचा काळ जर्मनी आणि स्वीडनमध्ये व्यतीत केला. त्याकाळात स्टॉकहोममध्ये त्यांनी इंडियन नॅशनॅलिस्ट ब्यूरोचे नेतृत्व केले. एल.बी. कॅमेनॉव्ह यांच्याशी त्यांची भेट झाली.[६] रशियातील परिस्थितीवर त्यांच्यात दीर्घ चर्चा झाली. जर्मनांचा महायुद्धात पराभव झाल्यानंतर चट्टोपाध्याय यांनी परस्पर मतभेदांमुळे बर्लिन कमिटी विसर्जित केली. पण स्टॉकहोममध्येच त्यांनी भारतीय क्रांतिकारकांची एक गुप्त बैठक आयोजित केली.[७]

भारतीय क्रांतिकारकांना पुन्हा एकत्र आणावे आणि पुन्हा त्यांना नव्या जोमाने ब्रिटिशांविरुद्ध लढण्यास उद्युक्त करावे, ही चट्टोपाध्याय यांची महत्त्वाकांक्षा होती.

स्टॉकहोममधील गुप्त बैठकीत, त्या दृष्टीने एक मध्यवर्ती कार्यकारी समिती (Central Executive Committee) स्थापन करण्यात आली. चट्टोपाध्याय, भूपेंद्रनाथ दत्त, अब्दुल वाहिद, हेरंबलाल गुप्ता आणि खानखोजे हे या समितीचे सभासद होते. आता त्यांचे ध्येय होते, रशियनांकडून आर्थिक मदत पदरात पाडून घेणे आणि ब्रिटिशांविरुद्धच्या लढाईसाठी त्यांची मान्यता मिळविणे.[८]

या काळात खरे, तर खानखोजेंना एकप्रकारचे मानसिक नैराश्य आले होते. भारताकडे परतायच्या उद्देशाने वेळ पडेल तशा केलेल्या वेड्यावाकड्या खडतर प्रवासाने शरीर पार दमून गेले होते. जर्मनी-बर्लिनमधील परिस्थितीही दिवसेंदिवस प्रतिकूल होत गेली होती. जर्मनीला व्हर्सेलिसचा तह मान्य करावा लागल्याचे अतोनात दुःख होते. अलसास-लॉरिएन्जचा औद्योगिक पट्टा फ्रान्सला द्यावा लागणे ही गोष्ट लष्कराच्या झालेल्या पराभवापेक्षाही अधिक वेदनादायी, अधिक अपमानकारक होती. जर्मनी त्यामुळे एकाएकी पार कंगाल होऊन गेली. भुकेल्या जनतेच्या धान्याच्या दुकानांसमोरच्या प्रचंड रांगा जर्मनीची ओळख बनल्या. बेकारी आणि एकूणच अत्यंत ओढाग्रस्तीची आर्थिक आणि लष्करी परिस्थिती जर्मनीवर लादली गेली होती. त्याचे पडसाद सार्वत्रिक असंतोषामध्ये उमटत होते.

तरीही, भारतीय क्रांतिकारकांच्या पुनर्भेटीने खानखोजेंच्या मनाने पुन्हा उभारी धरली. कमिटीने पुढे ठेवलेल्या आव्हानांमुळे त्यांच्या महत्त्वाकांक्षांना नवचैतन्य प्राप्त झाले. स्वतंत्र आत्मनिर्भर भारत हे खानखोजे आणि चट्टोपाध्याय दोघांच्या डोळ्यांपुढचे चित्र होते. आणि भारताला स्वावलंबी बनविण्याच्या दृष्टीने, बोल्शेविक क्रांतीचा उपयोग होईल, असे दोघांनाही वाटत होते. रशियाशी हातमिळवणी केल्याने आर्थिक मदत आणि मान्यता मिळू शकेल, असा भरवसा दोघांना वाटायला लागला होता.

रशियन लोकांनी चट्टोपाध्याय यांना रशियाला येऊन, 'कम्युनिस्ट इंटरनॅशनल'च्या सभासदांशी चर्चा करण्याचे आमंत्रण दिले. त्यादृष्टीने प्राथमिक बोलणी करण्यासाठी, चट्टोपाध्याय, भूपेंद्रनाथ दत्तांना बरोबर घेऊन रशियाला गेले. लेनिनने त्यांना 'भारताबद्दलची उद्दिष्टे आणि योजना' याबद्दलचा एक प्रबंध तयार करण्याचा सल्ला दिला.

दोघे जण बर्लिनला परतले. रशियन प्रतिनिधी बोरोडिन याने त्यांना, 'इंडियन रिव्होल्युशनरी कमिटी' स्थापण्यास सांगितले.[९] भारतीय क्रांतिकारकांनी लगेच अशी सात सभासदांची कमिटी स्थापन केली. चट्टोपाध्याय, भूपेंद्रनाथ दत्त, गुलाम अंबिया खान लुहानी, नलिनी गुप्ता, पांडुरंग खानखोजे आणि ॲग्नेस श्मिडले अशा सात जणांची कमिटी लगेचच रशियाला रवाना झाली. परंतु रशियात आल्यावर आणि तिथेही प्रदीर्घ काळ वाट पाहिल्यावर त्यांच्या लक्षात आले की, लेनिन त्यांची भेट घेणार नाहीत. या 'बर्लिनग्रुप'शी वैचारिक मतभेद असलेल्या एम.एन. रॉय यांनी त्या आधीच आपला स्वतःचा प्रबंध सादर केला होता आणि रशियनांना तो मान्यही झाला

होता. या परिस्थितीत खानखोजे आणि त्यांच्या सहकाऱ्यांना खूपच अपमानित झाल्यासारखे वाटत होते. रशियापर्यंत येऊन आपली काहीच प्रतिष्ठा राहिली नाही, मानहानी झाली, अशी भावना त्यांना ग्रासू लागली. खानखोजे म्हणतात, 'लक्स हॉटेलमध्ये आम्हाला अक्षरश: कोंडल्यासारखे झाले होते. कॉम्रेड लेनिनची भेटही होत नव्हती. 'समाजसत्तावादा'विषयी आम्ही तितकेसे गंभीर नाही आहोत, या एम.एन. रॉय यांच्या विचाराचेच वर्चस्व राहिले होते.'

परिणामी, रिकाम्या वेळात आरोप-प्रत्यारोपांच्या फैरी झडू लागल्या. प्रत्येक बैठक वाद-विवाद, तंटे-बखेडे करतच संपू लागली. आणि अखेर बर्लिन गट आणि रॉय गटातील बेबनाव स्पष्ट झाला. रशियन लोकांनी वारंवार मध्यस्थी करूनही या दोन गटांमध्ये मोठी दरी पडली.[१०]

समाजसत्तावाद आणि त्याचे भारतावरील संभाव्य परिणाम या विषयावर, चटोपाध्याय गटातही चर्चा होत असे. हळूहळू या गटातही आपापसात मतभेद होऊ लागले. आणि शेवटी बर्लिन गटातील वैचारिक मतभेद शिगेला पोहोचले. चट्टोपाध्याय, खानखोजे आणि लुहानी यांचा एक गट बनला, तर उरलेल्यांच्या गटाचे भूपेंद्रनाथ दत्त नेतृत्त्व करत होते. आणि तिसरा गट एम.एन. रॉय यांचा असे अखेर तीन प्रबंध लेनिनला सादर करण्यात आले.

या तीन गटांपैकी एम.एन. रॉय हेच खरे समजासत्तावादावर पूर्णत: विश्वास ठेवणारे आणि म्हणून खरेखुरे कम्युनिस्ट होते. टर्कीस्तान या कॉमिंटर्नच्या उपशाखेचे सभासदत्व त्यांनी घेतले होते. कॉमिंटर्न ही १९१९मध्ये स्थापन झालेली कम्युनिस्ट पार्टीची आंतरराष्ट्रीय शाखा होय. तसे ताश्कंदमध्ये असताना त्यांनी 'एमिगर' कम्युनिस्ट पार्टी ऑफ इंडियाचीही स्थापना केली होती. प्रसिद्ध रशियन नेते ट्रॉटस्की (ज्यांचा नंतरच्या काळात मेक्सिकोमध्ये खून झाला.) यांच्याशी रॉय यांचा जवळचा परिचय होता. 'भारतात कम्युनिझमला पाय प्रथम रोवू दे, स्वातंत्र्य नंतर मिळविता येईल,' या रशियनांनी घातलेल्या अटीला एम. एन. रॉय घट्ट चिकटून होते.

चट्टोपाध्याय, खानखोजे आणि लुहानी यांचा रॉय यांच्या संपूर्ण दृष्टिकोनाला प्रखर विरोध होता. या लोकांनी 'भारत आणि जागतिक क्रांती' या विषयावर एक औपचारिक प्रबंध तयार केला आणि 'कम्युनिस्ट इंटरनॅशनल' आणि 'पूर्वेकडील प्रश्नांशी संबंधित' काँग्रेस कमिशनला सादर केला. प्रबंधाचा विषय भारतातील परिस्थिती आणि वसाहतवादाचा भारतावर झालेल्या परिणामांशी संबंधित असा होता. चट्टोपाध्याय, त्यांचे सहकारी ॲग्नेस श्मिडले आणि लुहानी यांचे म्हणणे होते की, भारतीय जनता सध्या सामाजिक बदलाला तोंड देण्याच्या तयारीत नाही. तरी रशियन लोकांनी भारतीयांमधील ऐक्य अधिक दृढ करून, ब्रिटिशांची सत्ता उलथवून टाकण्यापुरती फक्त मदत करावी.[११] 'या गटाचे तीन सदस्य – चट्टोपाध्याय, लुहानी

आणि खानखोजे – जे त्यांच्या आवतीभोवतीच्या इतर कोणाहीपेक्षा अधिक लवकर मार्क्सवादाचा स्वीकार करू शकले असते – त्यांनी त्यांची राजकीय भूमिका १४ पानांच्या दीर्घ प्रबंधात समोर मांडली.'[१२] लेनिनला या सगळ्या गोष्टीचा मनातून विषाद वाटत होता, पण तरीही नंतर त्याने या प्रबंधाची पोच देताना त्यांना लिहिले होते, 'तुमचा प्रबंध मी मनापासून रस घेऊन वाचला.' खाली त्याने स्वाक्षरी केली होती, 'तुमचा बंधुसमान लेनिन!'[१३]

पर्शिट्स यावर भाष्य करताना म्हणतो, 'समाजवादी विचार आता भारतीय क्रांतिकारकांच्या विचारसरणीत मुरला होता, पण बहुतेक वेळा त्याची मजल समाजवादाचा प्रचार करणे अथवा प्राचीन जातीव्यवस्थेवर आधारित संस्थांचे पुनरुज्जीवन करणे इतपर्यंतच जायची.[१४] चट्टोपाध्याय, खानखोजे आणि लुहानी यांचा ठाम विश्वास होता की, जोपर्यंत भारतावर ब्रिटिशांची सत्ता आहे, तोपर्यंत भारतात समाजसत्तावाद किंवा मार्क्सवाद मूळ धरणे केवळ अशक्य आहे. कारण वसाहतवादाच्या कडक कायद्यांपुढे मार्क्सवादाचे बौद्धिक आव्हान टिकू शकणार नाही. त्याचे कारण असे की, वसाहतवादाने लोकांची स्वतंत्रपणे विचार करण्याची शक्तीच हिरावून घेतली आहे. त्यांच्या स्वाभाविक प्रेरणा, पुढाकार घेऊन काही करण्याच्या वृत्तीची मुस्कटदाबी वसाहतवादाच्या कायद्याने केली आहे. उदाहरणार्थ, हिंदू समाजाची जातीय व्यवस्था. समान आर्थिक स्तरातील लोकही, त्यांची जात जर वेगळी असेल, तर एकत्र राहू शकत नाहीत.[१५] लोकशिक्षणाची गरज या लोकांनी प्रामुख्याने अधोरेखित केली. कारण त्यांना पूर्ण कल्पना होती की, भारतातील जातीयवाद नष्ट करून, कोणतीही प्रगतीशील चळवळ चालविण्यामध्ये 'शिक्षणाचा अभाव' हाच एक मोठा अडथळा आहे. भारतीय मनाला, बुद्धीला पूर्णपणे परके असे तत्त्वज्ञान – असा विचार शिकविण्यासाठी, भारतीय समाजाला पुरेसा वेळ दिला पाहिजे, त्या दृष्टीने शिक्षण दिले पाहिजे आणि त्यांनी हा विचार स्वीकारेपर्यंत संयामाने वाट पाहायची तयारी ठेवली पाहिजे, असे या त्रयीला मनापासून वाटत होते.

दुसरा प्रबंध होता भूपेंद्रनाथ दत्त यांचा. परंतु त्यांनी भारताचा विचार करताना, राष्ट्रीय संघर्षामधील शेतकऱ्यांच्या चळवळीचे महत्त्व अजिबात लक्षात घेतले नाही. खरे तर त्यांचा ओढा फक्त वर्गरचनेकडे होता. तरीही एक प्रखर देशभक्त या नात्याने, त्यांनी 'सर्वप्रथम भारताला स्वातंत्र्य मिळाले पाहिजे,' असा विचार प्रबंधात मांडला.[१६] भूपेंद्रनाथांच्या प्रबंधाला लेनिने जे उत्तर दिले, त्यावरून स्पष्ट दिसते की, रशियन नेत्यांचा विश्वास जिंकण्यात भूपेंद्रनाथ दत्तांना पूर्ण अपयश आले. पत्रात लेनिन म्हणतो, 'प्रिय कॉम्रेड दत्त, मी तुमचा प्रबंध वाचला. परंतु इथे सामाजिक वर्गरचनेची चर्चा करण्याची आवश्यकता नाही. मला वाटतं, माझा जो वसाहतवादाचा विचार आहे, तोच विचार आपण मान्य करायला हवा. भारतात जर शेतकऱ्यांच्या

काही संस्था अस्तित्वात असतील, तर त्यांच्याबद्दलची सविस्तर संख्याशास्त्रीय माहिती गोळा करा.''[१७]

'लेनिनच्या पत्रावरून एक गोष्ट स्पष्ट होते की, दत्त यांच्या मनात भारतातील वर्गरचनेबद्दल काही चुकीचे समज घर करून होते. आणि त्याचबरोबर, भारतीय स्वातंत्र्य चळवळीमधील, शेतकरी वर्गाच्या सहभागाकडे, त्यांच्या ताकदीकडे दत्त यांचे पूर्ण दुर्लक्ष झाले होते.'[१८] बहुधा त्यांच्या मनात जुन्या जहागिरी, जमीनदारीबद्दलच्या कल्पना आणि त्या काळी आणि अगदी आजही समाजात शिल्लक असलेली जातीयवादाची भावना, कुठेतरी रेंगाळत असावी.

भारतीय जनतेचे खरेखुरे प्रतिनिधी म्हणून चट्टोपाध्याय गटाला मान्यता देण्याचे कॉमिंटर्नने नाकारले. काही भारतीयांनी या लोकांवर कधी सूचकपणे, कधी उपहासाने तर कधी उघडउघडपणे 'जर्मनीचे एजंट' म्हणून केलेल्या आरोपांमुळेही या लोकांची प्रतिमा मलीन झाली. इतकेच नाहीतर या आरोपांवर आंधळा विश्वास ठेवून रशियाने, हेरंबलाल गुप्तांना 'भारतीय गुप्तहेर' असल्याचा आरोप ठेवून अटकही केली. या दरम्यान या गटाने जी.व्ही. चिचेरिन या परराष्ट्र मंत्र्यांशी अनेक विषयांवर चर्चा केली होती, त्यांच्या मुलाखती, बैठका पार पडल्या होत्या.

> *आम्ही खोलीत प्रवेश केला, तर विनयशील अशी दिसणारी व्यक्ती फायरप्लेसमध्ये निखारे पेटवत होती. कोणीतरी सेवक असेल असं वाटून आम्ही त्या व्यक्तीला विचारलं, 'चिचेरिन कुठे आहेत?' ती व्यक्ती उठून उभी राहिली आणि म्हणाली, ''मीच चिचेरिन.' त्यांच्या अत्यंत साधेपणाने आणि शांत वृत्तीनी आम्ही प्रभावित झालो. एका देशाचा परराष्ट्र मंत्री असं निखारे वगैरे पेटवण्याचं खालच्या दर्जाचं काम करत असेल, असं आम्हाला स्वप्नातही वाटलं नव्हतं. हेरंब लाल गुप्तांना झालेल्या अटकेचा निषेध नोंदविण्यासाठी आम्ही गेलो होतो. आम्हाला खूपच राग आला होता. कारण गुप्ता काही हेर वगैरे अजिबात नव्हते. परराष्ट्र मंत्र्यांना त्याबद्दल खातरी पटविण्यात आम्ही यशस्वी झालो आणि गुप्तांची सुटका झाली. या प्रकरणामागे एम.एन. रॉय यांचा हात असावा, अशी शंका आम्हाला होती. पण आम्ही तसं सिद्ध करू शकलो नाही. त्यानंतर चिचेरिन यांच्याशी बऱ्याचवेळा भेट झाली आणि दरवेळी त्या शांत, सौजन्यशील मूर्तीच्या दर्शनाने आणि विनयशील, साध्या वागणुकीने आम्ही भारावल्यासारखे व्हायचो.*[१९]

चट्टोपाध्याय यांचे एकच म्हणणे होते की, त्या वेळच्या भारताच्या सामाजिक परिस्थितीमध्ये भारतात कम्युनिस्ट चळवळ मूळ धरणे अशक्य आहे आणि रशियनांनी केवळ ब्रिटिशांना भारतातून हाकलून देण्यासाठीच्या क्रांतिकारक चळवळीला मदत

करावी. कॉमिंटर्नला ही गोष्ट बिलकूल मंजूर नव्हती.[२०] कॉमिंटर्नने त्या ऐवजी भारतात कम्युनिस्ट पार्टीची स्थापना करून. एम.एन. रॉय यांचा प्रबंध स्वीकारला. रशियनांनी त्याचबरोबर, ब्रिटिशांशी एक करारही केला. त्यानुसार 'रशियन कोणत्याही ब्रिटिशविरोधी प्रचारात सहभागी होणार नाहीत,' असे रशियनांनी मान्य केले.[२१] अर्थात त्यामुळे भारतीय क्रांतिकारकांच्या कोणत्याही ब्रिटिशविरोधी कृत्याला रशियनांची मान्यता न मिळणे स्वाभाविक होते. अखेर रशिया हेही जगाच्या नकाशावरचे एक नव्याने उभे राहणारे राष्ट्र होते. त्यांनाही आंतरराष्ट्रीय धोरणात्मक मान्यता हवी होतीच.

अखेर लेनिनने खानखोजेंबरोबर, त्याच्या घरात दोन बैठका घेण्याचे मान्य केले. दोन्ही बैठकांना एम.एन. रॉय उपस्थित होते. नंतरच्या काळात १९६६मध्ये नवी दिल्लीत खानखोजेंना विचारण्यात आले होते की, 'इतक्या वर्षांपूर्वी लेनिनबरोबरच्या मीटिंगमध्ये नक्की काय झालं? तुमची काय बोलणी झाली होती?' खानखोजेंनी त्यांची मुलाखत घेणाऱ्या रशियन दूतावासाच्या सेकंड सेक्रेटरींना – व्ही. आय. क्राशोनिकॉव्ह यांना उत्तर दिले होते, 'आतापर्यंतच्या लढायांच्या आणि इतर अनुभवांचीच चर्चा आमच्यात त्या वेळी झाली होती.'

ही गोष्ट स्पष्टच आहे की, त्या दोन बैठकींमध्ये खानखोजेंनी लेनिनशी, पर्शियन डेमॉक्रॅटिक चळवळीतील अनुभवांची अगदी सविस्तर चर्चा केली होती. त्यावेळच्या राजकीय परिस्थितीचे स्वच्छ प्रतिबिंब खानखोजेंच्या बोलण्यातून उमटणे स्वाभाविक होते. लेनिनचा स्वत:च्या बोलण्याचा विषय वेगळा होता. त्याने या बैठकींमध्ये खानखोजेंजवळ अफगाणिस्तान, टर्की, पर्शिया यासारख्या तरुण राष्ट्रांची आर्थिक परिस्थिती सुधारण्यासाठी काही मदत करण्याची इच्छा व्यक्त केली होती.[२२]

> *इराणमधल्या नॅशनल लिबरेशन मूव्हमेंटच्या नेत्यांशी, लेनिन व्यक्तिगत संपर्क साधू इच्छित होता. १९२०च्या उत्तरार्धात, आरएसएफएसआर (यूएसएसआर) आणि इराण यांच्यामध्ये राजकीय संबंध प्रस्थापित करण्याच्या दृष्टीने जी बोलणी सुरू होती, त्या योजनेचाच हा एक भाग होता.*
>
> *त्या वेळी लेनिन, भारतातल्या स्वातंत्र्य चळवळीची सद्य:स्थिती आणि देशातल्या राजकीय प्रेरणा यांच्याबद्दल जाणून घ्यायला खूप उत्सुक होता. या रशियन नेत्याचं इंग्रजीवर जबरदस्त प्रभुत्व होतं आणि त्यामुळे चर्चा करण्यासाठी आम्हाला दुभाष्याची वगैरे गरजच पडली नाही. लेनिनची साधी, मैत्रीपूर्ण वागणूक त्याचं अफाट आणि तितकंच सखोल ज्ञान आणि शास्त्रशुद्ध काटेकोर तर्कशास्त्र या गोष्टींचा माझ्या मनावर चांगलाच परिणाम झाला.*[२३]

आपल्या कुटुंबियांबरोबरच्या अनौपचारिक गप्पांमध्ये एकदा खानखोजेंना लेनिनची आठवण झाली होती. खानखोजेंना आठवले की, त्या बैठकींमध्ये लेनिन, आहार

आणि विशेषत: वेगवेगळ्या प्रकारचे कष्ट करणाऱ्या कष्टकरी लोकांच्या आहारातील आवश्यक उष्मांकांचे प्रमाण यावर अतिशय आस्थेने बोलला होता. कष्टकरी लोकांच्या जीवनातील अगदी बारीक-सारीक गोष्टींच्याही तपशीलात जाऊन, त्याकडे लक्ष पुरविण्याच्या लेनिनच्या वृत्तीचा, खानखोजेंना खूपच आदर वाटला. खानखोजे स्वत:ही भारतीय शेतकरी आणि औद्योगिक कामगारांच्या आहारात प्रथिनांचे प्रमाण वाढावे, यासाठी त्यांच्या आहारात सोयाबीनचा उपयोग करण्याची आवश्यकता ओळखून होते.

> *लेनिनशी या दोन मुलाखती झाल्या, त्यापूर्वीही आणि नंतरही मी अनेक देशांच्या अनेक राजकारणी मुत्सद्दी लोकांना भेटलो आहे. पण लेनिनचा जेवढा प्रभाव माझ्या मनावर पडला, तेवढं प्रभावशाली कोणीच नव्हते. लेनिनच्या बाबतीत सर्वांत आश्चर्यकारक गोष्ट अशी होती की, तो स्वत:ला लाखो कामगार, शेतकरी कष्टकऱ्यांपैकीच एक समजत असे. त्यांच्याच हिताचा विचार सतत त्याच्या मनात असायचा. अतिशय साधं, सरळ आयुष्य व्यतीत करणाऱ्या लेनिनने, कधीही स्वत:साठी कुठल्या खास गोष्टीची मागणी केली नाही.*
>
> *माझ्या मते, आमच्या काळातला लेनिन हा सर्वश्रेष्ठ नेता होता आणि त्याच्याशी झालेल्या भेटींमुळे, माझ्या जगाकडे बघण्याच्या नजरेला वळण लागलं. मी कम्युनिस्ट पार्टीचा सभासद कधीच झालो नाही, तरीही 'लेनिनिस्ट' मात्र झालोच, आयुष्यभर 'लेनिनिस्ट'च राहिलो.*[२४]

खानखोजेंनी आयुष्यभर लेनिनच्या तत्त्वांना आणि आदर्शांना प्रमाण मानले असले, तरी त्यांच्या राजकीय विचारांना मात्र जोरदारपणे विरोध केला. या दोन गोष्टींची त्यांनी कधीही सरमिसळ होऊ दिली नाही. त्यांना वाटायचे की, आज शतकानुशतके बहुधर्मीयता, बहुभाषिकता आणि विविध संस्कृती, ही भारताची परंपरागत ओळख बनली आहे. भारताचे हे अत्यंत वैशिष्ट्यपूर्ण असे स्वरूप सहजासहजी दुर्लक्षित करता येणारे नाही. त्यांचा ठाम विश्वास होता की, विविध विचारप्रवाहांनी, परंपरांनी एकत्र येऊन एकतेचा भक्कम पाया घालण्यासाठी भारतभूमी, ही आजपर्यंत आदर्शवत अशी होती आणि ती कायमची तशीच राहील. जेता आणि पराभूत जिथे सहज एकत्र येऊन नवीन परंपरांचा पाया घालू शकतात; स्वीकार आणि सहिष्णुता ही ज्या देशाच्या आत्म्याची वैशिष्ट्ये आहेत, आणि या परंपरांना सोडून काही घडणारच नाही, त्या देशाचे नाव भारत, अशी श्रद्धा त्यांनी शेवटपर्यंत मनात जोपासली होती.

ज्या कामगिरीवर गेला होता, त्यात अपयश घेऊनच बर्लिन गट परतला. आता

डोळ्यांसमोर नवी आव्हाने होती. खानखोजेंच्या मदतीने चट्टोपाध्याय, 'इंडियन न्यूज इन्फर्मेशन ब्यूरो'च्या स्थापनेच्या तयारीला लागले. तसेच त्यांना भारतीय विद्यार्थ्यांना मदत करण्याच्या दृष्टीने 'द इंडियन असोसिएशन ऑफ सेंट्रल युरोप फॉर युथ अँड स्टुडंट्स' नावाची संस्था काढायची होती. १९२१ ते १९२८ या काळात चट्टोपाध्याय आणि ॲग्नेस शिमडले यांच्यामध्ये पती-पत्नीचे नाते होते. ॲग्नेस चट्टोपाध्याय यांच्याबद्दल म्हणतात – वीरेंद्रनाथ हे भारतीय क्रांतिकारक चळवळीचे केंद्रबिंदू होते आणि परदेशात तर सर्वांत बुद्धिमान नायक अशी त्यांची ख्याती होती. मनाने अतिशय आधुनिक असलेल्या वीरेंद्रची भावनिक मुळे मात्र हिंदुत्व आणि इस्लाममध्ये रुजलेली होती. सर्वांनीच त्यांच्यावर प्रेम केले – त्यांना समजूनही घेतले. माझ्या दृष्टीने सर्व प्रकारच्या धावपळींचा, शर्यतींचा दुःखद अंत म्हणजेच वीरेंद्रनाथ चट्टोपाध्याय![२५] १९२३मध्ये त्यांनी अधिकृतपणे कम्युनिस्ट पक्षात प्रवेश केल्याचे सांगितले जाते. आपले अखेरचे आयुष्य त्यांनी रशियामध्येच व्यतीत केले. तिथे त्यांनी भारतावर अनेक पुस्तके लिहिली.[२६] त्यांची रशियन पत्नी डॉ. लिडीया कारुनोव्हस्काचा सांगते की, स्टालिनच्या काळात त्यांना अटक झाली होती. पण त्यांच्या मृत्यूचे कारण मात्र अखेरपर्यंत गूढच राहिले. १९२७ साली मॉस्कोमध्ये अज्ञात कारणाने त्यांचा मृत्यू झाला.[२७]

मॉस्को भेटीनंतर सुमारे वर्षभर खानखोजे बर्लिनमध्ये राहिले. इंडियन न्यूज इन्फर्मेशन ब्यूरोचे काम त्या वेळी ते बघत असत. अतिशय तणावपूर्ण परिस्थितीत त्यांचे काम सुरू होते. कारण जर्मनीमध्ये असणाऱ्या इतर अनेकांप्रमाणेच आर्थिक प्रश्न त्यांच्यापुढे होता. मौल्यवान दगड आणि रत्नांचा फिरता विक्रेता म्हणून काम करून ते पोटापुरते पैसे मिळवत होते. नंतरच्या आयुष्यात या आठवणींनी त्यांना हसू यायचे; पण तरीही खोटा दगड मौल्यवान रत्नं म्हणून ते कधीच विकू शकले नव्हते. जे आहे ते, तेवढेच म्हणण्याचा रोखठोक स्वभाव, रत्नाची जी आहे तीच किंमत ते करत असत. त्यामुळे अर्थातच फार पैसा मिळत नसे. मेक्सिकोमधील त्यांच्या ग्रंथालयात, रत्नांवरची अनेक जर्मन पुस्तके पाहायला मिळतात.

पर्शियन पासपोर्टच्या आधारावर, खानखोजे बर्लिनमध्ये प्रोफेसर हादजी आगा खान या नावाने एका बोर्डिंग हाउसमध्ये राहू लागले. तिथल्या भारतीय विद्यार्थ्यांमध्ये मिसळत असत; तरीही आपल्या कुटुंबियांपैकी जवळ कोणी नाही, ही भावना मनाला खूप त्रासदायक वाटायची. एकटेपणा कधी-कधी अगदी खायला उठायचा. तेथील बौद्ध धर्मीयांच्या बैठकींना खानखोजे जायला लागले. बर्लिनच्या स्थानिक समाजात थोडे मिसळावे म्हणून खानखोजेंनी, डॉ. रीनहार्ड वॅगनर नावाच्या एका गृहस्थांनी कॉफीपानाचे दिलेले आमंत्रण स्वीकारले. डॉ. वॅगनर, भारतातून बर्लिनला आलेल्या एका रॉय चौधरी नावाच्या विद्यार्थ्याची, खानखोजेंशी गाठ घालून देऊ इच्छित

होते.[२८] छायाचित्रणाचा त्यांचा छंद जर्मनीमध्येही त्यांच्या साथीला होताच. त्या काळात त्यांनी काढलेल्या छायाचित्रांवरून त्यावेळच्या त्यांच्या वेधक, मनोरंजक आणि वैविध्यपूर्ण आयुष्याची कल्पना येते. खानखोजेंजवळच्या त्यांच्या छायाचित्रांच्या संग्रहासंबंधातील घटना अशी आहे की, खूप वर्षांनंतर खानखोजेंच्या बेल्जियन पत्नीने त्यांच्या संग्रहातील एका सुंदर, जर्मन युवतीचे छायाचित्र स्त्रीसुलभ मत्सर वाटून फाडून टाकले. हे नक्कीच खानखोजेंचे आधीच प्रेमप्रकरण असणार असे तिला वाटले. खानखोजेंनी मात्र यावर भाष्य न करता शांतपणे स्मितहास्य केले.

जर्मनीमध्ये खानखोजेंना त्यांचे पर्शियाहून आलेले डॉ. बाएच, डॉ. एरिक झुगमायर, कर्ट प्रूफर आदी जर्मन मित्र भेटले. डॉ. एरिक झुगमायर हे त्या वेळी केरमनमधील जर्मन कौन्सिल होते, शिवाय जर्मन-अफगाणिस्तान मोहिमेतील बलुचिस्तान गटाचे नेतेही होते. त्यांनी खानखोजेंना एक मोठे शिफारसपत्र दिले. त्यात म्हटले होते,

म्युनिच, १ ऑगस्ट, १९२० जर्मनीया एसटीआर-७

दूरध्वनी क्र. ३०१०३

सध्या बर्लिनमध्ये राहणारे हादजी आगा खान यांच्याबद्दल, खालील गोष्टींची पूर्ण माहिती घेऊन खातरी देण्यास मला अतिशय आनंद होत आहे – महायुद्धापूर्वी ते मिनिसोटा (यूएसए) विद्यापीठात शेती विषयाचे प्राध्यापक होते. 'बॅचरल ऑफ सायन्स' आणि 'मास्टर ऑफ सायन्स' या शैक्षणिक पदव्या त्यांनी मिळविलेल्या आहेत. आणि त्यासंबंधीची खरी कागदपत्रे मी स्वत: पाहिलेली आहेत.

महायुद्ध सुरू होताच, आपली चांगल्या पगाराची नोकरी आणि अमेरिका सोडून, ते पूर्वेकडे इंग्लंडविरुद्ध लढण्यासाठी, जर्मन आणि टर्किश सैन्याच्या सेवेत रुजू झाले. बॅटॅन वॉन वॅनजेनहाइम या कॉन्स्टेंटिनोपलमधील जर्मन राजदूताच्या मार्फत, तलत पाशा यांनी विनंती केल्यावरून, त्यांना जर्मन अफगाणिस्तान मोहिमेवर पाठविण्यात आले.

१९१५च्या वसंतऋतूत त्यांनी दक्षिण पर्शियामध्ये कौन्सिल वास्मसबरोबर काम केले. त्यानंतर मी बलुचिस्तानमध्ये राजकीय प्रतिनिधी म्हणून जाताना, वास्मसने १९१५च्या सप्टेंबरमध्ये त्यांना माझ्याकडे पाठविले.

माझ्या मोहिमेत, माझ्याबरोबर काम करताना, त्यांनी अत्यंत उत्कृष्ट सेवा बजावली. जेवणखाण, राहणे आणि किरकोळ खर्चाव्यतिरिक्त ते पगारही घेत नसत. अतिशय उत्साहाने ते काम करत असत.

९ एप्रिल, १९१६ रोजी बाफ्ट येथील लढाईमध्ये माझा गट फुटला आणि त्यांना कैद झाली. पण लवकरच ते कैदेतून निसटले. त्यानंतर त्यांना

आश्रिताचे जीवन जगावे लागले. त्यांचे सतत शोषण होत राहिले. त्यामुळे ते गंभीररीत्या आजारी झाले. पुन्हा १९१७मध्ये कौन्सिल वास्मस आणि जर्मनांच्या मित्रटोळ्यांबरोबर त्यांनी ब्रिटिशांविरुद्धच्या लढाईत भाग घेतला. लढाईत जर्मनांना अपयश आल्यावर, पुन्हा जर्मनीला परत येईपर्यंत, त्यांनी टोळ्यांकडे आश्रय घेतला.

नजिकच्या भविष्यकाळात ते अमेरिकेला किंवा त्यांच्या स्वतःच्या देशात भारतात परतू शकत नाहीत. त्यामुळे जर्मनांच्या मदतीवरच ते अवलंबून आहेत, आणि त्यांनी बजावलेल्या सेवेच्या बदल्यात, ते या मदतीस पूर्णतः पात्र आहेत. अत्यंत निःस्वार्थी आणि खरेखुरे हाडाचे राष्ट्रभक्त हे गुण त्यांच्या काही सहकाऱ्यांपेक्षा त्यांचे वेगळेपण सिद्ध करतात. आणि त्यासाठी मला त्यांचा अतिशय आदर वाटतो. पूर्वेकडील आघाडीवर, त्यांनी जर्मनीसाठी केलेल्या कार्याची यथायोग्य नोंद घेतली जाईल, अशी मी आशा करतो. त्यासाठी ते निश्चितच पात्र आहेत.

एरिक झुगमायर,
१९१५-१७ ॲक्टिंग जर्मन कौन्सिल फॉर केरमन,
इस्टर्न पर्शिया, लीडर ऑफ द बलुचिस्तान ग्रुप
ऑफ जर्मन-अफगाणिस्तान एक्सपिडिशन[२९]

अमीर अशायरलाही, खानखोजेंनी शिफारसपत्र देण्याविषयी लिहिले होते. त्या शिफारसपत्रात अमीरने त्यांच्या सचोटी, चारित्र्य आणि कार्यक्षमता या गुणांचे भरभरून कौतुक केले होते. त्याच पत्रात अमीरने, खानखोजे जेव्हा त्या भागात शिक्षण, व्यापार आणि शेती मंत्रालयात महत्त्वाच्या पदावर काम करत होते, त्या त्यांच्या कार्यकर्तृत्वाचा खास गौरव केला होता.[३०]

महायुद्धाची अखेर हा अनेकांच्या दृष्टीने एका मोठ्या पर्वाचा अंत होता. आणि हीच वेळ होती, खानखोजेंना आपल्या घराची, कुटुंबियांची तीव्रतेने आठवण येऊ लागली होती. इतक्या वर्षांत प्रथमच त्यांनी घरी पत्रव्यवहार सुरू केला. खरे तर ब्रिटिश गुप्तहेर यंत्रणा त्यांच्या मागावर होती. पण तिला भीक न घालता त्यांनी घरी पत्रे लिहिण्यास सुरुवात केली. आपले घर, घरी आपण अर्धवट टाकून-सोडून आलेले आपले काम, आपल्या कामाबरोबरच एकीकडे शेतकऱ्यांसाठी काहीतरी करण्याची आपली इच्छा या सगळ्या गोष्टी त्यांना राहून-राहून आठवू लागल्या. अर्थात हे सगळे आवडते, पण स्वप्नच होते. महायुद्धाने एक गोष्ट स्पष्टपणे अधोरेखित केली होती की, भारताचे स्वातंत्र्य अजूनही खूप दूर आहे. तरीही आयुष्य काही थांबणार नव्हते. ते नव्याने पुन्हा सुरू करणे आवश्यकच होते. माणसाच्या

भल्यासाठी झटणारा एक शेतीतज्ज्ञ म्हणून खानखोजेंनी पुन्हा नव्याने सुरुवात केली आणि त्यानंतर कधीही मागे वळून बघितले नाही.

१९२१च्या डिसेंबर महिन्यात त्यांनी वडिलांना एक पत्र लिहिले. हे पत्र १९२८च्या मे महिन्यात, नागपूरमधील वृत्तपत्रांमधून प्रसिद्ध झाले होते. त्या पत्रात, आई आणि इतर कुटुंबीयांची ख्याली-खुशाली विचारून नंतर ते लिहितात :

'पैसे पाठवू का?' असं तुमचं विचारणं माझ्या मनाला स्पर्शून गेलं. अर्थात तुमचं माझ्यावर किती प्रेम आहे याची जाणीव मला आहे. माझ्या अडचणीच्या वेळी तुम्ही मला मदत कराल ही खातरीही आहेच. पण सध्याच्या माझ्या अडचणी खूप वेगळ्या प्रकारच्या आहेत – ज्या मी शब्दांत लिहूही शकणार नाही. आपली लवकरात लवकर भेट होऊ दे, इतकीच देवाजवळ प्रार्थना आहे.

दरम्यानच्या काळात खानखोजेंच्या वडिलांच्या स्वभावात आमूलाग्र बदल घडून आला होता. क्रांती किंवा क्रांतीच्या दिशेने काही करू इच्छिणाऱ्या विद्यार्थ्यांना ते मदत करू लागले होते.[३१] आपल्या पत्रात पुढे खानखोजेंनी बिशन दास कोचरबरोबर पाठविलेल्या शेतीविषयक पुस्तकांची आणि डॉ. थॅचर यांना पाठविण्यास सांगितलेल्या पैशांची चौकशी केली. खानखोजेंना खरी चिंता लागून राहिली होती, ती ब्रिटिश गुप्तहेरांची आणि भारतात परतण्याच्या दृष्टीने एकंदर परिस्थिती कशी – कितपत सुरक्षित आहे, याबद्दल जाणून घेण्याची.

सरकारी अधिकाऱ्यांनी माझ्या मित्रांबद्दल नक्की काय चौकशी केली, माझ्याबद्दल काय काय विचारलं, हे मला सविस्तर कळवा. त्यातील अगदी क्षुल्लक वाटणारी गोष्टही माझ्या दृष्टीने महत्त्वाची आहे. माझं भारतात परतणं त्यावर अवलंबून आहे. अर्थात उगीच परत यायचं म्हणून येण्यातही काही अर्थ नाही. तिथे आल्यावर, मी काय करू शकेन, हे आधी ठरवायला हवं. आपल्या जिवात जीव असेपर्यंत प्रत्येकाने काहीतरी करायला हे हवंच. नुसतंच अर्थहीन, उद्देशहीन जगण्यात काय अर्थ आहे? ज्यांना उपयुक्त असं काही करता येत नाही, ते लोक मेल्यातच जमा म्हणायचे. मला मात्र काही तरी खास विशेष असं करून दाखवावंसं वाटतं. तुमच्यासारखे आई-वडील मला मिळाले, याचा मला नेहमी अभिमानच वाटतो. थोर संत कबीर म्हणतो की, मनुष्याने जर मनापासून जास्तीत जास्त चांगले प्रयत्न केले, तर तो देव नाही, तरी देवासारखा होऊ शकतो.[३२]

दरम्यान, काही अनपेक्षित कारणांनी खानखोजेंना जर्मनीमध्येच राहावे लागले. चट्टोपाध्याय नुकतेच विषप्रयोगामधून वाचले होते.[३३] काही अनाकलनीय, गूढ कारणांमुळे त्यांचे काही मित्र जर्मनीमधून एकाएकी गायब झाले होते. त्यामुळे

खानखोजे आणखीच अस्वस्थ झाले होते. या वेळी त्यांना खूप असुरक्षित वाटत होते. स्वत:च्या जीवावर बेतेल की काय, अशी भीती वाटत होती. कारण त्यांना कळून चुकले होते की चट्टोपाध्याय यांच्याप्रमाणेच ब्रिटिशांचा त्यांच्यावरही विषप्रयोग करायचा इरादा आहे. चट्टोपाध्याय यांना तर सी. प्रूफर यांचे पत्र आले होते. त्यात त्यांनी चट्टोपाध्याय आणि त्यांच्या भारतीय मित्रांना जर्मनी सोडण्याचा सल्ला दिला होता. कारण ब्रिटिश सरकार त्यांच्यावर 'खास' लक्ष ठेवून होते.[३४] याचवेळी 'चॅटो आणि ॲग्नेस शिमडले यांच्यावर तर कठीण परिस्थिती ओढवली होती. ॲग्नेसवर मानसोपचार सुरू होते आणि त्यांच्या दोघांच्या वैवाहिक जीवनातील ताणामुळे चॅटो आजारी पडले होते. आणि नेमके याचवेळी चॅटो आणि खानखोजे यांच्यातही मतभेदाची दरी निर्माण झाली. मतभेदांची नक्की कारणे फारशी कोणाला कळली नाहीत. पण ब्रिटिश गुप्तहेर खात्याच्या अहवालात – 'द गदर डिरेक्टरी'मध्ये त्याचा उल्लेख आढळतो.

> *१९२१च्या साधारण शेवटापासून १९२३च्या मध्यापर्यंतच्या काळात खानखोजेंच्या हालचालींबद्दलची माहिती काहीशी संदिग्ध स्वरूपाची आहे. तरीही एकंदरीत असे म्हणता येईल की, या काळात खानखोजे युरोपमध्ये त्यांच्या नेहमीच्या क्रांतीच्या कामात आणि कम्युनिस्ट पक्षाच्या कामात व्यग्र होते. इंडियन रेव्होल्युशनरी कौन्सिलचे सेक्रेटरी म्हणून काम करतानाच, इंडियन न्यूज इन्फर्मेशन ब्यूरोच्या कामातही मदतनीस म्हणून कार्यरत होते. चट्टोपाध्याय यांच्याशी भांडण झाल्यामुळे जानेवारी, १९२४मध्ये ते जर्मनी सोडून मेक्सिकोला गेले.*

प्रूफर यांच्या पत्रावरूनच खानखोजे यांनी जर्मनी सोडली – नव्हे सोडणे त्यांना आवश्यक झाले होते. आपल्या पत्रात ते वडिलांना लिहितात, 'मानसिक ताण आणि आर्थिक अडचण यामुळे जर्मनीमध्ये राहणे अशक्य झाले आहे.' वडिलांनी देऊ केलेली आर्थिक मदत नाकारलेली असल्यामुळे पुन्हा आपल्या जुन्या कामाकडे वळले पाहिजे असे त्यांना वाटत होते. अमेरिकेमध्ये काम करणे त्यांना छान जमून गेले होते. परंतु त्यांचे जर्मनीशी असलेले संबंध लक्षात घेता, त्यांना अमेरिकेची दारे खुली झालीच नसती. तिथून नोकरी मिळण्यास नकार ठरलेला होता. या परिस्थितीत त्यांच्यापुढे एक चांगला पर्याय होता – मेक्सिको. मेक्सिकोमध्ये त्यांचे काही चांगले मित्र होते, शिवाय एम. एन. रॉय यांच्यासारख्या क्रांतिकारकाचे मेक्सिकोने स्वागत केले होते.

स्वत:च्या मनाशी खूप संघर्ष केल्यानंतर, मनाच्या तळाशी जाऊन विचार केल्यावर त्यांच्या एक गोष्ट लक्षात आली की, भारताच्या स्वातंत्र्याची तहान आता

संपली आहे – निदान त्यांच्यास्वत:पुरती तरी! ज्या स्वप्नाने गेली काही वर्षे त्यांना सतत संघर्ष, लढायांमध्ये गुंतवून ठेवले होते, ते स्वप्न आता संपले आहे. आता स्वत:ला त्या भ्रमात गुंतवून ठेवण्यात अर्थ नाही. तेवढा वेळही नाही. लोकांची सेवा करण्याचा आत दुसरा काहीतरी मार्ग शोधलाच पाहिजे. दुसरा मार्ग म्हणजे खानखोजेंच्या दृष्टीने एकच होता – शेती. भारतातील दुष्काळाच्या काळात, घेतलेल्या शपथेप्रमाणे, आता परत जाऊन शेतकऱ्यांसाठी काम करायचे, हे त्यांच्या मनाने पक्के ठरविले. अर्थात सध्या नजिकच्या काळात मेक्सिको हाच एक पर्याय समोर होता. मेक्सिकन क्रांतिकारकांच्या उदारमतवादी दृष्टिकोनाचा, उमद्या स्वभावाचा आणि गरीबांबद्दल त्यांच्या मनात असलेल्या कणवेचा, खानखोजेंच्या मनावर ठसा उमटला होता. त्या देशाला आपला नक्की उपयोग होईल, अशी त्यांचा खातरी वाटत होती.

एक संपूर्ण नवीन आयुष्य सुरू करण्याच्या इर्षेने खानखोजे मेक्सिकोकडे निघाले. मनाच्या कोपऱ्यात, भारतात जाण्याची प्रबळ इच्छा अजूनही रेंगाळत होती; परंतु कोणताच कायदेशीर असा पासपोर्ट जवळ नव्हता, आणि मुख्य म्हणजे इकडे स्वदेशात ब्रिटिश हात धुऊन त्यांच्यामागे लागलेले होते. मृत्यूची टांगती तलवार सतत त्यांच्या डोक्यावर लटकत होती.

टीप

१. अशोककुमार पटनाईक, द *सोव्हिएट अँड द इंडियन रेव्होल्युशनरी*, नवी दिल्ली, अनामिका प्रकाशन (१९९२), पृष्ठ-१३५

२. वरीलप्रमाणे, पृष्ठ-१३८

३. टी.आर. सरीन, *रशियन रिव्होल्युशन अँड इंडिया (१९१७-१९२१)*, नवी दिल्ली, स्टर्लिंग पब्लिशर्स (१९७७), पृष्ठ-५२

४. एम.ए. पर्सिटस, *रेव्होल्युशनरीज ऑफ इंडिया इन सोव्हिएट रशिया*, मॉस्को, प्रोग्रेस पब्लिशर्स (१९७३), पृष्ठ-१७

५. वरीलप्रमाणे, पृष्ठ-३९

६. ए.सी. बोस, *इंडियन रेव्होल्युशनरीज अब्रॉड (१९०५ ते १९२२)*, पाटणा, भारती भवन, (१९७१) पृष्ठ-२०९

७. http://www.members.jcom.home.ne.jp/katori/chatto.html

८. टी.आर. सरीन – *रशियन रिव्होल्युशन अँड इंडिया (१९१७-१९२१)*, नवी दिल्ली, स्टर्लिंग पब्लिशर्स, (१९७७) पृष्ठ-२१०

९. अशोककुमार पटनाईक, *द सोव्हिएट्स अँड द इंडियन रेव्होल्युशनरी,* नवी दिल्ली, अनामिका प्रकाशन (१९९२), पृष्ठ-८९
१०. निरोद के बरूआ, *चॅटो : द लाइफ अँड टाइम्स ऑफ अॅन अँटी इम्पिरिअॅलिस्ट इन युरोप,* नवी दिल्ली, ऑक्सफर्ड युनिव्हर्सिटी प्रेस, २००४, पृष्ठ-१६१
११. ए. सी. बोस, *इंडियन रेव्होल्युशनरीज अब्रॉड १९०५ ते १९२२,* पाटणा, भारती भवन, १९७१, पृष्ठ-२१२
१२. एम. ए. पर्सिट्स, *रेव्होल्युशनरीज ऑफ इंडिया इन सोव्हिएट रशिया,* मॉस्को, प्रोग्रेस पब्लिशर्स, १९७३, पृष्ठ-२५९
१३. एल. व्ही. मित्रोखिन, *लेनिन इन इंडिया,* नवी दिल्ली, अलाईड पब्लिशर्स, १९८१ पृष्ठ-४१
१४. एम. ए. पर्सिटस, *रेव्होल्युशनरीज ऑफ इंडिया इन सोव्हिएट रशिया,* मॉस्को, प्रोग्रेस पब्लिशर्स, १९७३, पृष्ठ-६५
१५. निरोद के बरूआ, *चॅटो : द लाइफ अँड टाइम्स ऑफ अॅन अँटी इम्पिरिअॅलिस्ट इन युरोप,* नवी दिल्ली, ऑक्सफर्ड युनिव्हर्सिटी प्रेस, २००४, पृष्ठ-१६४
१६. एम. ए. पर्सिट्स, *रेव्होल्युशनरीज ऑफ इंडिया इन सोव्हिएट रशिया,* मॉस्को, प्रोग्रेस पब्लिशर्स, १९७३, पृष्ठ-२६६
१७. अनुशीलन समितीचे नेते अमूल्य अधिकारी यांचे, ए. के. पटनाईक यांनी दिलेले अवतरण
१८. अशोककुमार पटनाईक, द *सोव्हिएट्स अँड द इंडियन रेव्होल्युशनरी,* नवी दिल्ली, अनामिका प्रकाशन, १९९२, पृष्ठ-९२
१९. पी. एस. खानखोजे यांनी सांगितलेला, जेनी खानखोजे यांच्या हस्ताक्षरातील मजकूर
२०. टी. आर. सरीन, *रशियन रिव्होल्युशन अँड इंडिया,* (१९१७-१९२१), नवी दिल्ली, स्टर्लिंग पब्लिशर्स, १९७७, पृष्ठ-७४
२१. वरीलप्रमाणे, पृष्ठ-६९
२२. एल. व्ही. मित्रोखिन, *लेनिन इन इंडिया,* नवी दिल्ली, अलाईड पब्लिशर्स, १९८१, पृष्ठ-४५-४६
२३. वरीलप्रमाणे, पृष्ठ-४७
२४. वरीलप्रमाणे, खानखोजेंनी दिलेले अवतरण
२५. http://www.members.jcom.home.ne.jp/katori/chatto.html
२६. टी. आर. सरीन, *रशियन रिव्होल्युशन अँड इंडिया* (१९१७-१९२१), नवी दिल्ली, स्टर्लिंग पब्लिशर्स, १९७७
२७. http://www.members.jcom.home.ne.jp/katori/chatto.html

२८. लेखिकेच्या संग्रहातील पोस्टकार्डस्
२९. या पत्राची मूळ जर्मन प्रत, नेहरू मेमोरियल लायब्ररी, नवी दिल्ली येथे उपलब्ध
३०. मूळ खरी प्रत, नेहरू मेमोरिअल लायब्ररी, नवी दिल्ली येथे उपलब्ध
३१. सुधाकर खानखोजेंनी सांगितलेला किस्सा.
३२. नागपूरमधील स्थानिक वृत्तपत्रात प्रकाशित झालेली मराठीतील पत्रांची मालिका (सौजन्य – खानखोजे यांचे मराठीतून चरित्र लिहिणाऱ्या वीणा गवाणकर)
३३. निरोद के बरूआ, *चॅटो : द लाइफ अँड टाइम्स ऑफ ॲन अँटी इम्पिरिॲलिस्ट इन युरोप*, नवी दिल्ली, ऑक्सफर्ड युनिव्हर्सिटी प्रेस (२००४), पृष्ठ-१८८, ॲग्नेस शिमडले यांनी त्यांच्या मैत्रिणीला लिहिलेल्या पत्रातून
३४. वरीलप्रमाणे, पृष्ठ-१८७
३५. द गदर डिरेक्टरी – ब्रिटिश म्युझियम इंडिया ऑफिस लायब्ररी, १९३४. प्रत माया खानखोजे यांच्या सौजन्याने

मुक्काम मेक्सिको

२० नोव्हेंबर, १९१० रोजी मेक्सिकोमध्ये झालेल्या क्रांतीचा, त्या प्रजासत्ताकावर खूप खोल परिणाम झाला होता. लोकशाही आणि घटनात्मक कारणांसाठीच केवळ ही क्रांती नव्हती; तर सामाजिक समता हाही त्या क्रांतीचा महत्त्वाचा उद्देश होता. स्पेनकडून स्वातंत्र्य मिळाल्यानंतर, कित्येक दशके ज्या भूमीवर तथाकथित गर्भश्रीमंत जमीनदारांनी मनमानी राज्य केले, त्या भूमीवर सामाजिक सुधारणा घडवून आणण्यासाठी ही क्रांती होती. गरीब मेक्सिकन शेतकरी कसत असलेली हजारो एकर शेती ज्यांच्या मालकीची होती, त्या हसेनडॅडोजनी आपल्या आर्थिक ताकदीच्या बळावर, अतिरिक्त राजकीय प्रभुत्वही मिळविले होते. अशा महत्त्वाच्या, सर्व प्रकारची सत्ता ज्यांच्या हातात आहे, अशा गटांनी स्पेनची बाजू उचलून धरली होती. आपले हितसंबंध सुरक्षित राहण्यासाठी त्यांनी इतरही परकीय शक्तींशी हातमिळवणी केली होती. औद्योगिक क्षेत्रात, कामगारांना कामगार संघटना स्थापण्याची परवानगी नव्हती. संप करण्याचा त्यांचा हक्कही त्यांच्याकडे राहिला नव्हता. शेतकी क्रांतीने या सर्वच समस्यांवर, एमिलिॲनो झपाटा या नेत्याच्या नेतृत्वाखाली मार्ग काढायचा प्रयत्न केला.

'सर्वांसाठी आर्थिक स्वातंत्र्य, विकास आणि उत्कर्ष,' हे एमिलिॲनो झपाटाचे ध्येय होते. त्याने जाहीर केले होते की, सर्व वांशिक गटांना राष्ट्रीय ओळख असली पाहिजे. सर्वसामान्यांचा नेता असलेल्या एमिलिॲनो झपाटाच्या नसांतून मेक्सिकन आणि भारतीय रक्त वाहत होते. मोठमोठ्या जमिनी विभागल्या जाऊन गरीबांमध्ये वाटल्या जाव्यात या मताचा त्याने पुरस्कार केला. त्यामुळे मेक्सिकन क्रांती ही बहुआयामी, गुंतागुंतीची अशी चळवळ होती. अनेक आघाड्यांवर ती लढली गेली. आणि अखेर या क्रांतीने, नैसर्गिक स्रोतांनी बहरलेल्या आणि बुद्धिमंत, कलावंतांनी समृद्ध अशा श्रीमंत-वैविध्यपूर्ण देशात, मेक्सिकोचे रूपांतर घडवून आणले.

लांबचा आणि गोलाकार मार्ग निवडून, खोट्या पर्शियन पासपोर्टच्या आधारावर,

खानखोजेंनी समुद्र प्रवास केला. वाटेत येणारी अमेरिका टाळणे त्यांना भाग होते. कारण ब्रिटिशांना हवी असणारी पण पळून गेलेली व्यक्ती, ब्रिटिशांच्या स्वाधीन करण्याविषयीचा कायदा अमेरिकेत अमलात होता. खानखोजेंच्या आयुष्यातील हे सर्वांत काळे दिवस म्हणता येतील. नंतरच्या काळातही या दिवसांबद्दल ते शब्दही बोलत नसत. हे दिवस, महायुद्ध, गदर चळवळीचे अपयश अशा सगळ्याच गोष्टी त्यांना मानसिक त्रास देत असत. या स्मृती त्यांना गाडून टाकायच्या होत्या.

मेक्सिकोमध्ये आल्यानंतर त्यांनी शहराजवळच्या झोचिमिल्को गावात मुक्काम केला. प्राचीन ॲझटेक लोक जी नहुआटल नावाची भाषा बोलायचे, त्या भाषेत झोचिमिल्कोचा अर्थ होतो, 'फुलांचा बगीचा.' हे गाव म्हणजे फुलांनी बहरलेले बगीचे, हिरवाईचे ताटवे आणि फळभाज्यांचे वाफे आणि त्यातून मधून-मधून झुळझुळ वाहणारे ओढे असे अतिशय निसर्गरम्य ठिकाण होते. आताच्या काळात तर झोचिमिल्को हे पर्यटकांचे आवडते ठिकाण झाले आहे.

इ.स. १२०० ते १५१० या ॲझटेक्स लोकांच्या काळापासून मेक्सिकन लोक पाण्याच्या प्रवाहावर झाडांच्या फांद्या आाणि बुंधे टाकत असत. त्यावर चांगली माती टाकण्यात येई. आणि त्यात फुले फुलविली जात. अशा या तरत्या बेटांना 'चिनॅमपास' असे म्हणत असत. अरुंद ओढे, त्यातल्या फुलांनी सजवलेल्या रंगीबेरंगी बोटी आणि जोडीला मंद, मधुर मेक्सिकन संगीत हे झोचिमिल्कोचे वैशिष्ट्य बनले होते. आजकाल मात्र येथे फुलांच्या आणि भाज्यांच्या व्यापाराचे केंद्र गजबजलेले आढळते. राजधानीच्या जवळ असूनही त्यामानाने जेवणखाण, राहण्याची स्वस्तातली सोय यामुळे निराश्रित, निर्धन लोकांसाठी हे गाव म्हणजे स्वर्ग होता. भाजीपाल्याच्या एका शेतात रोजंदारीवर काम करून, खानखोजे आपले पोट कसेबसे भरू लागले. त्यांची अवस्था निराधार, पार कंगाल अशी झाली होती. त्यामुळे ते वरचेवर आजारी पडू लागले. मेक्सिकोमधील जुन्या मित्रांचा शोध घेण्याचा, त्यांच्याशी संपर्क करण्याचे त्यांनी प्रयत्न केला. कोणतीही भाषा चटकन आत्मसात करण्याचे कसब, खरेतर त्यांच्याकडे होते, पण या सुरुवातीच्या दिवसांत, स्पॅनिश भाषेमधील शब्दही उच्चारणे त्यांना जड जात होते.

दिवस कठीण होते, परीक्षा घेणारे होते. त्यांनी या काळात वडिलांना लिहिलेल्या पत्रांमधून, त्या वेळची त्यांची परिस्थिती, दैनंदिन जीवनात जुळवून घ्यायला त्यांना किती अवघड जात होते, आणि त्याचबरोबर त्यांच्या मनातले विचारांचे वादळ, याबद्दल समजू शकते. १९२८मध्ये त्यांची पत्रे नागपूरच्या एका स्थानिक दैनिकातून प्रसिद्ध झाली होती. पासपोर्ट मिळून भारतात परत येण्यासाठी त्यांना मदत करण्याचे आवाहन करण्याच्या दृष्टीने, ही पत्रे प्रकाशित करण्यात आली होती. त्यांपैकी एका पत्रात ते लिहितात –

मेक्सिको, डी. एफ., १९२४

आदरणीय बाबा,

बरेच दिवसांत माझ्याकडून पत्र नाही, याबद्दल मला क्षमा कराल अशी आशा करतो. मी आधी लिहिल्याप्रमाणे माझा बराचसा वेळ प्रवासातच गेला. जर्मनीमधली परिस्थिती अशी काही झाली होती की, यापुढे तिथे राहणं केवळ अशक्य होतं.

मी ज्या-ज्या नवीन देशांत गेलो, तिथे दरवेळी एक नवीन भाषा शिकलो. इथे स्पॅनिश भाषा वापरली जाते. आतापर्यंत मी अशा आठ भाषा शिकलो आणि ही आणखी एक नवीन. इथे अडचणी तर भरपूरच आहेत, पण मला खातरी आहे की, तुमच्या आशीर्वादानी त्या लवकरच दूर होतील. गेले काही दिवस मी थोडा आजारी होतो, म्हणून पत्र लिहू शकलो नाही. पण काळजी करू नका आता मी ठीक आहे. अशा काही त्रासदायक गोष्टी तुम्हाला कळवून, उगीचच काळजीत टाकणं खरं तर नको वाटतं. सतत चांगलं काहीतरी करावं, होता होईल तेवढी तुमची सेवा करावी, असं मला नेहमी वाटत असतं. पण परमेश्वराची इच्छा आणि बदलती जागतिक परिस्थिती मला माझ्या इच्छेच्या बरोबर विरुद्ध वागायला भाग पाडत आहे. माझे हे सगळे विचार मी प्रत्यक्ष अमलात आणू शकलो, तर त्यांचा उपयोग आहे. उगीच ते कागदावर उतरवण्यात काय अर्थ? मला तुमची पत्रं मिळाली आहेत. बळवंतराव मामा आणि सुंदर ताईच्या पत्रिकेबद्दलही कळलं.[१] ही पत्रं वाचताना तुमच्या सगळ्यांची, आपल्या गावाची आणि आपल्या देशाचीही फार तीव्रतेनी आठवण येते आणि कधी एकदा घरी यायला मिळेल, असं वाटतं. पण सध्या तरी तुम्हाला सगळ्यांना नुसतं डोळ्यांसमोर आणणं आणि मनातलं दुःख एकट्यानंच गिळून टाकणं, यापेक्षा मी काहीच करू शकत नाही.

तुमच्या पत्रावरून, मी तुम्हाला लवकरात लवकर परत यायला हवा आहे. पण एक गोष्ट तर स्पष्ट आहे की, पासपोर्टशिवाय काहीच शक्य नाही. इतरही अनेक अडचणी आहेतच; पण पासपोर्टचा प्रश्न गंभीरच आहे. यावर एक उपाय आहे, तो असा की, तुम्हीच जिल्हाधिकाऱ्यांच्या ऑफिसमध्ये जावं आणि त्यांना सांगावं की, मी १९०६मध्येच शिक्षणाकरिता म्हणून भारत सोडला आहे. आणि त्या काळात त्यासाठी पासपोर्ट लागतच नसे. मी तुम्हाला माझ्या 'वनस्पतींच्या पाणीपुरवठ्यावर परिणाम करणारे घटक' (Factors Influencing the Water Requirements of Plants.) या पुस्तकाच्या १५० प्रती यापूर्वी पाठवलेल्या आहेत. त्या पुस्तकाची प्रत

तुम्ही त्या अधिकाऱ्यांना पुरावा म्हणून दाखवावी.[२]

तसं या पृथ्वीच्या पाठीवर मी कसंही करून माझं पोट भरू शकतो. तसा मी स्वावलंबी आहे आणि कुठेही काहीही करू शकतोच – इथे किंवा भारतात. पण तरीही काही गोष्टी माझ्या हाताबाहेरच्या आहेत. उदा. पासपोर्ट मिळवणं. इथल्या ब्रिटिश दूतावासाकडे जाण्यात काहीच अर्थ नाही. कारण त्यांना दाखवायला माझ्याकडे कुठल्याही प्रकारची वैध कागदपत्रं नाहीत. कृपया, मी मागितल्याशिवाय पैसे मात्र पाठविण्याचा प्रयत्न करू नका. या उतार वयात तुम्हाला आधीच बऱ्याच काळज्या आहेत, खर्चाचा भारही बराच आहे तुमच्यावर. त्यात आणखी माझी भर मला घालायची नाही. जर तुम्हाला माझ्यासाठी काही करायचंच असेल, तर असा एखादा व्यापारी शोधून काढा – जो मेक्सिकोतून माल खरेदी करेल आणि भारतात विकेल. शंकरराव किंवा रामभाऊसारख्या तरुणांना हे जमेल. शंकररावांकडून एकही पत्र नाही, याचं मला फार आश्चर्य वाटतंय. रामभाऊ कधीतरी का होईना लिहितात, पण शंकरराव मला विसरले बहुतेक.

खरी परिस्थिती अशी होती की, खानखोजेंचे भाऊ शंकरराव बरेच आजारी पडून त्यात त्यांचा मृत्यू झाला होता. खानखोजेंनी लहान वयातच घर-कुटुंबीय सोडले आणि ते खूप दूर निघून गेले. मध्यंतरी वर्षानुवर्षांचा काळही लोटला. तरीही, आपण कुटुंबातला सर्वांत मोठा मुलगा आहोत. मोठा मुलगा, मोठा भाऊ म्हणून आपली काही कर्तव्ये आहेत. ही जबाबदारीची जाणीव खानखोजेंना कायम होती. त्या संदर्भात ते वडिलांना सांगतात,

तुमची त्रोटक पत्रं मी समजू शकतो, पण लहान मुलांनी, छोट्या भावंडांनी तरी सविस्तर पत्रे लिहायला हवी. घरून पत्र आलं की, वाटतं चला, आपल्या लाडक्या देशात, अजूनही 'माझी' माणसं आहेत.

प्रिय आईबद्दल काही विचारायचं राहून गेलं. तिला सांगा की, मला तिची सतत आठवण येत असते. आणि माझ्याकडून काही चूक झाली असेल तर मला क्षमा कर म्हणावं. तिला माझा साष्टांग नमस्कार. शेवटी तुमच्या चरणांवर डोकं ठेवून पत्र संपवतो.

तुमचा आज्ञाधारक,

भाऊ [३]

१९१८च्या नोव्हेंबर मध्येच खानखोजेंच्या आईचा मृत्यू झाला होता; परंतु ही अतीव दुःखाची बातमी मुलाला कळविण्याचे धैर्य खानखोजेंच्या वडिलांना झाले नव्हते. प्रिय आईकडून माफी आणि आशीर्वाद मिळण्यासाठी तळमळणाऱ्या तिच्या

लाडक्या भाऊला ते कधीच मिळाले नाहीत. आणखी एका पत्रात खानखोजे वडिलांना लिहितात :

मला माहीत आहे की, मला भारतात परत यायला मिळावं, म्हणून तुम्ही वर्तमानपत्रांतून दाद मागता आहात. पण पासपोर्ट हाच केवळ एक प्रश्न नाही. प्रश्न असाही आहे की, मी भारतात आल्यावर माझं काय होईल? पहिली गोष्ट म्हणजे भारतातल्या ब्रिटिश सरकारनी माझ्यावर कोणते आरोप ठेवले आहेत, याबद्दल स्पष्टपणे काहीच घोषित केलेले नाही. आणि मला निर्दोषही ठरवलेलं नाही. सरकार जेव्हा, भारतात जे लोक परत येऊ शकत नाहीत अशांची यादी प्रसिद्ध करते, तेव्हा त्या यादीत सरकारनी त्या लोकांवर असलेले आरोप की, ज्या आरोपांखाली त्यांना हद्दपार करण्यात आलं आहे – अशा आरोपांचासुद्धा उल्लेख करावा लागतो. मी जर परत आलो, तर एक तर ते मला फासावर चढवतील किंवा कुठलाही न्यायनिवाडा न करता सरळ तुरुंगात डांबतील. अशातऱ्हेनी जर परत यायचं असेल तर माझा तुम्हाला, भारतीय शेतकऱ्यांना किंवा माझ्या देशालाही काय उपयोग होणार आहे? उगीच मानसिक क्लेश होतील, यातना वाढतील तुमच्या. त्यामुळे परिस्थिती निवळल्याशिवाय मी परत न येणंच श्रेयस्कर. इथे मेक्सिकोमधून मला काही हद्दपार केलं जाणार नाही. किंवा गुप्तहेरांचा ससेमिराही माझ्यामागे असणार नाही, हे निश्चित.

ब्रिटिश पासपोर्ट तर माझ्या दृष्टीने प्राणघातकच ठरेल. पण तरीही जर तुम्हाला मी परत यायला हवं असेल, तर मात्र मी तुमच्या भेटीला येण्यासाठी माझं आयुष्य पणाला लावायला तयार आहे. हेच जर तुम्हाला हवं असेल, तर वृत्तपत्रातला लढा चालू ठेवा. श्री. हळदे हे मला वाटतं, कायदे मंडळाचे सदस्य आहेत. तुम्ही माझ्या वतीने त्यांना भेटा. पण तरीही तुमचं काम होईल, मला माफी मिळून सरकारकडून पासपोर्ट मिळेल, या आशेवर राहू नका.

जगात अन्याय हा सतत राहणारच. पण त्याचा अर्थ असा नाही की, प्रत्येकाने त्यापुढे झुकलंच पाहिजे. हे म्हणजे आपलाच कमकुवतपणा मान्य करण्यासारखं आहे. मला वाटतं, मला पासपोर्ट मिळवून देण्याची प्रक्रिया थांबवलीत तर फार बरं. माझे काही मित्र, सरकारची माफी मागून, एव्हाना भारतात परत गेलेही असतील. पण भारतात परत येणारा – आपल्या आयुष्याची भीक मागणारा, मी सर्वांत शेवटचा असेन. मी व्यवस्थित शिकलेला आहे आाणि शिकविण्याचं काम करून मी माझं आयुष्य घालवू शकतो. मला भरपूर चांगली प्रशस्तीपत्रकं मिळाली आहेत. त्याच्या प्रती मी

कधीतरी तुम्हाला पाठवीन. ब्रिटिश सरकारने जर, मला पकडणार नाही, खटले चालवणार नाही, शिक्षा करणार नाही असं माझ्याबाबतीत ठरवलं, तरच मी भारतात परत येईन. मी मेक्सिकोच्या नागरिकत्वासाठी अर्ज केला आहे. पण अजूनपर्यंतचे माझे प्रयत्न यशस्वी झालेले नाहीत.

माईचं मोठं केलेलं छायाचित्र तुम्हाला आवडलं का? याबद्दल मी तुम्हाला लिहिलं होतं. पण त्यावर तुमच्याकडून काही समजलं नाही. गेल्या पंचवीस वर्षांचा खंड पडल्यामुळे, मला मराठी विसरायला झालं आहे.

पत्रात काही चुका आढळल्या तर क्षमा करा.

खानखोजेंना अखेर त्यांचे दोन जुने मित्र भेटले. डॉन रॅमन पी. डी नेग्री आणि लुईस मॉन्झॉन. यांपैकी नेग्री, हे नवीन सरकारमध्ये शेती मंत्री झाले होते. आणि मॉन्झॉन, हे संसद सदस्य होते. डी नेग्री यांनी खानखोजेंना मेक्सिकोमध्ये नोकरी मिळवून देण्याचे आश्वासन दिले. नंतरच्या काळातही दोघांची मैत्री टिकून राहिली.

१९२४मध्ये खानखोजेंना मेक्सिको शहराजवळच्या चपिंगो या गावी, नॅशनल स्कूल ऑफ ॲग्रिकल्चरमध्ये – डी नेग्री यांच्या शिफारशीवरून प्राध्यापकाची नोकरी मिळाली. त्यातील खानखोजेंच्या छायाचित्रावर स्वाक्षरी करताना नेग्री यांनी लिहिले होते, 'ज्यांची कुणाशीही तुलनाच होऊ शकत नाही, अशा अतुलनीय कर्तृत्वाच्या माननीय प्राध्यापक पी. खानखोजे यांना –' (सप्रेम भेट). खाली स्वाक्षरी होती, 'बंधुतुल्य आर. पी. डी नेग्री, मेक्सिको डी. एफ. जुलै २८, १९२४.'

वॉशिंग्टनमधील स्टेट कॉलेज ऑफ वॉशिंग्टनच्या आपल्या जुन्या मित्रांना आणि शिक्षकांना खानखोजेंनी असेच दाखले आणि प्रशस्तीपत्रके पाठविण्यासाठी बरीच पत्रे लिहिली होती. आणि योग्यवेळी त्यांच्या पदवी प्रमाणपत्रासह इतर अनेक प्रशस्तीपत्रके त्यांना रवाना करण्यात आली. अशा सगळ्या अटी पूर्ण झाल्यानंतर खानखोजेंचे नाव विविध शास्त्रीय नियतकालिके आणि संस्थांच्या मेलिंग लिस्टवर झळकू लागले. आता शेतकी शास्त्राच्या मुख्य प्रवाहात ते सहज मिसळून गेले. प्रा. थॅचर या आपल्या जुन्या गुरूंना त्यांनी पत्र लिहिले. आपल्या शिष्याचे पत्र पाहून प्रा. थॅचरना खूपच आनंद झाला. त्यांनी खानखोजे यांनी त्यांच्याकडे ठेवायला (आणि वडिलांना पाठविण्यासाठी) दिलेले दोनशे डॉलर्स लगेच परत पाठविले. खानखोजेंच्या वडिलांनी ते पैसे घेण्याचे नाकारले होते. अशा तऱ्हेने प्रा. थॅचर ते खानखोजेंचे वडील आणि वडील ते पुन्हा डॉ. थॅचर असे हिंडत ते पैसे पुन्हा मूळ मालकाकडे म्हणजे खानखोजेंकडे परत आले होते.[४]

२५ ऑगस्ट, १९२४ रोजी चपिंगोमधून आपल्या वडिलांना खानखोजे लिहितात,

खूप दिवसांत तुमच्याकडून पत्र नाही. मला काळजी वाटणं स्वाभाविक नाही

का? मी तुम्हाला दोन-तीन पत्रं पाठवली, एक नायडूच्या हातीही पाठवलं होतं. पण तुमच्याकडून कशाचंच उत्तर नाही. मध्यंतरी मला थोडं बरं नव्हतं, पण आता ठीक आहे. कळवायची आनंदाची गोष्ट म्हणजे इथे मेक्सिकोमधल्या शेतकी कॉलेजमध्ये मला प्राध्यापक म्हणून नोकरी मिळाली आहे. आर्थिक चिंता आता मिटली आणि गरजेपुरतं स्पॅनिशही शिकलो. त्यामुळे आता माझं बरं चाललं आहे.

खानखोजेंचे काही विद्यार्थी त्या काळची आठवण सांगतात की, त्यांचं स्पॅनिश म्हणजे ऐकू नये असं भयानक असायचं. समजून घेणं म्हणजे एक दिव्य! पण ही गोष्ट खानखोजेंना आयुष्यात कधीच कळली नाही.[५]

१९२४च्या ऑगस्टमध्ये त्यांनी त्यांचे भाऊ रामभाऊंनाही पत्र लिहिलं होतं.

तुझं पत्र पाहून खूप आनंद झाला. बापूचंही पत्र मिळालं. तुमची निरागस प्रेमानी भरलेली पत्रं वाचणं नेहमीच खूप आनंद देणारं असतं. लहानपणी आपण बरेचदा दूरवर फिरायला जायचो. त्या वेळी आपल्यात कितीतरी विषयांवर चर्चा व्हायच्या. आता तू मोठा झाला आहेस. तुझं लग्नही झालं आहे. त्यामुळे तुला काही उपदेश वगैरे करायचा मला अधिकार नाही. पण तरीही तू आपल्या वडिलांची आणि माईची नीट काळजी घेतलीस, तर मला फार बरं वाटेल. त्यांना वाईट वाटेल असं काही करू नकोस. त्यांचं हवं नकोही पाहायलाच हवं. खरंतर हे माझं कर्तव्य आहे आणि मी ते पार पाडू शकत नाही याचं मला खूप दुःख होतं. पण माझा तुझ्यावर विश्वास आहे. तू हे कर्तव्य नीटपणे पार पाडशील.

शंकररावकडून काहीच कसं कळत नाही, मला याचं आश्चर्यच वाटतं, वाईटही वाटतं. मी आपला उगीचच त्याच्या पत्राची वाट पाहत बसतो. पण ते निष्फळच ठरतं. शंकरराव रागावलाय बहुतेक माझ्यावर! किंवा बायको मुलांच्या पसाऱ्यात त्याला वेळही मिळत नसावा.

याच पत्रात खानखोजे त्यांच्या स्वतःच्या काही सामानाचा उल्लेख करतात. बिशन दास कोचर मुंबईत पोहोचला, त्याचवेळी त्यांची पुस्तके आणि सिनेमॅटोग्राफीचे यंत्र ब्रिटिशांनी जप्त केले होते. पण ही गोष्ट खानखोजेंना कळू शकली नव्हती.

पत्राच्या अखेर, ते वर्धा-नागपूरमध्ये प्रकाशित होणारी काही मराठी वृत्तपत्रे पाठविण्यास सांगतात. वडिलांना लिहिलेल्या दुसऱ्या एका पत्रात, इतर अनेक बाबींबरोबर ते आईची चौकशी करतात.

या देशाची हवा फार चांगली आहे. इथल्या शेती मंत्र्यांसह बऱ्याच मोठमोठ्या

अधिकाऱ्यांशी माझ्या ओळखी झाल्या आहेत. एकूणच मी पुन्हा एकदा विनंती करतो की, माझी बिलकूल काळजी करू नका. जिल्हाधिकाऱ्यांकडे तुम्ही पाठवलेल्या अर्जाची प्रत मला मिळाली. पण माझ्या लक्षात आलंय की, या प्रकरणाचा पाठपुरावा करण्यात काहीही अर्थ नाही. या जगात एखादा प्रश्न सोडवायला देवाने एकापेक्षा अधिक मार्ग खुले ठेवलेले असतात. त्यांपैकीच एखादा उपयोगाला येईल. इतर अनेक अडचणींतून मी मार्ग काढला आहे. आता पासपोर्ट हाच एक छोटा प्रश्न शिल्लक आहे. त्यावरही उपाय सापडेल. उगीच काळजी करत बसू नका.

तुम्हाला आणि रामभाऊला मी माईबद्दल अनेक वेळा विचारलं, लिहिलं; पण तुम्ही काहीच सांगत नाही. असं का तेही कळत नाही आणि मग अस्वस्थ व्हायला होतं. पुन्हा एकदा मनापासून सांगतो, माईची खुशाली कळवा. मला चैन पडत नाही. तिला आणि तुम्हाला सगळ्यांनाच भेटण्याची प्रचंड ओढ लागली आहे. तुमच्या सगळ्यांचा एकत्रित फोटो तरी पाठवा. प्रकृतीची काळजी घ्या. तुम्हाला माझे साष्टांग नमस्कार.

खानखोजेंच्या भावाच्या आणि विशेषत: आईच्या मृत्यूबद्दल त्यांना कळविण्याचे धाडस कोणाला तरी होण्यासाठी १९२५ची अखेर उजाडली. बातमी वाचून खानखोजे अक्षरश: उद्ध्वस्त झाले. बसलेल्या धक्क्यातून सावरायला त्यांना बराच काळ लागला. प्रकृतीवरही परिणाम झाला. त्यांचा व्हर्टिगोचा त्रास पुन्हा बळावला. खानखोजे मनाने पार खचून गेले. आलेल्या पत्रांना कित्येक महिने उत्तरेसुद्धा लिहायची उमेद राहिली नाही. आणि दु:खाच्या त्या आवेगात पुन्हा एकदा ब्रिटिश दूतावासात जाऊन पासपोर्टसाठी अर्ज करायचे त्यांनी ठरविले.

माईसाहेबांच्या मृत्यूची बातमी ऐकून माझ्या मनाची काय अवस्था झाली असेल कल्पना करा. मला तर आजही त्याबद्दल बोलायला शब्द शिल्लक नाहीत. मला बरं नव्हतं. माझं आजारपण आणि इथल्या सार्वजनिक निवडणुका या धामधुमीत माझी नोकरी गेली. तुम्हाला या देशातली ही गोष्ट माहीत नसेल; पण जेव्हा-केव्हा इथे निवडणुका होतात, तेव्हा मोठ्या प्रमाणावर बदल्या आणि नोकरकपात होते. नोकरी नसली की, इथे खूपच अडचणी येतात, विशेषत: ज्याचं कुटुंब त्याच्याबरोबर नसेल, त्याला तर फारच त्रास होतो. तुम्हाला आणखी काळजीत टाकायची माझी इच्छा नव्हती, म्हणून मी तुम्हाला हे सगळं कळवणार नव्हतो. मला फक्त माईला आणि तुम्हाला दोघांना भेटायचं होतं, बस! पण आता ते सगळं निष्फळ झालं. माझ्यासारखा दुर्दैवी मीच असेन या जगात! ज्याला आईच्या मृत्यूपूर्वी तिचं दर्शनही होऊ

नये, असा दुर्दैवी! पण परमेश्वराच्या इच्छेपुढे माझा काय इलाज चालणार! अखेर माझं दु:ख मलाच भोगावं लागणार, हेच खरं!

मेक्सिकोमध्ये नवे सरकार येईपर्यंत खानखोजेंची मन:स्थिती अशीच उदास, खालावलेली राहिली. १९२३-२४मध्ये झालेल्या निवडणुकांमध्ये असंतोष आणि हिंसेचा मोठा उद्रेक झाला. मेक्सिकन क्रांतीचा नायक आणि प्रसिद्ध नेता 'पांचो' व्हिला याचा या गदारोळात खून झाला आणि रक्तरंजित अराजकानंतर जनरल प्लूटार्को एलिस कॅलेस हे पंतप्रधान झाले. खानखोजे पुन्हा आपल्या कामावर रूजू झाले.

कला आणि शेती

देशात बुद्धिवादाने भारलेले असे वातावरण असताना खानखोजे मेक्सिकोमध्ये आले होते. साहित्य, कला, नृत्यकला, चित्रकला, शिल्पकला अशा विविध कलांचा आविष्कार ठिकठिकाणी पाहायला मिळत होता. नव्यानेच दिसू लागलेली, मेक्सिकोचा इतिहास, त्याच्या परंपरांचे दर्शन घडविणारी भित्तिचित्रे, मेक्सिकन कलेचा एक अविभाज्य भाग बनली होती. डिएगो रिव्हेरा हा मेक्सिकोचा प्रसिद्ध भित्तिचित्रकार युरोपमधील आपले काही वर्षांचे वास्तव्य संपवून परतला होता. आल्या-आल्या त्याने आपल्या खास अशा स्वतंत्र शैलीत मानवतावादी, देशप्रेमाने भारलेली चित्रे काढण्यास सुरवात केली. चित्रकला, भित्तिचित्रांच्या माध्यमातून वर्ग-संघर्ष, गरीब-श्रीमंतांमधील आर्थिक विषमता, त्या संबंधातील क्रौर्य त्याच्या सशक्त अशा भित्तिचित्रांतून अतिशय परिणामकारक पद्धतीने व्यक्त होऊ लागले. कामगार चळवळ, कम्युनिझमचा परिणाम तसेच कॅथलिक धर्माचा पगडा, त्यातली ताकद या सगळ्या सामाजिक भावनांचे त्याच्या चित्रांतून पडसाद उमटू लागले.

भोवतालच्या अशा या निर्मितीक्षम वातावरणात खानखोजेंचे शास्त्रीय संशोधनही बहरू लागले. त्यांनी 'मक्याच्या नवीन जातींवर' संशोधन करण्यास सुरुवात केली. नॅशनल स्कूल ऑफ ॲग्रिकल्चरचे संचालक मार्टे आर. गोमेझ यांच्या मार्गदर्शनाखाली, खानखोजेंनी चपिंगोजवळ मक्याच्या शेतीत सुधारणा करण्याचे काम पत्करले. मेक्सिकोमध्ये मक्याला विशेष असे महत्त्व आहे. एक तर, मका हे त्या लोकांचे प्रमुख अन्न आहेच. शिवाय प्राचीन ॲझटेक परंपरेनुसार मक्याच्या झाडाला त्यांच्या संस्कृतीत फार पवित्र मानले आहे. मेक्सिकन लोकांच्या मनात एक गूढरम्य असे स्थान मक्याने पटकाविलेले आहे. मेक्सिकोच्या प्रत्येक स्वयंपाकघरात पदार्थांची रेलचेल असतेच आणि त्या प्रत्येक पदार्थात मका असतोच असतोच. मक्याशिवाय त्यांचा स्वयंपाक पूर्णच होऊ शकत नाही.

प्राथमिक संशोधनात खानखोजेंच्या लक्षात आले की, मक्याच्या बियांमध्ये,

अती थंडी आणि पाण्याची अतिशय कमतरता यांच्याशी संघर्ष करण्याची शक्ती खूप कमी आहे. संशोधनासाठी खानखोजेंनी नॅशनल स्कूल ऑफ ॲग्रिकल्चरमध्ये, प्रायोगिक शेत तयार केले. या छोट्याशा संशोधनामुळे सगळ्यांनाच उभारी आली आणि शेतकी मंत्रालयाच्या मदतीने, प्रायोगिक शेताचे रूपांतर 'प्रायोगिक कँप'मध्ये करण्यात आले.[६]

चपिंगो नॅशनल कॉलेज ऑफ ॲग्रिकल्चरमध्ये भित्तिचित्रे काढण्यासाठी डिएगो, रिव्हेराची नेमणूक करण्यात आली. त्या वेळी खानखोजेंची रिव्हेराशी पहिली भेट झाली. रिव्हेरा त्या वेळी बऱ्याच ठिकाणच्या कामांमध्ये व्यस्त होता. मेक्सिकोचे शिक्षणमंत्री जोस व्हॅस्कोन्सेलॉस यांनी शिक्षण मंत्रालयासाठी काही भित्तिचित्रे रिव्हेराला करायला सांगितली होती. नॅशनल स्कूल ऑफ ॲग्रिकल्चरमध्ये तर त्याला तीस चित्रे करायची होती. व्हॅस्कोन्सेलॉस हे खानखोजेंचे मित्र होते आणि मेक्सिकन ईगल म्हणून ओळखले जात असत. अतिशय बहुश्रुत असे हे व्यक्तिमत्त्व होते. कायद्यामध्ये शिक्षण घेतलेल्या व्हॅस्कोन्सेलॉस यांना अनेक विषयांत रस होता. तत्त्वज्ञान, ब्रह्मविद्येचा त्यांनी अभ्यास केला होता आणि त्यांच्या आयुष्याविषयीच्या दृष्टिकोनावर, तत्त्वज्ञान, कविता, गूढवाद अशा सगळ्याचाच एकत्रित परिणाम झालेला होता. योगशास्त्रातही त्यांना गती होती. त्यांची धार्मिक बैठकही पक्की होती. येशू ख्रिस्त आणि भगवान बुद्धांच्या शिकवणुकीला त्यांनी विशेष महत्त्व दिले होते. लोकांचे मानसिक उत्थापन करणे, हे त्यांचे ध्येय होते.

या कामामुळेच रिव्हेराला, सुमारे शंभर भित्तिचित्रे शिक्षण मंत्रालयाच्या इमारतीवर तयार करण्याचे काम मिळाले. हा कलाकार म्हणतो की, इतर कोणत्याही इमारतींपेक्षा शिक्षण मंत्रालयाची इमारत ही लोकांची आपली असते. आणि त्या इमारतीवरील भित्तिचित्रे, ही सर्वसामान्य माणसाचा संघर्ष आणि त्याचा विजय व्यक्त करतात. एकूणच भित्तिचित्रकलेच्या पुनरुज्जीवनाला मेक्सिकोमध्ये प्रथम चालना मिळाली आणि मग ते लोण अमेरिकेपर्यंत पसरले.[७]

चपिंगोमध्ये भिंतींवरच्या ओल्या गिलाव्यावर चित्रे काढून रंगविण्याचे हे काम रिव्हेरो करत असताना, खानखोजे जमेल तेवढा जास्तीत जास्त वेळ या कलाकारासोबत काढत असत. दोघांच्यात बरेच साम्य होते. गरीब शेतकऱ्यांबद्दलचा कळवळा दोघांनाही मनापासून वाटत असे. तसेच कम्युनिझम हाही दोघांच्या आवडीचा विषय होता. खानखोजेंच्या लेनिनबरोबर ज्या दोन बैठका झाल्या होत्या. त्याबद्दल त्यांच्यात नेहमी चर्चा चालायची. दोघांमधील हा संवाद, वैचारिक देवाण-घेवाण ही रिव्हेराच्या दृष्टीने चित्रांमध्ये शास्त्रशुद्धपणे वनस्पती, त्यांची वाढ दाखवण्यासाठी उपयोगी पडली असावी. त्याच्या चित्रांमधून ही गोष्ट विशेष जाणवते. खास करून न्यू यॉर्कमधील रॉकफेलर फाउंडेशनमधील प्रसिद्ध भित्तिचित्रात तर हे वैशिष्ट्य उठून

दिसते. नंतरच्या काळात, ‘कम्युनिस्ट वृत्ती त्यात फार ठळकपणे उठून दिसते,’ या राजकीय कारणावरून ते भित्तिचित्र त्या जागेवरून नाहीसे करण्यात आले. त्यानंतर मेक्सिको शहरामध्ये पॅलाशिओ डी बेलास आर्टस इथे त्याची पुनर्स्थापना करण्यात आली. या चित्रात खानखोजेंनी मक्यावर जे संशोधन केले होते, त्याचे चित्रीकरण विस्तृतपणे करण्यात आले आहे.

रिव्हेराचा चरित्रकार बर्ट्राम डी. वोल्फ त्याच्याबद्दल म्हणतो, ‘रिव्हेरा हा त्याच्या समकालीन अशा इतर कोणत्याही चित्रकारापेक्षा अधिक प्रमाणात पूर्णपणे रशियन क्रांतीशी ‘जोडला गेलेला’ चित्रकार होता. क्रांतीच्या दहाव्या वर्धापनदिनाला तो मेक्सिकोमधील सर्वसामान्य कामगार आणि शेतकरी (बहुतांश बुद्धिवादी) यांच्यापैकीच एक म्हणून उपस्थित होता.’[८] हळूहळू पुढील वर्षांच्या काळात, प्रसिद्धीचा कुठलाही झगमगाट नसलेली, शांत, प्रगाढ अशी मैत्री या चित्रकार आणि शास्त्रज्ञामध्ये निर्माण झाली. इतकेच नाही, तर मेक्सिकोमध्ये डिएगो रिव्हेराच्या टिना मोडोट्टी या आवडत्या मॉडेलच्या आयुष्यावर लिहिल्या गेलेल्या कादंबरीमध्ये खानखोजेंचे ‘रिव्हेराचा उजवा हात’[९] असे वर्णन करण्यात आले होते. आणि ते खरेच होते. खानखोजे रिव्हेराला भिंतीला गिलावा लावण्यास मदत करत असत. म्हणजे मग त्या ओल्या गिलाव्यावर रिव्हेराला म्युरल रंगवणे सोपे जायचे.

टिनो मोडोट्टी ही एक इटालियन स्त्री होती. अतिशय सुंदर होती. बाहेर प्रचंड घडामोडींचे, उलथापालथीचे वातावरण असताना, तीही अत्यंत बंडखोर आयुष्य जगली. १९२३मध्ये ती प्रसिद्ध अमेरिकन छायाचित्रकार एडवर्ड वेस्टनबरोबर मेक्सिकोमध्ये आली. राजकारणात तिला रस होता. टीना मोडेट्टी नावाचे हे कोडे, खरे तर तिच्या ‘काळाच्या आधीच’ जन्माला आले होते! कारण त्या काळात अस्तित्वात असलेली सर्व सामजिक बंधने तिने धाब्यावर बसवली होती. ‘स्त्री मुक्ती’ ही संकल्पना अस्तित्वात येण्याअगोदरच ती ‘मुक्त’ झाली होती.

चपिंगोमधील छोट्या चर्चमध्ये, रिव्हेराला नग्न चित्रे काढण्यासाठी टीनाने मॉडेल म्हणून काम केले.[१०] मायकेल एंजेलोच्या चित्रांची आठवण करून देणारी, वनस्पतींचे अंकुरित होणे चित्रित करण्यासाठी टीनाचा मॉडेल म्हणून वापर करणारी, रिव्हेराची ही भित्तिचित्रे, ‘नवनिर्मिती’ या अतिशय क्लिष्ट आणि विवादास्पद मुद्याला हात घालतात. रिव्हेराशी मैत्री असताना ती वरचेवर चपिंगोमध्ये येत असे. स्वत: एक कलाकार,त्यातून छायाचित्रणाची आवड असल्यामुळे तिची खानखोजेंशीही चांगली मैत्री झाली. खानखोजेंनी लिहिलेल्या सर्व संशोधनपर निबंधांची छायाचित्रे तिने काढली होती; त्याचप्रमाणे खानखोजेंना स्वत:ला छायाचित्रणाची जी आवड होती, त्यामध्ये मार्गदर्शनही केले. त्यांच्या मैत्रीतून मक्याच्या सर्वांगांनी घेतलेल्या तंत्रशुद्ध छायाचित्रांचा एक मोठा संग्रह तयार झाला होता.

१९२५मध्ये खानखोजेंना 'सोशिएडॅड सिएन्टीफिका अँटोनिओ ॲलझेट'चे सदस्यत्व मिळाले. आणि पाठोपाठ १९२८मध्ये शेतकरी लोकांच्या संस्थेत झालेल्या 'काँग्रेस ऑफ फार्मर्स'ला उपस्थित राहण्याची संधी त्यांना मिळाली.[११]

खानखोजेंची पुढची दहा वर्षे, ज्याला 'क्रीम ऑफ सोसायटी' म्हणतात, अशा लोकांच्या सहवासात गेली. समाजातील बुद्धिवंत, कलावंत, राजकारणी यांची डिएगो रिव्हरोच्या घरी उठ-बस असायची. स्वाभाविकच खानखोजेंची या वर्गाशी निकटची मैत्री झाली. विशेषत: रिव्हेरा, डॉन रॅमन पी. डी नेग्री आणि व्हॅस्कोन्सिलॉस यांच्याशी मैत्री जुळल्यामुळे खानखोजेंना समाजात एक सन्मान्य प्रतिष्ठा मिळाली. या ताफ्यात आणखी एक भारतीय व्यक्ती होती – हेरंबलाल गुप्ता. महायुद्धानंतर त्यांनीही मेक्सिकोचा आश्रय घेतला होता. आणि नॅशनल युनिव्हर्शिटी ऑफ मेक्सिकोमध्ये ते भाषा विषयांचे प्राध्यापक म्हणून काम करत होते.

खानखोजेंचे शेतीमधील कार्य, विशेषत: मक्याचे उत्पादन वाढविण्यासाठी त्यांनी केलेले संशोधन या विषयला डिएगो रिव्हेराच्या कलात्मक चित्रांमध्ये स्थान मिळाले. खानखोजेंच्या या संशोधनामुळे खरोखरच गरीबांनाही पोटभर भाकरी मिळू लागली होती. आणि म्हणून रिव्हेराने शिक्षण मंत्रालयाच्या इमारतीवरील एका भित्तिचित्रात खानखोजेंनाच प्रमुख भूमिकेत चित्रित केले. हा त्यांच्या कार्याचा खराखुरा सन्मान होता. या मध्यम उंचीच्या, मृदुभाषी, शेतकऱ्यांसाठी जीव टाकणाऱ्या भारतीयाबद्दल, रिव्हेराच्या मनात असलेला अपार आदर, कौतुक या चित्रातून पुरेपूर व्यक्त होते. शिक्षण मंत्रालयाच्या भव्य इमारतीवरील हे भित्तिचित्र त्याने खानखोजेंना अर्पण केले आहे. या चित्रात खानखोजे एका गरीब कुटुंबाला जेवणाच्या टेबलावर ब्रेड देत असल्याचे दाखविले आहे. हे चित्र म्हणजे – फ्री स्कूल्स ऑफ ॲग्रिकल्चरच्या संस्थापक – संचालकाला – जी पदे पुढे स्वत: खानखोजेंनीच भूषविली – खरी आदरांजली होय. ख्रिश्चनांच्या 'द लास्ट सपर' या जगप्रसिद्ध चित्राशी या चित्राची तुलना कलेचे इतिहासकार आणि समीक्षक करतात. आपल्या द्रौपदीच्या थाळीप्रमाणेच येशू ख्रिस्त ब्रेडचा अखंड पुरवठा करतो, अशी लास्ट सपर चित्रामागे कल्पना आहे. परंतु रिव्हेरा मात्र क्रांतिकारक आणि कम्युनिस्ट असल्यामुळे अशा दृष्टिकोनातून विचार करत नाही; तर त्याच्या मते 'कसेल त्याची जमीन' हा न्याय आणि शेतीतंत्रात शास्त्रीय सुधारणा करणे, हेच मानवाला सुखी करण्याचे मार्ग आहेत.[१२]

आठवड्याच्या आणि इतर सुट्ट्यांच्या दिवशी खानखोजे स्वत: मेक्सिकन शेतकऱ्यांबरोबर जमिनीची मशागत करत असत. त्यांच्या साध्या-भोळ्या, प्रेमळ स्वभावाने खानखोजेंच्या मनालाच हात घातला होता. या मेक्सिकन शेतकऱ्यांमध्ये त्यांना आपला भारतीय शेतकरी दिसायचा. मेक्सिकाची माणसे आणि मेक्सिकोचे हवामान, दोन्ही त्यांच्या मातृभूमीसारखेच होते. या दोन देशांच्या मधून आडवी

जाणारी विषुववृत्ताची काल्पनिक रेषा त्यांच्या दृष्टीने, या दोन्ही देशांना केवळ भौगोलिकदृष्ट्या नव्हे, तर भावनिकदृष्ट्याही जोडून घेणारी अशी होती. स्वत:च्या देशबांधवांबद्दलचे प्रेम खानखोजेंनी मेक्सिकन शेतकऱ्यांवर उधळले.

त्या काळात सहजी न मिळणाऱ्या मेक्सिकन नागरिकत्वासाठी खानखोजेंनी अर्ज केला. अर्जात त्यांनी म्हटले होते, १५ नोव्हेंबर, १९१६ रोजी, बाजा कॅलिफोर्नियामधील मेक्सिकॅली बंदरामधून त्यांनी या देशात प्रवेश केला. ब्रिटिश गुप्तहेरांचा त्रास एव्हाना बराच कमी झाला होता. तरीही त्यांनी मेक्सिकोमधील प्रवेशाची अशी वेळ दाखवली की, क्रांतीमुळे देशातल्या अत्यंत गोंधळाच्या, अराजकाच्या परिस्थितीत, त्यांची पहिल्या महायुद्धातील क्रांतिकारकाची पार्श्वभूमी लक्षात येऊ नये.

घराकडून पत्रांचा अक्षरश: मारा होत होता. परत ये, लग्न कर, संसार थाट अशा आशयाची पत्रे अखेर खानखोजेंना त्रासदायक वाटू लागली. १९२६च्या ऑगस्टमध्ये त्यांनी वडिलांना लिहिलेल्या पत्रात म्हटले की, तुमचे पत्र पाहून आनंद होतो हे खरे; परंतु आपल्यामध्ये मतभेदाची दरी वाढत आहे, हे लक्षात येऊन दु:खही होते.

मला वाटतं, तेही बरोबरच आहे. मुलगा आणि वडील यांच्यामध्ये मतभेद असणं स्वाभाविक आहे; पण आपल्यातली ही मतभेदाची दरी दिवसेंदिवस रुंदावत चालली आहे. मला वाटतं, वडिलांनी मुलाला त्याच्या स्वत:च्या अनुभवातून शिकू द्यावं.

माझी परिस्थिती तर प्रभू रामचंद्रापेक्षा वाईट झाली आहे. रामचंद्रांना केवळ चौदा वर्षं वनवासात काढावी लागली. मला मात्र न जाणो इथे आयुष्यभराचा वनवास नशिबी दिसतो आहे.

तुम्हाला आठवत असेल, मी लग्नाच्या मांडवातून पळून गेलो होतो. तुम्हाला खरंच सांगतो, लग्न करण्याचा विचारच माझ्या मनात येत नाही. युरोप-अमेरिकेत इकडे बऱ्याच सुंदर मुलींनी मला वश करण्याचा प्रयत्न केला. पण मी ठाम राहिलो. लग्न न करण्याच्या माझ्या निश्चयापासून ढळलो नाही. चारचौघांसारखा संसार करण्यात मला अजिबात रस नाही. मात्र कुटुंब-परिवार आणि भोवतालच्या माणसांपासून मी दूरही राहू शकणार नाही. या सगळ्यांशी मिळून-मिसळून मला राहायचं आहे. सगळं जग मी दोनदा पालथं घातलं आहे. एवढ्या मोठ्या भ्रमंतीनंतर मी जरी घरी आलो, तरीही लग्न करून माझा स्वत:चा असा संसार थाटू शकेन, असं मला वाटत नाही. अर्थात याचा अर्थ मी संन्यास वगैरे घेऊन जगापासून दूर निघून जाईन असाही नाही. देवाच्या दयेनी मी माझ्या हिमतीवर कुठेही दोन वेळची भाकरी

कमावू शकेन इतकं शिक्षण घेतलं आहे. पण काहीतरी खास वेगळं करून दाखविल्याशिवाय मी स्वस्थ बसू शकणार नाही. मला हवं तसं यश मिळेपर्यंत माझा संघर्ष सुरूच राहील. यापुढे माझ्या या अशा क्रांतिकारक विचारांचा त्रास मी तुम्हाला होऊ देणार नाही.

– आणि ब्रिटिश सरकारची 'माफी' मागण्यापेक्षा मी नक्कीच मृत्यू पत्करेन!

मोफत शेतकी शाळा

मेक्सिकोमधील शेतकऱ्यांबरोबर काम करताना, खानखोजेंच्या असे लक्षात आले की, पिकांची प्रत आणि प्रमाण दोन्ही वाढविण्याच्या दृष्टीने, या शेतकऱ्यांना शेतीची शास्त्रीय पद्धत आणि नवीन तंत्रज्ञान शिकविणे आवश्यक आहे. त्यासाठी खानखोजेंनी, एमिलिॲनो झपाटाच्या शेती क्रांतीपासून प्रेरणा घेऊन, १९२६मध्ये 'मोफत शेतकी शाळा' सुरू केल्या. खानखोजेंच्या मनात या मागे दुहेरी उद्देश होता. एक म्हणजे ज्या देशाने आपल्याला उदार आश्रय देऊ केला, आपल्याला सामावून घेतले, त्या मेक्सिकोबद्दलची कृतज्ञता व्यक्त करणे आणि दुसरा हेतू – जो मनाच्या कोपऱ्यात पक्का बसला होता तो – असा की, इथल्या शेतीतील प्रयोगांच्या अनुभवाचा पुढे भारतातील शेतकऱ्यांना उपयोग करून देता येईल. शेतकी शाळेसाठी एक समिती स्थापन करण्यात आली. क्रांती कार्याच्या शिस्तीमध्ये आणि समितीतील सर्व सभासदांच्या संमतीने, पांडुरंग खानखोजे आणि त्यांच्या काही सहकाऱ्यांची शाळेसाठी शिक्षक म्हणून नियुक्ती करण्यात आली. मेक्सिकोतील, टेक्सकोकोमधील सॅन मिग्थुएल चिकॉनक्युॲक भागातील शेतकऱ्यांना शेतीविषयी अधिक माहिती उपलब्ध करून देणे, नवीन तंत्रज्ञानाची ओळख करून देणे, हा शेतकी शाळेचा प्रमुख उद्देश होता.[१३] १९२७मध्ये प्रत्यक्ष वर्ग सुरू झाले. डिएगो रिव्हेरा हा एक प्रमुख आधारस्तंभ होताच. त्याचबरोबर नॅशनल स्कूल ऑफ ॲग्रिकल्चरमधील अनेक प्राध्यापक या कार्यासाठी आपणहून पुढे आले. पहिल्या शेतकी शाळेला एमिलिॲनो झपाटाचे नाव देण्यात आले.

मोफत शेतकी शाळांची ही संकल्पना भलतीच यशस्वी ठरली. या शाळांनी खूप प्रगती केली. शेतकऱ्यांचा फायदा झाला. शाळांची नावेही अशी कल्पनारम्य होती की, त्यातून ॲझटेक संस्कृतीची झलक व्यक्त होत असे. एका शाळेचे नाव होते – नेटझाहॉलकोयोटल. हे नाव होते, स्पॅनिश राजवटीतील एका शूर राजपुत्राचे. टोक्युला, ओकोपल्को, चिकॉनक्युॲक अशी कितीतरी काव्यमय नावे प्राचीन वैभवशाली ॲझटेक काळातील प्रसिद्ध व्यक्ती आणि ठिकाणांची आठवण करून देत असत.

खानखोजे आपल्या वडिलांना लिहितात :

सध्या मी 'एस्क्युएलस लिबेदस डी ॲग्रिकल्चरा'मध्ये शेतकऱ्यांना मोफत

शिक्षण देण्याचं काम करतो आहे. या शेतकी शाळा खास शेतकऱ्यांसाठीच उघडण्यात आल्या आहेत. या शेतकऱ्यांचा शेती हाच पोटापाण्याचा व्यवसाय आहे. इथे येणाऱ्या शेतकऱ्याला अगदी प्राथमिक अवस्थेपासून शेतीची सर्व प्रक्रिया सविस्तर शिकवली जाते. बी पेरण्यापासून ते पीक हाती येईपर्यंतची करायची कामं, त्याबद्दलचं सखोल ज्ञान, नवीन तंत्रज्ञान शिकवलं जातं. बागकामही शिकवण्यात येतं. इथलं कामं मी विनावेतन करतो. त्यामुळे मला चपिंगोमध्ये प्राध्यापकाची नोकरी करावी लागते. अर्थात, अशा प्रकारच्या कामासाठी थोड्या पैशात काहीशा गरिबीत राहणं मला चालतं. कारण या कामामधून मला प्रचंड मानसिक समाधान मिळतं.

खानखोजेंना परत आणण्यासाठी भारतातून प्रयत्न

मेक्सिकोमध्येच कायमचे वास्तव्य करण्याची मानसिक तयारी एव्हाना खानखोजेंनी केली होती. पण तिकडे भारतातील त्यांच्या घरचे लोक त्यांना विसरू शकत नव्हते. त्यांनी भारतात परत यावे, यासाठी ते सतत प्रयत्न करत होते. स्वत: खानखोजेंचे एक मन मेक्सिकोत राहायला तयार झाले होते. तरीही मनाच्या दुसऱ्या कोपऱ्यात या मुद्यावर सतत संघर्ष सुरू होता. खानखोजेंनी वेळोवेळी वडिलांना लिहिलेल्या पत्रांमधून या मानसिक ओढाताणीचे प्रतिबिंब उमटलेले दिसते. अशाच एका पत्रात ते लिहितात :

कोणाच्याही वडिलांना म्हातारपणी मुलांनी आपली सेवा करावी, असं वाटत असतं. तुम्हालाही तसं वाटणं स्वाभाविकच आहे. पण मला वाटतं, माझ्याच नशिबात ही गोष्ट नाही. त्यावर मी एक मार्ग काढला आहे. दर महिन्याला मी तुम्हाला चार पौंड पाठवत जाईन. आणि मला मेक्सिकोचं अधिकृत नागरिकत्व आणि पासपोर्ट मिळाला की, लगेचच तुम्हाला भेटायला भारतात येईन. पण खरं म्हणजे भारतात आल्यावर मी पकडला जाणार नाही, अशी खातरी अजूनही मला वाटत नाही; आणि मग भारतात येऊन *तुरुंगातच राहायचं, तर तुम्हाला माझा काय उपयोग?*

१७ जुलै, १९२७च्या 'मराठा'च्या अंकात पत्रकार आनंदराव जोशी यांचे ब्रिटिश सरकारला आवाहन करणारे पत्र प्रसिद्ध झाले.

त्यांच्यावरील (खानखोजेंवरील) आरोप सरकारने जाहीर करावे आणि न्यायालयात ते सिद्ध करावे, हेच ब्रिटिश सरकारच्या दृष्टीने योग्य आहे. अशा गोष्टी जनतेपासून लपवून ठेवणारी आणि त्यापायी आमच्या अत्यंत बुद्धिमान, सुशिक्षित अशा देशबांधवांना त्यांचे उर्वरित आयुष्य अज्ञात अशा परदेशांमध्ये व्यतीत करण्यास भाग पाडणारी सरकारची ही अत्यंत संकुचित मनोवृत्ती,

सामान्य माणूस समजूच शकत नाही. आम्हाला मान्य आहे की, लाला लजपत राय आणि त्यांच्यासारख्या इतर ज्येष्ठ स्वातंत्र्य सैनिकांवरील बंदी उठवणे किंवा सावरकर बंधूंसारखे क्रांतिकारक आणि बॉम्ब खटल्यामध्ये अंदमानला शिक्षा भोगायला पाठविलेल्या बंगाली तरुणांना सोडून देणे, ही सरकारची कृती शहाणपणाची, सौजन्याची होती. आता ही मंडळी ब्रिटिश साम्राज्याच्या शांततेला, सुरक्षिततेला धोकादायक वाटतात का? जर तशी ती वाटत नसतील, तर प्रा. खानखोजेंवरील बंदी उठवणे, हे सरकारचे कर्तव्य ठरत नाही का? खानखोजेंसारखी उदात्त ध्येयाने भारलेली, अपवादात्मक क्षमता असणारी अस्सल देशभक्त व्यक्ती आमच्या प्रिय भारतवर्षाच्या प्रगतीसाठी किती आवश्यक आहे, हे ब्रिटिश सरकारला वेगळे सांगायला नको.

भारतातील परिस्थिती धीम्या गतीने बदलत होती. १९२५मध्ये पंडीत मोतीलाल नेहरू कायदेमंडळाचे अध्यक्ष झाले. या पदावरचे ते पहिले भारतीय. त्यानंतर काही महिन्यांनी, लाला लजपत राय यांचीही या मंडळात निवड झाली. महात्मा गांधींचे स्वराज्यासाठी भारतभर प्रचार दौरे सुरू होते. ब्रिटिश सरकारशी कोणत्याही बाबतीत सहकार्य करायचे नाकारून, उघडउघडपणे असहकाराची मोठी चळवळ उभी करण्याचे आवाहन महात्मा गांधी आपल्या दौऱ्यांमधून भारतीय जनतेला करत होते. १९२६मध्ये गुवाहाटी येथे इंडियन नॅशनल काँग्रेसचे अधिवेशन झाले. एस. श्रीनिवास अय्यंगार अधिवेशनाचे अध्यक्ष होते. आपल्या ऐतिहासिक अशा अध्यक्षीय भाषणात त्यांनी भारतीयांचे स्वतःचे संपूर्ण सरकार स्थापण्याची मागणी केली. या मागणीमुळे सत्याग्रहाच्या चळवळीला आणखी जोर चढला. १९२८मध्ये सायमन कमिशनच्या विरोधात निदर्शने करताना गंभीररीत्या जखमी झाल्यामुळे लाला लजपत राय यांचे निधन झाले. 'भारताला संपूर्ण घटनात्मक स्वातंत्र्य देण्याच्या दृष्टीने भारतीयांची कितपत तयारी आहे, यावर मतप्रदर्शन करणारे, फक्त 'गोऱ्या' लोकांचे कमिशन' असे सायमन कमिशनचे वर्णन केले जाते. इंडियन नॅशनल काँग्रेसने या सायमन कमिशनविरुद्ध मोठी मोहीम उघडली.[१४]

पंजाब, बंगाल आदी ठिकाणी 'दहशतवादी' तरुणांची एक नवीनच जात जन्माला आली. या लोकांवर कामगार चळवळींचा रशियन क्रांतीचा तसेच नव्यानेच उदयाला आलेल्या कम्युनिझमचा प्रभाव होता. भगत सिंग, चंद्रशेखर आझाद आणि सूर्यसेन ही दहशतवादी मंडळी भारताच्या इतिहासात अजरामर झाली. भगत सिंगची मूळ प्रेरणा होती, गदर चळवळ. त्याचे काका अजित सिंग हे गदर चळवळीशी संबंधित होते. भगत सिंगसारख्या दुसऱ्या पिढीच्या क्रांतिकारकांनी देशाला स्वातंत्र्याची प्रेरणा जरूर दिली; परंतु १९२९पर्यंत भगतसिंगला 'हिंसेमधील व्यर्थता' चांगलीच

लक्षात आली होती.[१५] याच हिंसेनी अखेर त्याचे आयुष्य संपवले. हिंसात्मक क्रांतिकार्याने भारलेल्या भगतसिंगने बटुकेश्वर दत्त या आपल्या सहकाऱ्याच्या मदतीने असेंब्लीमध्ये बॉम्ब फेकला आणि तो पकडला गेला. खटला होऊन भगतसिंगाला फाशी देण्यात आले. चंद्रशेखर आझाद याला एका बगीचामध्ये झालेल्या चकमकीत गोळी घालून ठार करण्यात आले. लाहोर कट आणि काकोरी कट या दोन घटनांनी सारा देश हादरवून सोडला. परंतु अखेर यातील मुख्य सूत्रधारांना मृत्युशय्येवर शांत करण्यात आले. मात्र इंडियन नॅशनल काँग्रेस आणि महात्मा गांधींनी जी अहिंसेची, असहकाराची चळवळ उभी केली होती. त्या चळवळीमध्ये या जगात इतरत्र कुठेही पाहायला मिळणार नाही, असा अभूतपूर्व जोर होता, प्रभाव होता. आणि त्याच चळवळीने अखेर १९४७मध्ये भारताला स्वातंत्र्य मिळवून दिले.

जे भारतीय लोक परदेशात राहात आहेत आणि ज्यांना भारतात परतण्याची परवानगी नाकारण्यात आली आहे, अशा लोकांच्या यादीत खानखोजेंचे नाव होते. या लोकांबद्दल संसदेत प्रश्न विचारण्यात आला. 'मेक्सिकन सरकारतर्फे, ब्रिटिश इंडिया आणि इतर देशांमधील उष्णकटिबंधीय शेतीमध्ये अधिक संशोधन करण्याच्या उद्देशाने या देशांचा दौरा करता यावा म्हणून एक ओळखपत्र मिळावे, असा अर्ज खानखोजेंनी १९३९मध्ये केला होता. ...गृहमंत्रालयाने भारतातील कार्यालयात कळविले की, 'ही व्यक्ती कोणत्याही सवलती मिळण्यास पात्र नाही, त्यामुळे पासपोर्ट देण्याचा प्रश्नच उद्भवत नाही.'[१६]

खानखोजेंचे दुर्दैव असे की, त्यांचे पासपोर्टविषयीचे प्रश्न वेळीच सुटले नाहीत, त्यांना लवकर पासपोर्ट मिळाला नाही. खरे तर भारतातील सध्याची राजकीय परिस्थिती आणि स्वातंत्र्य लढा हा एका संस्मरणीय अशा टप्प्यावर येऊन उभा होता. ही परिस्थिती पाहणे, अनुभवणे किंबहुना त्यात प्रत्यक्ष भाग घेणे खानखोजेंना धन्य-धन्य करून गेले असते. पण दुर्दैवाने त्यांना भारताच्या भूमीवर पायच ठेवता येत नव्हता. पहिल्या महायुद्धातील त्यांच्या कार्याबद्दल त्यांना क्षमा नव्हती. यामध्ये आणखी दुर्दैवाचा भाग असा की, अधिकृत कागदपत्रांमध्ये मात्र अशी नोंद होती की, 'राष्ट्रीयत्वाचा पुरावा म्हणून खानखोजेंनी मेक्सिको सिटीमध्ये ब्रिटिश कौन्सिलकडून (भारतातील अधिकाऱ्यांचा सल्ला न घेता.) नवीन पासपोर्ट घेतल्याचे समजते.'[१७] 'ब्रिटिश न्याया'वरील खानखोजेंचा अविश्वासाचा पुरावा म्हणून तो तसाच कोरा पडून राहिला.

खानखोजे : शेती शास्त्रज्ञ

याच काळात मेक्सिकन सरकारने खानखोजेंच्या अमेरिकेतील पदवीबद्दल शंका घेऊन ती सिद्ध करायला सांगितले. १९२६मध्ये खानखोजेंना त्यासाठी पुन्हा परीक्षा

द्यावी लागली. आणि त्यानंतर शेती विषयातील 'मास्टर ऑफ सायन्स' म्हणून काम करण्याची अधिकृत परवानगी खानखोजेंना मिळाली.[१८]

खानखोजेंनी या सुमाराला वयाच्या चाळीशीमध्ये प्रवेश केला होता आणि आता शेती क्षेत्रात त्यांचे नाव होऊ लागले होते. १९२८च्या फेब्रुवारीमध्ये 'एक्सेलसिअर' नावाच्या वृत्तपत्रात चपिंगो नॅशनल स्कूल ऑफ ॲग्रिकल्चरच्या पुनर्रचनेविषयी एक बातमी छापून आली. 'या संस्थेमध्ये येत्या शैक्षणिक वर्षापासून वनस्पती वंशशास्त्रासाठी एक खास नवीन विभाग सुरू होणार असून विभागप्रमुख म्हणून एका हिंदू प्राध्यापकांकडे जबाबदारी सोपविण्यात आली आहे. त्यांचे नाव, प्रा. पी. खानखोजे असे असून, हे प्राध्यापक सध्या मक्याच्या विविध हायब्रीड प्रकारांवर यशस्वी संशोधन करीत आहेत, तसेच गहू आणि वाटाण्याची प्रत सुधारण्याच्या दृष्टीनेही त्यांचे प्रयत्न सुरू आहेत,' असे या बातमीत म्हटले होते.

त्यानंतरच्या काळात एक्सेलसिअर वृत्तपत्राने खानखोजेंच्या कामगिरीबद्दल एक सविस्तर वृत्तान्त प्रसिद्ध केला. त्यात म्हटले होते, 'एक हिंदू प्राध्यापक प्रा. पी. खानखोजे – त्यांच्या भागातील लोक त्यांना चपिंगोचे बुद्धिमंत' म्हणून ओळखतात – यांनी मक्याच्या नवीन जाती सादर केल्या आहेत. प्रसिद्ध छायाचित्रकार टिना मोडेट्टी यांनी मक्याच्या नव्या जातींची जी छायाचित्रे घेतली आहेत, त्यावरून स्पष्टपणे दिसते की, या जातीच्या मक्याच्या कणसामध्ये मधला मगज अजिबातच नाही. आहेत ते केवळ दाणेच दाणे. मक्यावरील या यशस्वी संशोधनामुळे मक्याचे उत्पादन वाढेल हे नक्की.'[१९]

१९२८पर्यंत मोफत शेतकी शाळांची संख्या सहा झाली होती.[२०] 'नॅशनल लीग ऑफ ॲग्रेरियन कम्युनिटीज ऑफ द स्टेट ऑफ मेक्सिको'तर्फे झालेल्या दुसऱ्या सांस्कृतिक परिषदेमध्ये खानखोजेंच्या मक्याच्या संशोधनाची दखल घेण्यात आली आणि त्या विषयावरील एक शास्त्रीय प्रबंध परिषदेत वाचण्यात आला.

खानखोजेंनी शेतीमधील शास्त्रीय संशोधनात मिळविलेल्या या यशाची बातमी भारतात पोहोचली. त्याची चर्चाही भरपूर झाली. मग प्रत्यक्ष बातमीमध्ये अतिशयोक्ती येणे, चुकीची माहिती पसरणे हे स्वाभाविकच होते. त्याचा परिणाम असा झाला की खानखोजेंना भारतातील विद्यार्थ्यांकडून, शैक्षणिक प्रवेशापासून ते नोकरी मिळवून देण्याची गळ घालणारी पत्रे येऊ लागली. अखेर वैतागून खानखोजेंना एक स्पष्टीकरणात्मक असे पत्र पाठवावे लागले. 'मी मेक्सिकोचा 'शेती मंत्री' कधीही नव्हतो किंवा होऊही इच्छित नाही. मी एक प्राध्यापक आहे. त्यामुळे मी तुमच्यासाठी काहीही करू शकत नाही. तसेही मेक्सिको देशाला स्वतःचेच खूप प्रश्न आहेत. इथे खूप समस्या आहेत. त्यामुळे ज्या विद्यार्थ्यांना परदेशात शिक्षण घ्यायची इच्छा आहे, त्यांनी जर्मनी किंवा फ्रान्सचा विचार करावा.'[२१]

१९२८मध्ये 'लक्षवेधक प्रयोग' या शीर्षकाखाली एक्सेलसिअर वृत्तपत्राने एक लेख छापला. लेखात म्हटले होते,'चपिंगो ॲग्रिकल्चर स्कूलच्या प्रयोगशाळेत आणि प्रायोगिक शेतांमध्ये मक्याची एक नवीन जात वाढवली गेली आहे. केवळ चपिंगोमध्येच पिकणारा हा मक्याचा प्रकार असून, या मक्याच्या कणसाला मगज नाही, तर संपूर्ण कणीस म्हणजे केवळ मक्याचे दाणेच आहेत. मक्यावरील या प्रयोगामुळे मक्याचे उत्पादन कितीतरी पटींनी वाढेल, यात शंका नाही.' १९२९मध्ये खानखोजेंना शेती मंत्रालयाकडून आणखी एक सन्मान मिळाला. यावेळचा सन्मान होता गव्हावरील संशोधनाबद्दल.

१९३०मध्ये या वृत्तपत्राने एक वृत्तान्त प्रकाशित केला, त्याचे शीर्षक होते, 'व्युत्पन्न बुद्धीच्या हिंदू माणसाने घडवलेले आश्चर्य'[२२]

क्रांतीचे स्वप्न भंग पावलेल्या अवस्थेत प्रा. पी. खानखोजे आपल्या देशात आले आणि अतिशय साधेपणे त्यांनी स्वत:ला शास्त्रीय संशोधनात गुंतवून घेतले. टेक्सकोकोमध्ये त्यांनी साधी घेवड्याची शेती सुरू केली. अत्यंत तल्लख, व्युत्पन्न अशा बुद्धिसंपदेचा हिंदू, मेक्सिकन इंडियन लोकांमध्ये अतिशय मिळून मिसळून राहतो – जसा काही हाच त्याचा देश आहे. आपल्याकडे असलेले सर्व ज्ञान मेक्सिकन लोकांना वाटून टाकायचा जणू या माणसाने चंग बांधला आहे. मेक्सिकोने त्याला पुढे केलेला मैत्रीचा हात, केलेले स्वागत आणि दिलेला उदार आश्रय या ऋणातून मुक्त होण्याची मनातली कृतज्ञता व्यक्त करण्याचीही त्याची पद्धत आहे. 'मी माझी सर्व मिळकत मेक्सिकन इंडियन्सच्या हातात ठेवली आहे, कारण तेही अखेर माझ्यासारखे 'इंडियन'च आहेत ना!'

'या संशोधनातून बराच पैसा गाठीला बांधायचा तुमचा विचार आहे का?' एका पत्रकाराने त्यांना प्रश्न केला. त्यावर खानखोजे उत्तरले, 'मी आयुष्यात कधीच पैशाकरता काम केले नाही. कामामधून मला फक्त आनंद आणि मानसिक समाधान हवे असते. मी या पृथ्वीतलावरचा एक नगण्य प्रवासी आहे, आणि प्रवास करताना पैशासारखे कुठलेही ओझे बरोबर असणे योग्य नाही.'

खानखोजेंना आता मेक्सिकोमध्ये बरेच मेक्सिकन मित्र मिळाले होते. त्या गोतावळ्यात जसे बुद्धिवंत होते, तसाच साध्यासुध्या शेतकरी वर्गाचाही समावेश होता. डॉन पास्क्युल हा त्यांपैकी एक. त्याच्या मुलाने तर खानखोजेंना आपले गॉडफादर बनवून टाकले. शेतकऱ्यांबरोबर काम करताना खानखोजेंचा पोशाख त्या हवामानाला साजेसा, साधा असायचा. पांढऱ्या सुती मेक्सिकन वेशात ते शेतकऱ्यांमध्ये

मिसळायचे. त्यांच्याच पद्धतीचे जेवण घ्यायचे. कधीकधी रविवारी सुट्टीच्या दिवशी खास मित्रांसोबत 'मेक्सिकन मोल'ची पार्टी व्हायची. मीरा नावाच्या एका भारतीय राजकन्येची एक दंतकथा इथे प्रचलित होती. अनेक प्रकारची धाडसे करून अखेर ती 'प्युब्ला'येथे स्थायिक झाली आणि 'पोब्लाना' नावाने प्रसिद्धीस आली. 'मोल पोल्लानो' या खास मेक्सिकन पदार्थाचे नाव तिच्यावरून पडले असावे. हा पदार्थ म्हणजे विविध प्रकारचे मसाले आणि चॉकलेट सॉसमध्ये चिकन शिजवले, असते. भारतीय आमटीला जवळचा असा हा पदार्थ, आपले वेगळेपण आणि स्वाद यासाठी प्रसिद्ध आहे.

मेक्सिकन कणसे टॉरटिला, हिरव्या मिरच्या, कोथिंबीर आणि पातीचे कांदे अशा मसाल्याबरोबर गरम गरम भाजलेले बकरीचे मांस हाही एक आवडता पदार्थ रविवारच्या पार्टीत हजेरी लावायचा. 'पल्क' नावाच्या ॲझटेक लोकांच्या पारंपरिक मद्याचा आस्वाद घ्यायलाही खानखोजे शिकले होते. ॲगेव्ह नावाची वनस्पती आंबवून हे मद्य तयार केलेले असायचे. थोडक्यात म्हणजे खानखोजेंनी मेक्सिको देश, तिथली संस्कृती, तिथले लोक – सगळ्यांना आपलेसे करून घेतले होते. खानखोजेंना नवीन कपडे घेण्यासाठी त्यांच्या मित्रांनाच नेहमी पुढाकार घ्यावा लागायचा. एका शेतकऱ्याचे, साधे-सुधे आयुष्य जगण्यात आनंद मानणारे खानखोजे, प्राध्यापक म्हणून कॉलेजमध्ये जाण्यासाठी लागणारे भारी कपडे घ्यायला नेहमी विसरत असत.

पुराणवस्तू संशोधन खात्यातील कामगिरी

पर्शियामध्ये असताना खानखोजे पुराणवस्तू संशोधनाकडे आकर्षित झाले होते. इथे मेक्सिकोमध्ये आल्यानंतर या देशाचा जवळजवळ अज्ञात, पण तितकाच वैभवशाली सांस्कृतिक वारसा दृष्टीला पडताच, खानखोजेंच्या मनातील जुन्या आकर्षणाने पुन्हा उचल खाल्ली. त्याच आकर्षणाच्या धुंदीत त्यांनी सारा देश पालथा घातला. अशाच एका प्रवासात त्यांनी एक महत्त्वाचा शोध लावला आणि खानखोजे पुन्हा एकदा 'बातमी'मध्ये आले. १९३०च्या ऑगस्टमध्ये एक दिवस एक्सेलसिअरच्या अंकाचे शीर्षक होते, 'विस्मृतीच्या दरीत गाडली गेलेली अमेरिकेतील सर्वांत मोठी मूर्ती,' कोटलिनचानच्या पुराणवस्तू संशोधनाच्या भागात खानखोजेंना एक अखंड दगडामधील मूर्ती दरीमध्ये गाडलेल्या अवस्थेत सापडली. 'द न्यू यॉर्क सन' ने सप्टेंबर, १९३०मध्ये आपल्या अंकात म्हटले होते, 'मेक्सिकोमध्ये सापडलेली अतिप्रचंड मूर्ती' ही प्राचीन लोकांची जलदेवता होय.'

मेक्सिकन वृत्तपत्रांनी ही मूर्ती म्हणजे अमेरिकेतील 'सर्वात मोठी' मूर्ती असल्याचे म्हटले. ही मूर्ती चलच्युटलिक या प्राचीन देवतेची असल्याचे त्यांनी नमूद केले. ८ सप्टेंबर, १९३०च्या आपल्या अंकात 'टाइम' या साप्ताहिकाने म्हटले होते की,

'ही मूर्ती ३३ फूट उंच आणि २० फूट जाडीची असून आजपर्यंत अमेरिकेत सापडलेल्या मूर्तींमध्ये ही सर्वांत मोठी मूर्ती होय.' ज्या दरीत ती सापडली आहे, तिथून ती बाहेर काढायची म्हटले, तर रेल्वेचा नवीन मार्ग तयार करावा लागेल, इतकी ही मूर्ती अवाढव्य आहे.' या भागाबद्दल अशी दंतकथा सांगण्यात येते की, ॲझटेक देवतांनी या दरीजवळच्या टेक्सकोको तळ्याजवळ पवित्र असे 'टिनोच टिटलान' शहर वसवावे, असा दृष्टान्त दिला होता. कॅक्टसवर बसवलेला आणि तोंडात साप धरलेला गरूड या भागात दिसत असे. मेक्सिकोच्या राष्ट्रीय ध्वजावर हाच गरूड विराजमान असतो. भविष्यवेत्त्यांनी सांगितलेले हे पवित्र चिन्ह होते. आणि ही जागाही तितकीच पवित्र होती. तिथे फिरत्या-भटकत्या टोळ्या अखेरीस स्थायिक झाल्या होत्या. स्पॅनिश जेत्यांनी उजाड केलेले टिनोचटिटलान हे एक ऐतिहासिक ॲझटेक शहर होते. आणि याच ठिकाणी नंतर अतिशय सुंदर आणि आधुनिक असे मेक्सिको शहर वसविण्यात आले.

मेक्सिकोचे नागरिकत्व

रोजच्या धावपळीच्या आणि रोज काहीतरी नवीन घडत असणाऱ्या या दिवसांत, घरून पत्रे यायची थांबली आहेत, हे खानखोजेंच्या लक्षातच आले नाही. वडिलांची चिंता आता त्यांना भेडसावू लागली. मनात नाही नाही ते विचार थैमान घालू लागले. काहीही करून वडिलांची खुशाली कळणे आवश्यक होते. त्यासाठी त्यांनी, ब्रिटिश कौन्सिलेटशी संपर्क साधला आणि घरची परिस्थिती कळवण्याची विनंती केली. त्यांना उत्तर मिळाले की 'भारत सरकारच्या गृहखात्याकडून हवाई टपालाने माहिती कळवली जाईल.' त्यावर बरेच महिने गेल्यानंतर एक दिवस त्यांना कळविण्यात आले की, 'त्यांचे वडील जिवंत आहेत, प्रकृतीनेही चांगले आहेत आणि अर्जनवीसाचे त्यांचे काम करत आहेत.'[२३]

१९३०मध्ये खानखोजेंनी, मेक्सिकोचा पासपोर्ट मिळण्यासाठी जो अर्ज केला होता, त्याचा पाठपुरावा सुरू केला. पासपोर्ट मिळण्यासाठी त्यांना उद्योग-व्यापार आणि कामगार मंत्री डॉन रॅमन पी. डी नेग्री यांची शिफारस मिळाली होती.[२४] त्याचबरोबर वाल्डो सोबेरॉनसारख्या महत्त्वाच्या मेक्सिकन व्यक्तींनेही खानखोजेंना पासपोर्ट मिळावा म्हणून पाठिंबा दिला होता. आदरणीय मेक्सिकन इतिहासकार इव्हा उचमेनी यांनी त्यांच्या 'मेक्सिको-इंडिया' या पुस्तकात म्हटले आहे, 'इतक्या मोठ्या माननीय व्यक्तींच्या शिफारसपत्रांचा मेक्सिकोच्या परराष्ट्र खात्यावर चांगलाच परिणाम झाला असला पाहिजे, आणि मेक्सिकन रिपब्लिकचे अध्यक्ष डॉन पास्क्युअल ओर्टिझ रुबिओ यांनाही या पत्रांनी चांगलेच प्रभावित केले असले पाहिजे. नाहीतर त्या काळात एखाद्या परकीय व्यक्तीला या देशाचे नागरिकत्व देणे ही गोष्ट अशक्य

होती. त्यातही देशांतर करू देण्यावर तर जवळजवळ बंदीच होती.'[२५]

१९३१च्या एप्रिलमध्ये शेती मंत्रालयाने, युरोप आणि आशियामधील शेतीच्या तंत्रात, पद्धतीत झालेल्या प्रगतीची पाहणी करण्यासाठी खानखोजेंना युरोपच्या दौऱ्यावर पाठविले.[२६] त्यासाठी खानखोजेंना कॉलेजमधील प्राध्यापकीचा राजीनामा द्यावा लागला. मे, १९३१मध्ये वृत्तपत्रांनी म्हटले होते की, गहू, घेवडा आणि मक्याच्या नवीन जातींवर चपिंगोमध्ये जे अभिनव आणि यशस्वी प्रयोग करण्यात आले, ते लक्षात घेता, अशा प्रकारच्या दौऱ्यांमुळे शेतीतंत्रात आधुनिक सुधारणा होतील, आणि त्याचा देशाला फायदाच होईल.

युरोप दौऱ्यावर जायची खानखोजेंची सर्व सिद्धता झाली. त्याचवेळी मनाच्या कोपऱ्यात या दौऱ्यात 'भारतात जायचेच' हा विचार पक्का होता. नंतर काही वर्षांनी खानखोजे असेही सांगून टाकतात की, खरे तर भारतात जायचे आणि पुन्हा क्रांतिकार्यात झोकून द्यायचे, असे माझ्या मनात होते. अर्थात भारतात जाऊन सर्वांत प्रथम वडिलांना भेटायचे, हा मुख्य उद्देश होता. परंतु असे व्हायचे नव्हते. १८५७नंतर खानखोजेंच्या आजोबांनी बांधलेल्या देवळात, १९३१च्या रामनवमीच्या दिवशी भर दुपारी सदाशिव व्यंकटेश खानखोजे, त्यांच्या मोठ्या मुलाचा (खानखोजेंचा) फोटो रामाच्या मूर्तीसमोर ठेवण्यासाठी म्हणून गेले[२७] आणि त्यानंतर लगेचच ते जे कोमामध्ये गेले, ते त्यातून कधीच बाहेर आले नाहीत.

टीप

१. त्यांच्या बहिणीच्या संदर्भात

२. तरीही अधिकृत पवित्रा अतिशय ठाम होता. 'खानखोजेंबद्दल काही विचार व्हावा, या गोष्टीस ते अजिबात पात्र नाहीत. कारण युद्धकाळात ते जाणूनबुजून शत्रूला मिळाले होते.' पी. एस. रामू, प्रेल्यूड टू क्विट इंडिया, नवी दिल्ली, एस.एस. पब्लिशर्स, १९९३, पृष्ठ-२२७, अधिकृत कागदपत्रांवरून

३. खानखोजेंची, ए.व्ही. क्षीरसागर यांनी मराठीमध्ये अनुवादित केलेली, लेखिकेने संपादित केलेली आणि रणगर्जना या मराठी वृत्तपत्राच्या १६ जुलै, १९२८च्या अंकात प्रसिद्ध झालेली पत्रे. नागपूर कॉर्पोरेशन लायब्ररी, (सौजन्य – वीणा गवाणकर)

४. मूळ पत्रे, नेहरू मेमोरिअल लायब्ररी, नवी दिल्ली येथे ठेवली आहेत.
५. डॉन ग्रेगोरियो मार्टिनेझ, सी.वाय.एम.एम.आय.टी. मेक्सिको यांनी नोंद केल्याप्रमाणे
६. न्यूव्हस व्हेरीडाडेस डेल मेझ (१९३०), *टॅलरेस ग्राफिकॉस डी ला सेक्रेटेरिया डी अॅग्रिकल्च्युरा वाय फोमेंटो,* एस्क्युला नॅसिओनल डी अॅग्रिकल्च्युरा, चपिंगो मेक्सिको, पांडुरंग खानखोजे
७. बर्ट्रीम डी. वूल्फ द *फॅब्युलस लाइफ ऑफ डिएगो रिव्हेरा,* न्यू यॉर्क, स्टीन अँड डे, १९६३, पृष्ठ-१६८
८. वरीलप्रमाणे, पृष्ठ-२१६
९. एलेना पोनिआटोवस्का, टिनिसिमा, मेक्सिको डी. एफ. एडिसिओनेस एरा, १९९२, पृष्ठ-१८७
१०. बर्ट्रीम डी. वूल्फ द *फॅब्युलस लाइफ ऑफ डिएगो रिव्हेरा,* न्यू यॉर्क, स्टीन अँड डे, १९६३
११. मूळ पत्रव्यवहार, नेहरू मेमोरिअल लायब्ररी, नवी दिल्ली येथे उपलब्ध
१२. इव्हा अलेक्झांड्रा उचमेनी (संपादित आणि समन्वयित), *इंडिया-मेक्सिको सिमिलॅरिटीज अँड एन्काऊन्टर्स थ्रूआऊट हिस्ट्री,* नवी दिल्ली, मॅकमिलन, २००३, पृष्ठ-१९७
१३. औपचारिक कागदपत्रांचे लेखिकेने केलेले भाषांतर
१४. बिपनचंद्र, के. एन. पणिक्कर, मृदुला मुकर्जी, सुचेता महाजन, *इंडियाज स्ट्रगल फॉर इंडिपेन्डन्स,* नवी दिल्ली; पेंग्विन बुक्स इंडिया, १९८८ पृष्ठ-२६०
१५. वरीलप्रमाणे, पृष्ठ-२५५
१६. पी. एस. रामू, *प्रेल्यूड टू क्विट इंडिया,* नवी दिल्ली, एस. एस. पब्लिशर्स, १९९३, पृष्ठ-२२४
१७. वरीलप्रमाणे, पृष्ठ-२२७. मूळ पासपोर्ट नेहरू मेमोरिअल लायब्ररी, नवी दिल्ली इथे सुपूर्द करण्यात आला.
१८. मूळ नेहरू मेमोरिअल लायब्ररी, नवी दिल्ली येथे उपलब्ध
१९. वृत्तपत्रातील मूळ कात्रणे लेखिकेच्या संग्रहात, स्वैर अनुवाद लेखिकेचा.
२०. नेत्झाहुआल्कोयोटल सीमॅनारिओ इंडिपेन्डिएंट, १७ इनिरो १९२८, टेक्सकोको, मेक्सिको
२१. मेक्सिकोच्या अधिकृत फाइल्समधून फोटोकॉपी
२२. अमेरिंडीयन नसून भारतातील भारतीय आहे, हे स्पष्ट करण्यासाठी हिंदू शब्द ढोबळमानाने वापरला जात असे. त्याचा धर्माशी काहीही संबंध नाही.
२३. मूळ लेखिकेच्या संग्रहातून, सध्या नेहरू मेमोरिअल लायब्ररी, नवी दिल्ली येथे.

२४. अधिकृत पत्र स्पॅनिश भाषेत. सध्या नेहरू मेमोरिअल लायब्ररी, नवी दिल्ली येथे उपलब्ध

२५. इव्हा अलेक्झांड्रा उचमेनी (संपादित आणि समन्वयित), *इंडिया-मेक्सिको सिमिलॅरिटीज अँड एन्काऊन्टर्स थ्रूआऊट हिस्ट्री*, नवी दिल्ली, मॅकमिलन, २००३, पृष्ठ-२०३

२६. अधिकृत पत्र स्पॅनिश भाषेत. सध्या नेहरू मेमोरिअल लायब्ररी, नवी दिल्ली येथे उपलब्ध

२७. कौटुंबिक प्रसंग

कुटुंब-परिवार

काहीशा दबक्या उत्साहात खानखोजेंनी युरोप दौऱ्याची तयारी सुरू केली. एकदा का दौऱ्यावरचे काम उरकले की, भारतात जायचेच, असे त्यांनी जवळजवळ पक्के ठरवून टाकले होते.

खानखोजे प्रवासाला निघताहेत म्हटल्यावर त्यांच्या मित्रांनी त्यांना भरपूर खरेदी करायला लावली. निरोप-समारंभाचा तर धडाका उडाला. संगीत, खाणेपिणे आणि मद्याची रेलचेल असलेल्या अशा एका खास मेक्सिकन धर्तीच्या पार्टीनंतर, त्यांच्या मित्रांनी गंमत म्हणून खानखोजेंना एका जिप्सी भविष्यवाल्याकडे नेले. एकेकाळी खानखोजे तसाच भविष्य सांगण्याचा व्यवसाय करत होते. भविष्य वगैरे अशा तऱ्हेनी विचारायची खानखोजेंची अजिबात इच्छा नव्हती. पण लोकांच्या आग्रहाला नकार देता आला नाही. या प्रसंगाची आठवण सांगताना खानखोजे म्हणतात –

त्या जिप्सीनी माझ्याकडे एकदा पाहिलं आणि माझा हात हातात घेतला. अचानक वातावरण बदललं – सगळे एकदम गंभीर झाले. भविष्य सांगणारी जिप्सी स्त्री होती. माझ्या समुद्र प्रवासाबद्दल ती काहीशा खिन्न स्वरात बोलू लागली. या प्रवासाने दैव फिरेल, संकटांचे ढग जमा होतील आणि म्हणून हा प्रवास दुर्दैवी ठरेल, असं तिला वाटत होतं. पण अचानक तिच्या चेहऱ्यावर हसू उमटलं आणि तिचा मूड बदलला. ती म्हणाली, 'शिवाय या प्रवासात तुम्हाला पिंगट केसाची, गोरी तरुणी भेटेल आणि तिच्यामुळे तुमचं आयुष्य बदलेल.'

सगळे मित्र पुन्हा हसू लागले. 'पिंगट केसाच्या तरुणी'वरून खानखोजेंना चिडवत राहिले. आनंदी वातावरणात पार्टी संपली. सगळे आपापल्या घरी गेले. खानखोजे पुन्हा तयारीला लागले आणि प्रवास-तयारी या गडबडीत भविष्य सांगणारी जिप्सी आणि तिने सांगितलेले भविष्य या गोष्टी पार विसरून गेले.

१९३० हे वर्ष अमेरिकेसाठी वेगळेच उगवले. प्रचंड झंझावाती अशा आर्थिक

अरिष्टाने देशाला हादरविले. अर्थात इतक्या मोठ्या आर्थिक मंदीचे सर्व जगावरही परिणाम झालेच. अतिशय भक्कम आणि वेगवान अशा अर्थव्यवस्थेमुळे अमेरिका अत्यंत संपन्न, समृद्ध राष्ट्र बनले होते. पण अनियंत्रित अशा व्यापारवृद्धीमुळे अमेरिकेची अर्थव्यवस्था डळमळीत होऊन बुडित व्हायची वेळ आली. देश कर्जबाजारी होण्याच्या स्थितीला आला. त्याचबरोबर सामाजिक संघर्ष आणि डाव्या विचारसरणीच्या कृत्यांना ऊत आला. तिकडे जर्मनीमध्येही हिटलरच्या उदयाबरोबर नाझीवाद फोफावला. त्याचेही दुष्परिणाम जगाला भोगावे लागले.

खानखोजेंचा युरोप दौरा सुरू झाला. सुरुवातीला बरेच महिने जगातील आर्थिक बाजारपेठांची स्थिती, राजकीय समस्या इत्यादींकडे संपूर्ण दुर्लक्ष करून, खानखोजेंनी आपल्या कामावर लक्ष केंद्रित केले होते. फ्रान्स, स्पेन, हॉलंड, जर्मनी, बेल्जियम आदी देशांमधील शेती तंत्रांचा, तिथल्या संशोधनांचा-प्रगतीचा अतिशय बारकाईने अभ्यास सुरू होता. या प्रवासात-अभ्यासात ग्रेट ब्रिटनला विचारपूर्वक बाजूला ठेवण्याची कारणे उघड होती.

बेल्जियममधील ब्रूसेल्समध्ये खानखोजे पोहोचले आणि त्यांना धक्का देणारी बातमी मिळली. मेक्सिकोच्या दूतावासात त्यांना कळले की, त्यांचा हा अधिकृत दौरा पुरेशा पैशांअभावी स्थगित करण्यात येत आहे. त्याला जागतिक आर्थिक मंदीचा फटका बसला होता. ते जिथे जातील तिथे त्यांना मिळणारी पत्रेही अशीच एकाएकी मिळायची थांबली. त्या पत्रांपैकी त्यांच्या वडिलांचे निधन झाल्याचे कळविणारे सर्वांत महत्त्वाचे पत्र तब्बल एक वर्षानंतर त्यांना मिळाले. इतर मित्रांकडून येणाऱ्या पत्रांमधून त्यांना मिळणारी माहितीही अशीच निराशाजनक होती. त्यांचे कामच केवळ थांबविण्यात आले होते असे नाही, तर त्यांनी दौऱ्यामध्ये गोळा केलेल्या निरनिराळ्या बिया जनावरांना खायला घालून संपवण्यात आल्या होत्या किंवा फेकून देण्यात आल्या होत्या. त्यांनी केलेल्या विविध प्रयोगांची टिपणे, नोंदी इत्यादी महत्त्वाच्या कागदपत्रांचीही अशीच विल्हेवाट लावण्यात आल्याचे त्यांना त्यांच्या मित्रांच्या पत्रांवरून समजले. या मागचे कारण निव्वळ 'व्यावसायिक मत्सर' हेच असावे, असे वाटते. नक्की काहीच सांगता येत नाही. पण यामध्ये खानखोजेंचे मात्र अतोनात नुकसान झाले, हे निश्चित! मेक्सिकोच्या शेतकी संशोधनालाही या घटनेमुळे फटका बसला. खानखोजेंच्या कामाचा सविस्तर आढावा घेऊन करीन मेट्‌चेट आपल्या 'मेक्सिकोमधील मक्याच्या पिकामधील प्रगती' या प्रबंधामध्ये म्हणतात, मेक्सिकन सरकारने या प्रकल्पाबद्दल काहीसे उदासीन असणे आणि १९३०मधील खानखोजेंचा युरोप दौरा, या गोष्टींमुळे संशोधनामधील सातत्य नाहीसे झाले.[२] जिप्सी तरुणीने सांगितलेले संकटांचे काळे ढग जमा झाले होते तर!

या सगळ्याचा परिणाम म्हणजे खानखोजे आजारी पडले. जुना मलेरियाचा

अंगात मुरलेला ताप पुन्हा डोके वर काढू लागला. बेल्जियममधील मेक्सिकन राजदूत डॉन लुईस रिकॉय यांनी चांगल्या डॉक्टरांना बोलावले. पण त्यांच्या वरचेवर येणाऱ्या मलेरियाच्या तापाने या बेल्जियम डॉक्टरांना कोड्यात टाकले. मेसापोटेमियामध्ये उष्णकटिबंधातील खास हवामानामुळे येणारा हा ताप खानखोजेंच्या अंगात मुरला होता. या प्रकारच्या तापाबद्दल मेक्सिकोतील डॉक्टर्सना फारशी माहिती नव्हती. तरीही खानखोजे बरे झाले आणि मेक्सिकोला १९३२मध्ये परतले. परत आल्यावर त्यांनी आपल्या बहिणीच्या मुलाला – मल्हारराव नारायण काळे यांना पत्र लिहिले. *'अत्यंत दुःखदायक बातमी मला युरोपमध्ये समजली. तेव्हापासून मन थाऱ्यावर नाही. तरीही मला माझे नित्याचे व्यवहार करणे भागच आहे.'*[३]

व्हेराक्रूझ राज्यातील जलपा गावी त्यांना 'नॉर्मल स्कूल'मध्ये (बीएड सारखे कॉलेज) शिक्षकाची नोकरी मिळाली. विनामूल्य शेतकी शाळांमध्ये शिकवणेही त्यांनी चालूच ठेवले. २०नोव्हेंबर रोजी मेक्सिकन क्रांतिदिनानिमित्त व्हेराक्रूझमध्ये काढण्यात आलेल्या वृत्तपत्रांच्या विशेषांकात शेतकी शाळांमध्ये प्रशिक्षण घेतलेल्या शेतकऱ्यांना त्यांच्या शेतीमध्ये आश्चर्यकारक यश मिळाल्याचे नमूद करण्यात आले होते. 'माणसाचे शोषण नाही, तर जमिनीचा पुरेपूर उपयोग,' या घोषवाक्याने शेतकऱ्यांना प्रेरणा मिळाली. प्रा. पांडुरंग खानखोजे हे या शाळांचे संचालक आहेत. त्यांचे मका आणि गव्हामधील नव्या जातींचे प्रयोग प्रसिद्ध आहेत. हे संशोधन केवळ शास्त्रीयदृष्ट्या मौल्यवान आहे असे नाही, तर त्याचे आर्थिक महत्त्व तितकेच महत्त्वाचे आहे, कसे त्या विशेषांकात म्हटले होते.[४]

व्हेराक्रूझमधील यशस्वी कामगिरीनंतर, खानखोजेंची शेतकी मंत्रालयाच्या प्लान्ट जेनेटिक्स विभागाचे विभागप्रमुख म्हणून, सॅन जॅसिन्टो येथे नियुक्ती झाली. इथे त्यांना त्यांच्या नोकरीबरोबरच आपले स्वतःचे संशोधन कार्यही सुरू ठेवता आले. नोव्हेंबर, १९३३मध्ये, व्हेराक्रूझमधील शेती सचिवांतर्फे शेतकऱ्यांसाठी केलेल्या शैक्षणिक कामगिरीबद्दल, खानखोजेंना पहिले पारितोषिक मिळाले.

दरम्यान, भारतात नागपूरमधील एका वृत्तपत्रात एक लेख प्रसिद्ध झाला –

> *वडिलांच्या मृत्यूच्या दुःखमय वेदना खानखोजेंनी किती धैर्याने सोसल्या, याची वाचकांना कल्पना आहेच. प्रश्न असा आहे की, त्यांच्या वडिलांच्या हयातीत त्यांच्यावरील बंदी उठावी यासाठी राज्य सरकारने किती प्रयत्न केले? त्यामुळे आता खानखोजेंनी मेक्सिकोलाच आपली कर्मभूमी मानली आणि तिथल्याच गरीब जनतेसाठी आयुष्य वेचायचे ठरवले, तर त्यात* आश्चर्य ते काय?

खानखोजेंनी स्वतःला संशोधन कार्यात पार बुडवून घेतले होते. मक्यावरील

त्यांचे पुढील संशोधन नेटाने सुरू होते. स्थानिक मेक्सिकन लोकांची श्रद्धा होती की, मक्याचे झाड हे सेंटिओटल देवतेचा आशीर्वादस्वरूप आहे. या झाडाची उत्क्रांती कशी झाली, हे शोधून काढायचे खानखोजेंनी मनावर घेतले होते. मेक्सिकोमधील टोसिन्टल नावाच्या रानटी झुडपापासून मका तयार होतो. मक्याच्या या मुळापर्यंत त्यांना पोहोचायचे होते. मक्याचे रोप तयार होण्याआधीचे रोपाच्या प्रगतीचे टप्पे शोधत-शोधत, बऱ्याच वर्षांनी, अखंड परिश्रमाने प्रयोग संशोधनाच्या मदतीने अखेर खानखोजे टोसिन्टल या रानटी झुडपापर्यंत पोहोचले आणि त्यांनी मक्याचे मूळ सिद्ध केले.

जेनी

नशीबाची चक्रे पुन्हा एकदा फिरली. आणि त्या जिप्सी तरुणीने वर्तविलेले दुसरे भविष्य प्रत्यक्षात येण्याची चाहूल लागली. खानखोजे बेल्जिजयममध्ये असताना, त्यांना कशाची पुसटशीही कल्पना नसताना, केवळ योगायोगाने गोष्टी घडत गेल्या. मेक्सिकन दूतावासामध्ये एकदा खानखोजे गेलेले असताना, एक तरुण मुलगी जिन्यावरून उतरून, त्यांना ओलांडून पुढे गेली. खानखोजे आपल्याच तंद्रीत चालले होते. हातची नोकरी गेली होती, त्याचे विचार मनात होते. पण त्या मुलीने त्यांना पाहिले होते. तिच्याच शब्दांत सांगायचे, तर तिला ते 'इंटरेस्टिंग' वाटले होते. लक्षात राहण्यासारखे, लक्ष वेधून घेणारे!' नंतर तिने आपल्या बहिणीला सांगितले की, परदेशी अनोळखी असा हा पहिलाच 'काळा' मनुष्य तिने बघितला होता. तिच्या मनाने मग कल्पना करायला सुरुवात केली, 'अशा माणसाशी लग्न झालं तर कसं वाटेल?'

ही तरुण मुलगी म्हणजे मॅडम ज्युलिया रिकॉय यांची लहान बहीण जेनी सिनडिक होती. वयाच्या बाराव्या वर्षीच अनाथ झाल्यानंतर ती आपली बहीण ज्युलियाच्या घरीच लहानाची मोठी झाली होती. ज्युलिया आणि जेनीमध्ये सतरा वर्षांचे अंतर होते. डॉन लुईस रिकॉय या श्रीमंत, रसिक उमरावाने, त्याच्या पहिल्या पत्नीचे निधन झाल्यानंतर ज्युलियाशी विवाह केला होता. पुराणमतवादी मुत्सद्दी असणाऱ्या रिकॉयचे व्यक्तिमत्त्व बहुश्रुत असे होते. अनेक प्राचीन भाषा त्याला येता होत्या. फ्रेंचवर तर त्याचे चांगलेच प्रभुत्व होते. विविध कलांचा मर्मज्ञ गुणग्राही स्वभाव त्याच्याजवळ होता. उत्तमोत्तम सिगार्सची त्याला आवड होती आणि त्याने खोलीत प्रवेश करताच त्याने लावलेल्या उत्तम प्रतीच्या स्पॅनिश परफ्यूमने खोली दरवळून जायची. जेनी त्यांची मेहुणी. पण रिकॉयनी तिला मुलगीच मानले होते. खानदानी, श्रीमंत राहणीमानात वाढलेल्या जेनीला, रिकॉयने उच्चभ्रू, प्रतिष्ठित समाजाच्या रीतीभातीचे वळण लावले होते.

परंतु जेनीचा स्वभाव लहानपणापासूनच बंडखोर होता. जून, १९१३मध्ये एका

कट्टर कॅथलिक कुटुंबात तिचा जन्म झाला. तीन भावंडांमध्ये ती सर्वांत लहान होती. ज्युलिया ही मोठी बहीण. कॉन्स्टंट हा भाऊ आणि जेनी अशी ही तीन भावंडे. हे हे फ्रेंच भाषिक कुटुंब मूळचे अल्सास लॅरिन इथले होते. युरेमियाच्या आजाराने १९१७मध्ये जेनीचे वडील मरण पावले. नंतर काही वर्षांत आईला अर्धांग वायूचा झटका आला. कोणाचीही मदत नसताना, जेनी एकटीच आईची सेवाशुश्रूषा करत असे. विशेषत: रुग्णालयात, आईला वाचविण्यासाठी तिला एकटीला जो संघर्ष करावा लागला, त्याचा फार खोल ठसा तिच्या बालमनावर उमटला होता. आईच्या अखेरच्या श्वासापर्यंत तिने सर्व प्रकारचे कष्ट करत, धैर्याने आईची काळजी घेतली, जरा मोठी झाल्यावर तिच्यामधील बंडखोरी उमटू लागली. तथाकथित नियंत्रित धर्म, गरीबांचे, अज्ञानी लोकांचे शोषण अशा गोष्टींना तिने उघडपणे विरोध केला. आणि आईच्या मृत्यूनंतर तर तिने कॅथलिक पंथाची तत्त्वे झुगारून देत, प्रार्थनांना जाणे बंदच करून टाकले. कुटुंबात तिचे दोन काका स्वत: 'जेझुईट प्रीस्ट्स असूनही, जेनीच्या या धाडसी कृत्याने, संपूर्ण कुटुंबावर 'पाखंडीपणाचा' शिक्का बसला.

व्यवसायाने पुराणवस्तू संग्राहक असलेल्या तिच्या भावाने – कॉन्स्टन्टने – मात्र तिच्या या धाडसाचे कौतुकच केले. तिला या बद्दलची आणखी काही पुस्तके आणून दिली. तिचा चौकस, हजरजबाबी आणि प्रसंगी तिखट स्वभाव कॉन्स्टन्टला फार आवडायचा. त्याने जेनीला पौर्वात्य तत्त्वज्ञान, विवादास्पद आधुनिक फ्रेंच साहित्य आणि मिस्ट्रलच्या काव्याची ओळखी करून दिली. पंधरा ते अठरा-एकोणीस या वयातच जेनीने गौतम बुद्धाचे चरित्रही वाचले होते. तिची एक विशेष सवय होती – रात्री ती रिकॉयने तिला भेट दिलेल्या एका भारतीय पुरातन पलंगावरच झोपत असे. शाळेमध्ये एक हसरी, आनंदी, काव्यावर प्रेम करणारी मुलगी म्हणून तिला ओळखत. शाळेत विद्यार्थ्यांनी जेव्हा 'मिड्समर्स नाइट ड्रीम' नाटक करायचे ठरवले, त्या वेळी तिला पऱ्यांची राणी टिटॅनियाची भूमिका मिळाली होती. तिची एकंदर वागणूक आणि उडणारे केस पाहून तिला 'फेमी नेचर'हे टोपणनाव मिळाले होते.

जेनीची स्वच्छंदी, लहरी वृत्ती तिच्या बहिणीचा काळजीचा विषय होता. विद्यार्थ्यांच्या अदलाबदलीच्या एका प्रकल्पांतर्गत तिच्या बहिणीने जेनीला इंग्लंडमधील केंटला पाठवून दिले. तिथे तिने फ्रेंच शिकवायचे होते आणि इंग्लिश शिकायचे होते. इंग्लिश भाषा जेनीने चटकन आत्मसात केली आणि तिची रोमँटिक वृत्ती जणू उसळून आली. प्रसिद्ध इंग्रजी कवी शेले आणि कीट्सच्या तर ती प्रेमातच पडली. तिची बहीण ज्युलिया सांगते की, 'केंटहून परत आल्यावर जेनीच्या वाक्यावाक्यांतून आम्हाला वाईल्ड, बायरन यांचे काव्य ऐकावे लागायचं! नंतर बऱ्याच अवधीने तिने 'इंग्लंडमध्ये मी धूम्रपान करायलाही शिकले.' अशी कबुली दिली होती.

१९३२मध्ये जेनी बेल्जियममध्ये परत आली. आता जेनीने तारुण्यात प्रवेश केला

होता आणि ती अतिशय सुंदर दिसू लागली होती. त्यातच ज्युलियाने तिला सर्व प्रकारची शिकवण देऊन, समाजात राहायच्या, वावरायच्या रीतीभाती शिकवून तिच्यातून एक अतिशय दिमाखदार आणि विलोभनीय स्त्री घडविली होती. त्या काळच्या फॅशनला साजेसे पण अतिशय सोज्वळ कपडे जेनी वापरत असे. त्यात तिचे सात्त्विक सौंदर्य खुलून दिसत असे. अशी ही काव्य-कलांवर मनापासून प्रेम करणारी, पौर्वात्य विचारांनी भारलेली आणि तरीही अत्यंत खळाळती जेनी म्हणजे सगळ्यांचेच लक्ष वेधून घेणारे व्यक्तिमत्त्व होते. कोणतीही पार्टी तिच्याशिवाय पूर्णच होत नसे.

१९३३मध्ये डॉन लुईस, आपल्या कुटुंबासह मेक्सिकोला परतला. युरोपमधील परिस्थितीचा त्याने चांगलाच अभ्यास केला होता. १९३१मध्ये इंग्लंडचे आर्थिक साम्राज्य उतरणीस लागले होते आणि इतर देशांचीही जवळजवळ तीच परिस्थिती होती. मुसोलिनीने इटलीला फॅसिस्ट म्हणून घोषित केले होते आणि उत्तर आफ्रिकेमध्ये तो आक्रमक झाला होता. जर्मनीत हिटलरने आपली सत्ता प्रस्थापित केली होती. विन्स्टन चर्चिल म्हणतात त्याप्रमाणे हिटलर वंशश्रेष्ठत्व आणि अमानुषता या स्वत:च्या तत्त्वांचाच प्रचार करत होता. सध्याच्या काळात चर्चिल सत्तेबाहेर होता, तरीही त्यांचा राजकीय अनुभव सांगत होता की, युरोपमध्ये युद्ध अटळ आहे!

डॉन लुईस रिकॉय आपल्या पत्नी आणि मेहुणीसह सेवानिवृत्तीच्या आयुष्यात मेक्सिकोमध्ये स्थिरावले. ते राहात होते ती एडिफिसिओ कोन्डेसा नावाची इमारत. बाग-बगीचे आणि हिरवाईच्या भागात वसलेली अतिशय शानदार अशी होती. कलात्मक पद्धतीने सजवलेल्या या इमारतीमध्ये मोठमोठ्या, मोकळ्या, हवेशीर खोल्या होत्या. इमारतीला दुहेरी जिने होते. ज्या बोटीने जेनी मेक्सिकोला परत आली, त्याच बोटीवर तिला तिचा एक चाहता भेटला. त्याला तिच्याशी लग्न करण्याची इच्छा होती. मेक्सिकोमधील बुद्धिवादी-मुत्सद्दी समाजात जेनीच्या मेहुण्याने तिचा प्रवेश करून दिला आणि लवकरच ती तिथल्या सामाजिक जीवनात मिळून, मिसळून गेली. बराच मोठा मित्रवर्ग तिला मिळाला. अर्थात या समाजात नुसते मिसळत राहणे जेनीला पसंत नव्हते. काहीतरी काम, उद्योग करायला पाहिजे या विचाराने, जेनीने मेक्सिकन विद्यार्थ्यांना फ्रेंच शिकवायला सुरुवात केली.

आताचे मेक्सिको शहर पाहायला गेले, तर ते अनेक उपनगरांमध्ये विस्तारलेले दिसते. अनेक देशांचे, धर्मांचे, जातीचे लोक इथे वास्तव्य करताना दिसतात. पण त्यावेळचे मेक्सिको म्हणजे, युरोपचे सौंदर्य, युरोपची स्वत:ची अशी खास जीवनशैली आणि 'नव्या जगाचा' जोम-जोश आणि चैतन्य यांचे अनोखे मिश्रण असणारे छोटेसे शहर होते. तिथले सामाजिक जीवनही मर्यादित होते. त्यामुळे खानखोजेंना लवकरच बातमी लागली की, पूर्वीचे बेल्जियममधील राजदूत मेक्सिकोमध्ये परत आले आहेत. खानखोजे स्वत: बेल्जियममध्ये असताना विशेषत: त्यांच्या आजारपणात

याच राजदूतांनी खानखोजेंना खूप मदत केली होती. ती लक्षात ठेवून खानखोजे एडिफिसिओ कॉन्डेसावर त्यांना भेटायला गेले. त्या वेळी त्यांची जेनीशी ओळख करून देण्यात आली. कोवळ्या वयातील जेनीचे अप्रतिम सौंदर्य पाहून खानखोजे अक्षरशः मंत्रमुग्ध झाले. जेनी एव्हाना मेक्सिकन समाजात बरीच रुळली होती. स्पॅनिश भाषेत जेनीचे भाषांतर होते 'ज्युअनिटा.' याच नावाने जेनी इथे ओळखली जाऊ लागली होती.

आता खानखोजेंच्या रिकॉय यांच्याकडच्या फेऱ्या वाढू लागल्या. त्यांच्याही नकळत ते जेनीच्या प्रेमात पडले होते. डॉन रिकॉयनाही खानखोजेंबद्दल आदर होता. त्यांना प्राचीन संस्कृतीमध्ये असलेला रस, त्यांचे संस्कृतचे ज्ञान आणि एकंदरच त्यांचा आयुष्याचा विविधांगी अनुभव यामुळे खानखोजेंना रिकॉय, आपल्या बरोबरीच्या नात्याने वागवीत असत. हळूहळू ज्युआनिटालाही खानखोजेंबद्दल उत्सुकता वाटू लागली. त्यांच्या व्यक्तिमत्त्वाचा तिच्या मनावर प्रभाव पडू लागला आणि पाहता पाहता ज्युआनिटाला खानखोजे आवडायला लागले. वयाने तिच्यापेक्षा बरेच मोठे असून ती त्यांच्यात गुंतत चालली. त्यांच्या घराच्या बैठकीच्या खोलीत तिचे मेहुणे आणि खानखोजे यांच्या विविध विषयांवर चर्चा चालायच्या. त्यात ती हिरिरीने भाग घेऊ लागली. एक अबोल, मुग्ध असे प्रियाराधन सुरू कधी झाले, ते खानखोजे आणि ज्युआनिटा दोघांनाही कळले नाही. खरेतर या काळात खानखोजे बरेचदा शहराबाहेर दौऱ्यावरच असत. पण मेक्सिकोमधील अतिशय रम्य, सुंदर आणि काहीशा अनोळखी ठिकाणांहून खानखोजे ज्युआनिटाला पोस्टकार्ड पाठवीत असत. ही पत्रे इंग्रजीमध्ये लिहिलेली आणि केवळ 'माय डिअर ज्युआनिटा' अशा संबोधनाची औपचारिक असत.

दोघांमधील प्रेमभावना हळूहळू उमलत-फुलत होती. दोन वर्षांनंतर रेगीसमध्ये चित्रपट पाहणे आणि सेंट्रल अलामेडा पार्कमध्ये फिरायला जाण्यापर्यंत त्यांची मैत्री घट्ट झाली. ज्युआनिटाबरोबर बाहेर जाताना खानखोजे बरेचदा शेतकऱ्याच्या किंवा कामगाराच्या वेषातच असायचे. त्यांच्या वॉर्डरोबमध्ये भलेही 'थ्री पीस सूट्स' आणि फॉबचे महागडे घड्याळ हजेरी लावून होते, पण तरीही जाणूनबुजून ते ज्युआनिटा बरोबर मात्र अगदी साध्याच वेषात जायचे. नंतरच्या काळात चेहऱ्यावर मिश्कील हसू आणत, खानखोजे याचे कारण सांगायचे. त्यांच्यामते जेनी वयाने त्यांच्यापेक्षा खूपच लहान होती. त्यामुळे तिला अशा नात्यासाठी प्रोत्साहन देणे, त्यांच्या मनाला पटत नव्हते. आपल्या बावळ्या वेषाने तरी तिचे मन बदलेल, अशी आशा त्यांना वाटायची. आपली सुंदरशी लहान बहीण, या जरा प्रौढ माणसाकडे आकर्षित होत चालल्याचे एव्हाना जेनीच्या बहिणीच्या लक्षात आलेच होते. तिने या दोघांची मैत्री थांबविण्याचे प्रयत्नही करून पाहिले; पण अखेर ती जेनी होती. स्वतःला हवे तेच करणारी – मनस्वी जेनी तिने खानखोजेंशी असलेली मैत्री तोडण्याचे साफ नाकारले.

व्यावसायिक प्रगती

एकीकडे खानखोजेंचे काम निर्वेधपणे आणि वेगाने सुरू होते. मोफत शेतकी शाळांची संख्या आता तेहतीसच्या पुढे गेली होती. या शाळा आता शेतकऱ्यांना कॉफी आणि इतर उष्णकटिबंधातील रोपांच्या लागवडीचे सुधारित तंत्र आणि पद्धती यांचे शिक्षण देत होत्या. व्हेराक्रूझच्या सर्वसाधारण प्रगतीवर या शिक्षणाचे औद्योगिकदृष्ट्या दूरगामी परिणाम झाले. १९३४मध्ये खानखोजेंनी शेतकी माल, जनावरे आणि उद्योगांचे पहिले प्रदर्शन व्हेराक्रूझमध्ये भरविले. या प्रदर्शनात त्यांना प्रथम पारितोषिक मिळाले. तसेच त्यांना एक मानपत्रही देण्यात आले.[६] खानखोजेंचे एक मित्र मिग्युएल आलेमन यांनी व्हेराक्रूझच्या प्रगतीमध्ये खानखोजेंचे जे लक्षणीय कार्य होते त्याची दखल घेतली होती. याच मिग्युएल यांनी पूर्वी १९२८मध्ये खानखोजेंची शेतकी मंत्रालयात सल्लागार म्हणून नियुक्ती केली होती. मिग्युएल हे मेक्सिकोच्या राजकारणातील एक अत्यंत प्रभावशाली व्यक्तिमत्त्व होते. ते पुढे मेक्सिकोचे अध्यक्ष झाले.

खानखोजेंच्या संशोधन कार्यातील सर्वांत महत्त्वाच्या अशा संशोधनात सध्या खानखोजे गुंतले होते. मक्याच्या हायब्रीड पद्धतीच्या म्हणजे मिश्रजातीय मक्याच्या विविध जाती शोधून काढण्याच्या कामी खानखोजेंनी सर्व शक्ती, बुद्धी पणाला लावली होती. एकूणच संशोधनाच्या दृष्टीने अत्यंत निर्मितीक्षम असा हा काळ होता. या आधी त्यांनी गव्हाच्या गंज-विरोधक जातीवर काम केले होते; तर १९२४मध्ये गव्हाची 'दुष्काळ-प्रतिबंधक' रोपे (ट्रीगो सिकॅनो) शोधून काढण्यात त्यांना अभूतपूर्व यश मिळाले होते. 'मारविला डी चपिंगो' या गव्हाच्या जातीचा शोध लावण्याचे श्रेय खानखोजेंना जाते. या जातीचे वैशिष्ट्य असे की, ही रोपे भरपूर उत्पादन तर द्यायचीच, शिवाय ती रोपे Chahuixtle disease म्हणजे गंजप्रतिबंधक होती. शिवाय हिमवर्षावालाही यशस्वीपणे तोंड देणारी होती. एकूणच सर्व ऋतूंमध्ये भरपूर पीक देणाऱ्या जाती शोधण्याचे अत्यंत महत्त्वपूर्ण संशोधन खानखोजेंनी केले. इतर सहकारी शास्त्रज्ञांनी या पायाभूत कार्याला हातभार लावला आणि हे संशोधन पूर्णत्वाला गेले. याच मालिकेतील आणखी एक हायब्रीड जात म्हणजे, Chaptemporal. या जातीचे पीक तर भर पावसाळ्यात येते. दुष्काळी परिस्थितीत पीक देणारी आणखी एक जात सुद्धा त्यांनी शोधली.

या सर्व संशोधनानंतर काही दशकांनी भारतीय शेतकी शास्त्रज्ञ, गव्हाच्या शेतीतील तांत्रिक प्रगतीची पाहणी करण्यासाठी मेक्सिकोला जाणे स्वाभाविक होते. या शास्त्रज्ञांनी केलेल्या पाहणीची, त्यावर त्यांनी केलेल्या कामाची परिणिती अनेक वर्षांनंतर भारतात झालेल्या 'हरितक्रांती'मध्ये झाली. त्याचप्रमाणे या संशोधनाच्या पायावरच नॉर्मल बारलॉगचे, भरपूर पीक देणाऱ्या अत्यतं सुदृढ, रोगप्रतिकारक शक्ती

असलेल्या गव्हाच्या शेतीवरील अमूल्य असे संशोधन उभे राहिले. खानखोजेंनी गहू आणि मक्याचे अतिशय निरोगी आणि भरपूर पीक येण्याच्या दृष्टीने जे पायाभूत असे संशोधन केले त्याची माहिती देणारे केंद्र – दि इंटरनॅशनल मेझ अँड व्हीट इम्प्रूव्हमेंट सेंटर – मेक्सिकोमधील टेक्सकोको येथे उभारण्यात आले आहे.[७]

दरम्यान, 'El Nacional 'ने १९३५मध्ये प्लुटार्को एलियस कॅलिस या मेक्सिकोच्या माजी अध्यक्षांसह, अल्फोन्सो डॅम्प आणि तज्ज्ञांच्या एका समितीने, खानखोजेंनी स्थापन केलेल्या 'प्रायोगिक शेती'ची पाहणी केली. त्याचा वृत्तान्त प्रसिद्ध केला. वॉशिंग्टनमधील काही 'कीटक शास्त्रज्ञ' या पाहणीमध्ये सहभागी झाले होते.[८] १९३०चा तो काळ असा होता की, अमेरिकेला मेक्सिकोशी सर्वसमावेशक व्यापार करण्यात रस होता. अमेरिकेकडे रेल्वे आणि खनिज तेलाच्या मालकीचा बराच मोठा हिस्सा होता. खाणी आणि अवजड उद्योगांमध्येही अमेरिकेची भरपूर गुंतवणूक होती. १९४०मध्ये रॉकफेलर फौंडेशनच्या विशेष अभ्यास कार्यालयाने, मेक्सिको सरकारच्या सहकार्याने गहू आणि मक्याच्या सुधारित पिकांसाठी संशोधन करणाऱ्या प्रायोगिक केंद्रांचा अभ्यास करण्यात लक्ष घातले.[९]

सदर्न पॅसिफिक रेल्वेच्या मार्गदर्शक समितीचे अध्यक्ष वॉल्टर डग्लस खानखोजेंना भेटले. त्यांनी खानखोजेंना, मेक्सिकोच्या पश्चिम किनारपट्टीवरील 'प्रायोगिक शेतां'ची पाहणी आणि अभ्यास करणाऱ्या समितीचे अध्यक्षपद स्वीकारण्याची विनंती केली.[१०] सदर्न पॅसिफिक रेल्वेमध्ये, 'प्रायोगिक शेती केंद्रांचे प्रमुख म्हणून भरपूर पगाराची नोकरी देऊ केली; इतकेच नाही, तर डग्लस यांनी, खानखोजेंना मेक्सिकन सरकारकडून दीर्घकालीन रजाही मिळवून दिली.

प्रियाराधन आणि विवाह

अतिशय औपचारिक पद्धतीने सुरू असलेला खानखोजे आणि जेनीमधील पत्रव्यवहार, १९३५च्या सुमाराला बराच अनौपचारिक, जवळीक वाढविणारा असा झाला. खानखोजे बराच काळ प्रवासात असत. दूरदूरच्या, आडवळणाच्या पण निसर्गसुंदर अशा ठिकाणांची वर्णने खानखोजेंच्या पत्रात असत. *'ओक्साकामधील टक्सटपेकजवळच्या एका ठिकाणाहून हे पत्र मी लिहीत आहे. हे ठिकाण इतके दूर आहे, आतल्या भागात आहे की, इथे आठवड्यातून फक्त एकदाच टपाल येते. रस्ते नाहीतच. पापालोआपान नदीतून प्रवास करूनच इथे पोहोचावे लागते. या सुंदर ठिकाणाचे नाव आहे, हासिएन्डा. टक्सटपेकपासूनही इथे यायला तब्बल एक पूर्ण दिवसाचा प्रवास करावा लागतो.'*[११]

अशा प्रकारची वर्णनात्मक पत्रे खानखोजेंकडून आली की, जेनीची मूळची साहसी वृत्ती उचंबळून येई. खानखोजे काम करत असलेल्या त्या दूरच्या अनोळखी

ठिकाणी जेनी मनाने एका क्षणात पोहोचत असे. त्या ठिकाणी हिंडण्याफिरण्याचे, खानखोजेंच्या सहवासात तो आनंद लुटण्याचे स्वप्न तिच्या डोळ्यात तरळू लागे. या स्वप्नरंजनाचा व्हायचा तोच परिणाम झाला. खानखोजेंशी विवाह करण्याच्या विचाराने तिच्या मनाची पकड घेतली. डॉन लुईस आणि ज्युलिया या दोघांचा या विवाहाला विरोध होता; पण जेनीचा निश्चय तितकाच पक्का झाला होता. स्वत: खानखोजेंनीही जेनीची समजूत घालण्याचा प्रयत्न केला. या विचारापासून तिला परावृत्त करताना त्यांचे म्हणणे होते की, जेनी अजून लहान आहे, खानखोजेंना 'स्त्री शिक्षण' या संकल्पनेचे पूर्ण भान होते आणि जेनीने काहीतरी उपयुक्त व्यावसायिक शिक्षण घ्यावे. तरच तिच्या नैसर्गिक बुद्धिमत्तेला योग्य ते वळण लागेल, असे त्यांचे मत होते. त्यांच्या विवाहात आणखी एक व्यावहारिक अडचण खानखोजेंना जाणवत होती. खानखोजेंचा व्यवसाय हा असा फिरतीचा. कोणत्याही अपरिचित, गैरसोयीच्या ठिकाणी त्यांना राहावे लागत असे. आर्थिक संपन्नतेत, शहरी वातावरणात वाढलेल्या जेनीला या कशाची सवय नव्हती. त्यामुळे तिथे जमवून घेणे तिला अवघड गेले असते. या शिवाय त्यांच्या दोघांच्या वयातील मोठे अंतर हा एक पार न करता येणारा अडथळा होताच! नंतरच्या काळात, खानखोजे आम्हाला सांगत, *'इतक्या तरुण मुलीशी विवाह करण्याची आपल्याला इच्छा होते आहे, याबद्दल माझे मला खूप अपराधी वाटत असे. एक मन तिच्याकडे अनिवार ओढ घेत होते; तर दुसरे तिच्यापासून दूर व्हायला बजावत होते. मग मी मार्ग काढला की, तिलाच या लग्नापासून परावृत्त करायचे. काहीही करून तीच 'नाही' म्हणेल, अशी परिस्थिती निर्माण करायची. तिच्या मनातून स्वत:ला उतरवायचे. त्यासाठी मग मी अगदी साधेसुधे कधी कामगाराचे, तर कधी शेतकऱ्याचे कपडे घालून तिच्याबरोबर जायचो. तिला बाहेर न्यायचे तेही अशा अनवट, अवघड जागी की, ती कंटाळलीच पाहिजे. पण – सगळ्या प्रयत्नांचा काहीही उपयोग झाला नाही – जेनी आपल्या म्हणण्यावर ठाम राहिली.*[१२]

दोघांच्या वयामधील अंतरानेच नाही, तर दोघांच्या एकंदर पार्श्वभूमीमधील प्रचंड फरकामुळे अतिशय अस्वस्थ झालेल्या डॉन लुईस रिकॉय यांनी या विवाहाला कडाडून विरोध केला – अर्थातच खानखोजेंचे घरी येणे बंद करून टाकले. त्यांच्या जेनीकडू फार वेगळ्या अपेक्षा होत्या. एखाद्या उत्तम करिअर असणाऱ्या मुलाशी जेनी लग्न करेल, त्याच्या भोवतीच्या अत्याधुनिक, सुसंस्कृत वातावरणात, जेनी एक परिपूर्ण स्त्री म्हणून अंतर्बाह्य उमलेल, अशी त्यांची अपेक्षा होती. जेनीच्या बहिणीच्या दृष्टीने हे लग्न तिच्या छोट्या बहिणीला एका अनोळखी, अपरिचित विश्वात नेऊन टाकणारे ठरले असते. ती स्वत: ज्या काटेकोर शिस्तीत वाढली होती, ते संस्कार तिला, तिच्या बहिणीला एका आशियाई आणि त्यातही कोणताच आगापिछा

माहीत नसलेल्या व्यक्तीशी लग्न करू द्यायला तयार होणे, शक्यच नव्हते.

जेनीला होणारा कमालीचा विरोध आणि त्यावर काय निर्णय घ्यावा, या दोलायमान मन:स्थितीत सापडलेल्या या दोन प्रेमिकांनी अखेर, कॅलोगेरो स्पीझीएल या आपल्या मित्राचा सल्ला घ्यायचे ठरविले. कॅलोगेरो हा इटालियन कवी होता आणि कौन्सिलर म्हणूनही काम करत होता. स्पीझीएलच्या बाबतीत आणखी एक महत्त्वाची गोष्ट अशी होती की, भारतीय गदर क्रांतिकारकांना मदत केल्याच्या आरोपावरून त्याने हेरंबलाल गुप्तांबरोबर अमेरिकेमध्ये तुरुंगवास भोगला होता. तरीही कॅलोगेरो हाडाचा कलावंत होता. कलेवरील निस्सीम प्रेमापायी तो मेक्सिकोमधील ताकूबाया येथील आपल्या घरी कवी, साहित्यिक, कलाकार, बुद्धिवंतांना आमंत्रित करीत असे. रविवारी दुपारी गरमागरम जेवणाच्या मेजवानीच्या संगतीत, या लोकांच्या तितक्याच गरमागरम साहित्यिक, बौद्धिक चर्चा रंगायच्या. शहरातील मोजक्या, खास कलाकारांच्या या खुमासदार, रसरशीत मैफिलींचा सिलसिला वर्षभर सुरू असायचा.

कॅलोगेरो स्पीझीएलचा भक्कम पाठिंबा आणि प्रोत्साहन यामुळे आश्वस्त होऊन, पांडुरंग खानखोजे आणि जेनी अलेक्झांड्राईन सिनडिक या दोघांनी ३१ जुलै, १९३६रोजी नोंदणी पद्धतीने लग्न केले. न्यायालयात लग्नाला साक्षीदार म्हणून उपस्थित होते, हेरंबलाल गुप्ता आणि स्वत: कॅलोगेरो स्पीझीएल. लग्नाच्या वेळी खानखोजे एकूणपन्नास वर्षांचे होते, तर जेनीचे वय होते तेवीस वर्षे.[१३]

आपल्या बंडखोर स्वभावाला अनुसरून जेनीने घर सोडताना, अंगात लाल रंगाचा, ठिपके असलेला पोशाख घातला होता. खरे तर जेनी विवाह करण्यासाठी घराबाहेर पडली होती आणि पाश्चात्त्य पद्धतीप्रमाणे वधू नेहमी पांढरा शुभ्र पोशाख करते. पण जेनीने ही परंपरा नाकारली आणि तिच्याही नकळत हिंदू धर्मात वधूने ज्या रंगाचा पोशाख करणे शुभ समजले जाते, त्याच लाल रंगाचा पोशाख केला. विवाहाची मेजवानी झडली अर्थातच कॅलोगेरोच्या घरी. जेनीच्या मनाप्रमाणे अखेर विवाह पार पडलाच, पण त्यामुळे तिच्यात आणि तिची बहीण-मेहुणे यांच्यात दुरावा मात्र निर्माण झाला.

एक विवाहित, जबाबदार गृहस्थ या नात्याने आता खानखोजेंची जबाबदारी वाढली. अर्थात यावर त्यांनी आधीच विचार करून सदर्न पॅसिफिक रेल्वेमधील आपली नोकरी पक्की केली होती.[१४] त्यामुळे त्यांची आर्थिक बाजू भक्कम झाली होती. कौटुंबिक जीवनाची ओढ, तरुण जेनीचे आकर्षण आणि तिच्या प्रेमात आकंठ बुडालेल्या खानखोजेंना, त्यांच्या विवाहाची अनिवार्यता लक्षात आली होती. दोघांत कितीही फरक असला तरीही दोघे एकमेकांवाचून राहू शकणार नाहीत, ही गोष्ट त्यांना उमगली होती. लग्नानंतर आपले आतापर्यंतचे आयुष्य साफ बदलून जाईल, हेही त्यांनी स्वीकारले होते. लवकरच या गोष्टीचा त्यांना प्रत्यय आला. त्यांच्याही

नकळत, हळूहळू पण निश्चितपणे त्यांचे समाजकार्य, शेतकऱ्यांशी असलेले रोजचे संबंध कमी-कमी होत गेले आणि अखेर त्यांना पूर्णविराम मिळाला. आता ते एक संसारी गृहस्थ होते. ते एका व्यापारी आस्थापनात नोकरी करत होते. या नोकरीत त्यांचे दोघांचे राहायचे ठिकाण होते, रेल्वेचा डबा! मेक्सिकोचा संपूर्ण पश्चिम किनारा त्यांचा प्रवास चालायचा. रेल्वेच्या डब्यातील हा तात्पुरता पण अनोखा संसार जेनीला फारच आवडून गेला. तशा सर्व सुखसोयी या 'घरात' होत्याच. असे राहणे जेनीच्या साहसी वृत्तीला मानवणारेच होते. त्यामुळे ती प्रचंड खूश होती. आणि त्यामुळेच खानखोजे या भागातील झाडे, वनस्पतींबद्दलच्या त्यांच्या अहवालाच्या कामात पूर्णपणे लक्ष घालू शकले. या काळात त्यांचे या विषयावरचे अनेक शास्त्रीय निबंध प्रसिद्ध झाले.

बाजा कॅलिफोर्निया आणि अमेरिका-मेक्सिकोच्या सरहद्दीच्या भेटीत खानखोजेंचे जुने मित्र रामलाल बाजपेयी त्यांना भेटले. दोन मित्रांची ही पुनर्भेट अतिशय संस्मरणीय ठरली. बालमित्राला भेटल्यामुळे घरच्या, मित्रांच्या, देशाच्या जुन्या आठवणींना उजाळा मिळाला. जुना मित्र, जुने आपल्या मातीचे विषय म्हणून खानखोजेंना आपल्या मातृभाषेत बोलण्याची हुक्की आली. पण – मराठी बोलायची सवय कुठे राहिली होती? मराठीत सलग वाक्य बोलता येईना – शब्दांची गफलत व्हायला लागली. अखेर रामलालनेच त्यांची सुटका केली. आणि सरळ इंग्रजीमध्ये बोलायला सुरुवात केली. या भेटीनंतरही त्यांचा दोघांचा पत्रव्यवहार बरीच वर्षे सुरू राहिला. जेव्हा-जेव्हा शक्य होईल, तेव्हा ते एकमेकांना भेटतही राहिले – आणि दर भेटीत पहिल्या भेटीच्या वेळी खानखोजेंच्या 'मराठीच्या' प्रयोगांबद्दल मनमुराद हसतही राहिले.

१९३७मध्ये नागपूर आणि वर्ध्याच्या लोकांनी, ब्रिजलाल बियाणी या स्थानिक राजकीय पुढाऱ्याच्या मदतीने, पुन्हा एकदा खानखोजेंवरील आरोप मागे घेण्यासाठी अर्ज केला.[१५] खानखोजेंचे बालमित्र जमनालाल बजाज आता काँग्रेसचे क्रियाशील नेते आणि महात्मा गांधींचे कट्टर अनुयायी झाले होते. बजाज यांच्यावरही खटला झाला होता आणि १९२३ आणि पुन्हा १९३२मध्ये त्यांना सश्रम कारावासाची सजा भोगावी लागली होती. बजाज यांनी ब्रिजलाल बियाणींना, भेटून त्यांना खानखोजेंच्या सुटकेच्या प्रकरणात स्वत: जातीने लक्ष घालण्याची विनंती केली. या बाबतीत खानखोजेंच्या घरातूनच अशी माहिती मिळाली की, खानखोजेंनी सर्व प्रकारची क्रांतिकारक कृत्ये कायमची थांबवावी, आणि भारतातील ब्रिटिश कायद्याचे पालन करण्याचे 'गंभीर पूर्वक' मान्य करावे, असे त्यांना सांगण्यात आले होते. *'मी यावर उत्तर दिले की माझ्या देशाला स्वातंत्र्य मिळेपर्यंत मी स्वस्थ बसणार नाही. सध्या जरी मी प्रत्यक्ष क्रांतिकार्य थांबविले असले, तरी ब्रिटिशांकडे माफीची भीक*

मागण्याची माझी तयारी नाही.'[१६]

भारतातील घडामोडींसंबंधी, त्यांना घरून वेळोवेळी येणाऱ्या पत्रांमधून आणि त्या-त्या दिवसांच्या वृत्तपत्रांतील बातम्यांवरून कळत राहिले.

दरम्यान, जेनीला प्रथमच मातृत्वाची चाहूल लागली; परंतु सततचा प्रवास आणि अस्थिर आयुष्य यामुळे लवकरच तिचा गर्भपात झाला. तिचे हे पहिले अपत्य मुलगा असावा. दोघांनाही प्रचंड धक्का बसला. परंतु झालेला मानसिक त्रास खानखोजेंनी कधीही कोणाला दिसू दिला नाही, त्याचा फार बाऊ केला नाही. उलट काही महिन्यांनंतर जेनी पुन्हा गरोदर राहिली, त्या वेळी खानखोजेंनी नायरित राज्यात तेपिक गावी एक घर भाड्याने घेतले आणि जेनीला तिथे ठेवले. वैद्यकीय मदतीसाठी मात्र त्यांना जालिस्को या दुसऱ्या राज्यात जावे लागायचे. आणि याच राज्यात 'गुआदलजारा' या गावी २६ जुलै, १९३८ रोजी माझा (लेखिका सावित्री) जन्म झाला. योगायोग असा की, जेनीने फार पूर्वीच कॅथलिक धर्म नाकारलेला असताना, माझा जन्म मात्र कॅथलिक नन्स असलेल्याच एका प्रसूतिगृहात झाला.

तेपिकमधील सुंदर घरात आता खानखोजेंचा संसार शांततेत, सुखाने सुरू झाला. त्यांच्या स्वत:च्या व्यक्तिगत रेल्वे डब्यातून त्यांचा प्रवास अजूनही सुरूच होता. कधीकधी जेनी आपल्या छोट्या मुलीला घेऊन त्यांच्याबरोबर जायची. जेनी तिच्या पहिल्या अपत्याची वाट पाहत असताना, दोन बहिणींमध्ये मनोमन समझोताही झाला होता. दुर्दैवाने, ज्युलियाला कॅन्सर झाला होता. दोघी बहिणी पुन्हा एकत्र आल्यावर त्यांना फारसा एकमेकींच्या सहवास मात्र मिळाला नाही. दिनांक ७ नोव्हेंबर, १९३८ रोजी ज्युलियाचे दु:खद निधन झाले. परंतु डॉन लुईस एकटे पडले नाहीत. खानखोजे कुटुंबाचे ते नेहमीच सन्मान्य सदस्य राहिले. १९४०मध्ये त्यांचे निधन होईपर्यंत, ते वरचेवर खानखोजेंच्या घरी जात असत.

दुसरे महायुद्ध

हद्दपार करण्यात आलेल्या एका जपानी माणसाशी खानखोजेंची मैत्री जमली. तो त्यांच्या शेजारी राहायचा. त्याच्या सहवासात खानखोजेंनी जपानी राहणीचा अनुभव घेतला, आणि पूर्वी शिकलेल्या जपानी भाषेचीही मजा लुटली. 'मोनिटा' हा माझा चांगला मित्र होता. त्यांच्या संत्र्याच्या मळ्यातली संत्री तो मला नेहमी द्यायचा. याच मित्राने खानखोजेंना जपानने युद्धासाठी सैन्याची जमवाजमव करायला सुरुवात केल्याची दु:खद बातमी दिली. जपानच्या पंतप्रधानांनी 'न्यू ऑर्डर' जारी केली होती. साम्राज्यविस्ताराच्या महत्त्वाकांक्षेनी जपानला पछाडले होते.

डॉन लुईस रिकॉय यांनी युरोपमधील राजकीय परिस्थितीचा सांगोपांग अभ्यास केला होता. आणि काहीतरी विपरीत घडायच्या आधीच ते मेक्सिकोमध्ये परतले

होते. परंतु विपरीत घटना घडायच्या त्या घडल्याच. मेक्सिकन राष्ट्रांचा स्पेनशी खूप जवळचा ऐतिहासिक, सांस्कृतिक संबंध होता. त्यामुळे स्पेनमधील यादवी युद्धाचे मेक्सिकोमध्ये पडसाद उमटलेच. युरोप भौगोलिकदृष्ट्या जरी दूरचा खंड असला, तरी दुसऱ्या संभाव्य जागतिक युद्धाची बातमी अस्वस्थ करणारीच होती. केवळ तीस वर्षांच्या अंतराने, दुसऱ्यांदा जगावर अशांततेचे सावट पडले होते. खानखोजेंना वाटत होते की, हा केवळ काही वेळाचा प्रश्न आहे. जितक्या त्वरेने होईल तितक्या लवकर, म्हणजे फॅसिझमच्या राक्षसाने जगाला कवेत घेण्यापूर्वी, लोकशाहीची स्थापना होणे अत्यंत गरजेचे होते.

हिटलरने ऑस्ट्रियावर केलेला कब्जा आणि झेकोस्लोव्हाकिया नष्ट करण्याच्या त्याच्या आज्ञा म्हणजे तर परिस्थितीचा अगदी अंत बघितल्यासारखे होते. स्टालिनने रशियाचे चालविलेले 'शुद्धीकरण' आणि लेनिनचा कम्युनिझम बदलून त्या ठिकाणी अधिक व्यापक स्वरूपाचा कम्युनिझम स्थापण्याबद्दल खानखोजे ऐकून होते. ज्यू लोकांच्या विरोधातले हिटलरचे नवीन कायदे, आणि १९३०च्या अखेरच्या या काळात फॅसिझमचा जगावर पडणारा वाढता फास या गोष्टींमुळे खानखोजे अस्वस्थ होते. परंपरागत, पुराणमतवादी, हिंदुत्वनिष्ठ असे व्यक्तिमत्त्व असलेल्या खानखोजेंनी एव्हाना तर्कनिष्ठ आणि उदारमतवादी दृष्टिकोन स्वीकारला होता.

१९३३मध्ये तिकडे, अमेरिकेत 'रूझवेल्ट युग' सुरू झाले आणि तेव्हापासून राजकीय परिस्थिती तर बदललीच, पण नव्या कडक आर्थिक सुधारणांमुळे अमेरिकेची अर्थव्यवस्था मंदीच्या संकटातून बचावली. मेक्सिकोच्या अर्थव्यवस्थेचा घोट घेणाऱ्या अमेरिकेच्या व्यापारी महत्त्वाकांक्षेवर नाराज होऊन १९३७मध्ये मेक्सिकोने रेल्वेचे राष्ट्रीयीकरण करण्याचा निर्णय घेतला. आणि १९३८मध्ये खनिज तेल उद्योग ताब्यात घेतला. याचा परिणाम म्हणजे खानखोजेंची सदर्न पॅसिफिक रेल्वेमधील नोकरी गेली. नोकरी सोडताना फायदा इतकाच झाला की, त्यांना केलेल्या सेवेबद्दलचे प्रशस्तीपत्रक देण्यात आले. त्यात म्हटले होते, 'सरकारी वर्तुळात त्यांच्याबद्दल खूप चांगले मत होते... मेक्सिकन सरकारच्या आणि आमच्या सेवेमध्ये असताना त्यांनी अनेक शास्त्रीय अहवाल प्रसिद्ध केले. निरनिराळ्या राष्ट्रीय आणि राज्य प्रदर्शनांमधून त्यांनी सादर केलेल्या शेतकी वस्तूंना नेहमीच बक्षिसे मिळाली आहेत.'[१७]

त्यानंतर हळूहळू प्रायोगिक शेतीही आर्थिक कारणांसाठी बंद करण्यात आली. आणि खानखोजेंच्या हातात काहीच उरले नाही. जेनीला अर्थातच काळजी वाटू लागली. तिने आपल्या मेहुण्यांना – डॉन लुईसना पत्र लिहून आपली काळजी व्यक्त केली. त्या पत्राला उत्तर देताना डॉन लुईस यांनी लिहिले होते, 'खान' यांच्या कार्यक्षमतेवर त्यांचा संपूर्ण विश्वास आहे आणि लवकरच त्यांना दुसरी नोकरी मिळेल.'[१८]

डॉन लुईस यांनी अगदी बरोबर लिहिले होते. ही नोकरी सुटता सुटताच

खानखोजेंना लगेच दुसरी नोकरी मिळालीही. सोनोरा, सिनालोआ, नायरित, कोलिमा आणि जालिस्को या राज्यांच्या शेतकी खात्यातर्फे जे काम करण्यात येत असे, त्या कामाचे 'मानद तांत्रिक निरीक्षक आणि मूल्यमापक' म्हणून त्यांची नियुक्ती झाली.

१९३८मध्ये अमेरिकेने ग्रेट ब्रिटनच्या बाजूच्या आणि जर्मनीच्या विरोधातल्या पण तटस्थतेच्या आपल्या धोरणाचा पुनरुच्चार केला. १९३९मध्ये हिटलरने झेकोस्लोव्हाकियावर निर्दयी चाल केली आणि पोलंडवर हल्ला केला. या कारणाने अखेर फ्रान्स आणि इंग्लंडने दुसरे महायुद्ध जाहीर केले. १९४१मध्ये जपानने पर्ल हार्बरवर हल्ला केल्यामुळे अमेरिका युद्धात उतरली. अतिपूर्वेकडचा भाग, बर्मा, मलाया आणि सयाम हे छोटे देश जपानच्या मगरमिठीत होते. आणि संपूर्ण जग दुसऱ्या महायुद्धाच्या खाईत लोटले गेले होते.

या सगळ्या परिस्थितीचा मेक्सिकोवर अनपेक्षितपणे वेगळाच परिणाम झाला. युरोपीय देशांना, उष्णकटिबंधातील आजारांवर उपचार करण्याच्या दृष्टीने रबर आणि औषधी वनस्पतींची लागवड करण्याची आवश्यकता भासू लागली. या भागातील हवेमुळे सैनिकांना होणारे आजार बरे करण्यासाठी या वनस्पती उपयोगी होत्या. लागवडीसाठी पर्यायी जागा हवी होती. खानखोजेंनी या पूर्वीच 'नायरितमधील उष्णकटिबंधीय रबराची जंगलसंपत्ती' या विषयावर अभ्यास करून निबंध प्रसिद्ध केला होता. न्यू यॉर्कमध्ये कार्यालय असलेल्या चार्लस टी. विल्सन आणि कंपनीने खानखोजेंना आपल्याकडे बोलावून घेतले. चायपास, टबास्को, कॅम्पीच आणि व्हेराक्रूझ या राज्यांमधील मेक्सिकन रबराचे उत्पादन वाढावे या दृष्टीने खानखोजेंनी स्वत: संशोधनात लक्ष घालावे, अशी या कंपनीची इच्छा होती. अर्थात हे काम अत्यंत गुप्ततेने, लपून-छपून करायचे होते. त्रासदायक अशा त्या उष्णकटिबंधीय प्रांतात राहून, अत्यंत सावधगिरीने हे काम पार पाडणे, हाच एकप्रकारे खानखोजेंचा १९४०मधला 'महायुद्धातील सहभाग' होता.

खानखोजेंचे कुटुंब म्हणजे आता एखाद्या भटक्या गुराख्यांच्या टोळीसारखे झाले होते. मेक्सिकोच्या एका टोकाला असलेल्या एका सुंदर खेड्यात – जीसस कॅरॅन्झा इथे ते राहात होते. खेड्याच्या टोकाला असलेल्या जंगलातील एका बोर्डिंग हाउसमध्ये त्यांची राहण्याची व्यवस्था करण्यात आली होती. खेड्यातले वळणावळणाचे रस्ते उंच डोंगरावर जात होते. एकमेकाला जोडलेल्या रस्त्यांच्या कडेने स्पॅनिश पद्धतीची घरे होती. इथल्या वास्तव्याच्या ज्या काही सुरुवातीच्या आठवणी मला (लेखिकेला) आहेत, त्यांपैकी एक आहे गजांच्या स्पॅनिश पद्धतीच्या खिडकीमधून पाहिलेला मेक्सिकन कार्निव्हल हा उत्सव म्हणजे, त्या लोकांची जणू दिवाळीच! या उत्सवातील कार्यक्रमात एक लाल पोशाख केलेला, लांब शेपटीचा, मोठमोठी शिंगे असणारा राक्षस पाहून माझी उडालेली घाबरगुंडीही अजून मला आठवते.

तशीच कडू आठवण आहे, दर आठवड्याला कडवट क्विनाईनचा डोस घ्यावा लागण्याची. कारण तिथे मलेरिया हा सार्वत्रिक प्रचलित आजार होता. पण मला आवडणारीही एक गोष्ट होती. आसपासच्या अमेरिंडियन्स लोकांच्या झोपड्यांमध्ये मी आईचा डोळा चुकवून जायची. त्या वेळी सिरॅमिकच्या कपातून ते लोक अतिशय प्रेमाने मला ब्लॅक कॉफी द्यायचे. ती मला खूपच आवडायची. कधीकधी सुट्टीच्या काळात खानखोजे कुटुंब, एक इंजीन असलेल्या छोट्या विमानातून मेक्सिको शहरात येत असे. स्थानिक लोक या विमानाला 'मच्छर' म्हणत असत.

त्यानंतर कंपनीने खानखोजेंना सँटा ल्युक्रेशियामध्ये थोड्या उंचीवर बांधलेले एक घर राहायला दिले. नदीच्या सुंदर वळणावर उभा असलेला हा लाकडी बंगला होता. त्यातून एकीकडे नदीच्या विशाल पात्राचे दर्शन व्हायचे, तर दुसऱ्या बाजूला घनदाट जंगल होते. बंगल्याच्या खालच्या भागात अजगर आणि मोठ्या आकाराचे केसाळ विषारी कोळी यांचा मुक्काम असायचा. बाहेर पडताना, चपला, बुटांमध्ये विंचू नाही ना हे पाहिल्याशिवाय ते घालणे शक्यच नसायचे. एकदा खानखोजेंना असाच एक विंचू चावला. वेदनेने खानखोजे अक्षरश: उड्या मारत होते. अखेर त्यांच्या पँटमधून विंचू बाहेर काढण्यात आला आणि स्पिरिटच्या बाटलीत बंद करून ठेवण्यात आला. सुदैवाने हा विंचू आकाराने मोठा, काळ्या रंगाच्या जातीचा – चावणारा होता, पण विषारी नव्हता.

हळूहळू इथले आयुष्य नीरस, कंटाळवाणे वाटू लागले. आणि जेनीला शहरातल्या आयुष्याची आठवण होऊ लागली. आता जेनीला दुसऱ्यांदा दिवस गेले होते. त्यामुळे सँटा ल्युक्रेशिया सोडून ती मेक्सिकोमध्ये परतली. पहिले काही दिवस बोर्डिंग हाउसमध्ये राहून नंतर त्यांनी कलोनिया जुआरेझमध्ये छोटेसे घर घेतले. मेक्सिको शहरातील एका प्रसूतिगृहात, ३० मे,१९४२ रोजी माया जेनीचा जन्म झाला. खानखोजे स्वत: या वेळी रबराच्या आणि औषधी वनस्पतींच्या लागवडीवरील प्रयोगांमध्ये गुंतलेले होते. जेनीचा वेळ दोन मुलींचे संगोपन करण्यात आणि खानखोजेंची वाट पाहण्यात जाऊ लागला. आता तिला हे घर लहान वाटू लागले. नवीन घराचा शोध सुरू झाला. आणि १९४४च्या अखेरीस एस्ट्रासबर्गो रस्त्यावर तिला हवे तसे मनासारखे घर मिळाले. कलोनिया जुआरेझमधील हे घर सध्या 'झोना रोझा' म्हणून प्रसिद्ध आहे. नवीन घरात राहायला आल्यापासून घरातील छोट्या-मोठ्या कामांपासून ते सर्व प्रकारची बिले भरणे, खरेदी करणे, इत्यादी सर्व कामे जेनी स्वत: करू लागली. त्यामुळे खानखोजेंना या कौटुंबिक जबाबदारीतून मोकळीक मिळून, कामावर सर्व लक्ष केंद्रित करता आले. जेनीकडे व्यवस्थापन कौशल्य होते आणि जो काही थोडाफार पैसा त्यांच्याकडे होता, त्यातून तिने शानदार आणि सर्व सुखसोयींनी समृद्ध असे घर उभे केले. बाजारात मिळणाऱ्या स्वस्त पण सुंदर वस्तूंकडे तिचे लक्ष

असायचे. जुने, चांगल्या प्रतीचे पर्शियन गालिचे आणि पाश्चिमात्य पद्धतीच्या फर्निचरने तिने घर सजविले होते. त्याचबरोबर काही निवडक पौर्वात्य वस्तूही होत्या. एकूणच जेनीचे घर म्हणजे पौर्वात्य आणि पाश्चिमात्य संस्कृतीचा उत्कृष्ट मिलाफ होता. शास्त्रीय संगीताबरोबरच इथे ऑपेराचे सूर रेडिओ वा ग्रामोफोनवर ऐकू यायचे. खानखोजे जेव्हा घरी असत, तेव्हा रामायण-महाभारतातील कथा त्यांच्या मुलींना आवर्जून सांगायचे. खानखोजे आणि जेनीच्या या घरात दोन संस्कृतींचा यथायोग्य आणि सुंदर मिलाफ झाला होता आणि त्यातून मेक्सिकन संस्कृतीच्या पार्श्वभूमीवर एक विश्वबंधुत्ववादी – समदर्शी असे घर उभे राहिले होते.

'मी दुहेरी भारतीय आहे,' असे म्हणायला खानखोजेंना आवडायचे. 'भारतातील वर्धा गावी माझा जन्म झाला. आणि माझ्या आयुष्याची पंचवीस वर्षे 'स्वाभाविक नागरिक' म्हणून मी मेक्सिकोमध्ये काढली. या देशातील लोकांवर माझे प्रेम आहे. 'परंतु –' वृत्तपत्रातील एक वृत्तान्त म्हणतो, 'खानखोजे केवळ असे म्हणून थांबत नाहीत, तर स्वीकारलेल्या देशासाठी पराकोटीचे कष्ट घेऊन त्याच्या विकासाला मोठा हातभार लावून, त्यांनी ही गोष्ट सिद्धही केली आहे.' याच वृत्तान्तात पुढे खानखोजेंनी विविध युक्त्या वापरून, प्रयोग करून, हळूहळू पण निश्चितपणे, या देशातील काहीशा लाजाळू, पण अतिशय संशयी स्वभावाच्या लोकांचा विश्वास कसा जिंकला, याबद्दल लिहिले आहे.[१९]

१९४०मध्ये खानखोजे बऱ्याच अमेरिकन उद्योगांमध्ये सल्लागार म्हणून कार्यरत होते. १९४४मध्ये एका वृत्तपत्राने, खानखोजेंनी जीझस कॅरंझामधील प्रायोगिक शेतांमध्ये केलेल्या अमूल्य संशोधनाची स्तुती करून, युद्धकाळाच्या दरम्यान औषधी वनस्पतींच्या लागवडीचे, त्यांच्यावरील प्रयोगाचे अत्यंत उपयुक्त कार्य प्रोफेसर खानाखोजेंनी पार पाडल्याचे म्हटले आहे.[२०] चार्लस टी. विल्सन कंपनीचे मेक्सिकोशी असलेल्या मैत्रीपूर्ण संबंधांचाही लेखात उल्लेख आहे.

इकडे भारतात १९४२मध्ये 'भारत छोडो' आंदोलन सुरू झाले आणि त्याची बातमी खानखोजेंपर्यंत पोहोचली. या वेळी खानखोजे औषधी वनस्पतींच्या प्रयोगांमध्ये गुंतलेले होते, पण तरीही 'भारत छोडो' आंदोलनाच्या माध्यमातून 'भारतावरची ब्रिटिश सत्ता ताबडतोब मोडीत निघाली पाहिजे' या भारतीय राष्ट्रवाद्यांनी दिलेल्या हाकेमुळे खानखोजे मनातून सुखावले. त्यांचे काम करायला त्यांना अधिक स्फूर्ती मिळाली. व्हेराक्रूझच्या उष्णकटिबंधीय भागात ज्या स्थानिक टोळ्या राहात असत, ते लोक सांधेदुखीसाठी 'कॅबेझा डी नेग्रो' या वनस्पतीच्या रसाचे थेंब औषध म्हणून घेत असत. ही वनस्पती मेक्सिकोमध्ये भरपूर प्रमाणात वाढत असे आणि तिचे वैशिष्ट्य म्हणजे तिच्यामध्ये 'वनस्पतीजन्य स्टिरॉइड्स' भरपूर प्रमाणात होती. या माहितीच्या आधारावर संशोधन करून खानखोजेंनी वनस्पतींपासून 'फायटो-हार्मोन्स'

तयार केली. आणि १९४५मध्ये खानखोजेंना, 'कॅबेझा डी नेग्रो' या वनस्पतीची लागवड करण्याची अधिकृत परवानगी मिळाली.[२१]

खानखोजेंच्या संशोधनकार्यात आता एक अमेरिकन शास्त्रज्ञ डॉ. रसेल मार्करही सहभागी झाले होते. दोघांनी मिळून एक सल्लागार संस्था स्थापन केली. दोघांच्या संयुक्त संशोधनाचे फळ होते, एक विशिष्ट प्रकारचे मूळ, जे यापूर्वी केवळ तेथील स्थानिक लोकांनाच जेमतेम माहीत होते. जेनी कधीकधी संस्थेत येत असे. त्यांचे हिशेब वगैरे बघत असे. 'डीओस्कोरिया' नावाचे हे मूळ जंगलात खूप प्रमाणात वाढत असे. जंगलात माजलेली ही मुळं आजपर्यंत दुर्लक्षित होती. पण खानखोजेंची नजर त्यांच्यावर पडली आणि त्या घटनेचे दूरगामी परिणाम झाले. डॉ. रसेल आणि खानखोजे यांच्या डीओस्कोरियावरील संशोधनाला व्यापारी परिमाण प्राप्त झाले आणि १९५१मध्ये 'सिटेक्स एस ए' नावाची व्यापारी संस्था या दोघांनी स्थापन केली.[२२] आणि डीओस्कोरियापासून सिंथेटिक हार्मोन्सचे उत्पादन सुरू झाले. याच हार्मोन्सपासून पुढे कुटुंबनियोजनाच्या गोळ्या बनविण्यात येऊ लागल्या. जंगलातील एका सर्वसाधारण मुळावर अथक संशोधन करून त्यापासून इतकी लोकोपयोगी औषधे तयार करूनही, खानखोजेंना या संशोधनापासून काहीही आर्थिक लाभ झाला नाही.

१९४५च्या अखेरीस खानखोजेंनी 'व्हिक्स केमिकल कंपनी' या प्रसिद्ध कंपनीशी करार केला. आणि प्रायोगिक तत्त्वावर पुदिन्याची लागवड सुरू केली. पुदिन्याच्या झाडापासून अर्क काढायची योजना होती. जून, १९४६पर्यंत ओकोटिये आणि ब्यूनाव्हिस्टामधील पिएड्रास अॅटलसची शेतेही उपलब्ध झाली. तसेच कालव्यांची योजनाही पूर्ण झाली आणि 'मेंथा पिपेरिटा' नावाच्या पुदिन्याच्या एका जपानी जातीचे उत्पादन करण्याचा मार्ग सुकर झाला.[२३] आता खानखोजेंना चांगला पैसा मिळू लागला होता. शिवाय कंपनीने त्यांना शोफरसह एक फोर्डची स्टेशन वॅगन वापरण्यास दिली होती. जेनीही त्यांच्या कामात त्यांना मदत करू लागली होती. त्यांच्या संशोधनाची संगतवार नोंदणी करणे, त्यासाठीची संबंधित छायाचित्रे, तक्ते, नकाशे एकत्र करून, झालेल्या कामाची टिपणे, ती करीत असे. तिकडे शहरातही जेनीने मोठा मित्रपरिवार जमा केला होता. त्यात उच्चभ्रू कलाकार होते, तसेच डी नेग्रिससारखे खानखोजेंचे जुने क्रांतिकारक मित्रही होते. महिन्यातून एकदा खानखोजे घरी येत असत आणि ते थोडे दिवस म्हणजे त्यांच्या कुटुंबाच्या दृष्टीने आनंदाची पर्वणी असे.

मेक्सिकन जीवनशैलीचा या कुटुंबाने स्वीकार केला होता. जेनीने दोन नोकर मदतनीस म्हणून ठेवले होते. सर्व जण मुख्यत: मेक्सिकन पद्धतीचे जेवण घेत असत. कधी त्यात थोडी पाश्चात्त्य चव मिसळली जायची. क्वचितच कधी खानखोजेंना स्वयंपाकघरात लुडबूड करायची हुक्की येई. मग भाज्या घालून ते मसालेभात

बनवायचे. ताकाशी हा भात खाताना भारतीय जेवणाची भूक भागविल्याचे समाधान त्यांना मिळायचे. अर्थात ते चमचमीत पदार्थ पाहूनच कोणी त्यांच्याबरोबर जेवायची हिंमत करायचे नाही, हा भाग वेगळा!

आता परिस्थिती सुधारली होती. तरीही खानखोजेंना मेक्सिकोमधील आपल्या पूर्वीच्या बेताच्या परिस्थितीतील दिवसांचा कधीही विसर पडला नाही. त्यांच्या जुन्या शेतकरी मित्रांशी त्यांनी पूर्वीसारखेच संबंध ठेवले होते, जाणे-येणे ठेवले होते. त्यांच्या या पूर्वीच्या मित्रांकडे त्यांच्याबरोबर बरेचदा मला गेल्याचे आठवते. उघड्या माळरानावर, शेतात गप्पा मारत बसायचे, रानात पिकलेल्या स्ट्रॉबेरी तोडायच्या आणि त्या लोकांबरोबर घेवड्याच्या शेंगा, कांदा, टॉरटिला असे साधेसुधे जेवण घ्यायचे. त्यावर ब्लॅक कॉफी किंवा मॅग्युइच्या रोपांपासून गाळलेली गोड पल्क प्यायची – खूप मजा यायची या फेरफटक्यामध्ये!

रिकार्डो नावाचा एक चांगला सधन शेतकरी होता. मी शेतात एकटीच रमत-गमत फिरत असे, त्या वेळी लांबून तो माझ्यावर लक्ष ठेवून असायचा. निसर्गाच्या कुशीत रमायचे, रानटी 'तेजोकोट्स' आपल्या हाताने तोडायचे, छोट्या झऱ्यामध्ये पाण्यात खेळायचे आणि हातात हात घालून वडिलांबरोबर दूर-दूर हिंडायचे हा माझा बालपणीचा केवळ अविस्मरणीय असा अनुभव आहे. हा सगळा आनंद अनुभवायला वडिलांची नेहमीच परवानगी असायची. पण आई मात्र त्यांच्यापेक्षा स्वभावाने जरा अधिक व्यवहारी होती. ती स्वत: कधी आमच्याबरोबर आली नाही आणि माया 'अजून लहान आहे,' या कारणावरून तिने मायालाही कधी आमच्याबरोबर येऊ दिले नाही.

६ जून, १९४४ रोजी नॉर्मंडीवर हल्ला झाला. १९४५च्या फेब्रुवारीपर्यंत महायुद्धाचे केंद्र पूर्वेकडे हलले आणि त्याच वर्षी ऑगस्टमध्ये जगाने, हिरोशिमा आणि नागासाकीवर झालेला बॉम्बहल्ला आणि त्यापायी ओढवलेला प्रचंड विनाश, जीव मुठीत धरून, धडकी भरल्या मनाने पाहिला. दुसरे महायुद्ध संपले होते.

दुसऱ्या महायुद्धाच्या विनाशकारी परिणामांमुळे मनातून अतिशय अस्वस्थता आलेली होती. त्यातच जेनी संसारात कधीकधी असमाधानी वाटायची, तर कधी तिची बंडखोर वृत्ती उफाळून यायची. या सगळ्याचा खानखोजेंच्या मनावर एकत्रितपणे विलक्षण ताण आला होता. त्या मानसिक अस्वस्थतेच्या भरात खानखोजेंनी एका अतर्क्य अशा प्रकल्पाला हात घातला. काही अमेरिकन मित्रांच्या नादी लागून – त्यात खास करून प्रसिद्ध वनस्पती शास्त्रज्ञ डॉ. विल्यम जॉन बॉनीस्टील यांच्या आग्रहावरून खानखोजेंनी आपली आतापर्यंतची सर्व बचत, 'स्टा. ल्युसिया मायनिंग कंपनी' या खाण कंपनीमध्ये गुंतविली. एरवी प्रत्येक बाबतीत अगदी सावधपणे विचारपूर्वक निर्णय घेणाऱ्या खानखोजेंनी हा निर्णय घ्यावा, हे एक आश्चर्यच होते. कंपनीच्या अधिकृत कागदपत्रांमध्ये जेनीची 'अधिकृत भागीदार' म्हणून नोंद होती.

कंपनीची ती खजिनदारही होती. मेक्सिकन सरकारने या कंपनीला बऱ्याच खाणींमधून उत्खनन करण्याची कायदेशीर परवानगी दिली होती. 'ल मारविला', 'ल सावित्री', 'ल माया' अशी त्यांपैकी काही खाणींची नावे. या खाणींमध्ये तांबे, चांदी, जस्त हे धातू भरपूर प्रमाणात होते. जालिस्को राज्यातील मस्कोटा येथे या खाणी होत्या.

खाणीतून काढलेले अशुद्ध धातू, गरम करून त्याचा रस काढून शुद्ध करण्याच्या उद्योगात कंपनीने पैसा गुंतविला होता. सर्वच भागीदारांसाठी ही गुंतवणूक खूप मोठी होती, आणि मुख्य म्हणजे बॉनीस्टील यांच्या दोन मित्रांचा अपवाद सोडला, तर या लोकांना खाण उद्योगाचा अजिबात अनुभव नव्हता. या खाण कंपनीला अमेरिकेच्या धातुशुद्धीकरण उद्योगाची मोठी स्पर्धा होती. त्या उद्योगाची या कंपनीवर चांगलीच पकड होती. आपली इतकी छोटीशी कंपनी अमेरिकेमधील एवढ्या प्रचंड शक्तिशाली उद्योगाला तोंड देऊ शकेल, असे खानखोजे आणि जेनीला वाटत होते. पण तो त्यांच्या स्वभावातील सरळ, साधेपणाचा-भोळसटपणाचा भाग होता. बरेचदा असे होते की, आदर्शवादी माणसाच्या आयुष्यात असे काही क्षण येतात की, एखाद्या नवीन उपक्रमामध्ये, त्याच्या दीर्घकालीन परिणामांबाबत फारसा विचार न करता, अती उत्साहाच्या भरात, ती व्यक्ती वाहावत जाते. खानखोजेंच्या बाबतीत नेमके हेच घडले. १९५७मध्ये कंपनीचे पार दिवाळे निघेपर्यंत, कंपनी कशीबशी तग धरून राहिली. मात्र हे नुकसान म्हणजे खानखोजेंच्या बाबतीत, सर्व बचतीवर पाणी अशा प्रकारचे ठरले.

या इतक्या वर्षांनंतरही जालिस्कोमधील शाळेच्या सुट्ट्यांचे दिवस अजूनही माझ्या मनात रेंगाळत आहेत. त्या काळात आम्ही जंगलाच्या मध्यभागी असलेल्या एका स्पॅनिश घरात राहायचो. या घरापर्यंत येण्यासाठी घोड्यावरूनच प्रवास करावा लागायचा. मेक्सिकोचा तो भाग होताच तसा डोंगराळ, खनिज संपत्तीने समृद्ध पण प्रवासाला खडतर! आम्ही राहायचो ते घर दोन मजली, जाडजूड भिंतींचे आणि जमीन मात्र खाबडखुबड असलेली असे होते. मस्कोटा नावाचे जवळचे रेल्वेस्टेशन होते. त्या स्टेशनपासून आमच्या घरी घोड्यावरून वा खेचरावरून यायला तब्बल तीन तास लागायचे. त्या घरात वीज नव्हती. पाण्याचे नळही नव्हते. लाकूडफाटा वापरून स्वयंपाक करावा लागायचा. त्या चुलीजवळ बसून पॉपकॉर्न भाजायचे आणि गरम गरम मेक्सिकन चॉकलेट प्यायचे, हा आमचा आवडता उद्योग असायचा. अशीच एकदा मी चुलीजवळ बसलेली असताना माझ्या वडिलांनी मला अमेरिकन हॉटकेक बनवायला शिकवले होते.

मेक्सिकन पदार्थांभोवती रेंगाळणारा लाकडाच्या धुराचा वास,जंगलातील फेरफटका तिथली अगदी जपून-जपून चालणारी माणसे – जरा जरी दुर्लक्ष झाले तर रिकाम्या झालेल्या खाणीच्या खोल खड्ड्यातच पडू. अशी भीती वाटायची त्यांना – या

सगळ्या मेक्सिकोतील मधुर स्मृती म्हणजे माझ्या आयुष्यातला अनिर्वचनीय आनंदाचा ठेवा बनून राहिल्या आहेत. इथेच मी टॅमल्स आणि टॉर्टिलाज बनवताना मेक्सिकन स्वयंपाकाची पद्धत शिकले. सुट्टी सगळी संपायची ती पेरूच्या झाडांवर चढण्यात आणि खाणीतील लोकांच्या मुलांशी खेळण्यात. मला त्या मेक्सिकन मुलींपैकीच एक मी असल्यासारखे वाटायचे. एकूणच जालिस्कोमधील डिसेंबरच्या कुडकुडायला लावणाऱ्या थंडीतले ते सुट्टीचे दिवस अतिशय छान असत.

इकडे भारतात खानखोजेंच्या संपत्तीबद्दल अतिशयोक्तीने भरलेल्या अशा बातम्या पसरल्या. खानखोजे आणि जेनी आता चांदी आणि तांब्याच्या खाणीचे 'मालक' झाले आहेत, खोऱ्याने पैसा ओढत आहेत, असे इकडच्या नातेवाइकांना, मित्रपरिवाराला वाटू लागले. या संबंधीच्या वाढवून फुगवून सांगितल्या गेलेल्या काल्पनिक कथा आणि भारत आणि मेक्सिको यामधील भौगोलिक अंतर, यामुळे ऐकणाऱ्याचा या अफवांवर सहजी विश्वास बसत होता. लोकांच्या मनातला हा भ्रम दूर व्हायला नंतर कित्येक वर्षे जावी लागली.

भारतातील घडामोडींकडे खानखोजेंचे मनापासून बारीक लक्ष होते. नातेवाईक, मित्रपरिवाराला ते नेहमी पत्रेही लिहीत असत. त्यापैकी घरून त्यांच्या पत्रांना प्रतिसाद फारच कमी मिळत होता. क्वचितच त्यांना घरचे पत्र येई. आणि इकडच्या वृत्तपत्रांतून भारताबद्दल फारच क्वचित काहीतरी छापून येत असे. इतक्या लांबवरून, भारतात सुरू असलेल्या स्वातंत्र्य चळवळीविषयी नक्की काही मत बनवणे अवघड होते. पण तरीही कधी काळी एखादे पत्र त्यांना येई. आणि त्यांचे मन उमेद धरून बसे की, चला, अखेर ग्रेट ब्रिटनने त्याच्या शिरपेचातील सर्वांत जास्त मानाचा तुरा – भारत – त्याच्या लोकांकडे सोपविण्याची तयारी केली तर!

टीप

१. मूळ नेहरू मेमोरिअल लायब्ररी, येथे उपलब्ध. खानखोजे यांचा संग्रह, नवी दिल्ली
२. करीन मॅटचेट, *'अॅट ऑडस् ओव्हर इनब्रिडींग :* मेक्सिकन मक्याची प्रत सुधारण्यासाठी, मेक्सिको आणि अमेरिकेच्या संयुक्त विद्यमाने केलेला अर्धवट राहिलेला प्रयोग. संशोधनात्मक प्रबंध, येल युनिव्हर्सिटी, २००६
३. मराठी वृत्तपत्रांतून प्रसिद्ध झालेले, मराठीत स्वैर अनुवाद केलेले पत्र. मूळ पत्र नेहरू मेमोरिअल लायब्ररी, नवी दिल्ली येथे उपलब्ध
४. स्पॅनिश वृत्तपत्रातील कात्रण. लेखिकेच्या व्यक्तिगत संग्रहातून

५. मराठीमधून अनुवाद. मूळ नेहरू मेमोरिअल लायब्ररी, नवी दिल्ली येथे उपलब्ध
६. मूळ पदविका नेहरू मेमोरिअल लायब्ररी, नवी दिल्ली येथे उपलब्ध
७. इव्हा अलेक्झांड्रा उचमेनी, (संपादन आणि समन्वय), *इंडिया-मेक्सिको : सिमिलॅरिटीज अँड एन्काउन्टर्स थ्रूआउट हिस्ट्री*, नवी दिल्ली, मॅकमिलन, २००३ पृष्ठ-२४०
८. एल नॅसोनेल, स्पॅनिशमधील वृत्तपत्र, ४ मार्च, १९३५
९. करीन मॅटचेट, '*अॅट ऑडस ओव्हर इनब्रिडिंग* : मक्याच्या प्रतीमध्ये सुधारणा करण्यासाठी, मेक्सिको आणि अमेरिकेच्या संयुक्त विद्यमाने केलेला, अर्धवट राहिलेला प्रयोग, संशोधनात्मक प्रबंध, येल युनिव्हर्सिटी, २००६
१०. वॉल्टर डग्लस, मूळ पत्रव्यवहार, १९३६, नेहरू मेमोरिअल लायब्ररी येथे उपलब्ध
११. खानखोजे यांनी दिनांक ३ ऑक्टोबर, १९३५ रोजी लिहिलेले पोस्टकार्ड
१२. कौटुंबिक प्रसंग
१३. विवाहाच्या दाखल्यामधील वय
१४. १९३६मधील ओळखपत्र
१५. नॅशनल अर्काइव्हज, नवी दिल्ली येथील कागदपत्रे
१६. कौटुंबिक प्रसंग : ते नेहमी सांगत असत
१७. दिनांक ७ ऑक्टोबरचे सर्दन पॅसिफिक रेल्वेचे वाहतूक व्यवस्थापक जी.एल. हॉफ यांची स्वाक्षरी असलेले पत्र. आता नेहरू मेमोरिअल लायब्ररी येथे उपलब्ध
१८. लेखिकेच्या व्यक्तिगत संग्रहातील पत्र
१९. एप्रिल, १९४३मध्ये प्रसिद्ध झालेला, स्पॅनिश भाषेतील लेख
२०. *हेराल्डो डी मेक्सिको*, एडिसिऑन क्र. ६५, १९४४, पृष्ठ-२२
२१. १९४५मधील शेती आणि विकास मंत्रालयाकडून आलेले, स्पॅनिश भाषेतील अधिकृत पत्र
२२. 'टीमपो', टाइम मासिकाची स्पॅनिश आवृत्ती (१९५१)
२३. केलेल्या कामाचे छायाचित्रांकित रेकॉर्ड, खानखोजेंच्या व्यक्तिगत फाइलमधून

स्वातंत्र्य

स्वातंत्र्य! अखेर भारत स्वतंत्र होणार म्हटल्यावर खानखोजेंना भारतात परत यायची ओढ लागली. भारतातील त्यांच्या मित्रांना त्याबद्दल पत्रे लिहिण्याचा सपाटा त्यांनी लावला. अगदी बारीक-सारीक गोष्टींचा विचार करत, प्रत्येक शक्यता चाचपडून पाहू लागले. आपला बिझनेस, आपली बायको, मुली – सगळ्या-सगळ्या गोष्टींचा काही काळ जणू त्यांना विसरच पडला. त्यांच्या नेहमीच्या विचारी, संयमी स्वभावाला न शोभणारा उत्साह त्यांच्यात भरभरून वाहू लागला. 'आता आपण भारतात परत जाऊ शकू,' या एकाच विचाराने त्यांच्या अवघ्या आयुष्यात खळबळ माजली.

त्यांनी जी बरीच पत्रे लिहिली त्यात एम. एस. अण्ये एक होते. सध्या सरकारी अधिकारी या नात्याने शेती क्षेत्रात काहीतरी करून पाहात असलेले खानखोजेंचे एक ते जुने मित्र होते.

हे पत्र अण्ये यांनी पंडीत जवाहरलाल नेहरूंना दिले. त्यावर पंडीत नेहरूंचे उत्तर आले ते असे :

यापूर्वीही मी अर्थातच तुमच्याबद्दल बरेच ऐकले आहे. तुम्ही आजवर स्वकष्टाने, स्वप्रयत्नाने जे काही मिळविले आहे, त्याबद्दल आम्हा भारतीयांना अभिमान वाटतो. मला खूप आशा आहेत की, तुमची कार्यक्षमता आणि आजपर्यंतचा तुमचा अनुभव – विशेषत: शेती क्षेत्रातला – भारताला लाभदायक ठरेल. अर्थात हे सर्व कसे जमवून आणता येईल, हे मी आता याक्षणी निश्चित सांगू शकत नाही. त्याबद्दल मला माझ्या सहकाऱ्यांशी चर्चा करावी लागेल. डॉ. राजेंद्र प्रसाद सध्या भारताचे शेतकी मंत्री आहेत. त्यांच्याशी चर्चा करता येईल. भारत सध्या अतिशय कठीण आणि कसोटीच्या परिस्थितीतून जात आहे. त्यामुळे आमच्या मनात जे-जे काही करायचे आहे, ते सगळेच करणे शक्य होईलच असे नाही. परिस्थिती थोडी अधिक

सुकर होईपर्यंत वाट पाहावी लागणार आहे. याच कारणासाठी आत्ताच मी तुम्हाला नक्की असा काहीच सल्ला देऊ शकत नाही.[१]

मध्यप्रांताच्या सरकारमध्ये अन्नमंत्री असलेल्या आर. के. पाटील यांनी १९४७च्या मे अखेर खानखोजेंना पत्र लिहिले होते. आर. के. पाटील हे पूर्वी मुलकी सेवेमध्ये होते. पण असहकाराच्या चळवळीच्या काळात त्यांनी आपल्या नोकरीचा राजीनामा दिला आणि ते राष्ट्रीय काँग्रेसमध्ये सामील झाले. मध्यप्रांत सरकारमधील बऱ्याच मंत्र्यांनी अण्ये यांना आलेले खानखोजेंचे पत्र पाहिले होते. आणि त्यांपैकी बऱ्याच जणांना खानखोजे माहीत होते. 'मी तुम्हाला ओळखतो.' आर. के. पाटील यांनी खानखोजेंना लिहिले होते – 'विशेषत: अगदी अलीकडे ब्रिटिश सरकारने ज्यांना हद्दपार केले आहे आणि आता स्वातंत्र्य मिळाल्यावर भारतात परत यायला उत्सुक असलेले म्हणून तुम्ही लक्षात राहिले आहात.' पत्रात पुढे, एकसष्ठ वर्षे वयाच्या खानखोजेंना सावधगिरीचा इशारा देत पाटील लिहितात, 'तुमच्या देशात परत यायची आणि या वयात तुमच्या अनुभवाचा, ज्ञानाचा फायदा तुमच्या लोकांना करून देणाच्या तुमच्या इच्छेचा मी आदरच करतो. त्याचप्रमाणे, तुमचे तुमच्या देशातील उर्वरित आयुष्य आनंदात, सुखासमाधानात जाण्याच्या दृष्टीने, तुम्हाला सर्व सुखसोयींची व्यवस्था व्हावी अशी अपेक्षा तुम्ही करणे योग्य आहे. अशा सगळ्या सोयी तुम्हाला उपलब्ध करून देण्याचे आश्वासन मला तुम्हाला देता आले असते, तर फार बरे झाले असते. पण ती गोष्ट शक्य होईपर्यंत मात्र तुम्ही भारतात परतणे फारसे शहाणपणाचे ठरणार नाही, असेच मी सुचवीन.'[२]

हे पत्र लिहिले, त्याच दिवशी आर. के. पाटील यांनी सरदार वल्लभभाई पटेल यांनाही एक पत्र लिहिले. सरदार पटेल त्या वेळी हंगामी सरकारमध्ये गृहमंत्री होते. पत्रात पाटील यांनी वल्लभभाई पटेलांना खानखोजेंची ओळख करून दिली आणि मध्यप्रांत आणि वऱ्हाडचे मुख्यमंत्री रवी शंकर शुक्ला यांनी खानखोजेंना सरकारी शेती खात्यात सामावून घ्यावे, अशी विनंती केली.[३]

आर. के. पाटील यांच्या पत्राला खानखोजे यांनी लगेच उत्तर पाठविले :

माझे भारतात परतणे आणि पुढचे आयुष्य सुखात जाणे, यासाठी तुम्ही किती करता आहात, याची मला कल्पना आहे आणि त्याबद्दल तुमचे किती आभार मानावे, हेच मला समजत नाही.

भारतात मला परत यायची अत्यंत तीव्र इच्छा आहे. याचे कारण केवळ माझे कुटुंबीय आणि मित्रपरिवार मला भेटावा इतकेच मर्यादित नाही; तर माझ्या देशाची, देशबांधवांची सेवा करणे, माझ्या दृष्टीने अधिक महत्त्वाचे कारण आहे. मी भारत सोडला, त्या वेळीच मातृभूमीसाठी सर्व गोष्टींचा

त्याग करण्याची शपथ मी घेतली होती.

भारतात परत आल्यावर मला स्वत:ला कितीही कष्ट पडले तरी, मला ते काही नवीन नाही. पण माझी युरोपियन पत्नी आणि मुली – ज्या आजपर्यंत अमेरिकेच्या उच्च दर्जाच्या राहणीमानात वाढल्या – राहिल्या आहेत, त्यांना शक्यतो कोणताही त्रास भारतात होऊ नये, इतकेच मला वाटते. काही वर्षांपूर्वी खरोखर ३७,००० डॉलर्स म्हणजे माझ्या दृष्टीने मोठी रक्कम अजिबातच नव्हती. (सर्व कुटुंबाचे मेक्सिको ते भारताचे भाडे.) परंतु मी माझा सर्व पैसा सोने, शिसे, चांदीच्या खाणीत गुंतवला. इथे मेक्सिकोमध्ये एक वाक्प्रचार प्रचलित आहे, 'सोन्याची खाण चालविण्यासाठी तुमच्याकडे आणखी एक सोन्याची खाण असायला हवी.' असो! भारताच्या स्वातंत्र्याची बातमी मला कळताच माझा पूर्वीचा सगळा उत्साह परत आला आणि देशाची सेवा करण्याचा पूर्वीचा निर्धार आणखी पक्का झाला. तुमच्या सहकार्याबद्दल पुन्हा एकदा धन्यवाद आणि तुम्हाला भरपूर यश मिळो यासाठी शुभेच्छा! भारताच्या समृद्धीवरच आता सगळ्या आशा-आकांक्षा लागून राहिल्या आहेत.

पत्रात त्यांनी असेही स्पष्ट केले की, त्यांचा पासपोर्ट आणि व्हिसासाठीचा अर्ज यापूर्वीच रवाना झाला आहे. पत्राअखेर खानखोजे लिहितात, 'भारतात परतण्याची माझी जबरदस्त इच्छा मी अशी सहजासहजी सोडून देणार नाही.'[४]

खानखोजेंनी त्याचवेळी ॲग्रिकल्चरल डेव्हलपमेंट कमिशनरनाही पत्र लिहिले.

सी.पी. अँड बरारचे अन्नमंत्री आणि माननीय बाबू राजेंद्रप्रसाद यांनी माझ्याबद्दल जी आस्था दाखवली, त्याबद्दल मी त्यांचा आभारी आहे. पंडीत नेहरू आणि एम. एस. अण्ये यांनीही मला पत्रे लिहिली आहेत, तब्बल चाळीस वर्षांच्या वनवासानंतर जेव्हा मातृभूमीच्या नेत्यांकडून अशी प्रेमाची, आश्वासक पत्रे येतात तेव्हा जो आनंद होतो, तो केवळ अवर्णनीय असतो. या सर्व पत्रांमुळे, मेक्सिकोमधील माझी सर्व तांत्रिक आणि आर्थिक व्यापारी कामे थांबविण्याची प्रेरणा मिळत आहे.

खरे तर खाण उद्योगातील नाजूक आर्थिक परिस्थिती पाहता, खानखोजेंनी त्यात स्वत: लक्ष घालणे जरुरीचे होते. पण त्यांनी या गोष्टींकडे कानाडोळा करत, सर्व काही जेनीवर सोपवून दिले. त्यांनी मनाशी पक्का निर्णय घेतला होता की, जमीन विकायची, उद्योग बंद करायचा आणि नोकरीचा राजीनामा द्यायचा. जेणेकरून लवकरात लवकर भारतात परत जाता येईल. आता या पेक्षा अधिक महत्त्वाचे दुसरे काहीच नव्हते.

जुलै महिन्यात आय.एस. चोप्रा या वॉशिंग्टनमधील भारताच्या दूतावासातील सेकंड सेक्रेटरीने खानखोजेंना त्यांचा व्हिसासाठीचा अर्ज विचाराधीन असल्याचे सांगितले.[५] एम. एस. अण्ये हे एव्हाना सिलोनमध्ये भारताचे प्रतिनिधी म्हणून काम करत होते. त्यांनी वॉशिंग्टनमधील भारताचे राजदूत असफ अली यांना पत्र लिहून तुमच्या व्हिसासाठी शिफारस करण्याची विनंती करेन, असे आश्वासन खानखोजेंना दिले.[६]

भारतात परत जाण्याचा निर्णय होत असताना खानखोजे कुटुंबाने खूप लांबचा समुद्रप्रवास करण्याची तयारी सुरू केली. बोटीत घालायचे खास प्रकारचे कपडे आणि इतर आवश्यक सर्व वस्तूंची खरेदी झाली. माझ्या वडिलांनी तर आम्हाला साडी कशी नेसायची हेही शिकविले. शाळेच्या एका फॅन्सी ड्रेस पार्टीमध्ये मी साडी नेसून गेलेली मला आठवते आहे. माझ्या आईने आमच्या दोघींचे साडीतले काही फोटो, भारतात आमच्या कुटुंबियांना पाठविले. ते पाहून त्या लोकांची खूप करमणूक झाली होती. कारण फोटोत आम्ही नेसलेल्या साड्यांचे पदर चक्क उजव्या खांद्यांवर होते.

मेक्सिकन सरकारने खानखोजेंना भारतातील अशा काही व्यक्तींशी संपर्क करावयास सांगितले की, ज्या व्यक्तींशी मेक्सिकन मंत्रालय स्वत: संपर्क करून राजकीय संबंध सुलभ होण्याच्या दृष्टीने माहितीची देवाण-घेवाण करू शकेल. खानखोजेंनी सरकारकडून असे एक पत्र घ्यावयाचे होते की, भारत सध्या मोठ्या स्थित्यंतरातून जात असल्यामुळे घडणाऱ्या घटनांचा योग्य तो अर्थ समजून घेण्यासाठी हीच उचित वेळ आहे.[७]

एम. एस. अण्ये यांचा सिलोनमधील कार्यकाल संपला होता. ते डेक्कन स्टेटचे कॉन्स्टिट्युएंट असेंब्लीचे सभासद म्हणून निवडले गेले होते. ते नाशिकमध्ये असताना त्यांनी खानखोजेंना लिहिले होते,

प्रिय पांडुरंगपंत,

तुम्ही भारतात परत येऊन आपल्या ज्ञानाचा, अनुभवाचा उपयोग इथल्या लोकांना करून देण्याचा जो निर्णय घेतला आहे, तो स्वागतार्हच आहे. भारतातले राजकीय पुढारी निरनिराळ्या कामांचे सूत्रधार आहेत. भारताचे संपूर्ण नियोजन त्यांना करावयाचे आहे. त्यासाठी तुमचे मार्गदर्शन त्यांना नक्कीच उपयोगी पडेल. तुमचे दुसरे पत्रही मी पंडीत जवाहरलाल नेहरूंना दाखवले; शिवाय त्याबद्दल माननीय डॉ. राजेंद्र प्रसाद यांच्याशीही बोललो आहे.'[८]

पत्रात अण्ये पुढे म्हणतात की, या सर्व नेत्यांना खानखोजेंना व्यक्तिश: भेटून, त्यांच्या कार्यक्षमतेची दखल घेऊन, त्यांच्याबद्दल या नेत्यांचे जे अनुकूल मत झाले आहे, त्याची खातरी करून घ्यायची इच्छा आहे.

भारतीय उपखंडात मात्र अखंड भारताच्या दुर्दैवाने फाळणी होऊन घातली होती. त्याची प्रतिक्रिया म्हणून संपूर्ण भारतभर जातीय दंगलींना ऊत आला होता. आणि आधुनिक इतिहासातील सर्वांत मोठे स्थलांतर सुरू झाले होते. त्याच्या जोडीला सुरू झाला होता प्रचंड रक्तपात, दंगेधोपे, मारामाऱ्या, खून, स्थलांतर! या घटनांमध्ये लाखो निरपराध माणसांचे जीव घेतले जात होते. या हिंसाचाराने, भारतातील तसेच नव्याने अस्तित्वात आलेल्या पाकिस्तानमधील हिंदू व मुसलमान मनांवर जे आघात झाले, त्या फाळणीच्या जखमा, खरोखर आजही भरून आलेल्या नाहीत.

१ ऑक्टोबर, १९४७च्या 'लीडर' नावाच्या वृत्तपत्रात बातमी झळकली. 'चाळीस वर्षे वनवासात काढलेले देशभक्त क्रांतिकारक पांडुरंग खानखोजे मायदेशी परतणार.' याच बातमीमध्ये पुढे म्हटले होते की, 'धर्माच्या नावाखाली भारतात जे रक्त सांडले, त्याबद्दलच्या मानसिक वेदनांनी खानखोजे आणि त्यांच्या पत्नींना अतिशय दु:ख झाले आहे.'[९]

भारतातील जातीय दंग्यांमुळे खानखोजे कुटुंबाने आपला भारताकडचा प्रवास लांबणीवर टाकण्याचे ठरविले. त्यांच्या भारतातील नातेवाइकांनी आणि मित्रपरिवारानेही थोडे थांबून वाट पाहण्याचा सल्ला दिला होता. पण भारतातील परिस्थिती दिवसेंदिवस सुधारण्याऐवजी चिघळतच चालली होती. सध्याच्या अराजकाच्या परिणामी, काश्मीरमध्ये युद्ध पेटले. ही वेळ तर भारतात परत येण्यास योग्य नक्कीच नव्हती. ३० जानेवारी, १९४८ रोजी पुन्हा एक धक्कादायक घटना घडली. महात्मा गांधीजींचा खून झाला. या घटनेने केवळ भारतालाच नव्हे, तर साऱ्या दुनियेला हादरवून टाकले. महात्माजींसारख्या शांतिदूताची अखेर हिंसेमध्ये झाली होती. यावर खानखोजेंनी मेक्सिकोमधील वृत्तपत्रामधून लिहिले होते –

> *आपण एवढीच आशा करू शकतो की, या साध्यासुध्या, चांगल्या माणसाने दिलेली शिकवण लोकांच्या मनात, हृदयात रुजली आहे आणि चिरंतन शांतता ही केवळ मानवतेच्या मुक्तीचा जो एकमेव मार्ग आहे, प्रेमाचा मार्ग त्यामार्गानेच मिळू शकेल.*
>
> *एक निखळ आणि उदात्त आयुष्य संपले आहे. परंतु महात्माजी त्यांच्या शिकवणीच्या आणि आदर्शवत अशा आयुष्याच्या रूपाने आपल्यामध्ये कायमचे राहतील.*[१०]

शोकसंदेशाचे एक पत्र खानखोजेंनी वॉशिंग्टनमधील भारतीय दूतावासात, भारताचे राजदूत असफ अली यांना पाठवले. त्या पत्राला उत्तर लिहिताना असफ अली म्हणतात, 'तुम्ही महात्माजींना वाहिलेली श्रद्धांजली लाखो-करोडोंच्या हृदयाला स्पर्शून जाणारी अशी आहे. आणि ते सर्व त्याबद्दल तुमचे कृतज्ञ राहतील.

महात्माजी जन्माने भारतीय जरी असले, तरीही ते साऱ्या जगाचे होते. शुद्ध आचार-विचार यांचा त्यांनी आयुष्यभर प्रचार-उपदेश केला आणि तितक्याच निष्ठेने तो स्वत:ही आचरणात आणला.

भारताच्या स्वातंत्र्याला मेक्सिकोनेही मान्यता द्यावी, या दृष्टीने खानखोजेंनी आपल्या मेक्सिकन मित्रांशी बोलणी सुरू केली. त्यांपैकी एक होते, डॉ. सॉलोमन डी ला सेल्व्हा. मेक्सिकोच्या मंत्रालयात सल्लागार म्हणून डॉ. सेल्व्हा काम करत असत. खानखोजे व्हेराक्रूझमध्ये असतानाचे त्यांचे मित्र आणि मेक्सिकोचे अध्यक्ष मिगुएल अलेमन यांच्याजवळ डॉ. सेल्व्हा यांनी भारतीय स्वातंत्र्याचा मुद्दा अगदी लावून धरला होता. मुळात डॉ. सेल्व्हा अत्यंत कार्यक्षम अधिकारी होते. ते कविताही करीत असत. कवी म्हणून त्यांना चांगली प्रसिद्धीही मिळालेली होती. शांततेचा पुरस्कर्ता असलेल्या या कविमनाच्या अधिकाऱ्याला भारताबद्दल विशेष प्रेम होते. अभिजात ग्रीक पुराणशास्त्रावर त्यांनी एक अत्यंत अभ्यासपूर्ण असे पुस्तक लिहिले होते. खानखोजे जेव्हा भारतात परततील आणि त्यांची पंडीत नेहरूंशी जेव्हा भेट होईल, त्या वेळी त्यांना देण्यासाठी म्हणून डॉ. सेल्व्हांनी त्या पुस्तकाच्या प्रती खानखोजेंकडे दिल्या होत्या.[११]

आता खानखोजे कुटुंबाच्या मेक्सिकोमधील घराला अनधिकृत दूतावासाचे स्वरूप आले होते. कारण मूळ अधिकृत दूतावास दूर वॉशिंग्टनमध्ये होता. मेक्सिकोला भेट देणाऱ्या सर्व भारतीयांना खानखोजेंच्या घराचाच रस्ता दाखविण्यात येत असे. अशा प्रकारे असंख्य लोकांच्या भेटी होऊ लागल्या, त्यात विशेष लक्षात राहावी अशी भेट होती, प्रसिद्ध देशभक्त, स्वातंत्र्यासाठी लढणाऱ्या अरुणा असफ अली यांची. 'भारत छोडो' आंदोलनात त्यांचा महत्त्वाचा सहभाग होता, तसेच युनेस्कोच्या बैठकीसाठी जे भारतीय शिष्टमंडळ गेले होते, त्यात अरुणाजींचा महत्त्वपूर्ण समावेश होता. अशा या कर्तृत्वसंपन्न, लढाऊ स्त्रीने आमच्या कुटुंबाला भेट दिली, ती मात्र अतिशय स्नेहपूर्ण, आपुलकी, जिव्हाळ्याने भरलेली अशी होती. त्यांनी त्या वेळी माझ्या आईला एक चिकनची पांढरी साडी भेट म्हणून दिली होती. कित्येक वर्षे ती साडी मी मोठ्या अभिमानाने जपून ठेवली होती.

भारतातून कोणी पाहुणे आलेले आम्हाला अतिशय आवडायचे. त्यांचे मनापासून स्वागत करायला आम्ही खूप उत्सुक असायचो. कारण इथे फारच थोडे भारतीय आमच्या आसपास होते. एक होते, हेरंबलाल गुप्ता. आणखी एक होते, हरी सिंग बसरा. ब्रिटिश एजंट्सनी त्यांची अत्यंत अमानुष पद्धतीने चौकशी केल्यामुळे त्यांच्या डोक्यावर परिणाम झाला होता. खरे तर बसरा कधीच गदरच्या वाटेला गेलेले नव्हते. पण ब्रिटिश पोलिसांना ते गदर सैनिक असल्याचा दाट संशय होता. त्यांनी गैरसमजाने चालविलेल्या चौकशीसत्रातून हरी सिंग बसरा कधीच सावरले नाहीत.

नोकरशाहीची चक्रे अतिशय मंद गतीने फिरत होती; पण योग्य दिशेने फिरली आणि खानखोजेंची भारतात परतण्याची इच्छा फलद्रूप झाली. खानखोजेंच्या परत येण्याच्या अत्यंत उदात्त आणि शुद्ध हेतूबद्दल आर. के. पाटील यांची खातरी झाली होती. त्यामुळे त्यांना भारतात सन्मानाने परत बोलावून घेऊन, इथल्या व्यवस्थेमध्ये सामावून घेण्यासाठीचे प्रयत्न, आर. के. पाटलांनी कधी सोडले नाहीत. सेंट्रल प्रॉव्हिन्सेस आणि बरारसाठी शेतीविषयक धोरण निश्चित करण्यासाठी समिती नियुक्त करण्यात आली. आर. के. पाटील यांना भारताचे फूड कमिशनर हे पद देण्यात आले आणि सेंट्रल प्रॉव्हिन्सेस अँड बरारचे मुख्यमंत्री रवी शंकर शुक्ला यांच्या मदतीने १९४९मध्ये खानखोजेंना, या कमिटीचे अध्यक्षपद स्वीकारण्याची विनंती करण्यात आली.

खानखोजेंच्या भारतात परतण्याच्या अर्जावर मेक्सिकोमध्ये शिक्कामोर्तब झाले. मेक्सिकन प्रेसिडेन्सीच्या मंत्रालयाच्या पत्रात म्हटले होते,'व्यापारी, बौद्धिक तसेच इतरही आघाड्यांवर, युनायटेड स्टेट्स ऑफ मेक्सिकोचे, महात्मा गांधीजींच्या उदात्त मातृभूमीशी अत्यंत सलोख्याचे सौहार्दपूर्ण संबंध प्रस्थापित व्हावेठ, या दृष्टीने खानखोजे यांनी जास्तीत जास्त माहिती घेऊन प्रयत्न करावे.'[१२]

खानखोजेंना अत्यंत सन्मानाने मेक्सिकोचा पासपोर्ट देण्यात आला आणि अखेर, १९४९च्या एप्रिल महिन्यात खानखोजेंनी भारतीय भूमीवर पाय ठेवला. भारतासाठी मेक्सिको संघराज्याच्या शुभेच्छा आणणारे खानखोजे पहिले!

मुंबईमध्ये खानखोजे उतरले. आणि त्यांना पहिला वहिला धक्का बसला. इमिग्रेशन अधिकाऱ्यांनी त्यांना चक्क अडविले. कारण हद्दपार करण्यात आलेल्यांच्या यादीमधून अद्याप त्यांचे नाव वगळण्यात आले नव्हते. आश्चर्यचकित – किंचित अपमानित झालेल्या खानखोजेंनी 'मी भारत सरकारचा अधिकृत पाहुणा आहे' असे वारंवार सांगूनही इमिग्रेशन अधिकाऱ्यांनी त्यांना कितीतरी तास थांबवून धरले. अखेर खातरी झाल्यानंतर मात्र त्याच अधिकाऱ्यांनी खानखोजेंची हजारदा माफी मागितली. नंतरच्या काळात हा प्रसंग खानखोजे हसत हसत, विनोदाच्या अंगाने सांगत असत; परंतु नोकरशाहीची ही अत्यंत अपमानास्पद बेफिकिरी त्यांच्या मनाला चांगलीच लागून राहिली होती.

खानखोजे नागपूरला पोहोचले. कित्येक वर्षांनी – का दशकांनी त्यांचे नातेवाईक त्यांना भेटत होते. अर्थात फारच थोडी ज्येष्ठ मंडळी हयात होती. त्यांचे मामा मामाजी फतेहखानी यांची भेट झाली. भाऊ हयात नव्हते. परंतु त्यांची कुटुंबे होती. त्या सर्वांनी खानखोजेंचे अतिशय ममत्वाने स्वागत केले. बहिणीला पाहून मात्र खानखोजेंना धक्काच बसला. पांढरी साडी, केशवपन केलेल्या अशा विधवेच्या रूपातील बहिणीला पाहताना खानखोजेंना स्वत:लाच अपराधी वाटू लागले. त्यांची

बहीण मात्र भावाच्या भेटीने अतिशय आनंदून गेली होती. भाऊ... भाऊ असा जप करत भावाला भेटताना अतिशय गहिवरली होती. तिच्या डोळ्यांत आनंदाश्रू मावत नव्हते. अर्थात ती आपल्या परंपरांना घट्ट धरून होती. जुन्या ब्राह्मण कुटुंबांमधील विधवांना आचार-विचारांची जी काही कडक, कठोर बंधने होती,त्यांचे उल्लंघन तिने कधीच केले नाही. आयुष्याच्या शेवटापर्यंत स्वत:च रांधून खायची. साबण वापरायचा नाही, साखर खायची नाही. घरातील स्वयंपाकघरात पाय ठेवायचा नाही की कोणत्याही धार्मिक कार्यक्रमात, सणवारात भाग घ्यायचा नाही. सगळी नकार असणारी बंधने! भावाच्या घरात तर तिने पाण्याच्या थेंबालाही कधी स्पर्श केला नाही. जुन्या, कट्टर हिंदू रीती रिवाजांची ही शोकांतिका– खानखोजेंच्या कधीच पचनी न पडलेली!

खानखोजेंनी समितीचा पदभार स्वीकारला. ४ मे, १९४९च्या सरकारी अध्यादेशाने समितीची रचना स्पष्ट करण्यात आली. समितीमध्ये एक मुलकी अधिकारी एच.एस. कामथ यांच्यासह, पी.डी. नायर, डॉ.व्ही.जी. वैद्य असे बरेच सेंट्रल प्रॉव्हिन्सेसच्या शेतकी खात्यातील लोक होते. त्यानंतर खानखोजेंचा अगदी जवळून संबंध आला तो डॉ. के.जी. जोशी यांच्याशी. डॉ. जोशी त्यानंतर महाराष्ट्राचे शेतकी संचालक झाले. सध्याच्या शेतकी शिक्षण आणि संशोधनाचा अभ्यास करून, त्यात आधुनिकता आणणे, प्रायोगिक शेतीची स्थापना, शेती खात्यामध्ये पशुपालन खात्याची सुरुवात करणे आणि भारतीय हवामान आणि इतर परिस्थितीला अनुसरून यांत्रिक शेतीचा श्रीगणेशा करणे अशा चौकटीमध्ये या समितीला काम करावयाचे होते.[१३]

औद्योगिक विकासाच्या आधारावर भारताची प्रगती घडवून आणण्याचा, पंडीत जवाहरलाल नेहरूंनी निश्चय केला होता. परंतु भारताची ८०टक्के लोकसंख्या ही ग्रामीण भागात राहणारी आणि उपजीविकेसाठी शेतीवर अवलंबून असणारी होती. या मोठ्या संख्येतील ग्रामीण लोकसंख्येकडे दुर्लक्ष करून चालणार नव्हते. म्हणून या दोन्ही घटकांना हाताशी धरून, पंडीत नेहरूंनी एक महत्त्वाकांक्षी मार्ग निवडला होता. मानवी बुद्धी, शक्ती, युक्ती आणि पंचवार्षिक योजनांची मालिका यांच्या मदतीने या मार्गावर यशस्वी व्हायचे होते. ठिकठिकाणी नद्यांवर धरणे बांधून जलशक्तीचा विजेसाठी उपयोग करून घेणे, सिंचन क्षेत्र वाढविण्याच्या दृष्टीने पाटबंधाऱ्यांच्या योजना अमलात आणणेही त्यांना अपेक्षित होते.

परंतु, इतक्या दीर्घकालीन ब्रिटिश राजवटीने आपला डाव साधला होता. त्या राज्यकर्त्यांनी भारतीयांना पाश्चिमात्यांच्या दृष्टीने प्रमाणभूत अशा प्रगतीच्या टप्प्यापर्यंत कधी येऊच दिले नव्हते. कारण त्यांचे भारतावर राज्य करण्याचे सूत्रच संपूर्णपणे वेगळे होते. त्यांच्या प्राथमिकता भारताच्या प्रगतीशी कधीच जोडलेल्या नव्हत्या. इथल्या सुशिक्षित भारतीयांना खानखोजे 'ब्लॅक इंग्लिशमन' म्हणत असत, आणि

त्यांच्या कामाबद्दलच्या एकूणच दृष्टिकोनाबद्दल खानखोजेंना आश्चर्याचे धक्क्यावर धक्के बसत असत. कुठल्याच कामात आपणहून पुढाकार न घेण्याची आणि बारीकसारीक गोष्टींसाठी सतत कायद्यावर बोट ठेवण्याची अधिकाऱ्यांची वृत्ती, खानखोजेंची खिन्नता वाढवीत होती. उलट ते स्वतः मात्र देशाला प्रगतीच्या मार्गावर न्यायला अतिशय अधीर, उत्सुक होते.

मे, १९४९मध्ये 'भारत ज्योती' नावाच्या वृत्तपत्राचे वार्ताहर तरुण भादुरी (नंतर मला समजले की हे तरुण भादुरी म्हणजे प्रसिद्ध अभिनेत्री जया भादुरी-बच्चन यांचे वडील होते.) यांनी खानखोजेंची एक प्रदीर्घ मुलाखत घेतली होती आणि एक सविस्तर लेख लिहिला होता. मुलाखतीमध्ये खानखोजेंनी भारतीयांच्या प्रगतीबद्दल बरेच असमाधान व्यक्त केले होते. 'आपल्याच देशात, इतक्या वर्षांनंतर परकेपणाची भावना जाणवते का?' असे त्यांना विचारल्यावर, त्यांनी उत्तर दिले होते :

परकेपणा? छे! तसं अजिबात समजू नका. स्वदेशी परत येण्याचा मला किती आनंद झाला आहे, हे मला शब्दांत व्यक्त करता येत नाही. भारतात परत येऊन माझ्या देशाची, माझ्या पद्धतीने सेवा करण्याची इच्छा मला वारंवार होत असे आणि आता मी तब्बल त्रेचाळीस वर्षांनी, माझ्या देशात, माझ्या माणसांमध्ये परतलो आहे. अर्थात हेही खरेच की, इथे आल्यावर मी जे काही पाहिलं, त्यामुळे मला भयंकर मानसिक यातना झाल्या, इथली परिस्थिती पाहून मला धक्काच बसला. आज तुम्हाला दिसणारी गरीबी, दुःख मी कधी इथे पाहिलं नव्हतं. मी जेव्हा देश सोडला,त्या वेळी लोकांचे असे कुपोषित चेहरे, त्यावर भुकेले भाव नसायचे. याच गोष्टींचा माझ्या मनाला खूप त्रास होतो आहे.

> *आपल्या लोकांची आव्हानं स्वीकारायची वृत्ती खच्ची झाली आहे. त्यांना या गोष्टीची आता भीती वाटते. त्यामुळे इतरांना जी गोष्ट पाच वर्षांत करणं शक्य होईल, तीच गोष्ट साध्य करायला आपल्याला पन्नास वर्षं लागतील. आपण सतत नवनवीन प्रयोग करत राहिलं पाहिजे. मुळात त्यासाठी आपला दृष्टिकोनच आमूलाग्र बदलला पाहिजे. कारण आपल्याला एका गोष्टीची खूणगाठ बांधणं आवश्यक आहे की आपला भविष्यातला विकास,* आपली समृद्धी ही यांत्रिक आणि औद्योगिक विकासावर अवलंबून आहे.

'अन्नधान्याच्या बाबतीत स्वयंपूर्ण होण्यास भारताला दहा वर्षे लागतील', असे मत युनायटेड नेशन्सच्या अन्न आणि शेती विभागाचे डॉ. नोरिस डौड आणि लॉर्ड बॉईड और यांनी व्यक्त केले होते. खानखोजे या मताशी कधीच सहमत झाले नाहीत. त्यांच्या मते भारत अन्नधान्याच्या बाबतीत स्वयंपूर्ण होण्यासाठी आवश्यक ती सर्व

नैसर्गिक अनुकूलता, सर्व प्रकारचे स्रोत भारताकडे आहेत. आवश्यकता आहे ती केवळ तर्कसंगत, संयुक्तिक विचाराची – दृष्टिकोनाची. जुन्या-पुराण्या कालबाह्य झालेल्या चालीरीती, अंधश्रद्धांनी भारतीय मनाची जी पकड घेतली आहे ती खानखोजेंना सतत खटकत असे. याच मुलाखतीमध्ये बोलताना, मेक्सिकोचे उदाहरण देत खानखोजे म्हणाले होते, 'त्या देशातील लोकांच्या मनावरची धर्म, अंधश्रद्धा इत्यादीची झापडे दूर झाली आहेत. तेथील क्रांतीने चर्चचे, त्याच्या नेतृत्वाच्या प्रभावाचे जोखड दूर सारले आहे आणि लोकांना वैचारिक स्वातंत्र्य बहाल केले आहे.[१४]

भारतात आल्या आल्या नागपूरमध्ये ज्या हॉटेलमध्ये खानखोजे राहात होते, ते सोडून आता ते विधानसभेच्या गेस्ट हाउसमध्ये राहू लागले होते. ज्या ज्या छोट्या-मोठ्या गावी ते जात असत, तिथे प्रसिद्ध क्रांतिकारक अशी त्यांची कीर्ती आधीच पोहोचलेली असे आणि मग हारतुरे घालून त्यांचे स्वागत करण्यात येई. खानखोजेंना स्वत:लाही कळले नसेल, इतक्या कमी वेळात ते अगदी सहजपणे मराठी बोलू लागले होते आणि ठिकठिकाणी भाषणेही देऊ लागले होते. या काळात महाराष्ट्राला 'तीन पांडुरंगांचा' अत्यंत अभिमान वाटत असे. पहिले म्हणजे पांडुरंग रामचंद्र टोपे अर्थात तात्या टोपे, दुसरे पांडुरंग महादेव बापट – म्हणजेच सेनापती बापट. सत्याग्रहाच्या चळवळीचे सदस्य आणि प्रसिद्ध काँग्रेस नेते. आणि तिसरे म्हणजे पांडुरंग सदाशिव खानखोजे. खानखोजेंना मात्र ही अतिशोयक्ती वाटायची. त्यांची अशी स्तुती केलेली त्यांना आवडायची नाही. आणि मग ते खांदे उडवून, लगेच गदर संग्रामातील त्यांच्या सहकाऱ्यांच्या पराक्रमांबद्दल बोलायला लागायचे.

जुलैपर्यंत खानखोजेंच्या कामाचा जरा जम बसला. सगळे काही स्थिरस्थावर झाले असे वाटल्यावर, खानखोजेंनी पत्र लिहून पंडीत नेहरूंची भेट मागितली. पुढच्याच महिन्यात आर. के. पाटील त्याने पंडीत नेहरूंना देण्याचे परिचयपत्र तयार असल्याचे कळविले आणि खानखोजेंना शुभेच्छा दिल्या. आता एम. एस. अण्ये बिहारचे गव्हर्नर झाले होते. खानखोजेंनी पाटण्यामध्ये अण्यांची भेट घेतली होती आणि बिहारमधील शेतीची पाहणीही केली होती. खानखोजेंनी एक गोपनीय अशी गोष्ट या वेळी अण्ये यांच्याजवळ व्यक्त केली. ती म्हणजे, 'खानखोजेंजवळ भारत सरकारला देण्यासाठी म्हणून मेक्सिकोच्या अध्यक्षांनी महत्त्वाचा संदेश दिला आहे.' ही गोष्ट नजरेसमोर ठेवून, अण्यांनीही पंडितजींना पत्र लिहिले. त्यात शेवटी म्हटले होते, 'मी असे म्हणेन की खानखोजेंना आपल्या भेटीसाठी कृपया वेळ द्यावा. कारण ही भेट म्हणजे न जाणो, भारत आणि मेक्सिकोदरम्यान अधिक चांगले, मैत्रीपूर्ण संबंध प्रस्थापित होण्याच्या दिशेने फलदायी ठरण्याची शक्यता आहे.'[१५]

पंडीत नेहरूंशी खानखोजेंची प्रत्यक्ष भेट झाली. त्या भेटीत खानखोजे यांनी

आपल्या मनातल्या, खोल हृदयाच्या कप्प्यात जपून ठेवलेल्या गोष्टी मनमोकळेपणे पंडितजींजवळ उघड केल्या. त्यांची एक सूचना होती की, लष्करातील निवृत्त जवानांना देशाच्या संरक्षणाच्या दृष्टीने, भारतीय सीमांवर ठेवावे. त्या लोकांना त्या त्या ठिकाणच्या हवामानाप्रमाणे फळफळावळ पिकविण्याचे प्रशिक्षण देण्याची तयारी खानखोजेंनी दर्शवली की, जेणेकरून त्यांच्या रोजीरोटीचा प्रश्न सुटेल. याच भेटीत, भारतीय राजकारण्यांच्या मनात प्रकर्षाने घोळणाऱ्या 'काश्मीर प्रश्नावर'ही दोघांमध्ये चर्चा झाली.[१६]

'आपल्या' लोकांसाठी काम करण्याची खानखोजेंची तळमळीची इच्छा अखेर अशा तऱ्हेने प्रत्यक्षात उतरली होती. परंतु तिकडे मेक्सिकोमधून येणारी पत्रे मात्र धीर खचविणारी अशी होती. मेक्सिकोमधील खाणउद्योगाला उतरती कळा लागली होती. आणि त्यातच खानखोजेंचे मुख्य भागीदार विल्यम जॉन बॉनीस्टील यांचे मेंदूच्या विकाराने निधन झाले होते. त्याबरोबरच बाकीच्या अमेरिकन भागधारकांनी आपापले भांडवल उद्योगातून काढून घेतले होते आणि आपला तोटा वाचविला होता. एकट्या खानखोजे कुटुंबाच्या मात्र गळ्याला फास लागायची वेळ आली होती. घेणेकऱ्यांनी धंदा गुंडाळायला सुरुवात केली, परंतु जेनी व्यवहारात अतिशय हुशार होती. त्यांचे अकाउंटंट्स आणि वकील यांच्याशी सल्लामसलत करून असंख्य प्रकारचे पत्रव्यवहार करून तिने परिस्थिती खूपशी आटोक्यात आणली. अर्थात ती वेळ फारच मोठ्या आर्थिक संकटाची होती आणि अखेर दिवाळखोरी जाहीर केल्यावरच सर्वकाही ठीकठाक झाले.

खानखोजेंची पत्नी आणि मुलींची काहीतरी व्यवस्था केल्याशिवाय खानखोजेंना फार काळ आपल्याबरोबर टिकवून धरता येणार नाही, ही गोष्ट लवकरच सेंट्रल प्रॉव्हिन्सेस सरकारच्या लक्षात आली. खानखोजेंनीही 'मेक्सिकोला एकदा परत जाऊन तेथील सर्व पसारा आवरून कुटुंबाला घेऊन येण्याची इच्छा व्यक्त केली होतीच. त्यानुसार नोव्हेंबर, १९४९मध्ये खानखोजे मेक्सिकोला परत गेले. भारताशी अधिकृतपणे राजकीय संबंध प्रस्थापित करण्याच्या दृष्टीने, मेक्सिको सरकारला जी काही माहिती हवी होती, ती सर्व आता खानखोजेंजवळ होती. खानखोजे प्रथम एप्रिलमध्ये भारतात आले, त्या वेळी मेक्सिकन सरकारने तशी अपेक्षा व्यक्त केली होती. त्याचप्रमाणे आता त्यांच्याजवळ सेंट्रल प्रॉव्हिन्सेस सरकारने सहकुटुंब भारतात परतण्याचे सन्मान्य आमंत्रणही होते.

आम्हाला अजूनही गूढच वाटणाऱ्या अशा भारतामधून माझे वडील परत आले, ते मोठी बॅग भरून भेटी घेऊनच. त्यांना भेटण्याचा आनंद तर खूपच होता, पण त्यांनी बरोबर आणलेल्या विविध प्रकारच्या भारतीय 'खाऊ'ची चव घेणेही आमच्यासाठी तितकेच मजेचे होते. एकाच वेळी वेगवेगळ्या सुगंधांनी घमघमणारी त्यांची ती

सूटकेस मला अजूनही आठवते. वेगवेगळे मसाले, भारतीय रेशमी वस्त्रांचा अनोळखी वास आणि वाळलेल्या झेंडूच्या फुलांचा वास अशा बऱ्याच वासांची सरमिसळ झालेली होती. माझ्या आयुष्यात मी प्रथमच बेसनाच्या लाडवाची चव घेतली आणि तिखट, चमचमीत मसालेदार महाराष्ट्रीय चिवडा चाखला. पण तरीही या सगळ्या वस्तूंपेक्षा माझ्या वडिलांनी बरोबर आणलेली 'बातमी' अधिक इंटरेस्टिंग होती. आम्हाला सगळ्यांना ते भारतात परत न्यायला आले होते. त्यांच्याबरोबरच्या सामानात आणखी एक आश्चर्यकारक वस्तू होती. ती म्हणजे वाघाचे कातडे! किपलिंगच्या 'जंगलबुक'चे पान उघडल्यावरही जितके अवाक् झालो नव्हतो, तितके आश्चर्य आम्हाला ते कातडे त्याच्या वेष्टनातून काढल्यावर वाटले होते. ही एक अत्यंत सन्मानाची आणि पारंपरिक अशी भेटवस्तू होती आणि सेंट्रल प्रॉव्हिन्सेस अँड बरार सरकारतर्फे, मेक्सिकोचे अध्यक्ष मिगुएल अलेमन यांना पाठविण्यात आली होती.[१७] सुदैवाने, आज असा काही प्रघात अस्तित्वात राहिलेला नाही; पण त्या काळी अशी भेट देणे, हे त्या राजाच्या प्रतिष्ठेचे, दातृत्वाचे लक्षण मानले जायचे.

खाण उद्योगातील स्टा. ल्युसिया कंपनी बंद करण्याच्या दृष्टीने आवश्यक ते सर्व प्रयत्न जेनीने केले होते. त्यासाठी तिला अपार कष्ट करावे लागले होते. पण तिच्या भाषेत ती, 'खरी बेल्जियम गॉल' होती, आणि त्याला अनुसरून झगडला होती. या सगळ्यात खानखोजेंचा वाटा म्हणजे, फक्त उपस्थितीचा आणि नैतिक पाठबळाचा.

भारतामध्ये परत जाण्यापूर्वीचे काही महिने अतिशय गडबडीचे, घाईगर्दीचे गेले. व्हिसासाठी निरनिराळे फॉर्म्स भरणे, कितीतरी प्रकारच्या लसी टोचून घेण्यासाठी डॉक्टरांकडे चकरा मारणे, यातच खूप वेळ गेला. आणि अखेर फेब्रुवारी, १९५०मध्ये आमची भारताकडे कूच करण्याची सर्व सिद्धता झाली. एस्ट्रॅसबर्गो रस्त्यावरचे राहते घर कुटुंबाची मैत्रीण मेरी डोहर्टी आणि तिच्या बहिणीला देण्यात आले. मेरी ही अमेरिकन-आयरिश वंशाची, डाव्या विचारसरणीची कार्यकर्ती होती. खानखोजे कुटुंब मेक्सिको शहरापासून न्यू यॉर्कपर्यंत बसने आले. तिथे खानखोजेंचे एक फार जुने मित्र रामलाल वाजपेयी यांनी खानखोजे कुटुंबाला उतरवून घेतले आणि न्यू यॉर्क आणि वॉशिंग्टनची धावती भेट घडविली. चार दिवसांच्या अमेरिका मुक्कामानंतर विमानाने खानखोजे कुटुंब भारतात यायला निघाले.

सुपर कॉन्स्टेलेशनने होणारा हा प्रवास थेट भारतापर्यंतचा नव्हता. वाटेत त्यांना बरेचदा थांबावे लागले. जेनीने ब्रूसेल्समधील मुक्कामात कॉन्स्टन्टला – तिच्या भावाला – भेटायचे ठरवले होते. त्याच्याबरोबर खानखोजे कुटुंबाने दोन दिवस घालविले आणि दुर्दैवाने त्यानंतर या भावा-बहिणीची भेट कधीच होऊ शकली नाही. खानखोजेंची आणि कॉन्स्टन्टची तर ही पहिली (आणि अखेरची) भेट होती. एक संध्याकाळ या दोघांनी, बेल्जियम ज्यासाठी प्रसिद्ध आहे, त्या बीअरच्या विविध

प्रकारांचा आस्वाद घेण्यात घालविली. कॉन्स्टन्टने लष्करात नोकरी केली होती आणि जर्मनांची कैद भोगली होती. कैदेच्या काळात त्याच्यावर इतके मानसिक अत्याचार झाले होते की, त्यानंतर कोणतेही काम करण्यास योग्य अशी मन:स्थिती तो घालवून बसला होता. खानखोजे कुटुंब भारतात पोहोचल्यानंतर काही काळ त्यांचा कॉन्स्टन्टशी निदान पत्रव्यवहार तरी होता, परंतु पुढे हळूहळू तोही कमी-कमी होत गेला आणि पूर्णपणे थांबलाच. कौटुंबिक संबंधाचा आणखी एक धागा तुटला.

मुंबईत आल्यावर आमचे स्वागत 'अभिनव भारत'मधील जुने मित्र व्ही. व्ही. चितळे यांनी केले. नागपूरमध्ये त्यांनीच 'ऑल इंडिया रिपोर्टर' या संस्थेची स्थापना केली होती.[१८] मुंबई ते नागपूर हा आगगाडीचा प्रवास मात्र माझ्या फारसा लक्षात नाही. कारण आधी विमानप्रवास आणि नंतर भारताच्या मातीचे विविध रंग, सुगंध पाहून आम्ही बरेचसे गोंधळलो, चकितही झालो होतो.

जेनीचा आनंद दुहेरी होता. एक तर भारतात आल्याचा तिला विलक्षण आनंद झाला होता आणि दुसरा आनंद होता – सर्व प्रकारचे आर्थिक प्रश्न – मागे – मेक्सिकोमध्ये राहिल्याचा – सुटकेचा आनंद. सुरुवातीला आम्हाला एका हॉटेलमध्ये उतरविण्यात आले आणि सर्व व्यवस्था पूर्ण झाल्यावर नागपूरमधील तेलंगखेडी येथील घरात आम्ही राहायला आलो. तेलंगखेडीमधील ही सरकारी घरे, ब्रिटिश अमदानीमध्ये, भारतात सरकारी नोकरीसाठी आलेल्या अविवाहित ब्रिटिश तरुणांसाठी बांधली गेली होती आणि आता ही घरे, सरकारी बंगला मिळेपर्यंत तात्पुरते राहणारे सरकारी अधिकारी, सरकारी खात्यात काम करणारा एक छोट्याशा राज्याचा राजपुत्र आणि इंग्लंडच्या परतीच्या वाटेवर असणारा एक ब्रिटिश पोलीस अधिकारी यांनी व्यापली होती. या ब्रिटिश पोलीस अधिकाऱ्याचे वैशिष्ट्य म्हणजे, आम्ही त्याला 'गुड मॉर्निंग' म्हणून केलेल्या अभिवादनाला त्याने कधीही प्रतिसाद दिला नाही.

नुकतीच फाळणी होऊन गेली होती. फाळणीनंतरचे भारतातील दैनंदिन जीवन संपूर्णपणे विस्कळीत होऊन गेले होते. धान्य, साखर रेशनवर मिळू लागली होती. तेलंगखेडीच्या घरात स्वयंपाक करायचा, तर तो मागच्या प्रशस्त आउट-हाउसमध्ये, कोळशाच्या शेगडीवर किंवा लाकडावर करावा लागायचा. एकूण भारतात केवळ सर्व गोष्टींची कमतरताच भासायची. पण आम्हाला त्याचे काही वाटायचे नाही. रोजचे दैनंदिन आयुष्य म्हणजेच एक आव्हान होऊन बसले होते. आम्हा दोघी बहिणींना एका स्थानिक कॉन्व्हेंट स्कूलमध्ये घालण्यात आले. तिथे सुरुवातीला आम्हाला इंग्रजी शिकायला जरा जड गेले; पण लवकरच आम्ही अभ्यासात चांगली प्रगती दाखवू शकलो.

सुरुवातीला जेनीला हे सगळेच नवीन होते. त्या वेळी तिला ते सगळे खूप आवडले होते. पण जसजसा वेळ जाऊ लागला, तसतसे तिला एकटे, एकाकी वाटू लागले. आधीच खाणउद्योगाच्या संकटाने तिची अगदी कसोटी पाहिली होती.

ते प्रकरण निस्तरताना ती अगदी थकून गेली होती. तिच्यात कोणतेही त्राण राहिले नव्हते. त्यात खानखोजेंच्या कुटुंबातील लोकांना भेटून तिला फारसा दिलासा मिळू शकला नाही. आवडीनिवडींपासून ते साधा संवाद साधण्यापर्यंत, आपल्यामध्ये काहीच सारखेपणा, समान सूत्र नाही, हे तिच्या लक्षात आले. भाषा हा मोठा अडसर होताच. मग तिने आपले समानधर्मी मित्रमैत्रिणी गोळा करायला सुरुवात केली. खानखोजेंना कामानिमित्त सतत प्रवास करावा लागायचा. त्यांना तिची घुसमट कळायची. नागपूरसारख्या छोट्या गावात तिच्या आवडीचे अभिरुचीचे सामाजिक आयुष्य तिला मिळणे अवघड असल्याने त्यांना तिची काळजी वाटायची. पण 'रुळेल हळूहळू' असे म्हणत, ते स्वत:चे समाधान करून घ्यायचे. जेनीला फक्त खानखोजेंच्याबरोबर प्रवास करणे, भारत बघणे आवडायचे. त्या काळात ती खूश असायची. औरंगाबादजवळच्या वेरूळ-अजिंठ्याच्या लेण्या अशाच एका प्रवासात तिने बघितल्या. त्या तिला मनापासून आवडल्या आणि तेव्हापासून भारतीय कलांमध्ये तिला रुची उत्पन्न झाली. नागपूरमधील बडी जमीनदार मंडळी तिला अरण्यातून भटकायला आणि वाघाच्या शिकारीला घेऊन जात. ती अरण्ये आता मध्यप्रदेशमधील राखीव व्याघ्र प्रकल्प म्हणून प्रसिद्धीस आली आहेत. रात्रभर भर जंगलात मचाणावर, वाघ येण्याची वाट बघत बसून राहिल्यानंतर ती घरी यायची, ती खूप दमलेली पण काहीतरी वेगळे – साहसी कृत्य करायला मिळाल्याच्या आनंदात.

आम्ही सगळ्यांनी मिळून वर्ध्याला भेट दिली. गांधीजींच्या तिथल्या आश्रमातील शांतपणे चालणारी कठोर दिनचर्या– तपश्चर्या पाहून आम्ही चांगल्याच प्रभावित झालो होतो. काटोललाही आम्ही जाऊन आलो. माझ्या वडिलांनी जिथे त्यांच्या सुट्ट्यांचे दिवस घालवले होते, ते घर आम्ही पाहिले. इथे भारतात रोज एक नवीन प्रकारचा अनुभव आम्हाला मिळत होता आणि जिथे जाऊ तिथे वडिलांच्या दर्शनाला जमणारी गर्दी तर अगदी अद्‌भुतच असायची. मनात प्रचंड आदर आणि कुतूहल घेऊन लोक माझ्या वडिलांना बघायला यायचे. पण माझे वडील म्हणजे जणू स्थितप्रज्ञ! स्वत:बद्दल, स्वत:च्या पराक्रमांबद्दल, शौर्याबद्दल ते कधी चकार शब्द बोलायचे नाहीत. आपल्या स्वातंत्र्य युद्धाच्या अनुभवांबद्दल सांगताना त्यांनी अशी काही एक युक्तीची शैली तयार केली होती की, ते स्वत:बद्दलच, शब्दही न बोलले तरी ऐकणारा मात्र श्वास रोखून ऐकत राही.

खानखोजेंच्या समितीचा अहवाल ऑगस्ट, १९५०पर्यंत तयार होणे अपेक्षित होते. त्यानंतर आपले काय? या विचाराने ते काळजीत होते. कारण भारतासाठी काहीतरी काम करत भारतातच राहायची त्यांची मनापासूनची इच्छा होती. आपल्या मनातील ही भीती त्यांनी अण्येंजवळ पत्राने व्यक्त केली. त्यावर अण्ये लिहितात, 'आर. के. पाटलांकडे अन्न मंत्रालय फार काळ राहील, असे मला वाटत नाही.

अर्थात तरीही ते प्लॅनिंग कमिशनमध्ये राहतीलच. आणि त्या अधिकाराच्या अखत्यारीत तुमच्या क्षमतांना न्याय देईल, असे काम तुम्हाला देणे त्यांना शक्य होईल.'

त्याचवर्षी आम्हाला लखनौ, कानपूर, आग्र्याची सहल करता आली. पावसाळा नुकताच संपला होता आणि धुक्याच्या पार्श्वभूमीवर पाहिलेला ताजमहाल आजही आठवतो. ही सहल म्हणजे भारताचा आणखी एक पैलू उलगडून दाखविणारी अशी झाली. छोट्या-छोट्या गावांमधून-खेडेगावांमधून जायचे, सर्किट हाउस किंवा रेस्टहाउसमध्ये मुक्काम करायचा, मेक्सिकोमध्ये वडिलांबरोबर जसे हिंडायचो तशी शेते तुडवत मनसोक्त भटकायचे. आणि तिथल्या शेतकऱ्यांबरोबर साधेच पण तितकेच प्रेमळ आदरातिथ्य अनुभवायचे. वाटेत आकाराने विस्तीर्ण पण उद्ध्वस्त झालेली देवळे पाहिली. तसाच, पाऊस पडून गेल्यानंतरचा सूर्यास्तही अनुभवला. आकाश जांभळे-जांभळे झालेले आणि त्याचा गूढ असा उजेड खाली जमिनीवर पडलेला, ठिकठिकाणी स्थलांतरित पक्ष्यांचे थवे झाडांवर, पाणी साचलेल्या शेतीवर बागडत असायचे. एकंदरीतच ही सहल म्हणजे अविस्मरणीय असा आनंद आम्हाला देऊन गेली. इतकेच नाहीतर या गूढरम्य आनंदाचा परिणाम असा झाला की माझी आई भारताच्या प्रेमात पडली.

राष्ट्रपती डॉ. राजेंद्र प्रसाद यांनी खानखोजे आणि जेनीला खास भेटीसाठी आमंत्रण दिले. या भेटीमध्ये डॉ. राजेंद्र प्रसाद यांनी खानखोजेंशी भारताच्या भविष्यातील शेतीविषयक समस्यांविषयी अतिशय मनमोकळी चर्चा केली. खानखोजेंच्या समितीच्या येऊ घातलेल्या अहवालात या समस्यांचा समावेश होताच. खानखोजेंना 'नोकरी मिळवून द्या' म्हणून विनंती करणाऱ्या पत्रांचा ओघ सुरूच होता. खानखोजेंचे एक जुने मित्र बिशन दास कोचर यांना तुमसरमध्ये खानखोजे भेटले. दोन मित्रांच्या जिवाभावाच्या गप्पा झाल्या. गतकाळाच्या स्मृतींना उजाळा मिळाला. आणि अखेर खानखोजेंनी आपल्या मनातील तळमळ मित्राजवळ व्यक्त केली. समितीचे काम संपल्यानंतर दुसरे काम मिळेल की नाही आणि पर्यायाने भारतात राहता येईल की नाही, ही चिंता खानखोजेंना सदैव लागून राहिली होती. ते म्हणाले होते, *'मित्रा बिशन दास, मला अखेरचा श्वास याच भूमीत घ्यायची इच्छा आहे रे, पण मला इथे काहीच स्थान मिळणार नाही, अशी मनातून सारखी भीती वाटते.'*[११]

अण्ये यांजकडून खानखोजेंना एक पत्र आले. सोबत आर. के. पाटील यांनी लिहिलेल्या पत्राची प्रत जोडलेली होती. आर. के. पाटील आता नियोजन मंडळाचे सभासद झाले होते. त्यांनी म्हटले होते, 'खानखोजे हे एक अत्यंत प्रांजळ सद्गृहस्थ आहेत. याही वयात त्यांचा कामाचा उत्साह आणि त्यांची कार्यक्षमता वाखाणण्याजोगी आहे, असे मला वाटते. सध्या ते सदुसष्ट वर्षांचे आहेत; पण त्यांच्या प्रकृतीवरून वा मानसिक क्षमतांवरून तसे अजिबात जाणवत नाही.

आपल्याला त्यांचा चांगलाच उपयोग होईल.'[२०]

या पत्राचा म्हणावा तसा काही उपयोग झाला नाही. त्यातून ठोस असे काहीही निष्पन्न झाले नाही. उलट यानंतरच्या मुख्यमंत्री शुक्ला आणि पाटील यांच्या राजकीय वादामध्ये, खानखोजेंच्या विरोधात गेलेली महत्त्वाची गोष्ट ठरली, ती म्हणजे त्यांचे वय.

तिकडे मेक्सिकोमधील उद्योग बंद करण्याच्या दृष्टीने करावयाच्या कायदेशीर बाबी अद्याप पूर्ण झाल्या नव्हत्या. म्हणून १९५१च्या एप्रिलमध्ये जेनीला मेक्सिकोला परत जाणे भाग पडले. आम्हा दोघी बहिणींना वडिलांजवळ ठेवून ती मेक्सिकोला परत गेली.

त्या वेळी मी बारा वर्षांची होते. घराकडे बघायला आणि मायाचे संगोपन करायला मी पूर्णपणे समर्थ आहे, असे मला वाटत होते. पण त्याच भरात मी आमच्या घरातल्या स्वयंपाक्याला एक दिवस हाकलून दिले. 'तो माझा अधिकारच आहे,' असे मला त्या वेळी वाटले होते. पण या एकाच घटनेने मी दोन-चार धडे एकाचवेळी शिकले. घरात, स्वयंपाकघरात इतका प्रचंड गोंधळ माजला की, अखेर आमच्या नोकराकडून मला भारतीय पद्धतीचा स्वयंपाक शिकायची वेळ आली. शिवाय दुसरा स्वयंपाकी शोधावा लागलाच. पण एवढ्या गोंधळानंतरही माझे वडील मला शब्दानेही बोलले, रागावले नाहीत. मी माझे अनुभव घेत-घेत शिकावे, असे त्यांना वाटायचे. अर्थात येणाऱ्या पाहुण्यांची, ते माझ्या स्वयंपाकाबद्दल माफी मागत मला सांभाळून घ्यायचे.

फोटोग्राफीची खुमखुमी वडिलांमध्ये अजूनही शिल्लक होती. आमच्या दोघींचे ते भरपूर फोटो काढत. त्या काळात केस पिंजारलेल्या दोन मुलींचे खूप फोटो आमच्याकडे होते. त्यातल्या एका फोटोत माया अतिशय वेडेवाकडे, विचित्र तऱ्हेने केस कापलेली दिसत होती, अर्थात तिचा हा हेअरकट केला होता, तिच्या अतिउत्साही, हुकमत गाजवणाऱ्या मोठ्या बहिणीने – अर्थात मीच!

खानखोजेंसाठी अण्ये प्रयत्नांची पराकाष्ठा करत होते. पार्लमेंटच्या सभासदांना पत्रे लिहून आपले म्हणणे पटविण्याचा प्रयत्न त्यांनी करून पाहिला. बिहारच्या मुख्यमंत्र्यांना पत्र लिहून त्यांनी राज्याला जाणवणारी अन्नधान्याची कमतरता, दुष्काळसदृश परिस्थितीची कल्पना दिली आणि यातून मार्ग काढण्यासाठी खानखोजेंच्या बुद्धीचा, अनुभवाचा उपयोग करून घेण्याची विनंती केली. पण कशाचाही उपयोग झाला नाही.

या प्रश्नाला आणखी एक बाजू होती. ॲग्रिकल्चरल पॉलिसी कमिटीच्या अहवालाचा आवाका खूप मोठा तर होताच, पण एकूण दृष्टिकोन काही बाबतीत अभिनव म्हणता येईल इतका वेगळा होता की, तो अमलात आणण्यासाठी आमूलाग्र असा अतिशय खोलवरचा प्रगतिशील सामाजिक बदल समाजात वेगाने

घडणे अपेक्षित होते. परंतु त्यासाठी भारतीय शेतकऱ्याची मात्र अद्याप मानसिक तयारी झालेली नव्हती. नोकरशाहीची तीच तऱ्हा होती. ज्यांचा अनुभव नाही, अशा आधुनिक कल्पना आत्मसात करण्याइतकी वैचारिक मानसिक तयारी नोकरशाहीकडे नव्हती. अहवालात खानखोजेंनी माणसाच्या खाण्यापिण्याच्या सवयी, वेगळ्या प्रकारचे पशुखाद्य किंवा भटक्या प्राण्यांचे व्यवस्थापन याविषयी केलेल्या सूचना या भारतीय मनांमध्ये पिढ्यान् पिढ्या खोल रुजलेल्या रुढी प्रथांना छेद देणाऱ्या होत्या. बऱ्याच बाबतीत हा अहवाल भारतीय शेतकऱ्याच्या दृष्टीने 'अति' होता.

तरीही या समितीने सुचविलेल्या कितीतरी गोष्टी एकत्रित करण्यात येऊन, पुढील काळात त्यांचा उपयोग करण्यात आला. शेतकऱ्यांना शेतात काम नसेल, त्या वेळी ग्रामोद्योगाचा आधार, पीक विमा यांच्याबरोबर सर्वांत महत्त्वाची सूचना होती, ती म्हणजे हरितक्रांतीची! मेक्सिकोमध्ये जिचे बीज पहिल्यांदा रुजले, आणि नंतरच्या काळात भारतात जी समृद्ध झाली, ती हरितक्रांती ही खानखोजेंच्या अहवालातील महत्त्वाची सूचना होती.

१९५१च्या ऑगस्टअखेर खानखोजे कुटुंब मेक्सिकोला परत जायला निघाले. नागपूरच्या रेल्वे स्टेशनवर त्यांना निरोप द्यायला प्रचंड मोठा जनसमुदाय जमला होता. जनतेने त्यांना एखाद्या कर्तृत्ववान नेत्याला देतात तसा सन्मानाचा निरोप दिला. मनातून अतिशय नाऊमेद झालेले, देशासाठी आपल्या क्षमतांचा आपण काहीच उपयोग करून देऊ शकलो नाही, या विचाराने निराश झालेले खानखोजे, निदान जनतेने आपल्यावर त्यांचे कल्याण करण्याच्या आपल्या तळमळीवर विश्वास ठेवला, आपला मान राखला हे एकच समाधान मनात घेऊन मेक्सिकोकडे निघाले. आगगाडीच्या डब्यात फुलेच फुले, फुलांच्या माळा लावलेल्या होत्या. वाटेत लागलेल्या नदीमध्ये आम्ही त्या सगळ्या साश्रूनयनांनी विसर्जित केल्या.

टीप

१. पी. एस. खानखोजे यांचा पुतण्या एल. बी. खानखोजे यांनी दिलेली पत्राची खरी प्रत.
२. मूळ प्रत नेहरू मेमोरिअल लायब्ररी येथे उपलब्ध
३. २८ मे, १९४७ रोजी आर. के. पाटील यांनी लिहिलेले पत्र
४. आर. के. पाटील यांना पत्र, मराठीतून अनुवादित, मूळ पत्र नेहरू मेमोरिअल लायब्ररी येथे उपलब्ध
५. भारतीय दूतावासाकडूनचे पत्र, १५ जुलै, १९४७, लेखिकेच्या व्यक्तिगत संग्रहातून

६. १० जून १९४७ रोजी, एम. एस. अण्ये यांनी खानखोजेंना लिहिलेल्या पत्राची मूळ प्रत, नेहरू मेमोरिअल लायब्ररी, येथे उपलब्ध
७. मेक्सिकन प्रेसिडेन्सीच्या मंत्रालयाकडून, १९ जुलै १९४७ रोजी खानखोजेंना लिहिलेले पत्र
८. दिनांक ५ ऑगस्ट, १९४७ रोजीचे एम. एस. अण्ये यांचे मूळ पत्र, नेहरू मेमोरिअल लायब्ररी येथे उपलब्ध
९. *दि लीडर,* १ ऑक्टोबर १९४७
१०. लेखिकेच्या संग्रहातून प्रत
११. *इलस्टर फॅमिलिया,* १९५२मध्ये प्रकाशित
१२. मूळ पत्र 'लॉस पिनॉस' मेक्सिको डी. एफ., १९ एप्रिल १९४९ सॉलोमन डि ला सेल्व्हा यांची स्वाक्षरी असलेले, स्वैर अनुवाद लेखिकेचा
१३. अॅग्रीकल्चर पॉलिसी कमिटी, मध्यप्रदेश, १९५१चा अहवाल
१४. *भारतज्योती* २२मे १९४९
१५. ११ ऑगस्ट १९४९ च्या गव्हर्नर्स कँप, बिहार यांच्या पत्राची प्रत
१६. कौटुंबिक प्रसंग
१७. ४ सप्टेंबर १९४९चे, उद्योग मंत्री डी. के. मेहता यांच्या स्वाक्षरीचे पत्र
१८. सावरकरांनी स्थापन केलेल्या, अभिनव भारत सोसायटीच्या पहिल्या अधिकाऱ्यांची अधिकृत नोंद मिळत नाही. अधिकाऱ्यांच्या नावांच्या याद्या प्रसंगानुरूप केलेल्या आहेत. त्यात खानखोजेंचे नाव नाही.
१९. बिशन दास कोचर यांनी २५ जून, १९६५रोजी, नागपूरमध्ये सांगितलेला टंकलिखित मजकूर, नॅशनल मेमोरिअल लायब्ररी येथे उपलब्ध
२०. आर. के. पाटील यांनी दिनांक १३ ऑक्टोबर १९५० रोजी लिहिलेल्या पत्राची प्रत

अखेर मातृभूमीकडे

भारताला मिळालेले स्वातंत्र्य एक मोठी स्वप्नपूर्ती होती. पण बरेचदा असे होते की एखादे स्वप्न प्रत्यक्षात उतरले की, 'आणखी काहीतरी हवे', अशी असमाधानाची भावना मनात तयार होते. खानखोजेंच्या बाबतीत असे झाले नाही. त्याचे कारण बहुधा असे असावे की, स्वातंत्र्याची पहाट त्यांच्या आयुष्यात बऱ्याच उशीराने उजाडली. त्यामुळे त्या उतारवयात, स्वातंत्र्याची गोड फळे चाखण्याची उमेद त्यांच्यात राहिली नाही.

मेक्सिकोला परत गेल्यावर खानखोजेंना पहिले काम होते, ते म्हणजे खाणउद्योगातून झालेल्या प्रचंड आर्थिक हानीमधून सावरणे. आता तो रस्ता कायमचा बंद झाला होता. मुलींच्या शिक्षणाची सोय करणे, त्यांना पुन्हा शाळेत प्रवेश घेणे, हे कामही महत्त्वाचे होतेच. स्वत:साठी नोकरी शोधणे हे तर, विशेषत: त्या वयात, फारच कठीण काम होते. जेनीला एका दुकानात मदतनीसाची नोकरी मिळाली.

मी भारतातून परतले ती मात्र उत्साहाने नुसती ओसंडून वाहात असल्यासारखी. काय करू आणि काय नको असे मला होऊन गेले होते. थोडक्यात म्हणजे नुकतीच तारुण्यात प्रवेश करू पाहणारी कोणतीही मुलगी जशी चैतन्याने सळसळत असते, तशीच मी होते. काही झाले तरी भारतात परत जायचेच, हे मी मनाशी पक्के ठरविले होते. कसे? ते मात्र मला माहीत नव्हते. मायाची गोष्ट मात्र अगदी वेगळी. ती अधिकच शांत, अंतर्मुख झाली होती. जणू काही भारतीय तत्त्वज्ञानाचे मणामणांचे ओझे तिच्यावरच येऊन पडले होते आणि त्याच्या विचारांनी जणू तिची समाधी लागली होती!

भारतातून पत्रे येतच होती. एम. एस. अण्ये एका पत्रात जेनीला लिहितात, 'खानखोजेंना ओळखणाऱ्या माझ्यासारख्या काही जणांना त्यांना इथे ठेवून घेऊन त्यांच्या क्षमतांचा वापर त्यांच्या मातृभूमीसाठी करून घेता यावा यासाठी काहीही

करू शकलो नाही, याचे भयंकर दु:ख होते. खानखोजेंनी मात्र आयुष्यभर देशासाठी केवळ त्यागच केला. याही परिस्थितीत त्यांनी मनाचा जो समतोल राखला – हिंमत दाखवली त्या बद्दल त्यांचे करावे तेवढे कौतुक कमीच. फारच अपवादाने या गोष्टी कोणाजवळ बघायला मिळतात.'

स्वतंत्र भारताशी राजनैतिक संबंध जोडणारा मेक्सिको हा पहिला लॅटिन अमेरिकन देश होता. इव्हा उचमनींच्या नोंदीप्रमाणे, मेक्सिकोचे अध्यक्ष मिगुएल अलेमन यांचा वैयक्तिक सौहार्दपूर्ण संदेश, खानखोजेंनी स्वत: पंडीत नेहरूंसाठी आणला त्याचाच नि:संशयपणे हा परिणाम होय.[१] मेक्सिकोचे माजी अध्यक्ष एमिलियो पोर्टेस गिल यांना मिगुएल अलेमन यांनी मेक्सिकोचे स्वतंत्र भारतातील पहिले राजदूत हे पद स्वीकारण्याची विनंती केली. दोन्ही देशांदरम्यान स्नेहपूर्ण मैत्रीचे संबंध प्रस्थापित करणे. आणि जिथे सन्मानाने व आदराने लोकांची सेवा केली जाईल, असा दूतावास स्थापन करणे, हे या दोघांचे लक्ष्य होते. पूर्व आणि पश्चिमेकडील सार्वभौम राष्ट्रांमध्ये भारताने आपला ठसा उमटविलेला होताच; त्या यादीत भारताचे नाव आघाडीवर नेऊन ठेवण्याचा उदात्त हेतू या दोन मेक्सिकन नेत्यांच्या मनात होता.[२] पोर्टेस गिल यांची खास अशी ओळख करून देण्याची खरे तर गरजच नव्हती. पण तरीही स्वत: खानखोजेंनी त्यांच्याबद्दल पंडीत नेहरूंना लिहिले होते :

> *पोर्टेस गिल यांच्या रूपाने मेक्सिकोमधील एक अत्यंत वैशिष्ट्यपूर्ण व्यक्तिमत्त्वाची ओळख करून देण्याची संधी मी घेतो आहे. ते एक प्रसिद्ध समाजसुधारक असून मेक्सिकोच्या शेती क्रांतीमधील त्यांचा वाटा नजरेत भरण्याइतका मोठा आहे. त्यांच्यासारख्या व्यक्तीची माझ्या जन्मभूमीमधील पहिले मेक्सिकन राजदूत म्हणून निवड होत आहे, हा मी माझ्या देशाचा गौरव समजतो.*[३]

मेक्सिकोच्या माजी अध्यक्षांच्या सन्मान्य सोबतीने दूतावासाचे पहिले सेक्रेटरी म्हणून आले, मेक्सिकन कवी ऑक्टाव्हिओ पाझ. नोबेल पारितोषिक विजेते हे कवी, पुढे कित्येक वर्षांनी भारतात राजदूत म्हणूनही आले. सुरुवातीच्या काळातच भारत-मेक्सिको दरम्यान सांस्कृतिक देवाणघेवाणीचे पर्वही सुरू झाले. शिक्षण मंत्रालयातर्फे जाहिरात देऊन, पोर्टेस गिल यांनी मेक्सिकोमध्ये पुढील अभ्यास करण्यासाठी चित्रकारांना एक शिष्यवृत्ती जाहीर केली. या शिष्यवृत्तीचे मानकरी ठरले सतीश गुजराल. प्रसिद्ध मेक्सिकन भित्तिचित्रकार दिएगो रिव्हेरा सोबत काम करण्याची–शिकण्याची संधी गुजराल यांना मिळाली. गुजराल यांची मेक्सिकन पुराण-दंतकथा इत्यादींशी ओळख होती आणि त्याबद्दल त्यांना अत्यंत आदरही होता. १९५२मध्ये गुजराल मेक्सिकोला गेले आणि तिथे काम करून त्यांनी पुढे आंतरराष्ट्रीय कीर्ती मिळविली.

खानखोजे आणि गुजराल यांची अगदी योगायोगाने एका बसमध्ये भेट झाली. खानखोजे नुकतेच भारतातून मेक्सिकोमध्ये परतले होते. बसमधून एक दिवस जात असताना ते एक मराठी वृत्तपत्र वाचत होते. इथे मेक्सिकोमध्ये मराठी वृत्तपत्र कोण वाचत आहे, या कुतूहलापोटी गुजराल यांनी खानखोजेंशी ओळख करून घेतली. ही ओळख मैत्रीत रूपांतरित झाली आणि मेक्सिकोमध्ये आपले बस्तान बसेपर्यंत, गुजराल खास रविवारच्या जेवणासाठी खानखोजेंच्या घरी येत राहिले. माझा भारतात परत जाण्याचा निश्चय, गुजरालना चांगलाच आठवतो.[४] खानखोजे कुटुंब काम नसेल तेव्हा रविवारी किंवा सुट्टीच्या दिवशी कोयोकॅन दिएगो रिव्हेराच्या घरी त्याला भेटायला आवर्जून जात असे.

खानखोजेंना आता उत्तर मेक्सिकोमध्ये 'किनाफ'च्या (अंबाडी) उत्पादनाच्या एका प्रकल्पामध्ये तांत्रिक संचालक म्हणून नोकरी मिळाली होती. पण ही नोकरी फार त्रासाची होती. कामाची जागा लांब, कुलिॲकॅनमध्ये होती आणि हा भाग मेक्सिकोतील सर्वांत उष्ण प्रदेश म्हणून प्रसिद्ध होता. पण खानखोजेंना एक तर नोकरीची गरज होती आणि मुख्य म्हणजे खानखोजे एवढ्या-तेवढ्या क्षुल्लक कारणांवरून हार मानणाऱ्यातले नव्हते. रामलाल बाजपेयी या आपल्या जुन्या मित्राला एका पत्रात त्यांनी लिहिले होते :

> *गेले दोन महिने खूपच अडचणीचे गेले. मेक्सिको शहरात मला काम मिळाले नाही. त्यामुळे इकडे इतक्या दूर यावं लागलं. बघू या आता पुढे काय होतंय ते. उद्या काय होईल ते सांगता येत नाहीये, आणि माझी परिस्थिती मात्र अशी झाली आहे की,* एक दिवस जरी मी काम केलं नाही तर माझी बायको, मुली उपाशी राहतील.

पंडीत नेहरूंची बहीण विजयालक्ष्मी पंडीत यांची युनायटेड स्टेटस आणि मेक्सिकोच्या राजदूत म्हणून नियुक्ती झाली होती. एकदा त्या ज्या हॉटेलमध्ये राहत होत्या, तिथे त्यांनी खानखोजे कुटुंबाला चहाचे आमंत्रण दिले. खानखोजे जरी भारताबाहेर राहत असले, तरी भारतीयांच्या मनांमध्ये त्यांना मानाचे स्थान होते, हेच खरे.

या काळात जेनी कुटुंबाची आर्थिक घडी सांभाळण्यात गढून गेली होती. तिने पोल्ट्रीचा छोटासा व्यवसाय सुरू केला आणि घराला बचतीने आर्थिक शिस्त लावली. त्यामुळे खानखोजे कुटुंबाच्या रोजच्या गरजा व्यवस्थित भागून सगळे जण किमान सुखात, आरामात राहू लागले. खानखोजेंची कुलिॲकॅनमधील नोकरी फार कष्टाची होती. उन्हातान्हात तासन् तास त्यांना काम करावे लागत होते. त्यातून त्यांचा जुना व्हर्टिगोचा आजार उसळला. अखेर या नोकरीचा राजीनामा देऊन ते घरी मेक्सिकोमध्ये परतले.

डॉन रॅमन पी. डी नेग्री किंवा मेक्सिको विद्यापीठातील प्राध्यापक आणि कायदेपंडीत राऊल सर्व्हंटेस अहुमारा यांसारखे खानखोजेंचे जुने मित्र नेहमी त्यांच्या घरी येत असत. खानखोजे टेक्सकोकोलाही जाऊन आले. तिथल्या जुन्या मित्रांच्या भेटीगाठी झाल्या आणि मुख्य म्हणजे तिथे असलेल्या त्यांच्या मालकीच्या जमिनीची व्यवस्था लावायची होती. ही जमीन त्यांना त्यांच्या शेतीतील शास्त्रीय प्रयोगांबद्दल मिळाली होती, त्याच जमिनीवर त्यांचे अनेक शेतीविषयक प्रयोग कमालीचे यशस्वी ठरले होते. ती जमीन मात्र नंतर तशीच पडून होती. कॅलोगेरो स्पीझाएलच्या घरच्या रविवारच्या मेजवान्या अजूनही सुरूच होत्या. तिथे गेले की अनेक कवी, कलाकार मित्रांची भेट होत असे. या मेजवान्यांना जायला आम्हालाही आवडायचे. कारण त्या वेळी खास इटालियन पद्धतीचे जेवण आणि तोंडी लावायला गरमागरम बौद्धिक चर्चांची मेजवानी असायची. माझी आई कॅनीलोनी नावाचा पदार्थ बरेचदा करायची आणि कॅलोगेरो काका दरवेळी अगदी शपथेवर सांगायचे की, त्यांची पत्नी अँड्रीनापेक्षा माझी आईच हा पदार्थ अधिक चविष्ट बनवते.

लोकमान्य टिळकांच्या 'केसरी' या वृत्तपत्रासाठी खानखोजेंनी मराठीतून एक लेखमाला लिहायला सुरुवात केली. 'गदर चळवळीचा इतिहास' असा तिचा विषय होता. प्रत्येक लेख केसरीचे त्यावेळचे संपादक हरिभाऊ कुलकर्णी जातीने नजरेखालून घालत असत. मेक्सिकोच्या सरकारी शाळेमध्ये मुलींचे शिक्षण मार्गी लागले होते. आणि जेनी म्हणजे सतत धडपड करत, काहीतरी करत राहणारी कुठे ना कुठे छोटी-मोठी नोकरी करत असायची. सध्या ती एका फ्रेंच संस्थेमध्ये ग्रंथपालाची नोकरी करत होती. एकंदरीत तशी सर्व घडी नीट बसत चालली होती. पण भारतभेटीवर येऊन गेलेल्या जेनीच्या मनात भारताबद्दल अतिशय आदराचे, पवित्र असे स्थान निर्माण झाले होते. आणि तिने काहीही करून भारतात परत जाण्याचा निश्चय मनोमन करून टाकला होता.

यामध्ये आश्चर्याचा धक्का असा होता की, खुद्द खानखोजे स्वत: भारतात जाण्याची कल्पना हिरिरीने खोडून काढत होते. त्यांना कळून चुकले होते की, भारतात त्यांना आणि त्यांच्या कुटुंबाला काहीही भवितव्य नाही आणि आपली पत्नी आणि मुलींचे सुरक्षित भविष्य ही त्यांच्या दृष्टीने सर्वांत महत्त्वाची गोष्ट होती. अतिशय व्यावहारिक आणि सुस्पष्ट शब्दांत त्यांनी जेनीला सांगितले होते की, तिच्या डोळ्यांसमोरचा भारत म्हणजे एक रंगीबेरंगी दुनिया आहे. कारण ती भारतात राहिली होती, ती एका राज्य सरकारची 'पाहुणी' म्हणून. प्रत्यक्षात नुकत्याच स्वातंत्र्य मिळालेल्या देशात, एखाद्याने उपजीविकेचे कोणतेही साधन जवळ नसताना राहणे, तिला वाटते तितके सोपे नक्कीच नाही. नवीन देशाची घडी बसायला एक आर्थिक शिस्त, त्याग इत्यादीची गरज असते आणि या गोष्टींची खानखोजे कुटुंबाला

तर अजिबात सवय नाही, असे त्यांचे म्हणणे होते.

खानखोजेंच्या या उपदेशाचा, प्रसंगी ताकीद देण्याचा काहीही उपयोग झाला नाही. जेनीने आपला हट्ट कधी सोडला नाही. आपल्या उतरत्या वयात खानखोजे मेक्सिकोमध्ये राहूच कसे शकतात? त्यांनी परत जायलाच पाहिजे. इतके उत्कंठित, कार्यमग्न असे संपूर्ण आयुष्य देशाबाहेर घालविल्यानंतर, आता देशाला स्वातंत्र्य मिळाल्यावर त्यांनी मायदेशी परत गेलेच पाहिजे. जेनी सतत ठामपणे आपले म्हणणे मांडतच राहायची, आणि खानखोजे विरोध करतच राहायचे. रोजची संध्याकाळ या अशा वादविवादाने, उत्तर-प्रत्युत्तरानेच संपायची. मी भारतात जाण्याचा माझा बेत या आधीच जाहीर करून टाकला होता. माया नेहमीप्रमाणेच अतर्क्य पद्धतीने शांत होती. तिची स्वत:ची नेमकी इच्छा काय आहे, हे कधीच कोणाला कळले नाही. कदाचित स्वत:चा विचार करून निर्णय घ्यायला अजून ती लहान असावी. एकूणच हा निर्णय घेणे आमच्या दृष्टीने कठीण होते. येणारा काळच ठरविणार होता – कोण बरोबर होते ते!

खरी गोष्ट अशी होती की, खानखोजेंनाही मनातून भारतात परत जायचेच होते. मनाच्या अगदी तळापासून त्यांची तशी इच्छा होती. म्हणूनच जेव्हा १९५४मध्ये साखर उत्पादन करणाऱ्या शेतकी संस्थांच्या एका गटाचे सल्लागार म्हणून त्यांना आमंत्रण आले, त्या वेळी त्यांनी हरिभाऊ कुलकर्णींना लिहिले,

> *या विपरीत परिस्थितीतही परमेश्वरानी मला आणखी थोडं आयुष्य द्यावं असं वाटतं. कारण मातृभूमीची सेवा करता करताच मला मरायचं आहे. माझ्या केवळ स्वत:च्या आनंदासाठी मला मातृभूमीची सेवा करायची आहे. आपली पवित्र गीता सांगतेच ना की, फलाची आशा न करता, प्रत्येकाने आपले कर्तव्य करीत राहावे.*[५]

१९५४मध्ये भारताचे उपराष्ट्रपती सर्वपल्ली राधाकृष्णन यांनी मेक्सिकोला भेट दिली. त्या वेळी खानखोजे उसाच्या शेतांची पाहणी करण्यासाठी दौऱ्यावर गेलेले होते. पण मी आणि माझी आई, मेक्सिकोच्या परराष्ट्र मंत्रालयाने राधाकृष्णन यांना दिलेल्या मेजवानीला गेलो होतो, हे मला आठवते. राधाकृष्णन यांच्या मनाच्या मोठेपणामुळेच हा सन्मान आम्हाला मिळाला.

खानखोजेंचे वृत्तपत्रांमधून लिखाण सुरूच होते. हे काम म्हणजे त्यांच्या आयुष्यात एक वळणच पडून गेले होते. आता त्यांची आर्थिक स्थिती काहीशी सुधारली होती. अर्थात, आर्थिक प्रश्न सगळे संपले असे नव्हते. काही प्रश्न शिल्लक होतेच. पण जेनी अतिशय काटकसरी होती. आता तिने आमचे इतर कपडे आणि शाळेचे गणवेश घरी शिवायला सुरुवात केली होती.

व्हिक्स केमिकल कंपनीचे डॉ. जॉर्ज गेटलाच अमेरिकेहून मेक्सिको भेटीवर आले होते. आमची भेट झाली. त्यांनी माझे पहिले शिक्षण पूर्ण झाल्यावर वैद्यकीय अभ्यासक्रमासाठी मला शिष्यवृत्ती देऊ केली. शाळेत मी हुशार विद्यार्थिनी होते आणि मला डॉक्टर व्हायचे होते. त्यादृष्टीने ही चांगलीच संधी होती, पण मी ती नाकारली. कारण मला उच्च शिक्षण भारतात घ्यायचे होते.

मनात आलेली गोष्ट करण्यासाठी कोणत्याही टोकाला जाण्याची माझ्या आईची क्षमता जबरदस्तच होती. न बोलता गुपचूपपणे तिने घरातील मौल्यवान वस्तू, इतर वस्तू, भारतीय रेशमी कपडे, आणि तिच्याजवळ जे काही थोडेफार दागिने होते, ते विकायला सुरुवात केली. आमच्या सगळ्यांना भारतात जाण्यासाठी भाड्याचे पैसे ती जमा करत होती. खानखोजेंनीही एव्हाना हार मानली होती. आपले भारतात परतणे अटळ आहे, हे त्यांना कळून चुकले होते. मग त्या दृष्टीने भारतातील कामाचा विचार-नियोजन ते करू लागले. 'स्वयंपूर्ण खेडे' हा कार्यक्रम भारतात राबविण्याची त्यांची इच्छा होती. त्याला त्यांनी 'मुक्तग्राम' असे नाव दिले होते. त्यांनी या संदर्भात हरिभाऊ कुलकर्णींना लिहिले :

> *माझं वय सध्या एकोणसत्तर आहे आणि आणखी किती जगावं लागणार आहे सांगता येत नाही. माझे गुरू लोकमान्य टिळक यांनी स्वीकारलेल्या स्वदेशीच्या तत्त्वांवर आधारित अशी काही देशसेवा मला करायची आहे. तसंच महात्मा गांधींनी गरीब रंजल्या-गांजलेल्यांची सेवा करून जो आदर्श घालून दिला, त्या मार्गावरून जाण्याची माझी इच्छा आहे. जोपर्यंत भारतीय जनतेला आर्थिक स्वातंत्र्य मिळत नाही, तोपर्यंत देशात गरिबीचे अंदाधुंद राज्य असाच कहर माजवीत राहील. शेतीमधील प्रगती, शेतीचा विकास हा अत्यावश्यक आहे. आणि त्याच्या आधारावर ग्रामोद्योगाला प्रोत्साहन देऊन येणारी आर्थिक स्वयंपूर्णताही तितकीच जरुरीची आहे. देशाच्या अगदी आतल्या अविकसित खेड्यांमध्ये मला काम करायचं आहे. आता माझी शेवटची एकच इच्छा उरली आहे, ती म्हणजे जनतेची सेवा करता-करता, एखाद्या झोपडीत मला शांतपणे मरण यावे.*[६]

जेनीला, तिच्या पतीला या उतारवयात त्यांचा स्वत:चा देश सोडून इतर कोणत्या देशात मरण यावे, ही कल्पनाही सहन होत नव्हती. त्यासाठी कितीही आर्थिक हालअपेष्टा सहन करण्याची तिची तयारी होती. वेळ पडल्यास नोकरी करण्यासाठी ती तयार होती. मुलींचे विवाह भारतातच व्हावे, अशीही तिची इच्छा होती. या सगळ्यासाठी म्हणून तिने तिच्या परीने निर्णय घेऊन, मेक्सिकोमधील घर आणि इतर प्रॉपर्टी विकून टाकायचा निर्णय घेतला होता.

हरिभाऊ कुलकर्णीबरोबरचा पत्रव्यवहार अधूनमधून सुरूच होता. लोकमान्य टिळकांचे नातू जयंतराव टिळक यांच्याबरोबर हरिभाऊ या सुमाराला गोवा मुक्ती आंदोलनात गुंतलेले होते. तिथे निदर्शने करताना, पोलिसांनी निर्घृण लाठीमार केला होता आणि त्यात हरिभाऊंनाही बराच मार बसला होता, त्याचे वर्णन हरिभाऊंनी एका पत्रात केले होते. त्या पत्राला उत्तर देताना खानखोजे यांनी लिहिले होते, 'याचा अर्थ असा होतो की, त्यागातून नेहमी प्रेमच वाढते, ही गुरू लोकमान्यांची शिकवण आपण अजून विसरलेलो नाही. गोवामुक्तीसाठी माझ्या शुभेच्छा. मी सप्टेंबरमध्ये मेक्सिको सोडण्याच्या विचारात आहे.'[७]

मेक्सिकोतील घराला फारशी किंमत मिळाली नाही. आजकालसारखे मेक्सिको हे त्या काळात मोठे पर्यटन केंद्र झालेले नव्हते. त्यामुळे घर विकताना त्याला फारशी किंमत मिळाली नाही. टेक्सकोकोजवळच्या जमिनीचे तर त्याहूनही कमी पैसे पदरात पडले. कारण विशेषत: मेक्सिकोचा तो भाग त्यावेळपर्यंत अविकसितच होता. आज दहा वर्षांनंतर त्या भागातील जमिनींच्या किमती मोठ्या प्रमाणावर वाढल्या आहेत. इतर काही बाबींप्रमाणेच घरे-जमिनींची खरेदी-विक्री हा एक वेळखाऊ प्रकार असतो आणि काही म्हणा, त्या व्यवहारातून खानखोजेंना पुरेसा पैसा मिळणे काही त्यांच्या नशिबात नव्हते, हेच खरे!

व्हेराक्रूझ ते इटली एका मालवाहू बोटीतून खानखोजेंचा प्रवास सुरू झाला. तिथून लॉईड ट्रायस्टिनो कंपनीच्या एम. व्ही. व्हिक्टोरिया बोटीने प्रवास करून नोव्हेंबर, १९५५मध्ये खानखोजे मुंबईमध्ये उतरले. ते एकटेच भारतात आले होते. इथे येऊन आपले कसे काय बस्तान बसते, याचा आधी अंदाज घ्यावा या विचाराने त्यांनी आपले कुटुंब मेक्सिकोमध्येच ठेवले होते.

खानखोजेंना आर्थिक साहाय्य करण्याच्या दृष्टीने नागपूरमध्ये 'खानखोजे सत्कार समिती'ची स्थापना करण्यात आली होती. प्रसिद्ध वकील आणि खानखोजेंच्या कुटुंबाशी परिचित असे त्यांचे स्नेही बी. आर. मांडलेकर हे समितीचे अध्यक्ष होते. 'मराठा' या वृत्तपत्रात या संदर्भात ऑक्टोबर, १९५५मध्ये एक लेख छापून आला होता. त्यात म्हटले होते :

> *ताज्या माहितीनुसार हे स्पष्ट होते की, खानखोजेंना राजकारणात अजिबात रस नाही. त्यांना कोणतीही राजकीय भूमिका न घेता केवळ देशवासीयांची सेवा करण्याची इच्छा आहे. नागपूरच्या नागरिकांनी स्थापन केलेल्या खास समितीने डॉ. खानखोजेंना अर्पण करण्यासाठी एक निधी उभारण्याचा निर्णय घेतला आहे, कुटुंबासह नागपूरला परत येण्यास आणि इथे स्थिरस्थावर होईपर्यंत त्यांना या निधीचा उपयोग व्हावा हा हेतू आहे.*

१७ नोव्हेंबर, १९५५रोजी खानखोजे नागपूरला पोहोचले. अखेर आपल्या मातृभूमीच्या कुशीत परतलेल्या या सुपुत्राचे नागपूरकरांनी प्रचंड उत्साहाने स्वागत केले. आल्या-आल्या खानखोजे मांडलेकरांच्या घरी उतरले. त्यांची मुक्तग्राम कल्पना सरकार स्वीकारते का, याचा आता अंदाज घ्यायचा होता.

नागपूर विद्यापीठाच्या पदवीदान सभागृहात झालेल्या समारंभात, 'खानखोजे सत्कार समिती'तर्फे जमविलेला निधी त्यांना देण्यात आला. प्रसिद्ध काँग्रेस नेते सेनापती बापट या समारंभाच्या अध्यक्षस्थानी होते. सुमारे दहा हजार रुपयांचा निधी पाहून खानखोजेंना अक्षरश: गहिवरून आले. नागपूर टाइम्समध्ये त्यांनी या समारंभात निधी स्वीकारताना केलेल्या भाषणाचा गोषवारा छापून आला होता. *आपल्या सर्वांच्या प्रेमाचे प्रतीक म्हणून मी हा निधी स्वीकारत आहे. देशातील लाखो गरिबांसाठी या पैशांचा उपयोग झाला असता, तर मला अधिक आवडले असते. मी माझे उर्वरित आयुष्य त्यांना समर्पित करतो.*

पैसे घ्यायला खानखोजे तयार नव्हते. त्यांचा जो सन्मान करण्यात आला त्याचे महत्त्व त्यांना समजत होते, पण तरीही त्यामागची लपलेली मानखंडनेची – मदत स्वीकारावी लागण्याची भावना त्यांना विसरता येईना. त्यांनी निधीची रक्कम परत केला आणि तिचा विनियोग समितीला हवा त्या प्रकारे करण्याची विनंती केली. समितीने मग नागपूरमधील शंकर नगर भागात एक छोटी जमीन घेण्यासाठी त्याचा वापर केला.

दुर्दैवाने खानखोजेंची मुक्तग्राम योजना सरकारच्या कोणत्याही खात्याने स्वीकारण्यास असमर्थता दाखविली. कारण आर्थिक तरतूद करणे अवघड होतेच. शिवाय, स्वतंत्र भारतातील नोकरशाही अजून ब्रिटिशकालीन कायद्यांनाच धरून चालत होती. ही परिस्थिती ओळखून खानखोजेंनी त्वरित जेनीला भारतात न येण्याविषयी लिहिले. मात्र त्याच त्वरेने जेनीने त्यांचे म्हणणे धुडकावून लावत, लवकरात लवकर भारतात यायचा निर्णय घेतला. खानखोजेंनी आपल्याला येऊ नको असे कळविले आहे, याचा अर्थ त्यांना स्वत:लाही भारतात अपेक्षेपेक्षा अधिक प्रश्न, अधिक त्रास होत असणार हे तिने मनोमन ओळखले. आणि आपला मेक्सिकोचा मुक्काम अधिक लवकर आवरता घेऊन ती आम्हाला घेऊन भारताकडे निघाली. 'स्लो बोट चायना'च्या धर्तीवरचे आमचे छोटे मालवाहू जहाज केवळ सहा प्रवाश्यांना घेऊन जाण्याच्या क्षमतेचे होते. तसे जेनीने आपले सर्व काही विकून टाकले होते. पण तरीही खानखोजेंची काही तांत्रिक विषयांवरील पुस्तके तिने जपून ठेवली होती. आणखी एक वस्तू तिने मेक्सिकोतील सुखाच्या दिवसांची आठवण म्हणून जपून आपल्याबरोबर आणली होती, ती म्हणजे अतिशय उत्तम प्रतीचे जुने पर्शियन रग्ज.

तब्बल चाळीस दिवस प्रवास करून आम्ही अटलांटिक आणि भूमध्य समुद्र

ओलांडला. आणि इटलीतील जेनोआ येथे उतरलो. खानखोजेंप्रमाणेच एम. व्ही. व्हिक्टोरिया बोटीनेच आम्ही पुढे मुंबईला आलो. तो १९५६चा सप्टेंबर महिना होता.

भारतातील या पुढचे आयुष्य सुखाचे, सरळमार्गी असणार नाही, याची आम्हाला पूर्ण कल्पना होती. नागपूरपर्यंतच्या आगगाडीच्या प्रवासात तर आम्ही पार गोंधळून, घाबरून गेलो होतो. यापुढील काळात काय होईल – काय नाही, याची काहीच शाश्वती वाटेनाशी झाली – जणू आम्ही एखाद्या अज्ञात प्रांतात निघालो होतो!

टीप

१. इव्हा अलेक्झांड्रा उचमेनी, (संपादन आणि समन्वय), इंडिया-मेक्सिको : सिमिलॅरीटीज अँड एन्काऊन्टर्स थ्रूआउट हिस्ट्री, नवी दिल्ली : मॅकमिलन, २००३ पृष्ठ ३२५
२. मिशन डिप्लोमॅटिका एन ला इंडिया, एमिलिओ पोर्टेस गिल, मेक्सिको, १९५३ प्रास्ताविक
३. सप्टेंबर १९५१ मध्ये पंडीत जवाहरलाल नेहरूंना लिहिलेले पत्र
४. सतीश गुजराल यांचा किस्सा
५. खानखोजेंचा १९५४ मधील हरिभाऊ कुलकर्णी यांच्याशी झालेला पत्रव्यवहार
६. १ जानेवारी १९५५ रोजी हरिभाऊ कुलकर्णी यांना लिहिलेले पत्र
७. मूळ मराठीतील कागदपत्रे नेहरू मेमोरिअल लायब्ररी येथे इंग्रजी अनुवाद क्षीरसागर यांचा

उपसंहार

खानखोजे आता आपल्या जुन्या आवडत्या 'प्रचारका'च्या भूमिकेत शिरले. शेतकरी हाच भारताचा खरा कणा आहे, अशी त्यांची श्रद्धा होती. त्यामुळे त्यांनी त्यांच्याशी संवाद साधणे सुरू केले. सर्वांत महत्त्वाचा धर्म म्हणजे शिक्षण आणि प्रभावी, सक्षम अशा शिक्षणपद्धतीच्या अभावीच सर्व तऱ्हेच्या प्रतिकूल परिस्थितीला, अनेक समस्यांना भारतीयांना तोंड द्यावे लागत आहे, याची त्यांना खातरी होती.

आकाशवाणी नागपूर केंद्राने, 'मान्सून सेरीज' या शीर्षकाखाली शेतकऱ्यांसाठी एक भाषण मालिका गुंफण्याचे आमंत्रण खानखोजेंना दिले. शेतीबद्दल मार्गदर्शन किंवा सल्ला मिळण्याचे दुसरे कोणतेच साधन शेतकऱ्यांना उपलब्ध नव्हते. या भाषणांचे विषय अगदी रोजच्या कामांपासून ते विशिष्ट प्रकारच्या कामांबाबतच्या छोट्या-छोट्या सूचना, सल्ल्यांपर्यंत असे अगदी व्यावहारिक आणि साधे असत. त्यामुळे खानखोजेंची ही भाषणे खूप लोकप्रिय झाली आणि ही मालिका बरीच वर्षे सुरू राहिली.

१९५७मध्ये १८५७च्या बंडाची शताब्दी देशभर साजरी झाली. खानखोजेंनी या विषयावर ठिकठिकाणी भाषणे दिली, मुलाखती दिल्या. त्यात त्यांनी या बंडाचा 'भारताचे पहिले स्वातंत्र्य युद्ध' असा गौरव केला. 'तरुण भारत'मधील एका लेखात त्यांनी गदर चळवळ हे भारताचे दुसरे स्वातंत्र्य युद्ध असल्याच्या मुद्यावर भर दिला आणि म्हटले की, देशाने अहिंसेच्या चळवळीची कास धरली असली, तरीही सुभाषचंद्र बोस आणि त्यांची इंडियन नॅशनल आर्मी यांनी भारतीय स्वातंत्र्य इतिहासाचे एक नवीन पर्व सुरू केले. इतकेच नाहीतर एका अर्थी गदरने चालविलेल्या चळवळीला संपूर्ण यश मिळवून देण्याच्या स्थितीपर्यंत आणून ठेवण्याची कामगिरी बजावली. इंडियन नॅशनल आर्मी म्हणजे खरोखर भारताचे तिसरे स्वातंत्र्य युद्ध होते असे खानखोजे ठामपणे म्हणत असत.[१]

१९५७मध्ये इंडियन कौन्सिल फॉर ॲग्रिकल्चरल रिसर्चचे सदस्य म्हणून खानखोजेंची नियुक्ती झाली. ही कामे करत असताना खानखोजे प्रयोगशीलतेबाबत नेहमी दक्ष असत. सतत निरनिराळे घरगुती प्रयोग करून निरनिराळ्या कल्पना, युक्त्या लढवून, सोयाबीनचा उपयोग लोकांनी वाढवावा, सोयाबीनला प्रसिद्धी मिळावी, यासाठी ते प्रयत्नशील असत. त्यांच्या संशोधनाने त्यांना आणखी एक खातरी पटली होती की, योग्य तऱ्हेने भाजलेल्या आणि प्रक्रिया केलेल्या टरोटाच्या बिया कॉफीला चांगला आणि स्वस्त पर्याय होऊ शकतो. आपल्या दैनंदिन जीवनात आपल्या भोवती उगविणाऱ्या निरनिराळ्या प्रकारच्या गवतांचे उपयोग आणि त्यांचा वापर कसा करावा, या विषयी खानखोजेंनी असंख्य लेख लिहिले होते.[२] त्यांच्या मनातील शास्त्रीय कुतूहल कधीच शमले नाही. आणि आयुष्याच्या अखेरपर्यंत कडुनिंब, तुळस इत्यादी वनस्पतींमधील व्हिटॅमिन्स आणि इतर औषधी गुणांवर ते सतत संशोधन करत राहिले. एक कुशल वैज्ञानिक म्हणून त्यांच्या दूरदृष्टीला, साध्या-साध्या वनस्पतींमध्ये आजकालच्या 'हर्बल उपचार क्रांती'च्या कितीतरी आधी, मोठ्या व्यापारी संधी दिसल्या होत्या.

डिसेंबर, १९५८मध्ये त्यांना 'ऑल इंडिया रेव्होल्युशनरीज अँड मार्टिअर्स मेमोरिअल कमिटी'कडून दिल्लीमध्ये होणाऱ्या बैठकीचे आमंत्रण आले. या निमित्ताने बरेच जुने क्रांतिकारक एकत्र येऊन त्यांनी 'शहीद भवन' नावाचे स्मारक उभे करण्याचे ठरविले. बैठकीच्या वेळी भूपेंद्रनाथ दत्त, सरदार सोहन सिंग बखना यांसारखे जुने क्रांतिकारक मित्र भेटले आणि खानखोजेंचे मन आनंदून गेले. सगळ्या मित्रांनी मिळून क्रांतीचा इतिहास सतत ताजा ठेवायचा निश्चय केला. 'इतिहास बदलण्याचा प्रयत्न करत, स्वातंत्र्याचे श्रेय स्वातंत्र्य मिळविण्यासाठी लढणाऱ्या एका विशिष्ट गटाला देण्याच्या अत्यंत हीन, दुष्ट अशा कटकारस्थानाबद्दल ही मंडळी, अतिशय त्वेषाने बोलत होती.' यापूर्वीच या लोकांना ही जाणीव व्हायला लागली होती की, स्वातंत्र्यासाठी अहिंसेचा मार्ग वगळता बाकी इतर मार्गांनी लढलेल्या क्रांतिकारकांना पद्धतशीरपणे दूर करण्यात येत आहे, एखाद्या खड्यांप्रमाणे वेचून त्यांना बाजूला काढण्यात येत आहे. बैठकीसाठी आलेल्या सर्व क्रांतिकारकांना 'तीन मूर्ती' या पंतप्रधानांच्या निवासस्थानी चहाचे आमंत्रण होते. त्याच संध्याकाळी, सहकाऱ्यांच्या आग्रहावरून खानखोजेंचा पंडीत नेहरूंच्या हस्ते खास हार घालून सत्कार करण्यात आला.[३]

त्याचवर्षी इंडियन फार्मिंग नावाच्या मासिकातील खानखोजेंच्या 'रिसर्च ऑफ अ प्रॅक्टिकल काइंड' या शीर्षकाच्या लेखाच्या निमित्ताने, खानखोजेंचे संशोधन या विषयावरील विचार वाचकांसमोर मांडले गेले. ग्रामीण संशोधन या विषयाचे महत्त्व, अमेरिकेसारख्या प्रगतिशील देशांमध्ये जितके मान्य झालेले

आहे, तितके ते अजून भारतीयांना समजलेले नाही. 'ग्रामीण विद्यापीठे' ही त्या देशांमध्ये विकासाची, प्रगतीची केंद्रे बनली आहेत; उलट आपल्याकडच्या कित्येक शिकल्या-सवरलेल्या लोकांनाही 'ग्रामीण विद्यापीठ' ही संकल्पनाच मुळात उलगडलेली नाही.

शेतकी संस्थांना भेटणे, त्यांच्या अडीअडचणी समजावून घेऊन त्यांना सल्ला देण्याचे काम करत असतानाच खानखोजेंना आणखी एक काम मागे लागले होते ते म्हणजे – विविध राजकीय पक्षांच्या, त्यांच्या पक्षात सामील होण्यासाठीच्या आमंत्रणांना ठाम नकार देणे. नॅशनल अर्काइव्ह्ज ऑफ इंडियाने त्यांची भाषणे ध्वनिमुद्रित केली, तर स्वातंत्र्य लढ्यावरील त्यांचे कित्येक लेख विविध वृत्तपत्रांनी, नियतकालिकांनी प्रसिद्ध केले.[४]

अमेरिकेहून खानखोजेंचे एक क्रांतिकारक मित्र त्यांना भेटायला आले होते. आणि कॅप्टन व्ही. के. साव्हनी या माझ्या नियोजित पतींनी दिलेल्या आमंत्रणावरून, दोघेही नागपूरच्या सीताबर्डी किल्ल्याला भेट द्यायला गेले. त्या वेळी या किल्ल्याशी निगडित स्मृती जाग्या झाल्या. खानखोजे म्हणाले, 'त्या काळातल्या आमच्या पोरकटपणाची कल्पना करा. आम्ही मुलांनी या किल्ल्याला वेढा घालून तो जिंकायचा बेत केला होता. पोलिसांनी आम्हाला जवळ-जवळ अटकच केली होती. आणि आता या परिस्थितीत तब्बल पन्नास वर्षांनंतर पुन्हा याच किल्ल्यावर किती वेगळेच वाटते आहे!' यावर खानखोजेंचा मित्र गमतीच्या सुरात त्यांना म्हणाला, 'हो ना. या किल्ल्यापर्यंत पुन्हा पोहोचण्यासाठी तुला तीन वेळा जगप्रदक्षिणा करावी लागली!'

जेनी एकदा दिल्लीला गेली असताना राधाकृष्णन यांना भेटावयास गेली होती. ते मेक्सिकोला गेले होते. तेव्हापासून जेनीला ओळखत होते. त्या छोट्याशा, अनौपचारिक भेटीत, तिने धाडस करून राधाकृष्णन यांना विचारले होते, 'पोटात अन्नाचा दाणा नसताना, तुमच्या महान भारतीय तत्त्वज्ञानाचा काय उपयोग आहे.' राधाकृष्णन यांनी यावर समजदारपणे गप्प राहणेच पसंत केले.

खानखोजेंच्या अखेरच्या काळात त्यांनी मान्य केले होते की, हिंसा आणि रक्तरंजित क्रांती भारताच्या मातीत कधीही यशस्वी होणार नाही. वेदांचा अभ्यास केल्याने त्यांच्यामध्ये एक प्रकारची वैचारिक प्रगल्भता आली होती. त्याचबरोबर त्यांनी कुराण समजून घेतले होते आणि बुद्धाचे तत्त्वज्ञानही अभ्यासले होते. या सर्व अभ्यासाचा त्यांच्या व्यक्तिमत्त्वावर विचारांवर खूप खोल परिणाम झाला होता. त्यांच्यातील सळसळत्या रक्ताचा क्रांतिकारक लोप पावून, संपूर्ण मानव जातीसाठी अपार करुणा, प्रेम मनात घेऊन, तिच्या हिताचाच विचार करणारा एक मानवधर्मी उदयाला आला होता.

१९६०च्या सुमारास खानखोजेंना निवृत्तीचे वेध लागले होते. तसे वरवर पाहता ते त्यांची कामे नेहमीच्या उत्साहाने करत होते, परंतु हळूहळू कोणाच्या लक्षातही येणार नाही, अशातऱ्हेने खानखोजे भोवतालच्या जगापासून मनाने दूर-दूर जाऊ लागले होते. बरेचदा ते नि:शब्द, शांत बसून असायचे. अपवाद फक्त कुठे अन्याय होताना दिसला, तरच त्याच्या प्रतिकारासाठी पुढे व्हायचे. खास करून सफाई कामगार, रस्ते झाडणारे अशांना त्यांनी नेहमी मदतीचा हात दिला. घरात असताना त्यांनी कधीही जेनीने आणलेले कपडे वापरले नाहीत. त्यापेक्षा त्यांचे जुने झालेले जवळ-जवळ विटलेले कपडेच वापरणे त्यांना आवडायचे. त्यांचे हे नवीन कपडे म्हणजे दारावर आलेल्या गरजू-गरीब माणसाचीच धन असायचे.

भारत सरकारने खानखोजेंची भारतीय नागरिकत्वाची सर्व कागदपत्रे सन्मानाने परत केली. खानखोजे हे 'भारताचेच सुपुत्र' असून, त्यांना कधीही 'परदेशी' गणले जाणार नाही, अशी खातरी त्यांना देण्यात आली. आयुष्यभरासाठी महिना २५० रुपयांचे निवृत्तीवेतन त्यांना देण्यात येऊ लागले. त्यांनी बजावलेल्या देशसेवेचा सन्मान म्हणून २,००० रुपयांचे बक्षीसही सरकारतर्फे त्यांना देण्यात आले.

अतिशय साध्या पद्धतीने माझा विवाह झाला. पाहुणे-आमंत्रण पत्रिका असा कोणताही डामडौल नव्हता. माझ्या विवाहाची बातमी कळविण्यासाठी केवळ अगदी जवळच्या नातेवाइकांना आणि मित्र, स्नेह्यांना पत्रे लिहिण्यात आली होती. पण खानखोजेंबद्दल सर्वांच्या मनात इतका काही आपलेपणा – आदर होता की, सप्टेंबर महिन्यातील विवाहाच्या दिवशी सकाळी, अनपेक्षितपणे असंख्य लोक विवाहाला उपस्थित राहिले आणि केवळ एक कप चहाच्या बदल्यात मला भरभरून आशीर्वाद देऊन गेले.

१९६५मध्ये भारत-पाकिस्तान युद्ध भडकले. त्या वेळी खानखोजे एकूणऐंशी वर्षांचे होते; पण मनाची उमेद अशी जबरदस्त होती की, ते सैन्यात भरती व्हायला निघाले. एखाद्या लहान मुलाच्या उत्साहाने ते सरळ नागपूरच्या विभागीय आयुक्तांपुढे जाऊन उभे राहिले. म्हणाले, 'युद्धभूमीवर वीरमरण पत्करण्याहून अधिक चांगला जीवनाचा अंत कुठला असू शकतो? जे स्वातंत्र्य मिळविण्यासाठी मी आयुष्य वेचले, त्याचे रक्षण करताना धारातीर्थी पडल्यास मला अधिक समाधान मिळेल.'[५]

काळ कुणासाठी थांबला आहे? हळूहळू खानखोजेंनी आपल्या जबाबदाऱ्या कमी करत आणल्या तासन् तास आपल्या आठवणी ते एका मित्राला मराठीतून सांगत असत; तो त्या लिहून घेत असे. पण त्याहून त्यांचा जास्त वेळ जायचा,

तो अंगणात झाडाच्या सावलीत झोपाळ्यावर, समाधी लागल्याप्रमाणे स्वस्थपणे बसून राहण्यात! खानखोजे संन्यासाश्रमाच्या मार्गाने निघाले होते.

१९६५मध्ये मायाला मेक्सिकोमध्ये उच्च शिक्षणाकरिता शिष्यवृत्ती मिळाली. खरे तर तिला इतक्या दूर जाऊ देण्यास खानखोजे अजिबात तयार नव्हते. 'न जाणो पुन्हा मला ती डोळ्याला दिसेल – न दिसेल,' अशी विरहाची भावना त्यांना त्रास देत होती. पण तरीही आपल्या भावनांना आवर घालून, त्यांनी मायाला मेक्सिकोला जायची, तिचे भविष्य घडविण्याची संधी न सोडण्यासाठी प्रोत्साहनच दिले. मी आई-वडिलांना भेटायला जायची, तेव्हा ते मला अतिशय स्वस्थ, शांत – सगळ्या जगापासून अलिप्त असे वाटायचे. त्यांचा जो अभ्यास चालू होता – मूळ संस्कृतमधून ते ऋग्वेद वाचत होते, त्याबद्दलच ते माझ्याशी बोलायचे. आपल्या आठवणी लिहिणे, त्यांनी कधीच सोडून दिले होते. ते फक्त धार्मिक ग्रंथांचे वाचन करीत असत. मायाने मेक्सिकोमध्ये विवाह केल्याची बातमी त्यांना समजली. एकूण मायाने आपला जोडीदार शोधून ती मेक्सिकोमध्ये स्थिरस्थावर झाली होती. दुभाष्या म्हणून तिने करिअरची सुरुवात केली होती.

१९६६च्या उन्हाळ्यात, खानखोजे आणि जेनी पुण्याजवळ खडकीला माझ्या घरी आले. त्यांना येऊन जेमतेम काही दिवस होत नाहीत, तोच जेनीला दिल्लीहून एका नोकरीसाठी बोलावणे आले आणि ती लगेच दिल्लीला रवाना झाली. खानखोजे एकटेच माझ्याकडे होते. जेनीने आर्थिकदृष्ट्या स्वावलंबी असावे, असा त्यांचा आग्रह असायचा. म्हणूनच त्यांनी जेनीला दिल्लीला जायचा आग्रह केला.

पुण्यातील एक पत्रकार जी. व्ही. केतकर या वेळी खानखोजेंची प्रदीर्घ मुलाखत घेत होते. त्यावर आधारित त्यांनी 'रणझुंजार पी. एस. खानखोजे' नावाचे पुस्तक मराठीतून लिहिले. ही मुलाखत बरेच दिवस सुरू होती. पण ती जशी संपली तसा खानखोजेंनी नागपूरला परत जाण्याचा आग्रह धरला. आम्ही फारसे लक्ष देत नाही असे पाहून, अखेर त्यांनी 'मी एकटाच पदयात्रा करत नागपूरला जाईन' अशी धमकीच दिली. त्यांची धमकी ते खरीही करतील, तेवढी धमक अजूनही त्यांच्यात आहे, हे मला चांगलेच माहीत होते. म्हणून मग मी पदयात्रेपेक्षा आरामात आगगाडीने त्यांना नागपूरला पोहोचविले.

नागपूरला घरी परतल्यावर ते एकटेच राहू लागले होते. त्यांचा पुतण्या लक्ष्मण बाळाजी खानखोजे रोज एकदा त्यांना भेटून जात असे. येताना घरच्या जेवणाचा डबाही घेऊन येत असे. कधी अधून-मधून बायकोला, मुलींना पत्र लिहायचे, पण प्रवास करून त्यांना भेटायला जाण्याबद्दल काही म्हणायचे नाहीत. परंतु त्यांच्या मृत्यूपूर्वी काही दिवस त्यांनी जेनीला पत्र लिहून 'तिच्याविना

फार एकटे, एकाकी,' वाटत असल्याचे कळविले होते. जेनीने त्यापूर्वीच रजेसाठी अर्ज करून ठेवला होता. आणि तिच्याबरोबर दिल्लीला जाऊन तिथेच दोघांनी एकत्र राहण्याचे त्यांच्याकडून कबूल करून घेतले होते. पण या सगळ्याला फार उशीर झाला होता.

१८ जानेवारी, १९६७ रोजी वयाच्या एक्क्याऐंशीव्या वर्षी खानखोजेंचे निधन झाले. योगायोग असा की, त्यांच्या आयुष्याचा शेवटचा दिवस त्यांनी शेतकी कॉलेजच्या वार्षिकोत्सवाला उपस्थित राहून, तिथल्या मैदानांवर फिरण्यात व्यतीत केला होता. समारंभाहून घरी आल्यावर ते जरा पडले. चेहऱ्यावर हास्य असतानाच त्यांना जी झोप लागली, ती अखेरचीच! फार थोडे लोक असतात, जे आयुष्यभर भगवद्गीतेचे सार आपल्या आचरणात आणू शकतात – 'कर्मण्येवाधिकारस्ते मा फलेषुकदाचन।' 'फलाची आशा न करता आपले कर्म करत राहा.' पांडुरंग खानखोजे हे त्या थोड्यांपैकी एक होते.

टीप

१. १० मे १९५७ रोजी तरुण भारतमध्ये खानखोजे यांच्या प्रसिद्ध झालेल्या लेखातील विचार
२. मूळ मराठीमधील लेख, नेहरू मेमोरिअल लायब्ररी येथे उपलब्ध
३. हा प्रसंग चित्रित करणारे छायाचित्र गहाळ झाले आहे.
४. नेहरू मेमोरिअल लायब्ररी येथे प्रती उपलब्ध
५. *नागपूर टाइम्स*, ६सप्टेंबर १९६५